ಇಲ್ಲಿ ಪಿಸುಮಾತುಗಳಿವೆ..

'ಬಕುಲ' ಎಂದೊಡನೆ ನನಗೆ ಕವಿ ಎಕ್ಕುಂಡಿಯವರದ್ದೇ ನೆನಪು. ನನ್ನೊಳಗೆ, ಓದುಗರೊಳಗೆ ಅವರು ಬಂಕಿಕೊಂಡ್ಲ, ಕಡಲು, ಬೆಳ್ಳಕ್ಕಿ, ಗುಮಟೆ ಪಾಂಗು, ಹಾಲಕ್ಕಿ ಒಕ್ಕಲಿಗರ.. ಅಂತಹವರ ನೋವು ಎಲ್ಲವನ್ನೂ ಸುರಿದರು. ಬೊಚ್ಚು ಬಾಯಿಯ ತುಂಬಾ ನಗೆ ತುಳುಕಿಸುತ್ತಾ, ದೊಡ್ಡ ಕಣ್ಣುಗಳು ಕೆಂಡದುಂಡೆಗಳೇನೋ ಎನ್ನುವಂತೆ ಅವರು ಬಿಚ್ಚಿಟ್ಟ ನೆನಪುಗಳು ನನ್ನ ಒಡಲಲ್ಲಿ ಮನೆ ಮಾಡಿ ಕುಳಿತಿದೆ.

ಹಾಗಿರುವಾಗಲೊಮ್ಮೆ ಅವರನ್ನು ಕೇಳಿದ್ದೆ. 'ಇಷ್ಟೆಲ್ಲಾ ಬರೆಯಲು ನೀವು ತೊಡಗಿದ್ದು ಹೇಗೆ?' ಒಂದು ಕ್ಷಣ ಮೌನಕ್ಕೆ ಜಾರಿದ ಅವರು 'ನನ್ನ ಅಮ್ಮ' ಎಂದರು. ನಂತರ ನಿಧಾನವಾಗಿ ಸಾವರಿಸಿಕೊಂಡು 'ಅಮ್ಮ ಹಾಡಿದ ಒಂದು ಹಾಡಿನಿಂದ ನಾನು ಈ ಜಗತ್ತನ್ನು ನೋಡುವ ಒಂದು ಕಿಟಕಿಯನ್ನು ರೂಪಿಸಿಕೊಂಡೆ' ಎಂದರು. ಅಮ್ಮನ ಹಾಡು ಅವರಿಗೆ ಜಗತ್ತಿನ ಕದ ತೆರೆದಿತ್ತು.

ಹಾಗೆ ಹೇಳುವಾಗ ಅವರು ಹೇಳುತ್ತಿದ್ದುದು ಹೆಣ್ಣು ಸಾಗಿ ಬಂದ ಸಂಕಟವನ್ನು. ಹಾಗೂ ಆ ಸಂಕಟವನ್ನು ಬಣ್ಣಿಸಲು ಹುಡುಕಿಕೊಳ್ಳುತ್ತಿದ್ದ ದಾರಿಗಳನ್ನು. ಕತ್ತಲ ಲೋಕದಲ್ಲಿ ಅವರು ಧೈರ್ಯದಿಂದ ಬೆಳಕಿಂಡಿಗಳನ್ನು ಬೆನ್ನತ್ತಿ ತಮ್ಮದಾಗಿಸಿಕೊಳ್ಳುತ್ತಿದ್ದರು. ತಮ್ಮ ಕೆಚ್ಚು, ಸ್ವಾಭಿಮಾನ, ಮಮತೆ ಯಾವುದೂ ಮುಕ್ಕಾಗದಂತೆ ನೋಡಿಕೊಳ್ಳುತ್ತಲೇ ಅವರು ಬೆಳಕಿನ ಕಿಟಕಿಗಳನ್ನು ತೆರೆಯುತ್ತಾ ಹೋದರು. ಅವರು ಹಚ್ಚಿದೊಂದು ಹಣತೆ ಈಗ ಎಷ್ಟೋ ಜೀವ ಬೆಳಗಿದೆ.

ಸುಧಾ ಆಡುಕಳ ಅವರಿಗೆ 'ಅವಧಿ'ಗಾಗಿ 'ಬಕುಲದ ಬಾಗಿಲಿನಿಂದ' ಅಂಕಣ ಬರೆಯಿರಿ ಎಂದು ಕೇಳಿದಾಗ ನನಗೆ ಗೊತ್ತಿಲ್ಲದಂತೆ ಒಳಗೆ ಸುಳಿದಾಡಿದ್ದು ಇದು. ಬಕುಲದ ನೆಲದಲ್ಲಿ ಬದುಕನ್ನು ಸವೆಸಿದ ಎಕ್ಕುಂಡಿ ಎಷ್ಟೋ ಜೀವನ ಪ್ರೀತಿ ಉಕ್ಕಿಸಿದರು. ಹಲ್ಲು ಕಚ್ಚಿಯಾದರೂ ಬದುಕಬೇಕೆಂಬ ಛಲ ಹೊತ್ತವರ ಅನೇಕ ಕಥೆಗಳನ್ನು ನಮ್ಮ ಮುಂದೆ ಹರಡಿದ್ದರು. ಈಗ ಅದೇ ಬಕುಲದ ನೆಲದಿಂದಲೇ ಬಂದ ಸುಧಾ ಆಡುಕಳ ಅವರು ಬರೆಯಲು ಹೊರಟಾಗ ಇನ್ನೂ ನಾವು 'ಬಿಚ್ಚಿಲ್ಲದ ಕಟ್ಟಡಗಳು, ಆಲಿಸಬೇಕಾದ ದನಿಗಳನ್ನು' ಮುಖಾಮುಖಿ ಮಾಡಿಕೊಳ್ಳುವ ತುರ್ತಿದೆ ಎನಿಸಿತ್ತು. ಹಾಗಾಗಿ ಬಕುಲದ ನಾಡಿನಿಂದ ಬಂದ ಹುಡುಗಿ ಈಗ ಮಹಿಳೆಯರ ಅಂತರಂಗ ಹೊಗಲು ಒಂದು ಬಾಗಿಲು ನಿರ್ಮಿಸಿ ಕೊಟ್ಟಿದ್ದಾಳೆ.

ಬಕುಲದ ಬಾಗಿಲಿನಿಂದ– ನೀವು ಹೊಕ್ಕು ನೋಡಲೇಬೇಕಾದ ಲೋಕ. ಇಲ್ಲಿ ನಿಟ್ಟುಸಿರಿದೆ, ನಿಲೆ ಹಾಕಿ ಕೇಳುವ ಧೈರ್ಯವಿದೆ, ಬದುಕಿನ ಬಗ್ಗೆ ಹುಮ್ಮಸ್ಸಿದೆ. ಪ್ರಶ್ನಿಸುವ ಮನಸ್ಸಿದೆ. ಇಲ್ಲಿ ರಾಧೆ, ಕುಂತಿ, ಮಾದ್ರಿ, ಅಂಬೆ, ಅವಧೇಶ್ವರಿಯರಿದ್ದಾರೆ. ಅಂತೆಯೇ ಅಮೃತಾ ಪ್ರೀತಮ್, ಮಾಧವಿ, ಕುಬ್ಜೆ ಮಾಲಿನಿ, ಮಣಿಪುರದ ಚಿತ್ರಾ ಸಹಾ ಇದ್ದಾರೆ. ಸೀತೆ ಹಾಗೂ ಅವಳ ಸಹಚಾರಿಗಳಿದ್ದಾರೆ. ಕಾಯುತ್ತಲೇ ಇರುವ ಊರ್ಮಿಳೆಯರಿದ್ದಾರೆ. ಕಾಣೆಯಾಗುತ್ತಿರುವ ಶಾಂತಲೆಯರಿದ್ದಾರೆ. ಗೊರವನ ಬೆನ್ನಟ್ಟಿದ ಅಕ್ಕ ಇದ್ದಾಳೆ. ಕಲ್ಲಾದ ಅಹಲ್ಯೆಯರಿದ್ದಾರೆ. ಮಧ್ಯರಾತ್ರಿ ಎದ್ದು ಹೋದ ಗೌತಮರನ್ನು ನೋಡಿದ ಅನೇಕ ಯಶೋಧರೆಯರಿದ್ದಾರೆ, ಮೊಲೆಯನ್ನೇ ಕುಯ್ದು ಕೈಗಿಟ್ಟ ನಂಗೇಲಿಯರಿದ್ದಾರೆ. ಶಚೀತೀರ್ಥದಲ್ಲಿ ಉಂಗುರ ಕಳೆದುಕೊಂಡ ಶಕುಂತಳೆಯರಿದ್ದಾರೆ. ಐವರ ಹೆಂಡತಿಯಾಗಿಯೂ ಆತ್ಮ ಸಂಗಾತಕ್ಕೆ ಹಲುಬಿದ ದ್ರೌಪದಿಯರಿದ್ದಾರೆ. ಕತ್ತಲೆಯನ್ನು ಜೀವನದುದ್ದಕ್ಕೂ ಹಾಸಿಕೊಂಡ ಗಾಂಧಾರಿಯರಿದ್ದಾರೆ. ಯೋನಿ ಛೇಧನದ ವಿರುದ್ಧ ಆಂದೋಲನ ಕಟ್ಟಿದ ವಾರಿಸ್‌ಗಳಿದ್ದಾರೆ. ಹೊಸ ಋತುಮಾನಕ್ಕೆ ನಾಂದಿ ಹಾಡಿದ ನಂದಿನಿಯರಿದ್ದಾರೆ. ಕವಿ ರವೀಂದ್ರರು ಆ ಕಾಲಕ್ಕೇ ಕೆತ್ತಿಕೊಟ್ಟ ದಿಟ್ಟೆಯರಿದ್ದಾರೆ.

ಈ ಎಲ್ಲರೂ ಇಡೀ ಭೂಮಂಡಲದ ಹೆಣ್ಣುಗಳ ಕಥೆಯನ್ನು ಹೇಳುತ್ತಿದ್ದಾರೆ. ಅವರಿಗೆ ಬಾಯಾಗಿದ್ದಾರೆ.

ಸುಧಾ ಆಡುಕಳ ಎಂಬ ಗುಬ್ಬಿ ಜೀವವೊಂದು ನನಗೆ ಅನುದಿನದ ಕೌತುಕ. ಪುಟ್ಟ ಜೀವವೊಂದು ಎಷ್ಟು ದೊಡ್ಡ ನೋಟ ಕಟ್ಟಿಕೊಟ್ಟಿದೆ ಎಂಬ ಹೆಮ್ಮೆ. ಸದ್ದಿಲ್ಲದೇ ತಾನಿದ್ದ ನೆಲವನ್ನು ಉತ್ತು ಹಸನಾಗಿಸುವ, ಸಮೃದ್ಧವಾಗಿಸುವ ಎರೆಹುಳುವಿನಂತೆ ಈಕೆ ಚರಿತ್ರೆ, ಪುರಾಣ, ವರ್ತಮಾನಗಳ ಮೂಲಕ ಮೊಗೆದುಕೊಟ್ಟಿರುವ ಅಂಕಗಳನ್ನು ನೋಡಿ ಮೂಕವಾಗಿದ್ದೇನೆ. 'ಎಂದಾದರೊಂದು ದಿನ ನಾನು ಮಿಥಿಲೆಗೆ ಹೋಗಿ ಜನಕರಾಜನ ಹೊಲದ ಮಣ್ಣು ತರುವೆ...' ಎಂದು ಎಕ್ಕುಂಡಿ ಹೇಳಿದರೆ ಈಕೆ ಅದನ್ನು ಮಾಡಿಯೇ ತೀರುತ್ತೇನೆ ಎನ್ನುವಂತೆ ಪ್ರತೀ ಪಾತ್ರದ ಕಾಲ, ಲೋಕಕ್ಕೆ ಹೆಜ್ಜೆಯಿಟ್ಟು ಅವರ ಕಥಾನಕಗಳನ್ನು ಕರಡಿಗೆಯಲ್ಲಿ ಹೊತ್ತು ತಂದಿದ್ದಾರೆ.

ಇಲ್ಲಿ ಪಿಸುಮಾತುಗಳಿವೆ. ಅವು ನಾಳೆಗೆ ಗಟ್ಟಿ ದನಿಯಾಗುವ ಮಾತುಗಳು. ಇಲ್ಲಿ ಪಿಸು ಮಾತುಗಳಿವೆ. ಅವು ನಾಳೆ ಕಡಲಿನಂತೆ ಅಬ್ಬರಿಸಬಲ್ಲವು. ಇಲ್ಲಿ ಪಿಸುಮಾತುಗಳಿವೆ. ಅವು ನಿನ್ನೆಯನ್ನು ಇಂದಿನೊಂದಿಗೆ, ಇಂದಿನ ಅನುಭವವನ್ನು ನಾಳೆಯೊಂದಿಗೆ ಬೆಸೆಯಬಲ್ಲವು. ತಣ್ಣನೆಯ ದನಿಯಲ್ಲಿ ಮಾತನಾಡುವ ಇಲ್ಲಿನ ಪಾತ್ರಗಳು ನಾಳೆ ಖಂಡಿತಾ ಕೆಂಡದ ಮಳೆಗರೆಯಬಲ್ಲವು.

– ಜಿ ಎನ್ ಮೋಹನ್

ಬಕುಲದ ಬಾಗಿಲಿನಿಂದ

ಸುಧಾ ಆಡುಕಳ

ಬಹುರೂಪಿ

1, 'ನಾಕುತಂತಿ' ಬಸಪ್ಪ ಬಡಾವಣೆ, ಆರ್‌ಎಂವಿ 2ನೇ ಘಟ್ಟ
ಸಂಜಯನಗರ, ಬೆಂಗಳೂರು – 560 094

ದೂರವಾಣಿ: 70191 82729 editor.bahuroopi@gmail.com
Online Book Store: bahuroopi.in
facebook: bahuroopi.official/

17

BAKULADA BAAGILININDA
A narrative of the rebel women souls
By **Sudha Adukala**
Published by **Bahuroopi**

Written By
Sudha Adukala
94802 07993
preesugathu@gmail.com

ಬಹುರೂಪಿ
ಪ್ರಕಟಣೆಗಳಿಗಾಗಿ ಈ
QR ಕೋಡ್ ಅನ್ನು
ಸ್ಕ್ಯಾನ್ ಮಾಡಿ.

Published By
Bahuroopi
1, Naaku Tanti, Basappa Layout,
RMV Second Stage, Sanjayanagar,
Bangalore 560 094
--
editor.bahuroopi@gmail.com
Mobile: 70191 82729

online book store:
bahuroopi.in

First Edition: 2019
ISBN : 978-81-938533-9-9
Pages: 200
Price: Rs.250/-

Design: **Sagar M S**
Cover & inside Illustrations: **Venkatraman Bhat**

ಬದುಕಿನ ಬವಣೆಗಳ ನಡುವೆಯೂ
ನನ್ನೊಳಗೆ ಕಥೆಯ ಕಣಜವನ್ನು
ತುಂಬಿಸಿದ ಅಪ್ಪನ ಮಮತೆಗೆ,

ನೂರಾರು ಉಳಿಪೆಟ್ಟುಗಳಿಗೆ
ತಲೆಯೊಡ್ಡಿಯೂ ಶಿಲ್ಪವಾಗದೇ
ತಾನಾಗಿಯೇ ಉಳಿದ ಅಮ್ಮನ ಹಠಕ್ಕೆ,

ನನ್ನನ್ನು ಸದಾ ಪೊರೆಯುತ್ತಿರುವ
ಸುಂದರ ಅನಾಮಿಕ ಭಾವಗಳಿಗೆ,

ಜಗದಗಲದ ಪ್ರೀತಿಯೊಂದಿಗೆ,

ಬಕುಲದ ಬಾಗಿಲಿಗೆ
ಮಾತಿನ ತೋರಣ

ಈ ಪಾತ್ರಗಳೆಲ್ಲ ಇದ್ದಕ್ಕಿದ್ದಂತೆ ಸೃಷ್ಟಿಯಾದದ್ದಲ್ಲ, ಜೊತೆಗೆ ಬರಿಯ ಓದಿನ ಮೂಲಕ ದಕ್ಕಿದವುಗಳೂ ಅಲ್ಲ. ಅದಾಗಲೇ ನನ್ನೊಳಗೆ ಹೆಪ್ಪುಗಟ್ಟಿದ್ದ ಬಾಲ್ಯದ ನೆನಪುಗಳು ಪಾತ್ರಗಳ ಪೋಷಾಕು ತೊಟ್ಟು ಹೊರಬಂದಿವೆ ಅಷ್ಟೆ. ಅವುಗಳ ಅಸ್ತಿತ್ವ ನಾ ಹುಟ್ಟಿ ಬೆಳೆದ ಹಳ್ಳಿಯಲ್ಲಿದೆ.

ಹೇಳಿ ಕೇಳಿ ಕಥೆಯೂರಿನಲ್ಲಿ ಹುಟ್ಟಿ ಬೆಳೆದವಳು ನಾನು. ಒಂದು ಬದಿಯಲ್ಲಿ ದಟ್ಟವಾಗಿ ಹಬ್ಬಿರುವ ಕಾಡು, ಇನ್ನೊಂದು ಬದಿಯಲ್ಲಿ ಸುತ್ತುವರೆಯುವ ಹೊಳೆಯಿಂದಲಾಗಿ ನನ್ನೂರು ವರ್ಷದ ಹೆಚ್ಚಿನ ಕಾಲ ಹೊರಜಗತ್ತಿನೊಂದಿಗೆ

ಸಂಪರ್ಕವನ್ನು ಕಡಿದುಕೊಳ್ಳುತ್ತಿತ್ತು. ಪುಟ್ಟ ದ್ವೀಪದಂತಿರುವ ಊರಿನಲ್ಲಿ ಏಕತಾನತೆಯನ್ನು ನೀಗಿಕೊಳ್ಳಲು ದೈನಂದಿನ ವಿದ್ಯಮಾನಗಳನ್ನು ಕಥೆಯಾಗಿಸುವುದು ಮತ್ತು ಸುಖ ದುಃಖಗಳನ್ನೆಲ್ಲ ಹಾಡಾಗಿಸುವುದು ಅಲ್ಲಿನ ಜನರಿಗೆ ಅನಿವಾರ್ಯವಾಗಿತ್ತು. ಆ ಊರಿನಲ್ಲಿ ಯಾರಿಬ್ಬರು ಭೇಟಿಯಾದರೂ, "ಇವತ್ತು ನಮ್ಮನೆಲೊಂದು ಹೊಸಾ ಕಥೆ ಮಾರಾಯ", ಎಂದು ಪ್ರಾರಂಭವಾಗುವ ಮಾತುಕತೆ "ನಿಮ್ಮನೆ ಬದಿಗೆಂತಾದ್ರೂ ಕಥೆ ಇತ್ತೋ ಹೇಗೆ?" ಎಂಬ ವಿಚಾರಣೆಯೊಂದಿಗೆ ಮುಂದುವರೆಯುತ್ತಿತ್ತು. ಮೋಜುಗಾರರಿಗೆ "ರಂಗಬಿರಂಗಿ ಕಥೆಯವ" ಎಂದು ಕರೆಯುತ್ತಿದ್ದವರು, ಊರಲ್ಲಿ ಯಾರಿಗಾದರೂ ತುಂಬ ಕಷ್ಟ ಬಂದರೆ "ಅವನ ಕಥೆ ಒಂದು ಬದಿಗೆ ಮುಗೀತು" ಎಂದು ದುಃಖಿಸುತ್ತಿದ್ದರು. "ನಿನ್ನ ಕಥೆ ಹಾಳಾಗ್ಲೋ" ಎಂದರೆ ತಮಾಷೆ, "ನಿನ್ನ ಕಥೆ ಕಲ್ಲಾಗ್ಲಿ" ಎಂದರೆ ಬೈಗುಳ. ಹೀಗೆ ಕಥೆಯೆಂಬುದು ಅಲ್ಲಿ ದೈನಂದಿನ ಬದುಕಿನ ಛಾಯೆಯೇ ಆಗಿಹೋಗಿತ್ತು. ಅದೇ ಪಡಿಯಚ್ಚಿನಲ್ಲಿ ಬೆಳೆದ ನನಗೆ ಸುತ್ತಲಿನ ವಿದ್ಯಮಾನಗಳೆಲ್ಲವೂ ಕಥೆಯಾಗಿಯೇ ದಕ್ಕುತ್ತಿದ್ದವು. ಕಾಲೇಜಿನಲ್ಲಿ ನನ್ನ ಗೆಳತಿಯರೆಲ್ಲ ನಾನು ಮಾತು ಪ್ರಾರಂಭಿಸಿದ ಕೂಡಲೇ, "ಮೊದಲು ವಿಷಯ ಹೇಳು, ಆಮೇಲೆ ಕಥೆ ಹೇಳುವಿಯಂತೆ" ಎಂದು ಛೇಡಿಸುತ್ತಿದ್ದರು. ಹಾಗಾಗಿಯೇ ಇರಬೇಕು, ಇಲ್ಲಿರುವ ಸ್ತ್ರೀಯರೆಲ್ಲ ಬದುಕನ್ನು ಕಥೆಯಾಗಿ ತೆರೆದಿಡುತ್ತಾರೆ.

ವಿದ್ಯಾಭ್ಯಾಸದ ಕಾರಣಕ್ಕಾಗಿ ಅನಿವಾರ್ಯವಾಗಿ ಆ ಹಳ್ಳಿಯನ್ನು ತೊರೆದು ಆಯ್ಕೆಯ ಬಗ್ಗೆ ಅರಿವಿರದೇ ವಿಜ್ಞಾನ ವಿಭಾಗದ ವಿದ್ಯಾರ್ಥಿಯಾಗಿ ಘನಘೋರವಾದ ಸಿದ್ಧಾಂತ ಮತ್ತು ಪ್ರಮೇಯಗಳಲ್ಲಿ ಕಳೆದುಹೋದ ವೇಳೆಯಲ್ಲಿ ನಸುನಾಚಿಕೆಯ ಸ್ವಭಾವದ ಆ ಕಥೆಗಳೆಲ್ಲ ಇನ್ನು ತಮಗೇನು ಕೆಲಸವೆಂಬಂತೆ ಮನಸ್ಸಿನ ಮೂಲೆಯಲ್ಲಿ ಮದುಡಿ ಮಲಗಿಬಿಟ್ಟಿದ್ದವು. ಉದ್ಯೋಗ, ಸಂಸಾರ, ಎಡೆಬಿಡದ ಅಲೆದಾಟದ ನಡುವೆ ಅವುಗಳನ್ನೆಲ್ಲ ಮರೆತೇಬಿಟ್ಟೆನೆನುವಾಗಲೇ ನಾಟಕ ರಚನೆಯ ಕಾರಣದಿಂದ ಮತ್ತೆ ಅವುಗಳೆಲ್ಲ ಮುನ್ನೆಲೆಗೆ ಬಂದವು. ರವೀಂದ್ರರ 150ನೇ ವರ್ಷಾಚರಣೆಯ ಪ್ರಯುಕ್ತ ಉತ್ತರ ಕನ್ನಡದ 'ಚಿಂತನ ರಂಗ ಅಧ್ಯಯನ ಕೇಂದ್ರ' ನಾಟಕವೊಂದನ್ನು ಪ್ರದರ್ಶಿಸಬೇಕೆಂದಿತ್ತು. ರವೀಂದ್ರರ ಸಿದ್ಧನಾಟಕಗಳನ್ನು ಕೈಗೆತ್ತಿಕೊಳ್ಳದೇ ಅವರ ಕಥೆ, ಕವನಗಳನ್ನಾದರಿಸಿ ಹೊಸದಾದ ನಾಟಕವೊಂದನ್ನು ರಚಿಸುವ ಹೊಣೆ ನನ್ನ ಹೆಗಲಿಗೇರಿತ್ತು. ರವೀಂದ್ರರ ಕಥೆ, ಕವನಗಳು ಮನಸ್ಸಿಗಿಳಿಯುತ್ತಿದ್ದಂತೆಯೇ ನನ್ನೊಳಗೆ ಸುಪ್ತವಾಗಿ ಮಲಗಿದ್ದ ಬಾಲ್ಯದ ಕಥೆ, ಕವನಗಳೆಲ್ಲ ಮತ್ತೆ ರೆಕ್ಕೆಯನ್ನು ಪಡೆದುಕೊಂಡು ಸ್ವಚ್ಛಂದವಾಗಿ

ಹಾರಾಡತೊಡಗಿದವು. ರವೀಂದ್ರರ ಲೋಕದೊಂದಿಗೆ ನನ್ನ ಲೋಕವೂ ಸೇರಿ ನನ್ನೊಳಗೆ ಮಾಯಕದ ಲೋಕವೊಂದು ಸೃಷ್ಟಿಯಾಯಿತು. ಆ ಲೋಕ ನಾನು ಬಾಲ್ಯದಲ್ಲಿ ನನ್ನ ಹಳ್ಳಿಯ ಒಂಟಿಮನೆಯಲ್ಲಿ ಕಳೆದ ನೀರವ ರಾತ್ರಿಯ ಯಕ್ಷಲೋಕದ ಪ್ರತಿಕೃತಿಯಾಗಿತ್ತು.

ನನ್ನ ತಂದೆ ಯಕ್ಷಗಾನವನ್ನು ಉಸಿರಾಡುತ್ತಿದ್ದರು. ಬದುಕಿನ ಬವಣೆಗಳ ನಡುವೆಯೂ ಸದಾಕಾಲ ಯಕ್ಷಗಾನದ ಹಾಡು, ಅರ್ಥಗಳನ್ನು ಗುನುಗುತ್ತಲೇ ಇರುತ್ತಿದ್ದರು. ಮನೆಯೆಂದರೆ ಮನೆಯಲ್ಲದ ಗುಡಿಸಲಿನಲ್ಲಿ ಬೇರೇನೂ ಇಲ್ಲದಿದ್ದರೂ ಮದ್ದಲೆ, ತಾಳ, ಯಕ್ಷಗಾನದ ವೇಷದ ಪೆಟ್ಟಿಗೆ ಎಲ್ಲವೂ ಇದ್ದವು. ಮನೆಗೆ ಯಾರಾದರೂ ಅತಿಥಿಗಳು ಬಂದರೆಂದರೆ ಸುತ್ತಲೂ ಕತ್ತಲು ಹರಡುತ್ತಿದ್ದಂತೇ ಮದ್ದಲೆ, ತಾಳಗಳಿಗೆ ಜೀವಬಂದು ಮಿಡಿಯುತ್ತಿದ್ದವು. ಅದಕ್ಕೆಂದೇ ಕಾದಿದ್ದವರಂತೆ ಸುತ್ತಮುತ್ತಲ ಮನೆಯ ಹತ್ತಾರು ಜನರು ಮಡಲಿನ ಸೂಡಿ ಹತ್ತಿಸಿಕೊಂಡು ನಮ್ಮನೆಯಡೆಗೆ ಬರುತ್ತಿದ್ದರು. ಹಾಗೆ ಬಂದವರು ಅಂಗಳದ ತುಂಬೆಲ್ಲ ಕಂಬಳಿಯನ್ನು ಸುತ್ತಿಕೊಂಡು ಕುಳಿತು ಯಕ್ಷಗಾನದ ಹಾಡುಗಳನ್ನು ಕೇಳುತ್ತಿದ್ದರು.ಯಕ್ಷಗಾನಕ್ಕೆ ಸಂಬಂಧಿಸಿದ ಒಂದಿಷ್ಟು ಕಥೆಗಳನ್ನು ಕೇಳಿ, ಅಪ್ಪ ನೀಡುವ ತಾಂಬೂಲವನ್ನು ಬಾಯ್ತುಂಬಿಸಿಕೊಂಡು ಹೋಗುತ್ತಿದ್ದರು. ಹೀಗೆ ಸೃಷ್ಟಿಯಾಗುವ ಒಂದು ಸುಂದರ ಆವರಣಕ್ಕೆ ಸಾಕ್ಷಿಯಾಗುವ ಭಾಗ್ಯ ಮಕ್ಕಳಾದ ನಮ್ಮದಾಗಿರುತ್ತಿತ್ತು. ಇದಲ್ಲದೇ ಅಪ್ಪನಿಗೆ ಹುಕಿ ಬಂದ ಸಂಜೆಯಲ್ಲೊಮ್ಮೆ ಅವರು ಯಕ್ಷಗಾನದ ಪಾತ್ರವೊಂದರ ಅರ್ಥ ಹೇಳುತ್ತಿದ್ದರು. ನಾವು ಅವರ ಎದುರು ವೇಷದ ಅರ್ಥ ಹೇಳಬೇಕಿತ್ತು. ನಡುನಡುವೆ ಪಾತ್ರಗಳ ಸರಿ ತಪ್ಪುಗಳ ಬಗ್ಗೆ ಬಿಸಿಬಿಸಿಯಾದ ಚರ್ಚೆಯೂ ನಡೆಯುತ್ತಿತ್ತು. ಅನಕ್ಷರಸ್ಥರಿಗೆ ಮನೆಯಂಗಳದಲ್ಲಿ ಯಕ್ಷಗಾನ ಕಲಿಸುತ್ತಿದ್ದ ಅಪ್ಪನಿಗೆ ಅರ್ಥಗಾರಿಕೆಯಲ್ಲಿ ಸಹಕರಿಸುತ್ತಲೇ ನಾನು ಪಾತ್ರ ಚಿತ್ರಣವನ್ನು ಕಲಿಯುತ್ತಿದ್ದೆ. ಅಪ್ಪನ ಬೆನ್ನುಹತ್ತಿ ನೋಡುತ್ತಿದ್ದ ನೂರಾರು ಯಕ್ಷಗಾನಗಳು ನನ್ನ ಭಾವಕೋಶವನ್ನು ಬೆಳಸಿವೆ, ಭಾಷಾಶೈಲಿಯನ್ನು ತಿದ್ದಿವೆ. ಪ್ರತಿ ಪ್ರದರ್ಶನದಲ್ಲಿಯೂ ಭಿನ್ನ ವ್ಯಾಖ್ಯಾನಗಳಿಗೆ ಒಳಪಡುವ ಯಕ್ಷಗಾನೀಯ ಶೈಲಿಯ ಪಾತ್ರಸೃಷ್ಟಿ, ಪುರಾಣ ಮತ್ತು ಇತಿಹಾಸದ ಪಾತ್ರವನ್ನು ಮುರಿದು ಕಟ್ಟುವ ಕ್ರಿಯೆ ನನ್ನ ಮೇಲೆ ತುಂಬಾ ಪ್ರಭಾವ ಬೀರಿವೆ. ಯಕ್ಷಗಾನದ ಪದ್ಯ ಹೇಳುತ್ತಲೇ ಕಥೆ ಹೇಳುವ ಅಪ್ಪನ ಪ್ರಭಾವ ನನ್ನ ಗದ್ಯಬರಹವನ್ನು ಆಗಾಗ ಪದ್ಯಕ್ಕೆಳಸುವಂತೆ ಮಾಡುತ್ತದೆ. ಅಂಬೆಯನ್ನೋ, ಸೀತೆಯನ್ನೋ, ಶಕುಂತಲೆಯನ್ನೋ ಚಿತ್ರಿಸುತ್ತಲೇ 'ಅವಳಾದರೂ ಏನು ಮಾಡಬೇಕಿತ್ತು ಪಾಪ?' ಎಂದೋ ಅಥವಾ 'ನೀನೇ ಆ ಜಾಗದಲ್ಲಿದ್ದರೆ ಏನು ಮಾಡುತ್ತಿದ್ದೆ

ಹೇಳು?' ಎಂದು ಪ್ರಶ್ನಿಸುತ್ತಿದ್ದ ಅಪ್ಪನ ಮಾತುಗಳು ಆ ಎಲ್ಲ ಪಾತ್ರಗಳನ್ನು ವರ್ತಮಾನದವರೆಗೂ ಲಂಬಿಸುವ ಬಗೆಯನ್ನು ತಿಳಿಸಿವೆ. ಹಾಗಾಗಿಯೇ ಇಲ್ಲಿನ ಎಲ್ಲ ಪಾತ್ರಗಳು ಭೂತದಲ್ಲಿ ಕಡೆದಿಟ್ಟ ಶಿಲ್ಪವಾಗದೇ ವರ್ತಮಾನದಲ್ಲಿ ತಮ್ಮ ಅಸ್ತಿತ್ವವನ್ನು ಕಂಡುಕೊಳ್ಳಲು ತಹತಹಿಸುತ್ತವೆ.

ನನ್ನೂರ ಹೆಣ್ಣುಗಳ ಲೋಕವೇ ಒಂದು ಅದ್ಭುತ ಜಗತ್ತು. ಅಲ್ಲಿ ದುಗುಡ ದುಮ್ಮಾನಗಳ ಜೊತೆಗೆ ಕುಚೋದ್ಯ, ಜಾಣ್ಮೆಗಳು ಹದವಾಗಿ ಮಿಳಿತಗೊಂಡಿವೆ. ಆ ಜಗತ್ತಿನಲ್ಲಿ ತನ್ನನ್ನೇ ಚಿತೆಯಲ್ಲಿ ದಹಿಸಿಕೊಂಡ ಮಾಸ್ತಿಯೂ ಇದ್ದಾಳೆ, ಗಂಡಸರ ಹೆಗಲೇರಿ ಸವಾರಿ ಮಾಡುವ ಮಾರಿಯೂ ಇದ್ದಾಳೆ. ಹಾಗಾಗಿಯೇ ಅಮ್ಮನ ಕಥೆಗಳಲ್ಲಿ ಎಂದಿಗೂ ಬಾರದ ರಾಜಕುಮಾರಿಯರು ನಮ್ಮೂರ ಬಾಲವಿಧವೆಯಾಗಿ ಬದುಕು ಸವೆಸಿದ ಬಡ್ಡಜ್ಜಿಯ ಕಥೆಗಳಲ್ಲಿ ಬಂದು ಕಿಲಕಿಲನೆ ನಗುತ್ತಿದ್ದರು. ಏಳುಮಲ್ಲಿಗೆ ತೂಕದ ಅವರನ್ನು ಸೇರಲೆಂದೇ ಏಳು ಸಾಗರದಾಚೆ, ಏಳು ಕೋಟೆಗಳ ನಡುವೆ, ಏಳನೇ ಮಾಳಿಗೆಯಲ್ಲಿರುವ ಪಂಜರದ ಗಿಣಿಯಲ್ಲಿ ಬಂಧಿತವಾಗಿರುವ ರಕ್ಕಸನ ಜೀವವವನ್ನು ತೆಗೆಯಲು ರಾಜಕುಮಾರರು ತಮ್ಮ ಜೀವವನ್ನೇ ಪಣವಾಗಿಟ್ಟು ಹೋರಾಡುತ್ತಿದ್ದರು. ಅಮ್ಮೆಣ್ಣು ಹಾಡದ ಹೊರತೂ ಆ ಮನೆಯಿಂದ ಹೆಜ್ಜೆ ಕೀಳದ ದೇವಿಯ ಪಲ್ಲಕ್ಕಿ, ನಾಗಪ್ಪಜ್ಜನ ವಾಚಾಮಗೋಚರ ಬೈಗುಳವನ್ನು ಕೇಳಿಯೂ ಅವನಿಂದ ಕೋಳಿಯನ್ನು ಬಲಿಪಡೆದು ಖುಶಿಪಡುವ ಹುಲಿಗಿರ್ತಿ ಇವರೆಲ್ಲರೂ ಊರಿನಲ್ಲಿ ಎಲ್ಲರೊಳಗೊಂದಾಗಿ ಬದುಕುತ್ತಿದ್ದರು. ನಮ್ಮೂರ ಮಾರಿಯಮ್ಮ, ದೇವಿಯಮ್ಮರಂತೂ ಯಾವ ಸವತಿಯರಿಗೂ ಕಡಿಮೆಯಿಲ್ಲದಂತೆ ಕಾದಾಡುತ್ತಿದ್ದರು. ಅವಳ ಗಡಿಯೊಳಗೆ ಇವಳು ಬರುವಂತಿಲ್ಲ, ಮತ್ತೆ ಇವಳ ಗಡಿಯೊಳಗೆ ಅವಳು. ಸತ್ತ ನಂತರವೂ ಇದ್ದವರ ಮೈಮೇಲೆ ಬಂದು ಮಾತನಾಡಿ ಹೋಗುವ ಹಿರಿಯರು ಮತ್ತೆ ಮನೆತನದಲ್ಲಿ ತಮ್ಮ ಅಸ್ತಿತ್ವವನ್ನು ಸ್ಥಾಪಿಸುತ್ತಿದ್ದರು. ಈ ಎಲ್ಲ ಪಾತ್ರಗಳು ನನ್ನೊಳಗೆ ಕುಳಿತು ತಮ್ಮ ಅಧಿಕೃತತೆಗಾಗಿ ಸದಾ ಹಂಬಲಿಸುತ್ತಿದ್ದವು.

ರಾಶಿ, ರಾಶಿ ಪುಸ್ತಕಗಳನ್ನು ನನ್ನೆದುರು ಸುರಿದು ನನ್ನ ಖಾಲಿ ಕ್ಷಣಗಳನ್ನು ಅರ್ಥಪೂರ್ಣವಾಗಿಸಿದ್ದಲ್ಲದೇ ರಂಗಭೂಮಿಯ ವ್ಯಾಕರಣವನ್ನು ನನಗೆ ಹೇಳಿಕೊಟ್ಟವರು ಡಾ। ಶ್ರೀಪಾದ್ ಭಟ್. ಅವರ ನಾಟಕದ ಪಠ್ಯಕ್ಕಾಗಿ ರವೀಂದ್ರರ 'ಚಿತ್ರಾ'ಳನ್ನು ನಾನು ಸಂಧಿಸಿದೆ. ತನ್ನತನದ ಹುಡುಕಾಟದಲ್ಲಿ ಕೃತಕತೆಯ ಪರದೆಯನ್ನು ಸರಿಸಿದ ಚಿತ್ರ ನನ್ನೊಳಗೆ ಮೌನವಾಗಿ ಬಂಧಿಯಾಗಿದ್ದ ನಾರಿಯರಿಗೆಲ್ಲ ಒಂದು ಘನತೆಯನ್ನು ತಂದುಕೊಟ್ಟಳು. ಭಟ್ಟರ ನಾಟಕಗಳಿಗಾಗಿಯೇ ರಾಧಾ, ಸೀತಾ, ಶಾಂತಲಾ, ನಂದಿನಿ,

ಚಂದ್ರಾ, ಬಿಂದು, ಉಮ್ರಾವ್ ___ ನನ್ನಿಂದ ಬರೆಸಿಕೊಂಡಿವೆ. ನಾವು ಯಾವ ಬಿಂದುವನ್ನು ಕೇಂದ್ರವಾಗಿಸುತ್ತೇವೆ ಎಂಬುದರ ಮೇಲೆ ವೃತ್ತದ ಪರಿಧಿ ಹರಡಿಕೊಳ್ಳುತ್ತದೆ ಎಂಬುದನ್ನು ಆ ಓದಿನ ಮೂಲಕವೇ ನಾನು ಕಲಿತೆ. ಹಾಗಾಗಿಯೇ ಅವನ ಚರಿತ್ರೆ (His –story) ಯನ್ನು ಅವಳೆಂಬ ಕೇಂದ್ರದ ಮೂಲಕ ನೋಡಿದಾಗ ಬೇರೆಯೇ ಆಯಾಮವನ್ನು ನೋಡಲು ಸಾಧ್ಯವಾಯಿತು. ಪಠ್ಯವನ್ನು ಓದುವ ಈ ಹೊಸ ದೃಷ್ಟಿಕೋನವನ್ನು ನನಗೆ ಪರಿಚಯಿಸಿದ್ದಕ್ಕಾಗಿ ಡಾ। ಶ್ರೀಪಾದ್‌ರಿಗೆ ಋಣಿಯಾಗಿದ್ದೇನೆ. ಈ ಹೊಸ ಹೊಳವಿನಿಂದಾಗಿಯೇ ನನ್ನ ಕಥನಗಳಲ್ಲಿ ಪರಿಧಿಯಲ್ಲಿದ್ದ ಪಾತ್ರಗಳು ಕೇಂದ್ರಕ್ಕೆ ಬಂದು ಮಾತನಾಡುತ್ತವೆ. ನಾಟಕದ ಪಾತ್ರಗಳು ವೀಕ್ಷಕರೊಂದಿಗೆ ಸಂಭಾಷಿಸುವಂತೆ ಓದುಗರೊಂದಿಗೆ ಮುಖಾಮುಖಿಯಾಗುತ್ತವೆ, ಜೊತೆಯಲ್ಲಿ ವರ್ತಮಾನದ ವಿದ್ಯಮಾನಗಳಿಗೆ ಕನ್ನಡಿಯನ್ನೂ ಹಿಡಿಯುತ್ತವೆ.

ಈ ಅಂಕಣವನ್ನು ಬರೆಯುವಷ್ಟೂ ಕಾಲ ಒಂದೊಂದು ವಾರ ನಾನು ಒಬ್ಬ ಹೆಣ್ಣುಮಗಳೊಂದಿಗೆ ಮುಖಾಮುಖಿಯಾಗಿದ್ದೇನೆ. ಅವಳನ್ನು ಪ್ರೀತಿಯಿಂದ ಮಾತನಾಡಿಸಿ ಮೈದಡವಿರುವಿದ್ದೇನೆ. ಅವರು ನಗುವಾಗ ನಕ್ಕು, ಅಳುವಾಗ ಅತ್ತು ಹಗುರಾಗಿದ್ದೇನೆ. ಅಷ್ಟಾಗಿಯೂ ಇವೆಲ್ಲವನ್ನು ಅಕ್ಷರಕ್ಕಿಳಿಸಿದ್ದೇನೆ ಎನ್ನಲಾಗದು. ಅಂಕಣ ಬರಹದ ಧಾವಂತದಲ್ಲಿ, ನಡುರಾತ್ರಿ ಮೀರಿದ ದುಗುಡದಲ್ಲಿ ಅವರ ಪಾತ್ರ ಚಿತ್ರಣ ಅನೇಕ ಸಲ ಅಪೂರ್ಣವಾಗಿಯೇ ಉಳಿದಿದೆ. ಹಗಲಿರುಳು ದಣಿವಿರದೆ ಜಾನಪದ ಹಾಡುಗಳನ್ನು ಹಾಡುವ ನನ್ನೂರ ಬಡ್ಡಜ್ಜಿಯ ಸಿದ್ಧಿ ನನಗೆ ದಕ್ಕಿಲ್ಲ. ಆದರೆ 'ನಾರಾಣ ದೇವರೇ। ನನ್ನ ಮದುವ್ಯಾಗೆಂದು। ದುರುಪತಿ ಹಠವ ಮಾಡ್ಯಾಳೇ।' ಎಂಬ ಅವಳ ಸಾಲುಗಳು ನನ್ನ ಕಥೆಯೊಳಗೆ ನುಸುಳಿವೆ. 'ನೀ ಚಿನ್ನದ ಅಂಬಾರಿ ತಂದ್ರೂ ಸರಿಯೆ, ನಿನ್ನ ಮನೀಗೆ ಕಾಲು ಹಾಕೆ' ಎಂದು ಅಬ್ಬರಿಸಿದ ನಾಗಿಯ ಕಸುವು ಶಕುಂತಲೆಯೊಳಗೆ ಇಳಿದಿದೆ. 'ನನ್ನಿಲ್ಲೇ ಹುಗಿದು। ತೆಂಗೀನ ಮರ ನೆಡೊ। ತೋಟ ಬಿಟ್ಟು ನಾ। ಬರಲಾರೆ।' ಎಂಬ ಸಂಬಿಯ ಪ್ರಕೃತಿ ಪ್ರೀತಿ ಸೀತೆಯೊಳಗೆ ಹರಿದಿದೆ. ನನ್ನೊಳಗೆ ಕಥೆಯಾಗಿರುವ ನನ್ನೂರ ಹೆಣ್ಣುಗಳಿಗೆ ಶರಣೆನುವೆ. ಸುಮ್ಮನೆ ಹೀಗೆ ಕಣ್ಮುಚ್ಚಿ ಊರನ್ನು ನೆನಪಿಸಿಕೊಂಡರೂ ಅಲೆಅಲೆಯಾಗಿ ಹೆಣ್ಣುಗಳ ಚಿತ್ರವೇ ತೇಲಿಬರುವ ಚೋದ್ಯಕ್ಕೆ ಅಚ್ಚರಿಗೊಳ್ಳುವೆ. ಮಹಾನ್ ಸಂಗೀತ ಸಾಧಕಿ ಅನ್ನಪೂರ್ಣಾದೇವಿಯವರ ಬಗ್ಗೆ ನನ್ನ ಬರಹ ಪ್ರಕಟವಾದ ಮಾರನೆ ದಿನವೇ ಅವರು ಇಹಲೋಕ ತ್ಯಜಿಸಿದರೆಂದು ವರದಿಯಾದಾಗ ನನ್ನ ಕಣ್ಣಂಚು ಒದ್ದೆಯಾಗಿದೆ.

ಆಗಾಗ ಕಿಟಕಿಯೊಳಗಿಂದ ಇಣುಕಿ ಹೊರನೋಟವನ್ನು ದಕ್ಕಿಸಿಕೊಳ್ಳುತ್ತ, ಅದನ್ನೇ ಜಗತ್ತೆಂದು ಸಂಭ್ರಮಿಸುತ್ತಿದ್ದವಳೆದುರು ಬಕುಲದ ಬಾಗಿಲನ್ನೇ ತೆರೆದಿಟ್ಟು ಬಯಲ ದಾರಿಯನ್ನು ತೋರಿದ ಜಿ. ಎನ್. ಮೋಹನ್ ಅವರ ಪ್ರೀತಿಗೆ ಋಣಿಯಾಗಿದ್ದೇನೆ.

ವಾರವಾರವೂ ನನ್ನ ಅಂಕಣವನ್ನು ಓದಿ ಪ್ರತಿಕ್ರಿಯಿಸುತ್ತಿದ್ದ ಓದುಗರ ಪ್ರೀತಿಗೆ ತಲೆಬಾಗಿದ್ದೇನೆ.

ಬಿಡಿಯಾದ ನನ್ನ ಬರಹಗಳನ್ನು ಪುಸ್ತಕದ ಚೌಕಟ್ಟಿನಲ್ಲಿ ಬಂಧಿಸುತ್ತಿರುವ 'ಬಹುರೂಪಿ' ಅದಕ್ಕಾಗಿ ಶ್ರೀಜಾ ವಿ.ಎನ್. ಅವರಿಗೆ ಕೃತಜ್ಞತೆಗಳು. ನನ್ನ ಆರಂಭಿಕ ಬರಹಗಳನ್ನು 'ಬಂಡಾಯ ಪ್ರಕಾಶನ'ದ ಮೂಲದ ಪ್ರಕಟಿಸಿ, 'ಸಹಯಾನ'ದ ವೇದಿಕೆಗಳಲ್ಲಿ ಕಥೆ, ಕವನಗಳನ್ನು ಓದಿಸಿ ನಾನೂ ಒಬ್ಬ ಸಾಹಿತಿಯೆನ್ನುವ ಬೆಚ್ಚನೆಯ ಭಾವವನ್ನು ನನ್ನೊಳಗೆ ತುಂಬಿಸಿದ ಸಹಯಾನದ ಎಲ್ಲ ಸ್ನೇಹಿತರಿಗೆ ನೆನಕೆಗಳು. ನನ್ನ ಬರಹದ ಕ್ಷಣಗಳನ್ನು ಜಗತ್ತಿನ ಅತ್ಯಮೂಲ್ಯ ಗಳಿಗೆಗಳೆಂದು ಕಾಪಿಡುವ ಸಂಗಾತಿ ಗಣಪತಿ ಭಟ್ಟರಿಗೆ, ಸದಾ ತಮ್ಮ ಸೃಜನಶೀಲ ಚಟುವಟಿಕೆಗಳಿಂದ ಬದುಕಿಗೆ ಬಣ್ಣ ತುಂಬುವ ಮಕ್ಕಳು ತುಷಾರ ಮತ್ತು ಪ್ರೀತಂ ಇವರಿಗೆ ತುಂಬು ಪ್ರೀತಿ. ಸೇರಿದಾಗಲೆಲ್ಲ ನೂರಾರು ಅನುಭವದ ಕಥೆ ಹೇಳುತ್ತಲೇ ರಾತ್ರಿಯನ್ನು ಬೆಳಗಾಗಿಸುವ, ಕಥೆಯೂರಿನ ಪರಂಪರೆಯ ಮುಂದುವರಿಕೆಯಂತಿರುವ ಅಕ್ಕ ಕುಸುಮಾ, ಮುದ್ದು ತಂಗಿ ಗೀತಾಳನ್ನು ನೆನೆಯದಿರಲಾರೆ. ಜೀವನಪ್ರೀತಿಯನ್ನು ನನ್ನಲ್ಲಿ ಉಕ್ಕಿಸುವ ಎಲ್ಲ ಹಿರಿಕಿರಿಯ ಸುಮನಸುಗಳಿಗೆ ನನ್ನ ಧನ್ಯವಾದಗಳು.

– ಸುಧಾ ಆಡುಕಳ

ಅವರು ಇಲ್ಲಿದ್ದಾರೆ...

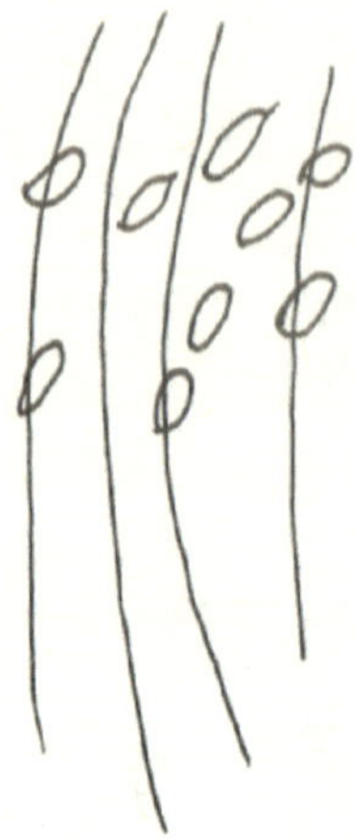

ಶ್ಯಾಮ ಬಂದ ರಾಧೆಯೆಡೆಗೆ

ರಾಧೆ ಎಂಬ ಹೆಸರೇ ಎಷ್ಟೊಂದು ಮೋಹಕ! ಅವಳ ಹೆಸರಿನೊಂದಿಗೆ ಬೃಂದಾವನವೆಂಬ ಭವದ ಹಂಗಿಲ್ಲದ ತಾಣ ನಮ್ಮೆದುರು ತೆರೆದುಕೊಳ್ಳುತ್ತದೆ. ಅಲ್ಲಿ ಜುಳು ಜುಳು ಹರಿಯುವ ಯಮುನೆಯ ರಾಗಕ್ಕೆ ಲಯವಾಗಿ ಗಾಳಿಯೂ ಮೆಲ್ಲನೆ ಸುಳಿಯುತ್ತದೆ. ಸುತ್ತೆಲ್ಲ ಯಮುನೆಯ ನೀರುಂಡ ಗಿಡಮರಗಳ ಹಸಿರು. ಗಿಡ, ಮರ, ಬಳ್ಳಿಗಳಲೆಲ್ಲ ಹೂವರಳಿ, ಕಾಯಾಗಿ ನಳನಳಿಸುತ್ತಿವೆ. ಅಗೋ ಅಲ್ಲಿ. ಆ ಹಸಿರಿನ ನಡುವೆ ರಾಧೆ. ಅವಳೊಬ್ಬಳೇ ಇರಲು ಸಾಧ್ಯವೇ ಇಲ್ಲ. ರಾಧೆಯೊಂದಿಗೆ ಶ್ಯಾಮನ ಹೆಸರು ಪ್ರಸ್ತಾಪವಾಗಲೇಬೇಕು.

ರಾಧೆ ಶ್ಯಾಮರೊಂದಾಗಿ ಆ ಬಯಲ ಬಂಡೆಯ ಮೇಲೆ ನಿಂತು ನರ್ತಿಸುತ್ತಿದ್ದಾರೆ.

ಹರಿಯುವ ಜಲದಲಿ ನೆರೆಯುಕ್ಕುವವೊಲು
ಬೃಂದಾವನವು ಕರೆಯುತಿದೆ
ಹರೆಯದ ಮನಸಲಿ ಕನಸುಕ್ಕುವವೊಲು
ಮುರಳಿಯ ಗಾನವು ಮೊರೆಯುತಿದೆ.
ರಾಧೇ..ರಾಧೇ...ರಾಧೇ.. ಶ್ಯಾಮ ರಾಧೇ
ರಾಧೇ..ರಾಧೇ...ರಾಧೇ.. ಶ್ಯಾಮ ರಾಧೇ.
ಶ್ಯಾಮನ ಒಲವಿನ ರಾಸಲೀಲೆಗೆ
ವನವೇ ವೇದಿಕೆ ನಿರ್ಮಿಸಿದೆ
ಶಾಂತ ಸುಂದರ ಯಮುನೆಯ ದಡದಲಿ
ಪ್ರೇಮೋನ್ಮಾದವು ಹರಡುತಿದೆ
ಬಾನಲಿ ಚಂದ್ರಿಕೆ ಬೆಳದಿಂಗಳ ಸುರಿಸೀ
ಪ್ರೇಮಿಗಳನು ಮೈಮರೆಸುತಿದೆ
ರಾಧೇ..ರಾಧೇ...ರಾಧೇ.. ಶ್ಯಾಮ ರಾಧೇ.
ರಾಧೇ..ರಾಧೇ...ರಾಧೇ.. ಶ್ಯಾಮ ರಾಧೇ.

ಇಬ್ಬರೂ ಒಬ್ಬರೇ ಆದಂತಹ ತಾದ್ಯಾತ್ಮ ಅವರ ನರ್ತನದಲ್ಲಿ. ಅವರಿಬ್ಬರೇ ಅಲ್ಲ. ಅವರ ಸುತ್ತಲೂ ಗೋಪ–ಗೋಪಿಕೆಯರ ಸಾಲು ಸಾಲು. ಎಲ್ಲರೂ ಒಬ್ಬರನ್ನೊಬ್ಬರು ಒಲಿದು ಬಂದವರು. ಯಾವ ಸಾಮಾಜಿಕ ಬಂಧನವೂ ಅವರನ್ನು ಒಂದುಗೂಡಿಸಿದ್ದಲ್ಲ. ಒಲವು ಎಂಬ ಮೂರೇ ಮೂರು ಅಕ್ಷರಗಳು ಅವರನ್ನು ಒಂದುಮಾಡಿವೆ. ಶ್ಯಾಮನ ಮುರಳಿಯ ಮೋಡಿ ಅವರೆಲ್ಲರ ಭವದ ಬಂಧನವನ್ನು ತೊಡೆದು ಹಾಕಿದೆ. ಅವರಿಗೀಗ ಭೂತದ ಹಂಗಿಲ್ಲ; ಭವಿಷ್ಯದ ಯೋಚನೆಯಿಲ್ಲ. ವರ್ತಮಾನದ ಸುಖ ಅವರನ್ನು ಮೈಮರೆಯುವಂತೆ ಮಾಡಿದೆ. ಎಂಥ ಚೆಂದ ಈ ಬೃಂದಾವನ, ಮುರಳೀಗಾನ, ರಾಸನರ್ತನ..

ವಿಶೇಷವೆಂದರೆ ರಾಧೆ ಮದುವೆಯಾಗಿರುವ ಹೆಣ್ಣು ಅಥವಾ ಮದುವೆ ಗೊತ್ತಾಗಿರುವ ಹೆಣ್ಣು. ಶ್ಯಾಮನಿಗಿಂತ ದೊಡ್ಡವಳು. ಗೋಕುಲದ ಎಲ್ಲ ಹುಡುಗಿಯರಂತೆ ಶ್ಯಾಮನ ಮೋಹದ ಮೋಡಿಯಲ್ಲಿ ಬಿದ್ದಳು. ಅವರೆಲ್ಲ ಅವನಿಂದ ದೂರವೇ ನಿಂತು ಇದ್ದೂ ಇಲ್ಲದಂತೆ ಕುಣಿಯುತ್ತಿದ್ದರೆ ಇವಳು ಮಾತ್ರ ಅವನೊಂದಿಗೆ ಒಂದಾಗಿ ಹಾಡಿ ಕುಣಿದವಳು. ಹಿಂದುಮುಂದಿನ

ಯಾವ ಆಲೋಚನೆಯಿಲ್ಲದೇ ಅವನ ಒಲವಿನಲ್ಲಿ ತೇಲಿಹೋದವಳು. ಶ್ಯಾಮನಿಗೂ ರಾಧೆಯೆಂದರೆ ಪ್ರಾಣ. ಅವಳನ್ನು ಅವನು ಪ್ರೀತಿಸುತ್ತಿದ್ದ, ತನ್ನ ಮುಡಿಯಲ್ಲಿರುವ ನವಿಲು ಗರಿಯಷ್ಟು ಮತ್ತು ತಾನೂದುವ ಕೊಳಲಿನಷ್ಟು. ಅವನಿಗೆಲ್ಲಿ ತಿಳಿದಿತ್ತು ತಾನು ರಾಜಕಾರಣಿಯಾಗಿ ಮಥುರೆಗೆ ಹೋಗುವ ಭವಿಷ್ಯ? ರಾಧೆಯೊಂದಿಗೆ ಅನುದಿನವೂ ರಾಸವಾಡುವ ಕನಸಿನಲ್ಲಿಯೇ ಅವನೂ ಇದ್ದಿರಬೇಕು.

ಬಾ ಸಖೀ । ಬಾ ಬಾರೆ ಸಖಿ।
ಭವವ ಕಳೆವ ತಾಣಕೆ। ಬೃಂದಾವನಕೆ
ಶ್ಯಾಮನೊಡನೆ ಮೋಹಕ ಸಂಚಾರಕೆ
ಭಾವನೆಗಳ ಸ್ಫುರಿಸುವ ಸುಖತಾಣಕೆ
ಬಾ ಸಖಿ....
ಬಾರೆ ಸಖಿ ಶ್ಯಾಮನ ಸಂಗಾತಕೆ
ಭಾವ ಬೆರೆವ ಬೆಳದಿಂಗಳ ಕೂಟಕೆ
ರಾಸ ಲೀಲಾಮೃತದ ಅಭಿಷೇಕಕೆ
ಒಲವು ಗೆಲವು ಪಡೆವ ಹೊಸತಾಣಕೆ
ಬೇಸರಿಕೆಯ ತೊಡೆವ ಸುಖಹಾಸಕೆ
ಚೆಲುವ ಮುರಳಿ ಉಲಿಯುತಿರುವ ತಾಣಕೆ
ಬಾ ಸಖಿ ....
ಬಾ ಬಾರೆ ಸಖಿ ಬೃಂದಾವನಕೆ

ಎಲ್ಲ ಮುಗಿಯುವಾಗ ಇಡಿಯ ಬೃಂದಾವನವೇ "ರಾಧಾ-ಶ್ಯಾಮ". ಎಂಬ ಸ್ಥಾಯಿಯಲ್ಲಿ ತೇಲಿಹೋಗುತ್ತಿತ್ತು.

ಆದರೆ ಕಾಲ ಯಾರ ಮರ್ಜಿಗೂ ಕಾಯುವುದಿಲ್ಲ. ಸುತ್ತ ಕುಣಿದ ಗೋಪಿಕೆಯರೆಲ್ಲ ಏನೂ ನಡೆಯಲಿಲ್ಲವೆಂಬಂತೆ ಮದುವೆಯಾಗಿ ತಮ್ಮತಮ್ಮ ಗಂಡನ ಮನೆ ಸೇರಿದರು.

ವರ್ಷಕ್ಕೊಮ್ಮೆ ತವರಿಗೆ ಬಂದಾಗ ಬೃಂದಾವನಕ್ಕೆ ಬಂದು ಕೃಷ್ಣನ ವೇಷ ಧರಿಸಿದವಳ ಜೊತೆಯಲ್ಲಿ ಕುಣಿಯುತ್ತಿದ್ದರು.

ಹಾಂ, ರಾಧೆಯೂ ಇರುತ್ತಾಳೆ ನಡುವೆ. ಅವಳು ಪಾತ್ರಧಾರಿ. ನಿಜವಾಗುವುದು ಎಷ್ಟು ಕಷ್ಟ!

ಮದುವೆ ಪ್ರಾಯಕ್ಕೆ ಬಂದ ಹುಡುಗಿ, ಕಂಡವರೊಂದಿಗೆ ನಡುರಾತ್ರಿಯವರೆಗೆ ಕುಣಿದರೆ.. ಕಂಡವರಾದರೂ ಏನಂದಾರು? ಒಂದು ಸಂಸ್ಕಾರವಿಲ್ಲ, ನಯವಿಲ್ಲ, ನಾಜೂಕಿಲ್ಲ. ಏನಂತ ಬೆಳಸಿದ್ದಾರೋ ರಾಧಿಕೆಯನ್ನ..

ರಾಧೆಯ ಚಿಕ್ಕಮ್ಮ ಅವಳ ಅಪ್ಪನಿಗೆ ದೂರು ಹೇಳುತ್ತಿದ್ದರು.

“ಈಗಲೂ ಕಾಲ ಮೀರಿಲ್ಲ. ಅವಳಿಗೆ ಅದನ್ನೆಲ್ಲ ಕಲಿಸಬಹುದಲ್ಲ?”

ಅಪ್ಪ ಭೇಡಿಸುತ್ತಾ ಕೇಳುತ್ತಿದ್ದರು.

“ಸರಿಯಾಗಿ ಕಲಿಸುತ್ತೇನೆ. ನೀವು ಅಡ್ಡ ಬಾರದಿದ್ದರಾಯಿತು. ಹಾಂ, ನಂದಗೋಪನ ಸಂಗದಲ್ಲಿ ಮರೆತು ಅವಳಿಗೊಂದು ಗಂಡು ನೋಡಬೇಕೆಂಬುದನ್ನು ಮರೆಯಬೇಡಿ.”

ಚಿಕ್ಕಮ್ಮ ಎಚ್ಚರಿಸುವುದನ್ನು ಮರೆಯಲಿಲ್ಲ.

“ಹಾಂ, ಅದರ ಚಿಂತೆ ಬಿಡು. ಇನ್ನೇನು ದಿನ ಕಳೆಯುವುದರೊಳಗಾಗಿ ಅಯ್ಯನ್ ಮನೆಗೆ ಬಂದುಬಿಡುತ್ತಾನೆ. ಮದುವೆಯ ಮಾತುಕತೆಯಾಡೋಣ.”

ಅಂದು ರಾತ್ರಿ ಮುರಳಿಯ ಕರೆಗೆ ಓಗೊಟ್ಟು ಹೊರಬರಲು ಬಾಗಿಲು ದೂಡಿದರೆ ಬಾಗಿಲು ತೆರೆಯಲೇ ಇಲ್ಲ.

ಚಿಕ್ಕಮ್ಮ ಹೊರಗಿನಿಂದ ಅಗುಳಿ ಹಾಕಿದ್ದಳು.

ಮುರಳಿಯ ಗಾನ ಮಾತ್ರ ರಾತ್ರಿಯಿಡೀ ಮೊರೆಯುತ್ತಲೇ ಇತ್ತು.

ರಾಧೆ ಜೇನಿನ ಕೊಡದಲ್ಲಿ ಬಿದ್ದ ಕೀಟದಂತೆ ಪರಿತಪಿಸುತ್ತಲೇ ಇದ್ದಳು.

ಎರಡು ದಿನ ಕಳೆಯುವುದರೊಳಗೆ ಅಯ್ಯನ್ ಎಂಬ ಚಿಕ್ಕಮ್ಮನ ಸಂಬಂಧಿ ತನ್ನ ಬಳಗದೊಂದಿಗೆ ರಾಧೆಯ ಮನೆಗೆ ಬಂದು ಹೋಗಿದ್ದ.

ಅವರೆದುರು ರಾಧೆ ಪ್ರದರ್ಶನದ ಗೊಂಬೆಯಂತೆ ಕುಳಿತಿದ್ದಳು.

ಚಿಕ್ಕಮ್ಮ ಅವರೆದುರು ರಾಧೆಯನ್ನು ಹಾಡಿದ್ದೇನು, ಹೊಗಳಿದ್ದೇನು?

“ನಮ್ಮ ರಾಧೆ ಎಂಥ ನಾಜೂಕು ಹುಡುಗಿ ಅಂತೀರಿ? ಇದುವರೆಗೂ ಒಂದು ಗಂಡು ಹುಡುಗರೆದುರು ತಲೆಯೆತ್ತಿ ಮಾತಾಡಿಲ್ಲ. ಮನೆಬಿಟ್ಟು ಹೊರಗೆ ಹೋಗೋದೆಂದರೆ ಅವಳಿಗೆ ಭಯ. ಇನ್ನು ಮನೆಗೆಲಸವೋ ಎಲ್ಲದರಲ್ಲೂ ಅಚ್ಚುಕಟ್ಟು”

ರಾಧೆ ಅಯ್ಯನ್‌ನ ಕಣ್ಣಲ್ಲಿ ಪ್ರೀತಿಯನ್ನು ಅರಸುತ್ತಿದ್ದಳು.

ಸೈನ್ಯದಲ್ಲಿದ್ದರಿಂದಲೋ ಏನೋ ಅವನ ನೋಟ ಬಲು ಕ್ರೂರವಾಗಿತ್ತು. ಅವರ ಸೂಚನೆ ಸಿಕ್ಕೊಡನೆ ರಾಧೆ ಒಳಗೆ ಹೋಗಿ ಒಡವೆಗಳ ಕಳಚಿ ಒಗೆದು ಇಂದಾದರೂ ಬೃಂದಾವನಕ್ಕೆ ಬಾಗಿಲು ತೆರೆದೀತೆ? ಎಂದು ಕಾಯತೊಡಗಿದಳು.

ಚಿಕ್ಕಮ್ಮ ಅವರು ತೆರಳಿದೊಡನೆ ಬಂದು ಇನ್ನಷ್ಟು ಉಪದೇಶ ಮಾಡಿದರು. ಗಂಡನ ಮನೆಯಲ್ಲಿ ಹೇಗೆಲ್ಲ ನಡೆದುಕೊಳ್ಳಬೇಕೆಂಬ ಬಗ್ಗೆ ನೀತಿ ಸಂಹಿತೆಯನ್ನು ಬೋಧಿಸಿದರು. ಸಿಟ್ಟು ಬಂದರೆ ಅಯ್ಯನ್ ಎಷ್ಟು ಕೆಟ್ಟವನು ಎಬುದನ್ನೂ ಹೇಳಿ ಹೆದರಿಸಿದರು.

ರಾಧೆಯೊಳಗೆ ಶ್ಯಾಮ ತುಂಬಿಹೋಗಿದ್ದ. ರಾತ್ರಿಯಾಯಿತು, ಮತ್ತೆ ಮುಚ್ಚಿತು ಬಾಗಿಲು. ರಾಧೆ ಚಿಕ್ಕಮ್ಮನನ್ನು ಅಂಗಲಾಚಿದಳು. ಇಂದು ಒಂದು ದಿನ ಹೋಗಲು ಬಿಡು ಎಂದಳು.

ಚಿಕ್ಕಮ್ಮ ಕರಗಲೇ ಇಲ್ಲ. ಕಣ್ಣೀರ ಧಾರೆ ಧಾರಾಕಾರವಾಗಿ ಸುರಿಯಿತು. ನಿದ್ದೆಯೋ ಎಚ್ಚರವೋ ತಿಳಿಯದ ಮಂಪರಿನಲ್ಲಿ ರಾಧೆ ಮಲಗಿದ್ದಳು. ಇದ್ದಕ್ಕಿದ್ದಂತೆ ಮುರಳಿಯ ಗಾನ ನಿಂತುಹೋಯಿತು. ಸ್ವಲ್ಪ ಹೊತ್ತಿನಲ್ಲೇ ಮೇಲಿನಿಂದ ಯಾರೋ "ರಾಧಾ" ಎಂದು ಪಿಸುಮಾತಿನಲ್ಲಿ ಕರೆದಂತಾಯಿತು. ಕನಸಲ್ಲ ತಾನೆ? ಯೋಚಿಸಿದಳು ರಾಧೆ.

ಧ್ವನಿ ಬಂದತ್ತ ನೋಡಿದಳು. ಅರೆ! ಶ್ಯಾಮ.. ಮಾಡಿನಿಂದ ಹಗ್ಗವೊಂದನ್ನು ಹಿಡಿದು ತೂಗಾಡುತ್ತಿದ್ದಾನೆ.

"ರಾಧಾ ತಡಮಾಡಬೇಡ. ನನ್ನ ಕೈಹಿಡಿ. ನಿನ್ನನ್ನು ಕರೆದುಕೊಂಡು ಹೋಗುತ್ತೇನೆ."

ರಾಧೆ ಲಗುಬಗೆಯಿಂದ ಅವನ ಕೈ ಹಿಡಿದಳು.

ಮೇಲಿನಿಂದ ಯಾರೋ ಎಳೆಯುತ್ತಿದ್ದರು. ಬಹುಶಃ ಅವನ ಅಣ್ಣ ಬಲರಾಮನಿರಬೇಕು.

ಮಾಡಿನಿಂದ ಅವರಿಬ್ಬರನ್ನು ಹೆಗಲ ಮೇಲೆ ನಿಲ್ಲಿಸಿ ಕೆಳಗಿಳಿಸಿದ.

ಅವರು ಹೆದೆಯೇರಿಸಿದ ಬಾಣದಂತೆ ಕೈಕೈ ಹಿಡಿದು ಬೃಂದಾವನದೆಡೆಗೆ ಧಾವಿಸತೊಡಗಿದರು.

ರಾಧೆಗೆ ನೆನಪಾಯಿತು. "ಶ್ಯಾಮಾ ನನ್ನ ಗೆಜ್ಜೆಗಳನ್ನು ಮರೆತೆ" ಎಂದಳು.

“ನನ್ನದನ್ನು ನಿನಗೆ ಕೊಡುತ್ತೇನೆ” ಎಂದ ಶ್ಯಾಮ.

ಅವರು ವೇದಿಕೆಯನ್ನು ಏರುವಾಗ ಉಳಿದವರೆಲ್ಲ ಅವರಿಗೇ ಕಾದಿದ್ದವರಂತೆ ಜೈಕಾರ ಹಾಕಿದರು.

ಪ್ರೀತಿಯ ಕೂಗು ಇಡಿಯ ಬೃಂದಾವನವನ್ನೇ ತುಂಬಿಸಿತ್ತು.

ಶ್ಯಾಮ ರಾಧೆಯ ಕಾಲಿಗೆ ತನ್ನ ಗೆಜ್ಜೆಯನ್ನು ತೊಡಿಸಿದ.

ಅವಳ ಕಾಲುಗಳು. ಅವನ ಗೆಜ್ಜೆ. ಶ್ಯಾಮ ರಾಧೆಯ ಮುಖ ನೋಡಿ “ರಾಧಾ ನಿನ್ನ ಹೆಜ್ಜೆಯೂ ನನ್ನದೇ” ಎಂಬಂತೆ ನಕ್ಕ. ಅಜ್ಜಿ ಹೇಳಿದ್ದಳಲ್ಲ. ಕಟ್ಟುವವರು ಯಾರು ಎಂಬುದರ ಮೇಲೆ ಬಂಧನದ ಗಟ್ಟಿತನವೆಂದು. ಗೆಜ್ಜೆಯ ಈ ಬಂಧ ತುಂಡಾಗಲೇಬಾರದೆಂದು ಇನ್ನೊಮ್ಮೆ ಗಟ್ಟಿಯಾಗಿ ಎಳೆದು ಕಟ್ಟಿಕೊಂಡಳು ರಾಧೆ.

ಆ ಹುಣ್ಣಿಮೆಯ ರಾತ್ರಿ ಅವರೆಲ್ಲರ ಮನದ ಬಯಕೆ ರಾಸನೃತ್ಯವಾಗಿ ಹರಿಯಿತು.

ಬಾ ಪ್ರಿಯೆ..
ಹಾ ಶ್ಯಾಮ.
ರಾಧಾ.. ರಾಧಾ..
ಬಾರೋ ಪ್ರಿಯಾ..
ಹಾ ರಾಧಾ.
ಶ್ಯಾಮ.. ಶ್ಯಾಮ..
ಗೆಜ್ಜೆ ನಿನ್ನದು
ಹೆಜ್ಜೆ ನನ್ನದು
ಕುಣಿವ ಬಾರೋ ಶ್ಯಾಮ.
ಹೃದಯ ನಿನ್ನದು
ಒಲವು ನನ್ನದು
ತುಂಬಿ ಪ್ರೇಮ ನಾದಾ...

ಹಾಡು ನಿನ್ನದು
ರಾಗ ನನ್ನದು
ಹೊಮ್ಮಿಬರಲಿ ಗಾನಾ...
ದೇಹ ನಿನ್ನದು

ಭಾವ ನನ್ನದು
ಉಸಿರು ಏಕತಾನ...
ಧಿಂತನನನನಾ ಧಿರ್ ದಿರ್ ದಿರ್ ತಾನಿ
ತೋಂ ತನನನನನಾ ನಾನಾ
ಕುಣಿಯಿತು... ಮಣಿಯಿತು. ತಣಿಯಿತು ಮೈಮನವು
ರಸರಾಸದ ಹೊಸತಾಳಕೆ ನಸುನಾಚಿತು ತನುವು....

ರಾಧೆ ಕಣ್ಣು ತೆರೆದಾಗ ಅಲ್ಲಿ ಯಾರೂ ಇರಲಿಲ್ಲ. ಯಮುನೆಯ ಜುಳುಜುಳು ನಾದವನ್ನು ಬಿಟ್ಟರೆ ಬೇರೆ ಏನೂ ಕೇಳುತ್ತಿರಲಿಲ್ಲ.

ಶ್ಯಾಮನ ತೊಡೆಯಲ್ಲಿ ರಾಧೆ ಮಲಗಿದ್ದಳು. "ಶ್ಯಾಮ ನಾನು ಎಲ್ಲಿರುವೆ?" ರಾಧೆ ತಡವರಿಸುತ್ತಾ ಕೇಳಿದಳು.

"ನೀನು ಯಾವಾಗಲೂ ಇಲ್ಲೇ ಇರುವೆ" ಶ್ಯಾಮ ತನ್ನೆದೆಯನ್ನು ಮುಟ್ಟಿ ಹೇಳಿದ.

"ನಾನು ಬೇಗನೆ ಮನೆಗೆ ಹೋಗಬೇಕು" ಅವಸರಿಸಿದಳು ರಾಧೆ.

"ತಾಳು ಬೆಳಗಾಗಲಿ" ಶ್ಯಾಮ ನಿಧಾನಿಸಿದ.

"ಚಿಕ್ಕಮ್ಮ ನನ್ನನ್ನು ಕೊಂದೇಬಿಡುತ್ತಾಳೆ" ರಾಧೆ ಬೆಚ್ಚಿದಳು.

"ನಾನು ನಿನ್ನನ್ನು ಮದುವೆಯಾಗುತ್ತೇನೆ" ಶ್ಯಾಮ ಅವಳ ಕೈಹಿಡಿದು ಹೇಳಿದ.

"ನಿಜವೇನು ಶ್ಯಾಮ?" ಅವಳ ಪ್ರಶ್ನೆಗೆ ಅವನ ಭರವಸೆಯ ನಗೆಯೇ ಉತ್ತರವಾಯಿತು.

ಅವರ ಬಾಳಿನಲ್ಲೀಗ ಭರವಸೆಯ ಸೂರ್ಯ ಮೂಡಿದ್ದ. ಬಾನಿನಲ್ಲಿಯೂ..

ರಾಧೆ ಬಿರಬಿರನೆ ಮನೆಯೆಡೆಗೆ ನಡೆದಳು.

ಬಾಗಿಲಲ್ಲಿ ಚಿಕ್ಕಮ್ಮ ನಿಂತಿರುತ್ತಾಳೆಂದು ಭಾವಿಸಿದ್ದಳು.

ಆದರೆ ಅವಳಿರಲಿಲ್ಲ. ಅಯ್ಯನ್ ತನ್ನ ಕತ್ತಿಯನ್ನು ಹಿಡಿದು ಝಳಪಿಸುತ್ತಾ ನಿಂತಿದ್ದ.

"ನೀನು ಕಂಸನ ಸೇನಾಧಿಕಾರಿಯೊಬ್ಬಳ ಹೆಂಡತಿಯಾಗುವವಳು ಎಂಬುದನ್ನು ಹೇಗೆ ತಾನೆ ಮರೆತೆ?"

ಅವನು ಕಿರುಚುವಂತೆ ನುಡಿದ. ರಾಧೆ ತಣ್ಣಗೆ ನುಡಿದಳು, "ಹೆಂಡತಿ ಅಲ್ಲ ತಾನೆ?"

ಅವನ ಕೋಪ ನೆತ್ತಿಗೇರಿತು. "ನಿನಗೊಬ್ಬಳಿಗೇ ಅಲ್ಲ, ನನಗೂ ನೂರಾರು ಪ್ರೇಯಸಿಯರಿದ್ದಾರೆ. ಹಾಗೆಂದು ಅವರೆಲ್ಲರೊಂದಿಗೆ ಎಲ್ಲರೆದುರು ಲಲ್ಲೆಗರೆಯುವುದಿಲ್ಲ ನಾನು. ಮದುವೆಯ ಅಧಿಕೃತೆಯಿರುವ ಸಂಬಂಧವನ್ನು ಮಾತ್ರ ಲೋಕ ಮನ್ನಿಸುತ್ತದೆ."

ರಾಧೆಯೂ ಸೋಲಬಾರದೆಂಬ ಹಠದಲ್ಲಿದ್ದಳು. ಶ್ಯಾಮನ ಒಲವು ಅವಳಲ್ಲಿ ಇನ್ನಷ್ಟು ಕಸುವನ್ನು ತುಂಬಿತ್ತು.

"ಮುಚ್ಚಿಟ್ಟರೆ ಅದು ಹಾದರವಾಗಬಹುದಷ್ಟೆ. ನಾನು ಶ್ಯಾಮನನ್ನು ಪ್ರೀತಿಸುತ್ತೇನೆ" ಎಂದಳು.

ಅಯ್ಯನ್‌ನ ಕೋಪ ನೆತ್ತಿಗೇರಿತು. ನನ್ನ ಕೂದಲನ್ನು ಹಿಡಿದೆಳೆದು ಬೀಳಿಸಿದ. "ಪ್ರೀತಿ, ಪ್ರೇಮವೆಲ್ಲ ಮದುವೆ ಗೊತ್ತಾಗುವ ಮೊದಲಿನ ಕಾಲಯಾಪನೆಗಳು. ಮೊದಲು ಮದುವೆಯಾದ ಮೇಲಿನ ಬದುಕಿನ ಬಗ್ಗೆ ಯೋಚಿಸು" ಕಿರುಚುತ್ತಾ, ಹಿಡಿದ ಕತ್ತಿಯಿಂದ ರಾಧೆಯ ಕೊರಳನ್ನು ತುಂಡರಿಸಲು ಬಂದ.

ಎಲ್ಲವನ್ನು ನೋಡುತ್ತಿದ್ದ ಚಿಕ್ಕಮ್ಮ ಓಡಿಬಂದು ತಡೆದಳು.

"ಕೊಲ್ಲಬೇಡ ಅವಳನ್ನು. ಮತ್ತವಳ ತಂದೆಗೆ ನಾನೇನೆಂದು ಉತ್ತರಿಸಲಿ? ಕೆಲವೇ ದಿನಗಳಲ್ಲಿ ನಿನ್ನ ಹೆಂಡತಿಯಾಗುವವಳಲ್ಲ. ಆಗವಳನ್ನು ವಿಚಾರಿಸಿಕೊ".

ಅಯ್ಯನ್ ಕತ್ತಿಯನ್ನು ಕೆಳಗೆ ಹಾಕಿದ, ಮತ್ತೆ ರಾಧೆಯ ಮುಖವನ್ನು ಅವನ ಮುಖದೆದುರು ಬಲವಂತವಾಗಿ ಹಿಡಿದು ಹೇಳಿದ "ಆ ನಿನ್ನ ಶ್ಯಾಮ ಕೆಲವೇ ದಿನಗಳಲ್ಲಿ ಮಥುರೆಯನ್ನು ಸೇರುತ್ತಾನೆ. ಅವನ ವಧೆಗೆ ಎಲ್ಲವೂ ಸಿದ್ಧವಾಗಿದೆ ಅಲ್ಲಿ. ನಿನ್ನನ್ನೇನು ಮಾಡುವುದು? ಅವನನ್ನೇ ನೋಡಿಕೊಳ್ಳುತ್ತೇನೆ. ಇಲ್ಲಿ ಹೆಂಗಳೆಯರ ನಡುವೆ ಕುಣಿದಂತಲ್ಲ ರಾಜಕಾರಣವೆಂದರೆ. ಮತ್ತೆ ಅದೇ ನಿನ್ನ ಪ್ರೇಮಿ ಈ ನನ್ನ ಖಡ್ಗಕ್ಕೆ ಬಲಿಯಾಗುವುದನ್ನು ನೀನೆ ನೋಡುವಿಯಂತೆ"

ದುರ್ದಾನ ತೆಗೆದುಕೊಂಡವನಂತೆ ಅಲ್ಲಿಂದ ನಡೆದ. ರಾಧೆ ಅಳುತ್ತಲೇ ಕೊಠಡಿಯನ್ನು ಸೇರಿದಳು.

ಪ್ರತಿಯೊಬ್ಬ ಹೆಂಡತಿಯಲ್ಲಿಯೂ ಒಬ್ಬ ಪ್ರೇಮಿಯಿರುತ್ತಾಳೆ. ಆದರೆ ಈ ಗಂಡು ಅವಳನ್ನು ಇನ್ನೆಲ್ಲೋ ಹುಡುಕುತ್ತಿರುತ್ತಾನೆ. ಈ ಸತ್ಯ ಅಯ್ಯನ್

ನಂತವರಿಗೆ ಅರ್ಥವಾಗುವವರೆಗೂ ಹೆಣ್ಣು ಶ್ಯಾಮನನ್ನು ಅರಸುತ್ತಲೇ ಇರಬೇಕೇನೋ?

ಕಾಲದ ಹೆಜ್ಜೆಗುರುತುಗಳು ಯಾರ ಜೀವನದಲ್ಲಿ ಹೇಗೆ ಆಟವಾಡುತ್ತವೆಯೆಂಬುದನ್ನು ಯಾರು ಬಲ್ಲರು? ಒಂದು ದಿನ ಇದ್ದಕ್ಕಿದ್ದಂತೆಯೇ ಎಲ್ಲವೂ ಬದಲಾಯಿತು. ಗೋವಳ ಶ್ಯಾಮ ದೇವಕಿಯ ಕಂದ ಕೃಷ್ಣನೆಂಬ ಸತ್ಯ ಬೆಳಕಿಗೆ ಬಂತು. ಮಾವ ಕಂಸನನ್ನು ಕೊಲ್ಲಲು ಕೃಷ್ಣನಿಂದ ಮಾತ್ರ ಸಾಧ್ಯವೆಂಬ ವಾಸ್ತವವೂ ತೆರೆದುಕೊಂಡಿತು. ಕೃಷ್ಣನಿಗೂ ಇವೆಲ್ಲ ಪ್ರಿಯವಾಗಿರಲಿಕ್ಕಿಲ್ಲ ನಿಜ, ಆದರೆ ಕರ್ತವ್ಯದ ಕರೆಗೆ ಓಗೊಡದೇ ವಿಧಿಯಿರಲಿಲ್ಲ. ಕರೆಯಬಂದ ಅಕ್ರೂರನೊಂದಿಗೆ ಮಧುರೆಗೆ ಹೊರಟೇಬಿಟ್ಟ. ಹೋಗುವಾಗ ಬೃಂದಾವನದಲ್ಲಿ ತನ್ನ ನವಿಲುಗರಿಯನ್ನು ಮತ್ತು ಕೊಳಲನ್ನು ಮರೆತುಬಿಟ್ಟ. ಮರೆತಿರಲಿಕ್ಕಿಲ್ಲ, ರಾಧೆಗೆಂದು ತೆಗೆದಿಟ್ಟಿರಬೇಕು. ಅವನಿಗೆ ಗೊತ್ತಿತ್ತು ರಾಧೆ ತನ್ನೊಡನೆ ಬರಲಾರಳು ಎಂಬ ಸತ್ಯ.

ರಾಧೆ ಬಯಸಿದರೆ ಮಧುರೆಗೆ ಹೋಗುವುದೇನೂ ಕಷ್ಟವಿರಲಿಲ್ಲ. ಅಸಲಿಗೆ ಅದವಳಿಗೆ ಇಷ್ಟವಿರಲಿಲ್ಲ. ಅವಳು ಬಯಸಿದ್ದು ಗೋವಳ, ಗೋಪಾಲ ಶ್ಯಾಮನನ್ನು. ಭವದ ಬಂಧನವನ್ನೆಲ್ಲವನ್ನು ಮೀರುವಂತೆ ಮೋಹಕವಾಗಿ ಮುರಳಿಯನ್ನು ನುಡಿಸುವ ಮೋಡಿಗಾರನನ್ನು. ಮಧುರೆಯ ರಾಜಕುಮಾರ ಕೃಷ್ಣ ಅವಳಿಗೆ ಅಪರಿಚಿತ. ಅರಮನೆ ಅವಳಿಗೆ ಬಂಗಾರದ ಪಂಜರ. ಅವಳೊಂದಿಗೆ ಬೃಂದಾವನದಲ್ಲಿ ಕುಣಿದ ಗೋಪಿಕೆಯರಿಗೆಲ್ಲ ಲೋಕಾಪವಾದದ ಬಿಸಿ ತಾಗಲಿಲ್ಲ. ಅವರು ಶ್ಯಾಮನೊಲುಮೆಯ ಭಾಗವಾಗಿಯೂ ಅವನಿಂದ ದೂರವನ್ನು ಕಾಪಿಟ್ಟುಕೊಂಡವರಿರಬೇಕು. ಕಾಲವು ಕರೆತಂದವರ ಕೈಹಿಡಿದು ತವರನ್ನು ತೊರೆದರು. ಇನ್ನು ಕೆಲವರು ತೊರೆದುಹೋದ ಗಂಡನನ್ನು ಹುಡುಕಿ ಹೋಗಿ ಸೇರಿಕೊಂಡರು. ಶ್ಯಾಮನ ನೆನಪಾದಾಗಲೆಲ್ಲ ಪುಟ್ಟ ಪೋರನಿಗೋ, ಸಣ್ಣ ಬಾಲೆಗೋ ಶ್ಯಾಮನ ವೇಷ ತೊಡಿಸಿ, ಅವನ ಸುತ್ತಲೂ ನಿಂತು, ನಲಿದು, ಕುಣಿದು ತಮ್ಮ ಮನದಾಸೆಯನ್ನು ನೀಗಿಕೊಂಡರು. ಪಕ್ಕಾ ವ್ಯವಹಾರಸ್ಥರು!

ರಾಧೆ...? ಎಲ್ಲವನ್ನೂ ಕಳಕೊಂಡಿದ್ದಾಳೆ. ಎಲ್ಲರಿಂದಲೂ ತಿರಸ್ಕರಿಸಲ್ಪಟ್ಟಿದ್ದಾಳೆ. ಎಲ್ಲವನ್ನು ತೊರೆದು ಯಮುನೆಯ ದಡದ ಗುಡಿಸಲೊಂದರಲ್ಲಿ ಏಕಾಂಗಿಯಾಗಿ ಕುಳಿತು ಹಗಲಿರುಳು ಶ್ಯಾಮನನ್ನೇ ಹಂಬಲಿಸುತ್ತಾ ತನ್ನ ಮುಂದಿನ ದಿನಗಳನ್ನು ಕಳೆಯುತ್ತಾಳೆ. ರಾಧೆಯ ಮುಂದಿನ ಕಥೆ ಎಲ್ಲಿಯೂ ದಾಖಲಾಗಲಿಲ್ಲ. ಅದೊಂದು ಅವಶ್ಯಕತೆಯಾಗಿ

ಕಾಣಿಸಲೇ ಇಲ್ಲ. ರಾಜಕಾರಣಿಯಾಗಿ ಬದಲಾದ ಶ್ಯಾಮ ಕೃಷ್ಣನಾಗಿ ಹದಿನಾರು ಸಾವಿರದ ಎಂಟು ಹೆಂಡತಿಯರನ್ನು ವರಿಸಿ ಸುಖವಾಗಿದ್ದಾನೆ. ಇವೆಲ್ಲ ನಮ್ಮ ಕಲ್ಪನೆಗಳಷ್ಟೆ. ನಿಜದ ರಾಧೆಯ ಅನುಸಂಧಾನವನ್ನು ಮಾಡೋಣ.

ರಾಧೆ ದಿಟ್ಟೆ. ತಾಯಿಯಿಲ್ಲದ ತಬ್ಬಲಿಯಾದರೂ ತಾಯಿಯ ತವರಿನಲ್ಲಿ ಅಜ್ಜಿಯ ಮುಚ್ಚಟೆಯಲ್ಲಿ ಬೆಳೆದವಳು. ಓರಗೆಯ ಹುಡುಗರೊಂದಿಗೆ ಲಿಂಗ ತರತಮವನ್ನು ಮೀರಿ ಬೆಳೆದವಳು. ಹಾಗಾಗಿಯೇ ಶ್ಯಾಮನೊಂದಿಗೂ ಬಹುಬೇಗ ಬೆರೆತು ಒಂದಾದಳು. ತನ್ನ ಮನಸ್ಸು ಹೇಳಿದಂತೆಯೇ ನಡೆದವಳು. ಲೋಕಾಪವಾದದ ಭೀತಿ ಅವಳನ್ನು ಕಾಡಿಲ್ಲ. ಹಾಗಾಗಿ ಅವಳೆಂದೂ ಸೋಲಲಾರಳು. ಪ್ರೀತಿ ಎಂದಿಗೂ ಶಕ್ತಿಯಾಗಿ ದಕ್ಕುವುದೇ ವಿನಃ ಸೋಲಾಗಿ ಅಲ್ಲ. ಕೃಷ್ಣನಾದ ಶ್ಯಾಮ ಅವಳವನಲ್ಲ. ಅವನ ಮದುವೆಗಳು ಅವಳನ್ನು ಕಾಡುವುದಿಲ್ಲ.

ಹೆಣ್ಣನ್ನು ಪ್ರಕೃತಿ ಎನ್ನುತ್ತಾರೆ ಪ್ರಾಜ್ಞರು. ರಾಧೆಯೂ ಪ್ರಕೃತಿಯ ಒಂದಂಶ. ತನ್ನೊಳಗೊಂದು ಶ್ಯಾಮನನ್ನು, ತನ್ನ ಸುತ್ತಲೂ ಒಂದು ಬೃಂದಾವನವನ್ನು ಸೃಷ್ಟಿಸಿಕೊಳ್ಳುವುದು ಕಷ್ಟವೇನಲ್ಲ ಅವಳಿಗೆ. ಹಾಗಾಗಿ ಅವಳು ಯಮುನೆಯ ದಡದಲ್ಲಿ ಕುಳಿತು ಕಣ್ಣೀರು ಸುರಿಸುವುದಿಲ್ಲ. ಶ್ಯಾಮನಿಗಾಗಿ ಕಾಯುತ್ತ ದಾರಿ ನೋಡುವುದಿಲ್ಲ. ಅಪ್ಪಟವಾದ ಅವಳ ಪ್ರೀತಿ ಕಲ್ಲೆದೆಯ ಚಿಕ್ಕಮ್ಮನ ಮನಸ್ಸನ್ನೂ ಕರಗಿಸುತ್ತದೆ. ಒಂಟಿಯಾಗಿ ಮನೆಬಿಟ್ಟು ಹೊರಟ ಅವಳೊಂದಿಗೆ ಜೋಡು ಹಸುಗಳನ್ನೂ ಕಳಿಸಿಕೊಡುತ್ತಾಳೆ ಅವಳು. ತಾನು, ತನ್ನ ಪ್ರೀತಿಯ ಕಾಳಿ, ಕಪಿಲೆ ಹಸುಗಳೊಂದಿಗೆ ಯಮುನೆಯ ದಡದಲ್ಲಿ ಗುಡಿಸಲನ್ನು ಕಟ್ಟಿ ಜೀವಿಸುತ್ತಾಳೆ ರಾಧೆ. ಯಮುನೆಯ ಸಂಗಾತದೊಂದಿಗೆ ಹೊಸದೊಂದು ಬೃಂದಾವನವ ಸೃಷ್ಟಿಸಿ ತಾನಲ್ಲಿ ಶ್ಯಾಮನೂ, ರಾಧೆಯೂ ಆಗಿ ನರ್ತಿಸುತ್ತಾಳೆ. ರಾಧೆಯೆಂದರೆ ಹಾಗೆ. ಅವಳ ಸೊಬಗು ಎಂದಿಗೂ ಮಾಸದು. ಅವಳ ಒಲವು ಎಂದಿಗೂ ತೀರದು. ಬರೆದಷ್ಟೂ ಮುಗಿಯದ ಅಕ್ಷಯ ಪ್ರೇಮಕಾವ್ಯ ರಾಧೆ!

ಇತ್ತ ಕೃಷ್ಣನೂ ಈಗ ಎಡೆಬಿಡದ ರಾಜಕಾರಣದಿಂದ ಬಸವಳಿದಿದ್ದಾನೆ. ಸಾವಿರಾರು ಮಡದಿಯರಿದ್ದೂ ಅವನನ್ನು ಇತ್ತೀಚಿಗೆ ರಾಧೆ ಮತ್ತೆ ಕಾಡುತ್ತಿದ್ದಾಳೆ. ಕಾರ್ಯಕಾರಣವಿಲ್ಲದೇ ತನ್ನೊಲವನ್ನು ಮೊಗೆಮೊಗೆದು ಕೊಟ್ಟ ರಾಧೆಯ ಪ್ರೀತಿಯನ್ನು ರಾಜಕಾರಣಕ್ಕಾಗಿ ಕೈಹಿಡಿದ ಮಡದಿಯರಿಂದ ಬಯಸಲಾಗದು. ಎಲ್ಲ ಯುದ್ಧಗಳನ್ನು ಜಯಿಸಿಯೂ ಅವನು ರಾಜನಾಗಲಾರ. ಗೋಪಾಲನಾಗಿ

ಅಲೆದ ಮನಸ್ಸು ರಾಜನ ಕಟ್ಟುಪಾಡುಗಳಿಗೆ ಒಗ್ಗಲು ಬಯಸದು. ಹಾಗೆ ಕೊನೆಗೊಂದು ದಿನ ತನ್ನೆಲ್ಲ ಆಭರಣಗಳನ್ನು ತೆಗೆದಿಟ್ಟ ಕೃಷ್ಣ ಶ್ಯಾಮನಾಗಿ ರಾಧೆಯನ್ನರಸುತ್ತಾ ಬೃಂದಾವನದ ದಾರಿ ಹಿಡಿಯುತ್ತಾನೆ. ಮುಂದಿನದನ್ನು ಗದ್ಯದಲ್ಲಿ ಹೇಳಲಾಗದು. ಕವಿತೆಗೊಲಿವ ಒಲವಿನ ಸಾಲುಗಳವು.

ಶ್ಯಾಮ ಬಂದ ರಾಧೆಯೆಡೆಗೆ ಸೂರ್ಯನಿಳಿವ ಹೊತ್ತು
ರಾಧೆಯೀಗ ಹಣ್ಣುಮುದುಕಿ ಕುಳಿತಿದ್ದಳು ಕೌದಿಯ ಹೊದ್ದು
ಬಂದೇ ರಾಧೆ ಎಂದ ಶ್ಯಾಮ, ಬರುವಿಯೆಂದು ಗೊತ್ತು
ಕಾಯುತ್ತಿದ್ದೆಯೇನು ರಾಧೆ? ಶ್ಯಾಮ ನುಡಿದ ಸೋತು
ಕಾಯುವ ಮಾತು ಯಾಕೆ ಬಂತು? ಇಲ್ಲೇ ಇದ್ದೆ ನೀನು
ಹೋದೆ ಕಾದೆ ಎಂಬುದೆಲ್ಲ ಬರಿಯ ಭ್ರಮೆಯ ತಂತು
ರಾಧೆ ಕೈಯ್ಯ ಹಿಡಿದ ಶ್ಯಾಮ ಕೈಯ್ಯ ತುಂಬ ಸುಕ್ಕು
ಇಷ್ಟು ಒರಟು! ಎಷ್ಟು ದುಡಿದೆ? ಎಂದ ಮುತ್ತನಿಟ್ಟು
ಲೆಕ್ಕಕ್ಕಿಲ್ಲಿ ಜಾಗವಿಲ್ಲ ಸುರಿದ ಬೆವರ ಧಾರೆ
ಹನಿಹನಿಯಲು ನೀನೆ ಇದ್ದೆ ಈಗ ಬಂದೆ ಎದುರಿಗೆ
ಸುಕ್ಕಲ್ಲ ಇದು ನಿನ್ನ ರುಜು ನನ್ನೆಲ್ಲ ಶ್ರಮದ ದುಡಿಮೆಗೆ
ಹಸಿರ ರಾಶಿ ವನದ ತುಂಬ ಸಾಕ್ಷಿಯಾಗಿದೆ ಒಲವಿಗೆ
ಬೃಂದಾವನವೇ ವಲಸೆ ಬಂದು ನೆಲೆಸಿದಂತಿದೆ ಇಲ್ಲಿಯೆ
ನಾನು ಬರದೆ ಹೇಗೆ ಇರಲಿ? ಶ್ಯಾಮ ನುಡಿದ ರಾಧೆಗೆ
ಕಣ್ಣಾ ನಿನ್ನ ಮೈಯ್ಯ ನುಣುಪು ಚಿಗುರ ತುದಿಯ ನವಿರಲಿ
ನಿನ್ನ ಕೊಳಲ ಮಧುರಗಾನ ಹೂವಿನ ಪಿಸುಮಾತಲಿ
ಕೌದಿಯೊಳಗೆ ಬಿಸಿಯ ಗಾಳಿ ಶ್ಯಾಮನೆದೆಯ ಸೋಕಿತು
ಸುಕ್ಕುಗಟ್ಟಿದ ರಾಧೆ ಕರವು ಪ್ರೇಮ ಕವನವಾಯಿತು

ಪರದೆ ಸರಿಸಿದ ಚಿತ್ರ

ಚಿತ್ರಾ ಮಣಿಪುರದ ರಾಜಕುಮಾರಿ. ನಿಜಕ್ಕೂ ಆ ದಿನದವರೆಗೆ ಅವಳು ತನ್ನಲ್ಲೊಂದು ಕೊರತೆಯಿದೆ ಎಂದು ಅಂದುಕೊಂಡಿರಲೇ ಇಲ್ಲ. ಎಂದಿನಂತೆ ಅ ದಿನವೂ ಅವಳು ತನ್ನ ಸಖಿಯರೆಲ್ಲರ ಜೊತೆಗೂಡಿ ಬೇಟೆಗೆ ಹೊರಟಿದ್ದಳು. ಅಲ್ಲೆಲ್ಲೋ ಪೊದೆಯಾಚೆಗಿನ ಪ್ರಾಣಿಯ ಚಲನೆಯ ಶಬ್ದವನ್ನು

ಕೇಳಿ ಗುರಿಯಿಟ್ಟು ಬಾಣವನ್ನು ಹೊಡೆದಿದ್ದಳು. ಆದರೆ ಅದು ತನ್ನ ದೇಹಕ್ಕೆ ತಾಗುವ ಮೊದಲೇ ಬಾಣವನ್ನು ಕೈಯಲ್ಲಿ ಹಿಡಿದು ವ್ಯಕ್ತಿಯೊಬ್ಬ ಹೊರಗೆ ಬಂದಿದ್ದ. ಸನ್ಯಾಸಿಯಂತೆ ಕಾಣುತ್ತಿದ್ದ ಅವನನ್ನು ಕಂಡೊಡನೇ ಚಿತ್ರಾಳಿಗೆ ತನ್ನ ತಪ್ಪಿನ ಅರಿವಾಗಿ ತುಟಿಕಚ್ಚಿದಳು. "ಪಾರ್ಥನೊಡನೆ ಹುಡುಗಾಟವೆ? ತೊಲಗಿರಾಚೆಗೆ, ಮುರುಳು ಬಾಲೆಯರೆ" ಎಂದು ಬೈದು ಹೋದವನನ್ನು ನೋಡಿ ಕರಗಿಹೋದಳು ಚಿತ್ರಾ. ಅವಳ ತಂದೆ ತಾಯಿಯರು ಆಗಾಗ ಮಾತನಾಡುವುದನ್ನು ಆಕೆ ಕೇಳಿದ್ದಳು. ಪಾರ್ಥನೇ ತನ್ನ ವರನಾಗುವನೆಂಬ ಹಾರೈಕೆ ಫಲಿಸುವ ಹೊತ್ತು ಬಂತೆಂದು ಹಿಗ್ಗಿದಳು. ಪಾರ್ಥನನ್ನು ಹುಡುಕಿ ಹೋಗಿ ತನ್ನ ಮನದಿಂಗಿತವನ್ನು ಹೇಳಿದಳು. ಪಾರ್ಥ ಇವಳನ್ನು ಕಡೆಗಣ್ಣಿಂದ ನೋಡಿ ತಿರಸ್ಕರಿಸಿದ. ಸನ್ಯಾಸಿಯಾದ ತನ್ನ ತಂಟೆಗೆ ಬರದಿರುವಂತೆ ತಾಕೀತು ಮಾಡಿದ. ಅದು ಜೀವನದಲ್ಲಿ ಅವಳು ಅನುಭವಿಸಿದ ಮೊದಲ ಅವಮಾನವಾಗಿತ್ತು. ಸಖಿಯರಲ್ಲಿ ತನ್ನ ದುಗುಡವನ್ನು ಹಂಚಿಕೊಂಡಳು. ಅವರಲ್ಲಿ ಅನುಭವಿಯಾಗಿದ್ದವಳೊಬ್ಬಳು ಚಿತ್ರಾಳಿಗೆ ಗಂಡನ್ನು ಒಲಿಸುವ ಕಲೆಯ ಬಗ್ಗೆ ಪಾಠ ಹೇಳಿದಳು. 'ಹೆಣ್ಣು ಎಷ್ಟೇ ಸಮರ್ಥಳಿರಲಿ, ಅವಳ ರೂಪು ಲಾವಣ್ಯಗಳೇ ಮೊದಲ ನೋಟಕ್ಕೆ ಗಂಡನ್ನು ಸೆಳೆಯುವುದು' ಎಂಬುದನ್ನು ಗುಟ್ಟಿನಲ್ಲಿ ವಿವರಿಸಿದಳು.

ಹೌದು, ಚಿತ್ರಾಳಿಗೆ ಈಗ ಎಲ್ಲವೂ ನೆನಪಾಗುತ್ತಿದೆ. ಅವಳು ಪುಟ್ಟ ಹುಡುಗಿಯಾಗಿದ್ದಾಗ ಸ್ನಾನಕ್ಕೆ ಹೊರಟಳೆಂದರೆ ಸಾಕು, ಸಖಿಯರು ಸುಗಂಧಭರಿತವಾದ ಪನ್ನೀರನ್ನು ಹಿಡಿದು ಬರುತ್ತಿದ್ದರು. ಇವಳೋ ಅವುಗಳನ್ನೆಲ್ಲ ಸಖಿಯರ ಮೇಲೆರಚಿ ಕಿಲಕಿಲನೆ ನಗುತ್ತಿದ್ದಳು. ಸಖಿಯರು ಅಟ್ಟಿಸಿಕೊಂಡು ಬಂದರೆ ಓಡಿಹೋಗಿ ಉದ್ಯಾನವನದ ಕೊಳದಲ್ಲಿ ಜಿಗಿದು ಈಜುತ್ತಾ ತನ್ನ ಸ್ನಾನ ಮುಗಿಯಿತೆಂದು ಎದ್ದುಬರುತ್ತಿದ್ದಳು. ಇವಳನ್ನು ಸಿಂಗರಿಸಲೆಂದು ಬಣ್ಣ ಬಣ್ಣದ ಪ್ರಸಾಧನಗಳನ್ನು ಹೊತ್ತು ತಂದರೆ ಅವುಗಳ ಬಟ್ಟಲನ್ನೇ ತಟ್ಟಿ ಹಾರಿಸಿ, ಬಣ್ಣದ ಓಕುಳಿಯನ್ನೇ ಹರಿಸುತ್ತಿದ್ದಳು. ತಲೆಗೂದಲನ್ನು ಚೆಂದವಾಗಿ ಸಿಂಗರಿಸಿ ಮಲ್ಲಿಗೆಯ ಮಾಲೆಯನ್ನು ಮುಡಿಸಿದರೆ ಕ್ಷಣಮಾತ್ರದಲ್ಲಿ ಅವುಗಳನ್ನೆಲ್ಲ ಕಿತ್ತೆಸೆದು ಗಂಟುಕಟ್ಟುತ್ತಿದ್ದಳು. ಅವಳ ಲಕ್ಷ್ಯವೆಲ್ಲ ತಾನು ತಂದೆಯಿಂದ ಕಲಿಯಬೇಕಾದ ಬಿಲ್ಲುಗಾರಿಕೆಯ

ಹೊಸ ತಂತ್ರಗಳ ಬಗೆಗೆ ಇರುತ್ತಿತ್ತು. ಬಡಪಾಯಿ ದಾಸಿಯರೇನು ಮಾಡಲು ಸಾಧ್ಯ? ಹೆಚ್ಚೆಂದರೆ ರಾಣಿಯಲ್ಲಿಗೆ ಹೋಗಿ ದೂರು ಹೇಳುತ್ತಿದ್ದರಷ್ಟೆ. ರಾಣಿ ಆಗ ಎಲ್ಲ ತಪ್ಪುಗಳನ್ನೂ ಮಹಾರಾಜರ ಮೇಲೆ ಹೊರಿಸುತ್ತಿದ್ದಳು. ಮಗಳನ್ನು ಮಗನಂತೆ ಪಾಲಿಸುತ್ತಿರುವ ಚಿತ್ರವಾಹನ ರಾಜನ ನಡೆ ಅವಳಿಗೆಂದೂ ಹಿಡಿಸುತ್ತಿರಲಿಲ್ಲ. ಆದರೆ ಮಗನೊಬ್ಬ ಬೇಕೆಂದು ಶಿವನಲ್ಲಿ ಹರಕೆ ಹೊತ್ತಾಗ ಹುಟ್ಟಿದ ಈ ಮಗುವು ತನಗೆ ಮಗನಂತೆ ಎಂಬುದು ಮಹಾರಾಜನ ದೃಢವಾದ ನಂಬಿಕೆಯಾಗಿತ್ತು. ಜೊತೆಯಲ್ಲಿ ತನ್ನ ಮಗಳು ಮಹಾಶೂರನಾದ ಅರ್ಜುನನ್ನು ವರಿಸುವಳು ಎಂಬ ಋಷಿವಾಕ್ಯದ ಬಗೆಗೆ ಅವನಿಗೆ ಇನ್ನಿಲ್ಲದ ಭರವಸೆ. ಹಾಗಾಗಿಯೇ ಚಿತ್ರಾಳಿಗೆ ಹುಡುಗನಂತೆ ತುಂಟಾಟಗಳನ್ನು ಮಾಡಲು, ಉಡುಗೆ ತೊಡುಗೆ ತೊಡಲು ಅಪ್ಪನದೇ ಶಿಫಾರಸ್ಸು.

ಈಗೊಂದು ಕವಲುದಾರಿ ತೆರೆದುಕೊಂಡಿದೆ ಅವಳ ಮುಂದೆ. ತಾನೂ ಎಲ್ಲ ಹೆಣ್ಣುಮಕ್ಕಳಂತೆ ಬಳುಕುವ ಬಳ್ಳಿಯಂತೆ ಸುಕೋಮಲವಾಗಿಬೇಕಿತ್ತು ಎಂದು ಜೀವನದಲ್ಲಿ ಮೊದಲ ಬಾರಿಗೆ ಅನಿಸುತ್ತಿದೆ. ಬಿಲ್ಲು ಹಿಡಿದು ತನ್ನ ಕೈಗಳಿಷ್ಟು ಒರಟಾಗಬಾರದಿತ್ತು, ಬೇಟೆಯಾಡಿ ತನ್ನ ತೋಳುಗಳಿಷ್ಟು ಬಲಿಷ್ಠವಾಗಬಾರದಿತ್ತು ಎಂದು ಅವಳು ಅಲವತ್ತುಕೊಂಡಳು. ಅವಳೊಳಗಿನ ಹೆಣ್ಣು ಈಗ ಜಾಗ್ರತಳಾಗಿದ್ದಳು. ಪಾರ್ಥನ ರೂಪಕ್ಕೆ, ಶೌರ್ಯಕ್ಕೆ ಅವಳು ಮನಸೋತಿದ್ದಳು. ಅವನನ್ನು ಪಡೆಯುವ ಬಗೆಗೆ ಚಿಂತಿಸತೊಡಗಿದಳು. ಎಂದೂ ಸೋತೇ ಗೊತ್ತಿಲ್ಲದ ಅವಳು ತನ್ನ ರೂಪಿನ ಕೊರೆಯಿಂದಾಗಿ ಬಂದ ಸೋಲನ್ನು ಒಪ್ಪಿಕೊಳ್ಳಲು ಖಂಡಿತ ಸಿದ್ಧಳಿರಲಿಲ್ಲ. ಹಾಗಾಗಿ ಅತಿಶಯ ರೂಪನ್ನು ಪಡೆಯಲು ಕಾಮದೇವನಿಗೇ ಮೊರೆಯಿಟ್ಟಳು. ಅವಳ ಬೇಡಿಕೆ ಎದೆಯ ಹಾಡಾಗಿ ಹರಿಯಿತು.

"ಚೆನ್ನಿಗನೆ ನನ್ನೊಲವ ಪತಿಕರಿಸು
ಫಲ್ಗುಣನು ಒಲಿವಂತೆ ಮೈಮನವನಿರಿಸು
ಮದನಾ... ಮದನಾ... ಮದನಾ..."

ಚಿತ್ರಾಳ ಪ್ರಾರ್ಥನೆಗೆ ಒಲಿದು ಬಂದ ಮದನ, ಹೆಣ್ಣಿಗೆ ಹೆಣ್ಣಾಗುವ ಬಯಕೆಯನ್ನು ಕೇಳಿ ನಸುನಕ್ಕ. ಅವನ ಕೌಶಲತೆಗೊಂದು ಸವಾಲು ಈ ಕೆಲಸ. ಅದಕ್ಕೆಂದೇ ಅವನು ಚಿತ್ರಾಳನ್ನು ಅತಿಶಯ ರೂಪವತಿಯಾಗಿಸಿದ. ಜೊತೆಗೆ ತನ್ನ ಪ್ರಿಯಮಿತ್ರ ವಸಂತನನ್ನೂ ಕರೆತಂದು ಅಲ್ಲೊಂದು ಶೃಂಗಾರದ ಆವರಣವನ್ನೇ ಸೃಷ್ಟಿಸಿದ. ಅಂತಹ ಸುಂದರ ವನದಲ್ಲಿ ಪಾರ್ಥನನ್ನು

ಭೇಟಿಯಾದ ಸ್ವಪ್ನಸುಂದರಿ ಚಿತ್ರಾ ಪ್ರೇಮನಿವೇದನೆ ಮಾಡುವ ಮೊದಲೇ ಪಾರ್ಥ ಅವಳಿಗೊಲಿದ. ಚಿತ್ರಾ ಗೆಲುವಿನ ನಗೆ ಬೀರಿ ಪಾರ್ಥನನ್ನು ಸೇರಿದಳು. ಅವರಿಬ್ಬರ ಮಿಲನ ಕಾವ್ಯಕ್ಕೆ ಮಾತ್ರವೇ ದಕ್ಕುವ ಸೌಂದರ್ಯ ಲಹರಿ.

“ಇಳೆಗೆ ಬಂತು ಶೃಂಗಾರ ಮಾಸ
ಹರಿದು ಪ್ರೇಮ ಝಲ್ಲರಿ
ಉಕ್ಕಿಹರಿವ ತೊರೆಯ ತೆರೆದಿ
ಹೊಮ್ಮಿ ಭಾವ ಲಹರಿ
ತೊರೆ ನೊರೆಲದ್ದಿದ
ಚಿಗುರೆಲೆಯ ಮೆದೆಹಾಸಿ
ಹೂವರಾಶಿಯ ಸುರಿಯೆ
ಪವಡಿಸಿದರಲ್ಲಿ
ಚಂದ್ರನಾಚಿ ನಿಂತ
ಮೋಡ ಮರೆಯಾಗೆ
ಸ್ವರ್ಗ–ಮರ್ತ್ಯ, ಕಾಲ–ದೇಶ, ಹರ್ಷ–ಖೇದ
ಜೀವ–ಸಾವೊಂದಾಗಿ ಹರ್ಷೋನ್ಮಾದ ಹರಿಯೆ”

ಇಂಥ ಅತಿಸಾಮಾನ್ಯವಾಗಬಹುದಾದ ಪುರಾಣಕಥೆಯೊಂದು ಗುರುದೇವ ರವೀಂದ್ರನಾಥರ ಮನೋಭಿತ್ತಿಯಲ್ಲಿ ಹೊಸದೊಂದು ಆಯಾಮವನ್ನು ಪಡೆದುಕೊಳ್ಳುತ್ತದೆ. ಹೀಗೆ ಪಾರ್ಥನೊಂದಿಗೆ ಇರುಳನ್ನು ಕಳೆಯುವ ಚಿತ್ರಾ ಮುಂಜಾನೆಯೆದ್ದು ಸರೋವರದ ದಡದಲ್ಲಿ ನಿಂತು ತನ್ನ ಮುಖವನ್ನು ನೋಡಿದರೆ ಅವಳಿಗಲ್ಲಿ ಅಪರಿಚಿತವಾದ ಮುಖವೊಂದು ಗೋಚರಿಸುತ್ತದೆ. ಅವಳ ನಡೆ, ನುಡಿ ಎಲ್ಲವೂ ಅವಳಿಗೇ ಹೊಸದೆನಿಸುತ್ತದೆ. ಪಾರ್ಥನನ್ನು ಸೇರುವುದೇ ತನ್ನ ಜೀವನದ ಪರಮೋಚ್ಚ ಗುರಿಯೆಂದು ಹೊರಟವಳಿಗೆ ಪಾರ್ಥನೊಂದಿಗಿನ ಮಿಲನವೂ ಸಂತೋಷವನ್ನು ನೀಡುವುದಿಲ್ಲ. ಪಾರ್ಥ ಮೋಹಿಸುವುದು ತನ್ನ ಮೈಮೇಲಿನ ತೊಗಲಿನ ಹೊದಿಕೆಯನ್ನು ಮಾತ್ರವೇ ಎಂಬ ಸತ್ಯ ಅವಳನ್ನು ವಿಹ್ವಲಗೊಳಿಸುತ್ತದೆ. ತನ್ನ ನಿಜರೂಪದಲ್ಲಿ ಪಡೆಯಲಾಗದ್ದನ್ನು ಈ ಕೃತಕ ಸೌಂದರ್ಯರಾಶಿಯಿಂದ ಪಡೆದೆನೆಂಬ ಪಾಪಪ್ರಜ್ಞೆ ಅವಳನ್ನು ಕಾಡುತ್ತದೆ. ಇವಕ್ಕೆಲ್ಲ ಇಂಬು ನೀಡುವಂತೆ ಪಾರ್ಥನೂ ತಾನು ಕೇಳಿದ ವೀರೆ ಚಿತ್ರೆಯ ಕಥೆಯನ್ನು ಅವಳಿಗೆ ಹೇಳಿ ತಾನವಳನ್ನು ಒಮ್ಮೆ ನೋಡಬೇಕಿತ್ತು ಎನ್ನುವಾಗ ಅವಳಿಗೆ ನಿಜವಾದ

ಸತ್ಯದ ಅರಿವಾಗುತ್ತದೆ. ಅವಳು ತನ್ನ ನೈಜತೆಯನ್ನು ಮರೆಮಾಡುವ ಕೃತಕ ಪರದೆಯನ್ನು ಸರಿಸಲು ದೃಢನಿಶ್ಚಯ ಮಾಡುತ್ತಾಳೆ. ಮತ್ತೆ ಮದನನನ್ನು ಭೇಟಿಯಾಗಿ ತನ್ನ ರೂಪರಾಶಿಯನ್ನು ಹಿಂದಿರುಗಿಸುತ್ತಾಳೆ. ಎಂದಿನಂತೆ ಧನುರ್ಧಾರಿಯಾಗಿ ಬೇಟೆಗೆ ಹೊರಡುತ್ತಾಳೆ.

ಮುಂದಿನ ಕಥೆಯು ಹೀಗೂ ಆಗಿರಬಹುದು. ರಾಜಕುಮಾರಿ ಚಿತ್ರಾಳ ಸಾಹಸಕಾರ್ಯಗಳ ಬಗ್ಗೆ ಕೇಳಿದ್ದ ಪಾರ್ಥ ಅವಳೊಂದಿಗೆ ತಾನೂ ಮೋಜಿಗೆಂದು ಬೇಟೆಗೆ ಹೊರಟಿರಬಹುದು. ಇಬ್ಬರೂ ಸಹಚರರಾಗಿ ಬೇಟೆಯಲ್ಲಿ, ಬೇಟದಲ್ಲಿ ಬೆರೆತು ಒಂದಾಗಿರಬಹುದು. ಪಾರ್ಥನ ಪ್ರೀತಿಯನ್ನು ನೈಜತೆಯ ನೆಲೆಗಟ್ಟಿನಲ್ಲಿಯೇ ಪಡೆದ ಚಿತ್ರಾಳೆಂಬ ಹಠಮಾರಿ ಹೆಣ್ಣೊಬ್ಬಳ ಕಥೆಯಿದು.

ನಮ್ಮ ಯಕ್ಷಗಾನದಲ್ಲಿ ಬಭ್ರುವಾಹನ ಕಾಳಗವೆಂಬ ಕಥಾನಕದಲ್ಲಿ ಈ ಚಿತ್ರಾಂಗದೆ ಬರುತ್ತಾಳೆ. ಅವಳ ಪ್ರವೇಶವಾದೊಡನೆಯೆ ಸಖಿಯರು ಬಂದು ಪಾರ್ಥ ಅಶ್ವಮೇಧದ ಕುದುರೆಯೊಂದಿಗೆ ಅವಳ ಪಟ್ಟಣಕ್ಕೆ ಬಂದಿರುವ ವಿಷಯವನ್ನು ತಿಳಿಸುತ್ತಾರೆ. ಅಪರೂಪಕ್ಕೆ ಪತಿಯ ಆಗಮನದ ವಾರ್ತೆಯನ್ನು ಕೇಳಿದೊಡನೆಯೆ ಭಾವುಕಳಾಗುವ ಚಿತ್ರಾಂಗದೆ ಅದನ್ನೇ ಪದೇ ಪದೇ ಕೇಳುತ್ತಾ, ವಿರಹದುರಿಯಲ್ಲಿ ತಾನು ಬಳಲಿದೆನೆಂಬುದನ್ನು ವಿವರಿಸುತ್ತಾ, ಶುಭವಾರ್ತೆಯನ್ನು ತಂದ ಸಖಿಯರಿಗೆ ಉಡುಗೊರೆಯನ್ನು ನೀಡಿ, ತನ್ನ ಪತಿಯನ್ನು ಎದುರುನೋಡಲು ಶೃಂಗಾರಗೊಳ್ಳತೊಡಗುತ್ತಾಳೆ. ತೀರ ವಿಲಂಬಿಸುವ ಈ ದೃಶ್ಯ ಯಾವಾಗ ಮುಗಿಯುವುದೋ ಎಂದು ಕಾಯುವ ನಮಗೆ ಚಿತ್ರೆಯೆಂದರೆ ತೀರ ಸಾಮಾನ್ಯ ಹೆಣ್ಣೊಬ್ಬಳಂತೆ ಕಾಣುತ್ತಿದ್ದಳು. ಅದು ಆ ಅಖ್ಯಾನದ ಅವಶ್ಯಕತೆಯೂ ಹೌದು. ಅಂತಹ ಚಿತ್ರೆಯನ್ನು ಗುರುದೇವ ಕಾಲದ ಅವಶ್ಯಕತೆಗೆ ತಕ್ಕಂತೆ ನಿರ್ವಚಿಸುವ ರೀತಿ ನಿಜಕ್ಕೂ ಅದ್ಭುತವಾಗಿದೆ.

ಹೌದಲ್ಲವೆ? ಇಂದು ನಾವೆಲ್ಲರೂ ಚಿತ್ರೆಯರೇ ಆಗಿದ್ದೇವೆ. ಬಂಡವಾಳಶಾಹಿಯೆಂಬ ಬಿರುಗಾಳಿ ನಮ್ಮೆದುರು ಆಸೆಗಳ ಪಾಶವನ್ನು ಬೀಸಿ, ಅದರ ಈಡೇರಿಕೆಗೆ ವಿವಿಧ ಆಮಿಷಗಳನ್ನು ನಮ್ಮೆದುರು ತೆರೆದಿಡುತ್ತಿದೆ. ಅದು ಮಿಥ್ಯೆಯೆಂಬ ಅರಿವು ನಮ್ಮನ್ನು ಸೋಕದಂತೆ ಪರದೆಯನ್ನು ಕಟ್ಟಿದೆ. ನಮ್ಮ ಕೂದಲಿನ ವಿನ್ಯಾಸವನ್ನೆ ನೋಡಿ. ಗುಂಗುರು ಕೂದಲು ಮತ್ತು ಸುರುಳಿಗೂದಲಿನ ಜೀನ್‌ಗಳಲ್ಲಿ ಗುಂಗುರುಗೂದಲಿನ ಕಣದ್ದೇ ಮೇಲುಗೈ. ಹಾಗಾಗಿ ಅಪ್ಪ ಅಮ್ಮಂದಿರಲ್ಲಿ ಯಾರೊಬ್ಬರದು ಗುಂಗುರು ಕೂದಲಾದರೂ

ಮಕ್ಕಳದು ಹಾಗೆಯೇ ಇರುತ್ತದೆ. ಇದರಿಂದಾಗಿಯೇ ನಮ್ಮ ದೇಶದಲ್ಲಿ ದಟ್ಟಗಪ್ಪಾದ ಗುಂಗುರುಗೂದಲು ಹೊಂದಿರುವವರೇ ಹೆಚ್ಚು. ಮತ್ತದು ನಮ್ಮಲ್ಲಿ ಸೌಂದರ್ಯದ ಲಕ್ಷಣವಾಗಿತ್ತು ಕೂಡ. ಆದರೆ ಈಗ ಮಾಧ್ಯಮಗಳಲ್ಲಿ ಅದನ್ನೊಂದು ಕೊರೆಯೆಂಬಂತೆ ತೋರಿಸಿ, ಕೂದಲು ನೇರವಾಗಿ, ಅಲೆಅಲೆಯಾಗಿ ಚಿಮ್ಮುವಂತೆ ಕಾಣುವುದನ್ನೇ ಸೌಂದರ್ಯವೆಂಬಂತೆ ಬಿಂಬಿಸುತ್ತಾರೆ. ಇದನ್ನೇ ನೋಡಿ, ಕೇಳಿ ನಮಗೀಗ ಸೌಂದರ್ಯವೆಂದರೆ ಎಳೆಎಳೆಯಾಗಿ ಜಾರುವ ಹೊಂಬಣ್ಣದ ಕೂದಲು ಎಂಬಂತಾಗಿದೆ.

ಮೈಕೈ ತುಂಬಿಕೊಂಡು ಕಳೆಕಳೆಯಾಗಿದ್ದರೆ ಚೆಂದ ಎಂಬುದು ಹಿಂದಿನ ನಂಬಿಕೆ. ನಮ್ಮ ಪರಿಸರ, ಆಹಾರ ಕ್ರಮಕ್ಕೆ ಅದು ಉಚಿತ ಕೂಡ. ಬಿಳಿಚಿಕೊಂಡು ಹೆಂಚುಕಡ್ಡಿಯಂತಿದ್ದರೆ 'ಬಿಳಿಜಿರಲೆ' ಎಂದು ಲೇವಡಿ ಮಾಡುವುದು ಹೋಗಿ, 'ಝೀರೋ ಸೈಜ್' ಎಂಬ ಹೊಸ ಸೌಂದರ್ಯದ ಪರಿಕಲ್ಪನೆ ಇಂದು ಬಂದಿದೆ. ಹೇಳಿ ಕೇಳಿ ಗೌರವರ್ಣದವರ ನಾಡು ನಮ್ಮದು. ನಮ್ಮ ಅತಿ ಸುಂದರಿಯರಾದ ದ್ರೌಪದಿ, ಅಹಲ್ಯಾ, ರಾಧಾ ಎಲ್ಲರೂ ಗೌರವರ್ಣದವರೆ. ಚೆಂದದ ಗೊಂಬೆಯೆಂದು ಹೆಸರಾದ ಕೃಷ್ಣನ ಹೆಸರಿನಲ್ಲೇ ಕಪ್ಪು ಬಣ್ಣವಿದೆ. ಆದರೆ ಇಂದು 'ಬಿಳಿಮಾತ್ರವೇ ಸೌಂದರ್ಯ' ಎನ್ನುತ್ತವೆ ಜಾಹೀರಾತುಗಳು. ಇವೆಲ್ಲವೂ ಕೆಲವೇ ಕೆಲವು ಉದಾಹರಣೆಗಳಷ್ಟೆ. ಬೇಡಿದ ವರನೀಡುವ ಕಾಮದೇವನಂತೆ ಎಲ್ಲ ಸೌಂದರ್ಯಸಾಧನಗಳನ್ನು ಮಾರಾಟಶಾಹಿ ನಾಗರೀಕತೆ ನಮ್ಮೆದುರು ತೆರೆದಿಟ್ಟಿದೆ. ನಾವೂ ನಮ್ಮೆದುರಿಗಿರುವ ಪಾರ್ಥರನ್ನೋ, ಪಾರ್ಥ ಸೋದರಿಯರನ್ನೋ ಅಥವಾ ಇನ್ನ್ಯಾರನ್ನೋ ಮೆಚ್ಚಿಸಲು ಇವೆಲ್ಲವುಗಳ ಪರದೆಯನ್ನು ಧರಿಸುತ್ತಲೇ ಇದ್ದೇವೆ. ಸೌಂದರ್ಯ ನಮ್ಮೊಳಗಿನ ಅಭಿವ್ಯಕ್ತಿ ಎಂಬ ಸತ್ಯವನ್ನು ಇವೆಲ್ಲವೂ ಮರೆಮಾಚುತ್ತಿವೆಯೆಂಬುದನ್ನು ಮರೆತಿದ್ದೇವೆ.

ಈ ಪರದೆ ಕೇವಲ ಸೌಂದರ್ಯಕ್ಕೆ ಮಾತ್ರ ಸಂಬಂಧಿಸಿದ್ದಲ್ಲ. ಇದು ನಮ್ಮ ಸುತ್ತಲೂ ಮಹಿಳೆಯರು ಎಳೆದುಕೊಳ್ಳುತ್ತಿರುವ ಮಿತಿಗಳ ಹೊದಿಕೆಯೂ ಹೌದು. ಸಮಾಜವಿಧಿತವಾದ ನಿಯಮಗಳ ಪರದೆಯೂ ಹೌದು. ಇವೆಲ್ಲವನ್ನೂ ಸರಿಸುವುದು ಸುಲಭವೇನಲ್ಲ. ಬೇಡವೆಂದಾಗ ಮರಳಿ ಪಡೆಯುವ ಕಾಮದೇವನಷ್ಟು ಕರುಣೆಯೂ ಈ ಮಾರುಕಟ್ಟೆ ಮತ್ತು ಸಮಾಜಕ್ಕಿಲ್ಲ. ಆದರೆ ನಮ್ಮೊಳಗಿನ ನಮ್ಮನ್ನು ಕಂಡುಕೊಳ್ಳಲು, ನಮ್ಮ ನೈಜತೆಯ ತಳಪಾಯದ ಮೇಲೆ ನಮ್ಮ ಭವಿಷ್ಯವನ್ನು ನಿರ್ಮಿಸಿಕೊಳ್ಳಲು ಕಷ್ಟವಾದರೂ ಸರಿಯೆ. ನಾವು ಹೊರಗಿನ ಪರದೆಯನ್ನು ಕಳಚಲೇಬೇಕು. ಸೌಂದರ್ಯದ

ಎಲ್ಲ ಕೃತಕ ಪರದೆಗಳನ್ನು ಸರಿಸಿ, ನೈಜತೆಯೇ ಸೌಂದರ್ಯವೆಂಬುದನ್ನು ಸಾರಲೇಬೇಕು. ಬೇರೆಯವರ ವ್ಯಾಖ್ಯಾನ ನಮ್ಮ ಬದುಕನ್ನು ನಿರ್ಧರಿಸದಂತೆ ಪ್ರತಿರೋಧಿಸಲೇಕು. ಆಗ ಮಾತ್ರ ನಿಜವಾದ ಜೀವನಪ್ರೀತಿ ದಕ್ಕುವುದು. ಅದನ್ನೇ ರವೀಂದ್ರರ ಚಿತ್ರಾ ಮದನನಿಗೆ ಹೀಗೆ ಹೇಳುತ್ತಾಳೆ.

"ಪ್ರೇಮವು ಸತ್ಯದ ನೆಲೆಯಲ್ಲಿಯೇ ನಿಲುಕಬೇಕಲ್ಲವೆ?
ಜೀವನ ನಿಜದ ಸೌಧದ ಮೇಲೆಯೇ ನಿಲ್ಲಬೇಕಲ್ಲವೆ?
ಈ ಕೃತಕ ರೂಪ ನನ್ನನ್ನು ಚುಚ್ಚುತ್ತಿದೆ.
ಸತ್ಯಕ್ಕೆ ದಕ್ಕದ ಪ್ರೇಮವನ್ನು ನಿರಾಕರಿಸುವ ಶಕ್ತಿಯನ್ನು ನನಗೆ ಕೊಡು.
ಬಾಹ್ಯವನ್ನು ಮೀರಿದ ಆಕರ್ಷಣೆಯನ್ನು ಮಾತ್ರವೇ ನನ್ನೆದುರು ತೆರೆದಿಡು.
ನನ್ನನ್ನು ನಾನಾಗಿಯೇ ಇರಲು ಬಿಡು.
ಈ ಕೃತಕ ಸೌದರ್ಯದ ತೆರೆಯನ್ನು ಸರಿಸಿಬಿಡು."

ನನ್ನಮ್ಮನಂತಹ ಸೀತೆಯ ಸಹಚಾರಿಗಳಿಗೆ...

ಆರಡಿಯ ಅಜಾನುಬಾಹು ಅಪ್ಪನೆದುರು ಐದಡಿಯೂ ಇಲ್ಲದ ಅಮ್ಮ ಮತ್ತಷ್ಟು ತಗ್ಗಿ ಬಗ್ಗಿ ಬಾಳುವೆ ಮಾಡುತ್ತಿದ್ದಳು. ಆದರೂ ಹೆಂಡತಿಗೆ ಬೈಯ್ಯದಿದ್ದರೆ ಗಂಡಸೇ ಅಲ್ಲ ಎಂಬ ಪರಂಪರೆಯ ವಾರಸುದಾರನಾದ ಅಪ್ಪ ಅಗಾಗ ಹೆಂಡತಿಗೆ ಬೈಯ್ಯುತ್ತಲೂ, ಅಪರೂಪಕ್ಕೊಮ್ಮೆ ಹೊಡೆಯುತ್ತಲೂ ತನ್ನ ಗಂಡಸುತನವನ್ನು ಸಾಬೀತುಪಡಿಸುತ್ತಿದ್ದ. ಅದನ್ನೆಲ್ಲ ಮಾಮೂಲಿಯೆಂಬಂತೆ

ಸ್ವೀಕರಿಸುತ್ತಿದ್ದ ಅಮ್ಮ, ಎಲ್ಲಿಯಾದರೊಮ್ಮೆ ತನ್ನ ತವರಿನವರೆದುರು ಅಪ್ಪ ತನ್ನ ಪೌರುಷವನ್ನು ಮೆರೆದಾಗ ಮಾತ್ರ ಭೂಮಿಗಿಳಿದುಹೋಗುತ್ತಿದ್ದಳು. ಕಂಡಕಂಡವರಲ್ಲಿ ಹನಿಗಣ್ಣಾಗಿ ತನಗಾದ ಅವಮಾನವನ್ನು ಹೇಳಿಕೊಳ್ಳುವುದರ ಜೊತೆಗೆ, ತವರಿನೆದುರು ಮಾನ ಕಳೆದಾಗ ಈ ಭೂಮಿಯೇ ಬಾಯ್ದೆರೆದು ನುಂಗಬಾರದೇ? ಎನಿಸಿತು ನನಗೆ ಎಂದು ಅಲವತ್ತುಗೊಳ್ಳುತ್ತಿದ್ದಳು. ಆದರೆ ಇದ್ಯಾವುದೂ ಪುರುಷ ಕೇಂದ್ರಿತ ವ್ಯವಸ್ಥೆಯಲ್ಲಿ ಅವಳ ನಿಯಂತ್ರಣದಲ್ಲಿರಲಿಲ್ಲ.

ಅಮ್ಮ ಮತ್ತು ಅಮ್ಮನಂತಹ ಅನೇಕ ಹೆಂಗಳೆಯರಿಗೆ ಇವೆಲ್ಲವನ್ನೂ ಸಹಿಸಿಕೊಳ್ಳಲು ಪ್ರೇರಣೆಯಾದವಳೆಂದರೆ ಸಾಕ್ಷಾತ್ ರಾಮಚಂದ್ರನ ಮಡದಿ ಸೀತಾದೇವಿ. ಅಂತಹ ಸೀತೆಗೇ ಕಷ್ಟಗಳ ಸರಮಾಲೆ ತಪ್ಪಿದ್ದಲ್ಲ, ಇನ್ನು ನಮ್ಮಂತಹ ಹುಲುಮಾನವರ ಪಾಡೇನು? ಎಂದವರು ತಮ್ಮ ದುಃಖವನ್ನು ಸೈರಿಸಿಕೊಳ್ಳುತ್ತಿದ್ದರು. ಪ್ರತಿದಿನ ಸಂಜೆ ಅದೆಂಥದ್ದೋ 'ರಾಮಚರಿತ್ರೆ' ಎಂಬ ಸೀತಾಮಾತೆಯ ಕರುಣಕಥೆಯ ಗೀತೆಯನ್ನು ಹಾಡುತ್ತಿದ್ದರು. ಸೀತೆ ರಾಮನನ್ನುದ್ದೇಶಿಸಿ ಹೇಳುವಂತಿದ್ದ ಆ ಹಾಡಿನ ತುಂಬಾ ಸೀತೆಯ ಶೋಕಗೀತೆಯಿತ್ತು.

"ಜನಕರಾಜನ ಮಗಳಾಗಿ ನಾ ಜನಿಸಿದೆ ಶ್ರೀರಾಮ ರಾಮ
ಅಂತಾ ಭುವಿಜಾಕ್ಷಿ ಭೂಮಿತಾಯಿಗೆ ನಾ ಮಗಳಾಗಿ ಜನಿಸಿದೆ
ಶ್ರೀರಾಮ ರಾಮ...
ಶಿವನ ಬಿಲ್ಲನು ಆಟಿಗೆಯಾಗಿ ಎತ್ತಿದೆ ಶ್ರೀರಾಮ ರಾಮ
ಬಿಲ್ಲ ಮುರಿದು ನನ್ನ ಉದ್ಧರಿಸಿದೆ ಶ್ರೀರಾಮ ರಾಮ..
ಹೆಣ್ಣು ಜನ್ಮವೆ ಸಾಕು ನನ ಕಂಡು ಮರೆಯಿರೋ ಶ್ರೀರಾಮ ರಾಮ

ಎಂದೇನೋ ಮುಂದುವರೆಯುತ್ತದೆ ಈ ಹಾಡು. ಅಮ್ಮ ಹೇಳಿದ ಎಲ್ಲ ಹಾಡುಗಳನ್ನೂ ಬಾಯಿಪಾಠ ಕಲಿಯುತ್ತಿದ್ದ ನನಗೆ ಈ ದುಃಖದ ಹಾಡನ್ನು ಬಾಯಿಪಾಠ ಕಲಿಯಬೇಕೆನಿಸಿರಲಿಲ್ಲ. ಅದನ್ನು ಹಾಡುವಾಗ ಅಮ್ಮನ ಕಣ್ಣಲ್ಲಿ ಜಿನುಗುವ ನೀರಹನಿಯನ್ನು ಕಂಡು ಅವರನ್ನು ಕೇಳಿದ್ದೆ, ಅದ್ಯಾಕೆ ಅದೇ ಶೋಕಗೀತೆಯನ್ನು ದಿನವೂ ಹಾಡುವಿರೆಂದು? ಅದಕ್ಕವರ ಉತ್ತರ ದಿನವೂ ರಾಮಚರಿತೆ ಹಾಡಿದರೆ ಶೋಕಗಳೆಲ್ಲವೂ ಕಳೆಯುವುದೆಂಬುದಾಗಿತ್ತು. ಹೀಗೆ ಹೆಂಗಳೆಯರಿಂದಲೇ ಬೆಳೆದುಬಂದ ಪಾತ್ರ ಜಾನಕಿಯದು. ಅವರ ದುಃಖಗಳೆಲ್ಲವನ್ನೂ ಮೀರಿದ ದುಃಖವನ್ನು ಸಹಿಸಿದ ಸೀತೆ, ಅವರ ದಿನದ ದುಃಖವನ್ನು ಭರಿಸಲೊಂದು ನೋವು ನಿವಾರಕವಾಗಿದ್ದಳು.

ಅದು ಅಶೋಕವನ.
ಅಶೋಕವನದ ಹಸಿರಿನಲ್ಲೂ
ಶೋಕಗೀತೆ ಮೊಳಗಿದೆ
ನೆಲದೆದೆಯ ಕಣ್ಣೀರ ಧಾರೆ
ಎಲೆಯ ಮೇಲೆ ಉಕ್ಕಿದೆ
ಅರಳಿ ನಗುವ ಹೂವು ಕೂಡ
ಮೌನ ಹೊದ್ದು ಮಲಗಿದೆ

ಅಶೋಕವನದ ನೆರಳಿನಲ್ಲಿ ಕುಳಿತ ಸೀತೆ ಕೊಂಚ ಬಿಡುವಾಗಿದ್ದಾಳೆ. ಹಾಗೆಂದು ಅವಳು ಯಾವಾಗಲೂ ತುಂಬಾ ಕಾರ್ಯತತ್ಪರಳಾಗಿರುತ್ತಿದ್ದಳು ಎಂದೇನೂ ಅಲ್ಲ. ಇಡಿಯ ಬದುಕನ್ನೊಮ್ಮೆ ತಿರುಗಿ ನೊಡುವ ಏಕಾಂತ ಅರಮನೆಯಲ್ಲಿ ಅವಳಿಗೆ ಸಿಕ್ಕಿರಲಿಲ್ಲ. ಅರಮನೆಯ ದಾಸಿಯರ ಪರಿವಾರದ ನಡುವೆ ಏಕಾಂತವೆಂಬ ಪದ ನುಸುಳಲು ಸಾಧ್ಯವೇ ಇರಲಿಲ್ಲ. ಇಲ್ಲಿ, ಈಗ, ಈ ಅಶೋಕವನದ ನಡುವಲ್ಲಿ ಅವಳು ಏಕಾಂತದಲ್ಲಿದ್ದಾಳೆ. ಮೊದಮೊದಲು ಈ ವಾತಾವರಣ ಅವಳಿಗೆ ಭಯ ತರಿಸಿದ್ದು ನಿಜ. ಹೇಳಿ ಕೇಳಿ ದುಷ್ಟ ಆ ರಾವಣ. ಎಷ್ಟು ಹೊತ್ತಿಗೆ ಏನು ಮಾಡಿಬಿಡುವನೋ ಎಂಬ ಭಯ. ಆದರೆ ಇಲ್ಲಿ ಅವಳಿಗೊಬ್ಬಳು ಗೆಳತಿ ಸಿಕ್ಕಿದ್ದಾಳೆ. ಅವಳನ್ನು ನೋಡಿಕೊಳ್ಳಲೆಂದು ಇಟ್ಟ ರಕ್ಕಸಿಯರ ಗಡಣದಲ್ಲಿ ಒಬ್ಬಳು ಅಪ್ಪಟ ಮನುಷ್ಯೆಯಿದ್ದಾಳೆ. ಅವಳೇ ಸುರಮೆ. ವಿಭೀಷಣನ ಹೆಂಡತಿಯ ಊಳಿಗದವಳಂತೆ. ಎಲ್ಲ ರಕ್ಕಸಿಯರೂ ಕಂಠಪೂರ್ತಿ ಸುರೆಯನ್ನು ಹೊಟ್ಟೆಗಿಳಿಸಿ, ಅರೆಪ್ರಜ್ಞಾವಸ್ಥೆಗೆ ಜಾರಿದ ಕೂಡಲೇ ಇವರ ಮಾತುಕತೆಗೊಂದು ಕಳೆಯೇರುತ್ತದೆ. ಅವಳೇ ಸೀತೆಗೆ ರಾವಣನ ಬಗೆಗಿನ ಭಯವನ್ನು ಹೋಗಲಾಡಿಸಿದವಳು. 'ಬಾಯಲ್ಲಷ್ಟೇ ಜೋರು! ಒಳಗಿನಿಂದ ಬಹಳ ಸಾಧು ನಮ್ಮ ದೊರೆ. ನಿನ್ನ ತಂದಾಗ ಮಡದಿ ಮಂಡೋದರಿ ಮುಸಿ, ಮುಸಿ ಮಾಡಿದ್ದಕ್ಕೆ ಪೂರ್ತಿ ಕರಗಿ ಹೋಗಿದ್ದಾನೆ. ಒಲಿದು ಬರದೆ ಅವಳನ್ನು ಬಲಾತ್ಕರಿಸೆ ಎಂದು ಮಡದಿಗೆ ಭಾಷೆಯಿಟ್ಟಿದ್ದಾನೆ. ಒಂದಿನಿತೂ ಭಯಬೇಡ. ತಂದುದಕ್ಕೆ ಪಶ್ಚಾತ್ತಾಪವಾಗಿರಲೂ ಸಾಕು. ತೋರಿಸಿಕೊಳ್ಳಲು ದೊಡ್ಡಸ್ತಿಕೆ ಈ ಗಂಡುಮುಂಡೇವಕ್ಕೆ. ನಿನ್ನ ಗಂಡ ಬರಲಿ ನೋಡು, ನಿನ್ನನ್ನು ಮೆರವಣಿಗೆಯಲ್ಲಿ ಕರೆದುಕೊಂಡು ಹೋಗಿ ಅವನಿಗೆ ಒಪ್ಪಿಸುತ್ತಾನೆ' ಎಂದು ರಾವಣನ ನಿಜ ಬಣ್ಣವನ್ನು ಬಯಲು ಮಾಡಿದ್ದಳು ಅವಳು. ಇಲ್ಲವಾದಲ್ಲಿ ಸೀತೆಗಾದರೂ ತನ್ನ ಬಾಳಪಯಣದ ಮಜಲುಗಳನ್ನು ಅವಳಲ್ಲಿ ಹಂಚಿಕೊಳ್ಳುವ ನಿರಾಳತೆ ಬರುತ್ತಿತ್ತಾದರೂ ಹೇಗೆ?

ಈ ಹೆಂಗಸರಿಗೆ ತವರೆಂದರೆ ಅದೆಂಥ ವಾಂಛೆಯೋ? ತವರಿನ ಬಗ್ಗೆ ಹೊಗಳಿದಷ್ಟೂ ಕಡಿಮೆಯೆ. ಸೀತೆಗೂ ಹಾಗೆಯೆ. ತನ್ನ ತವರು ಮಿಥಿಲೆಯ ಬಗ್ಗೆ ಹೇಳುವಾಗಲೆಲ್ಲ ಅವಳ ಇಡಿಯ ದೇಹವೇ ಬಾಯಾಗುವುದು.

"ಬಿರಿದ ಬಿಳಿಯ ಮೊಗ್ಗಿನಂತೆ
ಮಲ್ಲಿಗೆಯ ನವಿರು ಬಾಲ್ಯ
ಚಿಗುರೆಲೆಯ ಹಾಸಿನಂತೆ
ತಂಪು ಸುರಿವ ಮಧುರ ಬಾಲ್ಯ
ಬೆಳ್ಳಕ್ಕಿ ಸಾಲು ಹಾರಿದಂತೆ
ಹೂವ ಹಗುರ ಬೆರಗು ಬಾಲ್ಯ
ಬೆಳಕ ಕುದುರೆಯೇರಿದಂತೆ
ಪುಳಕಗೊಳುವ ಚಂದ ಕಾವ್ಯ"

ಸೀತೆ ಮಾತಾಡಲೆಂದರೆ ಸುರಮೆಗೆ ಕೇಳಿಸಿಕೊಳ್ಳುವುದಷ್ಟೇ ಕೆಲಸ. ಬಾಲ್ಯದ ತುಂಟತನದಲ್ಲೊಮ್ಮೆ ಸೀತೆ ಹರನ ಬಿಲ್ಲನ್ನು ಎತ್ತಿದ್ದು, ಅಚ್ಚರಿಗೊಂಡ ತಂದೆ ಅದನ್ನೇ ಅವಳ ಸ್ವಯಂವರದ ಪಣವಾಗಿಸಿದ್ದು, ರಾಮನೆಂಬ ನೀಳಕಾಯದ ಚೆಲುವ ಅದನ್ನು ಎತ್ತುವ ಮೊದಲೇ ಬಿಲ್ಲೆರಡು ತುಂಡಾಗಿ ಬಿದ್ದದ್ದು... ಸೀತೆ ಏನೊಂದನ್ನೂ ಬಿಡದೇ ಸುರಮೆಗೆ ಹೇಳುತ್ತಾಳೆ. ರಾಮನ ಬಗ್ಗೆ ಮಾತನಾಡುವಾಗಲೆಲ್ಲ ಅವಳ ಕಂಗಳು ಪ್ರೀತಿಯಿಂದ ಹೊಳೆಯುವುದನ್ನು ಕಂಡು ಸುರಮೆ ಕರಗುತ್ತಾಳೆ. ಅವಳಿಗೂ ಸೀತಾ ರಾಮರನ್ನೊಮ್ಮೆ ಒಟ್ಟಿಗೆ ನೋಡುವಾಸೆ. ಆದರೆ ಕಾಲ ಕೂಡಿ ಬರಬೇಕಲ್ಲ?

ಸುರಮೆಗೆ ಒಂದು ಸಂಶಯ. ಅಂತಹ ಬಿಲ್ಗಾರನಾದ ರಾಮನ ಕಣ್ಣುತಪ್ಪಿಸಿ ರಾವಣ ಸೀತೆಯನ್ನು ತಂದುದಾದರೂ ಹೇಗೆ? ಎಂದು. ಸೀತೆ ಅವಳಿಗೆ ಬಂಗಾರ ಬಣ್ಣದ ಹರಿಣದ ಕಥೆ ಹೇಳುತ್ತಾಳೆ. ತಾನು ಕಾಡಿನಲ್ಲಿ ಏನೊಂದು ಬೇಕೆಂದರೂ ತಂದುಕೊಡುವ ತನ್ನ ಮೈದುನ ಮತ್ತು ಗಂಡನ ಗುಣಗಾನ ಮಾಡುತ್ತಾಳೆ. ಬಂಗಾರದ ಬಣ್ಣದ ಆ ಜಿಂಕೆಯನ್ನು ಕಂಡು ತಾನು ಪರವಶಗೊಂಡದ್ದು, ರಾಮ ಬೇಡ ಬೇಡವೆಂದರೂ ತನಗದು ಮುದ್ದಿಸಲು ಬೇಕೇಬೇಕೆಂದು ಹಠಹಿಡಿದದ್ದು, ಅದನ್ನು ತರಲು ರಾಮ ಹೋದದ್ದು, ಅವನ ಕೂಗನ್ನು ಕೇಳಿ ಲಕ್ಷ್ಮಣನೂ ಹಿಂಬಾಲಿಸಿದ್ದು, ರಾವಣ ಸನ್ಯಾಸಿ ವೇಷದಲ್ಲಿ ಬಂದು, "ಅಮ್ಮಾ, ಹಸಿದಿದ್ದೇನೆ, ಭಿಕ್ಷೆ ನೀಡಿ" ಎಂದು ಕರುಣಾಜನಕವಾಗಿ ಬೇಡಿದ್ದು, ಅಮ್ಮಾ.. ಎಂಬ ಅವನ ನುಡಿ ತನ್ನೊಳಗಿನ

ತಾಯ್ತನವನ್ನು ಜಾಗೃತಗೊಳಿಸಿದ್ದು, ಹಸಿದ ಮಗುವಿಗೆ ಕೈತುತ್ತು ನೀಡುವ ತಾಯಂತೆ ತಾನು ಭಿಕ್ಷೆ ನೀಡಲು ಮುಂದಾಗಿದ್ದು, ತನ್ಮೂಲಕವಾಗಿ ರಾವಣ ಬೀಸಿದ ಮಾಯೆಯ ಬಲೆಗೆ ಸಿಲುಕಿದ್ದು... ಸೀತೆ ಹೇಳುತ್ತಾ ಹೋಗುವಾಗ ಸುರಮೆ ಪಕಪಕನೆ ನಕ್ಕುಬಿಡುತ್ತಾಳೆ. ತನ್ನ ಹೆಂಡತಿಯ ಮುಂದೆ ತಾನು ರಾಮನೆದುರಲ್ಲೇ ಅವಳನ್ನು ಎಳೆದು ತಂದೆನೆಂದು ಜಂಬಕೊಚ್ಚಿಕೊಂಡ ರಾವಣನ ಕಥೆಯನ್ನು ಹೇಳಿ ಸೀತೆಯನ್ನೂ ನಗಿಸುತ್ತಾಳೆ. ಗಂಡಸರೇ ಹೀಗಲ್ಲವೆ? 'ನೆಲಕ್ಕೆ ಬಿದ್ದರೂ ಮೀಸೆ ಮಣ್ಣಾಗಬಾರದು' ಎಂದು ಇಬ್ಬರೂ ಒಮ್ಮತಕ್ಕೆ ಬರುತ್ತಾರೆ.

ತನ್ನನ್ನೇಕೆ ಕದ್ದು ತಂದ ಈ ಅಸಾಮಿ? ಎಂಬ ಸೀತೆಯ ಪ್ರಶ್ನೆಗೆ ಸುರಮೆ ಉತ್ತರವಾಗುತ್ತಾಳೆ. ಶೂರ್ಪನಖಿಯೆಂಬ ಅವನ ತಂಗಿಯನ್ನು ರಾಮ ಲಕ್ಷ್ಮಣರು ಕ್ರೂರವಾಗಿ ಹಿಂಸಿಸಿದ್ದು ನಿಜವೇ? ಎಂದು ಪ್ರಶ್ನಿಸುತ್ತಾಳೆ. ಸೀತೆ ಆ ಕ್ಷಣಕ್ಕೆ ಮಂಕಾಗುತ್ತಾಳೆ. ಆ ದಿನ ನಿಜಕ್ಕೂ ಅವಳೂ ನೊಂದಿದ್ದಳು. ಪ್ರಾಯದ ಹೆಣ್ಣು ಶೂರ್ಪನಖಿ. ಅಪ್ರತಿಮ ಚೆಲುವೆಯ ರೂಪ ತೊಟ್ಟು ರಾಮ ಲಕ್ಷ್ಮಣರನ್ನು ಮೋಹಿಸಲು ಬಂದಿದ್ದೇನೋ ನಿಜ. ಆದರೆ ನಿರಾಕರಿಸಿ ಅವಳನ್ನು ಕಳಿಸಲು ಸಾಕಷ್ಟು ಮಾರ್ಗಗಳಿದ್ದವು. ಮೈದುನ ಲಕ್ಷ್ಮಣ ಅಣ್ಣನ ಆಜ್ಞಾನುವರ್ತಿಯಾಗಿ ಕ್ರೂರವಾಗಿ ಅವಳ ಮೂಗು, ಮೊಲೆಗಳನ್ನು ಕತ್ತರಿಸಿದ್ದ! ಆ ಕ್ಷಣದಲ್ಲವಳು ಅವರಿಬ್ಬರನ್ನು ದೂಷಿಸದೇ ಸೀತೆಯನ್ನೇ ನೋಡಿ, "ನೀನೇ ಕಾರಣ ನನ್ನ ಈ ದುಃಸ್ಥಿತಿಗೆ. ನಿನ್ನನ್ನು ಬಿಡಲಾರೆ" ಎಂದು ಕಿರುಚುತ್ತಾ ಕಣ್ಮರೆಯಾಗಿದ್ದಳು. ಸೀತೆಗಾಗ ಹೊಳೆದಿರಲಿಲ್ಲ ಅವಳ ಅಪರಾಧವೇನೆಂದು. ಆದರೆ ಈಗ ಅರಿವಾಗುತ್ತಿದೆ. ಅವಳು ಸ್ವಲ್ಪವೇ ಮನಸ್ಸು ಮಾಡಿದ್ದರೂ ಈ ಪ್ರಸಂಗವನ್ನು ತಿಳಿಗೊಳಿಸಬಹುದಿತ್ತು. ಹೆಣ್ಣೊಬ್ಬಳ ಸಂಕಷ್ಟ ಹೆಣ್ಣಿಗೆ ತಾನೆ ಅರಿವಾಗಬೇಕಾದುದು? ಆದರೆ ಸೀತೆ ಮೂಕಪ್ರೇಕ್ಷಕಳಾಗಿ ಎಲ್ಲವನ್ನೂ ನೋಡಿದ್ದಳು. ಇದೀಗ ಮಾತಾಗದ ಆ ತಪ್ಪಿಗೆ ಶಿಕ್ಷೆಯೆಂಬಂತೆ ಸುರಮೆಯಲ್ಲಿ ಎಲ್ಲವನ್ನೂ ತಪ್ಪೊಪ್ಪಿಗೆ ಮಾಡುತ್ತಿದ್ದಾಳೆ. ಶೂರ್ಪನಖಿಯ ಅವಮಾನದ ಸೇಡಿಗಾಗಿ ರಾವಣ ತನ್ನನ್ನು ತಂದಿದ್ದಾನೆ, ತನ್ನ ಮೇಲಿನ ಮೋಹದಿಂದಲ್ಲ ಎಂಬ ವಿಷಯ ಅವಳನ್ನು ಕೊಂಚ ನಿರಾಳಗೊಳಿಸುತ್ತದೆ.

ಹನುಮಂತ ತನ್ನನ್ನು ಹುಡುಕಿ ಬಂದು ಹೋದ ನಂತರ ಸೀತೆಗೆ ರಾಮನ ಬರವು ಸನ್ನಿಹಿತವಾಗುತ್ತಿದೆಯೆನಿಸಿತು. ಒಂದು ಮುಂಜಾನೆ ಸುರಮೆ ಅವಳಿಗೆ ರಾಮ ತನ್ನ ಕಪಿಸೈನ್ಯದೊಂದಿಗೆ ಲಂಕೆಗೆ ಸೇತುವೆ ನಿರ್ಮಿಸಿ ಬಂದಿಳಿದ ಶುಭ ಸಮಾಚಾರವನ್ನೂ ತಿಳಿಸಿದಳು. ಸೀತೆಗೆ ರಾಮನನ್ನು ಸೇರುವ ಕಾತರ.

ಸುರಮೆ ಅವಳಿಗೆ ದಿನದಿನದ ಬೆಳವಣಿಗೆಗಳ ಬಗ್ಗೆ ಹೇಳುವಳು. ಇವಳೂ ಅಷ್ಟೇ ಉತ್ಸಾಹದಿಂದ ಕೇಳಿಸಿಕೊಳ್ಳುವಳು.

"ಸುರಮೆ ಏನಾಯಿತು ಹೇಳೆ?
ಪಿಸುಮಾತಲಿ ಬಳಿಬಂದು ನೀ ಹೇಳೆ
ಹೇಳು ಯುದ್ಧದಾ ಕಥೆಯ
ದಿನದಿನದಾ ಸಂಗತಿಯಾ
ರಾಮ ಗೆದ್ದನೇನೆ ಹೇಳು
ಅಳಿದನೇನೆ ದೈತ್ಯನು?
ಪ್ರಿಯನ ಸೇರುವಂಥ ಗಳಿಗೆ
ಬರಬಹುದೆ ನಾಳೆಗೆ?
ಇಂದಿನಿರುಳು ಕಳೆದ ಮೇಲೆ
ನಾಳೆ ನನ್ನದೇನೆ ಹೇಳೆ?"

ನಿಜಕ್ಕೂ ಯುದ್ಧದ ಕೊನೆಯ ಹಗಲು ಕಳೆದು, ಇರುಳು ಉರುಳಿ ಬೆಳಗಾಯಿತು. ಸೀತೆಯಷ್ಟೇ ಖುಶಿ ಸುರಮೆಗೆ ಕೂಡಾ. ಉಳಿದ ರಕ್ಕಸಿಯರೆಲ್ಲ ರಾಮನ ಭಯದಲ್ಲಿ ಓಡಿಹೋದರೆ ಸುರಮೆ ಮಾತ್ರ ಸೀತಾ ರಾಮರ ಮಿಲನವನ್ನು ನೋಡಲು ಸಾವನ್ನೇ ಬೇಕಾದರೂ ಎದುರಿಸಿಯೇನೆಂದು ಅಲ್ಲೇ ನಿಂತಿದ್ದಳು. ವಿಜಯಿ ರಾಮ ತನ್ನ ಪರಿವಾರದೊಂದಿಗೆ ಆ ತುದಿಯಲ್ಲಿ ನಿಂತಿದ್ದಾನೆ. ಸೀತೆ ಅವನನ್ನು ಕಂಡವಳೇ ಅವನ ತೋಳಲ್ಲಿ ಸೆರೆಯಾಗುವಾಸೆಯಿಂದ ಓಡೋಡಿ ಅವನತ್ತ ಧಾವಿಸುತ್ತಿದ್ದಾಳೆ. ಸುರಮೆಗೆ ಒಂದು ಸಾರ್ಥಕ ಕ್ಷಣಕ್ಕೆ ಸಾಕ್ಷಿಯಾಗುವ ಸಂಭ್ರಮ. ಇನ್ನೇನು ಸೀತೆ ರಾಮನನ್ನು ತಬ್ಬುವ ಗಳಿಗೆಯಲ್ಲಿ ಕೇಳಿತು ರಾಮನ ದೃಢವಾದ ಧ್ವನಿ, "ನಿಲ್ಲು ಸೀತೆ, ನೀನು ಪರಪುರುಷನ ವಶದಲ್ಲಿದ್ದ ಹೆಣ್ಣು. ನಿನ್ನನ್ನು ಪರೀಕ್ಷಿಸದೇ ಪರಿಗ್ರಹಿಸಲಾರೆ"

ಸೀತೆ ಕಲ್ಲಾಗಿ ನಿಂತಳು. ಸುರಮೆಗೆ ಮೊದಲ ಬಾರಿಗೆ ಅನಿಸಿತ್ತು ಭೂಮಿ ಬಾಯಿಬಿಡಬಾರದೆ? ಎಂದು. ಸೀತೆ ಸುರಮೆಯತ್ತ ನೋಡಿದಳು. ಅವಳ ಪಶ್ಚಾತ್ತಾಪದ ನೋಟವನ್ನು ಎದುರಿಸಲಾಗಲಿಲ್ಲ ಸುರಮೆಗೆ. ಥಟ್ಟನೆ ಅಲ್ಲಿಂದ ನಿರ್ಗಮಿಸಿದಳು. 'ಸೀತೆ ಅಗ್ನಿಯನ್ನೇ ದಾಟಿದಳು' ಎಂದೆಲ್ಲ ಲಂಕೆಯವರು ಅವಳ ಪಾತಿವ್ರತ್ಯವನ್ನು ಹೊಗಳುವುದನ್ನು ಅವಳು ಕೇಳಿಸಿಕೊಂಡಿದ್ದಾಳೆ. 'ರಾಮನ ಮಾತುಗಳೆಂಬ ಅಗ್ನಿಗಿಂತ ಇನ್ನು ಬೆಂಕಿಯುಂಟೆ?' ಎಂದು ತನ್ನಷ್ಟಕ್ಕೇ ನಕ್ಕು ಸುಮ್ಮನಾಗಿದ್ದಾಳೆ.

ರಾಜಕುಮಾರಿ ಸೀತೆ ಕಾಡಿನಲ್ಲಿ ಅದೆಷ್ಟು ಪಡಿಪಾಟಲುಪಟ್ಟಳು ಎಂದು ನೋಯುವವರೆಡೆಗೆ ಒಂದು ನಿರುಮ್ಮಳ ನೋಟ ಬೀರುತ್ತಾಳೆ ಸೀತೆ. ಭೂಮಿಯ ಮಗಳಿಗೆ ಕಾಡಿನ ವಾಸ ತವರಿನ ಸಂತಸವನ್ನೇ ನೀಡಿದೆ. ನಾಡಿನ ನಿಯಮಗಳು ಅವಳನ್ನು ಕಾಡಿವೆ. ಅವಳ ಸಹಜ ಬಯಕೆಗಳೂ ಕೂಡ ಭಯಾನಕವಾದ ಶಿಕ್ಷೆಯಾಗಿ ಬದಲಾಗಿವೆ. ಗರ್ಭಿಣಿಯರಿಗೆಲ್ಲ ತವರಿನ ನೆನಪಾಗುವುದು ಸಹಜವಲ್ಲವೇನು? ಹಾಗೆಯೇ ಅವಳೂ ಕಾಡಿಗೆ ಹೋಗುವ ಬಯಕೆಯನ್ನು ಹೇಳಿದ್ದಳು. ಆದರೆ ಅಗ್ನಿಯಲ್ಲಿ ಬೆಂದು ಸಾಬೀತುಪಡಿಸಿದ ಪಾತಿವ್ರತ್ಯವೂ ಕೂಡ ಮತ್ತೆ ಪರೀಕ್ಷೆಗೆ ಒಳಪಟ್ಟಿತ್ತು. ರಾಮನಿಗೆ ತಾನೊಬ್ಬ ಆದರ್ಶ ದೊರೆಯಾಗುವ ಹಂಬಲವಿತ್ತೆ ಹೊರತು ಸೀತಾಪತಿಯಾಗುವ ಹುಮ್ಮಸ್ಸಲ್ಲ. ಸಾಮಾನ್ಯ ಪ್ರಜೆಯ ಬಗೆಗಿರುವ ಕಾಳಜಿ ಸೀತೆಯ ಬಗೆಗೆ ಇರಲಿಲ್ಲ. ಬಹುಶಃ ಹೆಣ್ಣುಗಳೆಲ್ಲ ರಾಮರಾಜ್ಯದಲ್ಲಿ ಪ್ರಜೆಗಳೆಂಬ ಅರ್ಹತೆ ಪಡೆದಿರಲಿಲ್ಲವೋ ಏನೊ? ಮತ್ತೆ ಕಾಡು ಅವಳನ್ನು ಕರೆಯಿತು. ಅದುವೇ ಅವಳ ಹೆರಿಗೆಯ ಮನೆಯೂ ಆಯಿತು. ವಾಲ್ಮೀಕಿಯ ಆಶ್ರಮದಲ್ಲಿ ತನ್ನ ಅವಳಿ ಮಕ್ಕಳೊಡನೆ ಸುಖವಾಗಿದ್ದಳವಳು.

ಕುಲದ ಕೀರ್ತಿಪತಾಕೆಯನ್ನು ಮುಗಿಲೆತ್ತರಕ್ಕೆ ಹಾರಿಸಲು ಅಶ್ವಮೇಧ ನಡೆಯಬೇಕು. ಅಶ್ವಮೇಧದ ದೀಕ್ಷೆ ತೊಡಬೇಕೆಂದರೆ ಹೆಸರಿಗೊಬ್ಬ ಹೆಂಡತಿಯೂ ಬೇಕು. ಅವಳಿಗೆ ಜೀವವಿರಬೇಕು ಎಂದೇನೂ ಇಲ್ಲ. ಚಿನ್ನದ ಪುತ್ಥಳಿಯಂತೆ ಪರಿಶುದ್ಧಳಾಗಿರಬೇಕು ಅಷ್ಟೆ. ಚಿನ್ನದ ಪುತ್ಥಳಿಯೇ ಸೀತೆಯಾಯಿತು. ಅಶ್ವಮೇಧ ಪ್ರಾರಂಭಗೊಂಡಿತು. ಮತ್ತೆ ಮಕ್ಕಳೆದುರಿನಲ್ಲಿ ಸೀತಾರಾಮರ ಪುನರ್‌ಮಿಲನ. ವಂಶೋದ್ಧಾರಕರನ್ನು ಕರೆದೊಯ್ಯುವ ಇಚ್ಛೆ ರಾಮನಿಗೆ. ಚಿನ್ನದ ಪುತ್ಥಳಿಯನ್ನು ಮುಂದಿನ ದೊರೆಯಾಗಿಸಲಾಗದು. ಶೂರರಾದ ರಾಜಕುಮಾರರೇ ಬೇಕು ಅದಕ್ಕೆ. ಸೀತೆಗೆ ಒಳಗೊಳಗೇ ನಗು. ಮತ್ತೆ ಉಪಚಾರಕ್ಕೆ ಸೀತೆಯನ್ನೂ ಜೊತೆಗೆ ಕರೆದ ಶ್ರೀರಾಮ. ಸೀತೆ ನಕ್ಕು ನುಡಿದಳು, “ಮತ್ತೆ ಆ ಚಿನ್ನದ ಸೀತೆಯ ಗತಿಯೇನು ರಾಮ? ವಾಲ್ಮೀಕಿಗಳಿಗೆ ಆ ಚಿನ್ನದ ಸೀತೆ ಬೇಡವಂತೆ. ಇಲ್ಲಿ ಗಿಡಮರಗಳಿಗೆ ನೀರೂಡಿಸಲು ಜೀವಂತ ಸೀತೆಯೇ ಬೇಕು.” ಜಟ್ಟಿ ಕೆಳಗೆ ಬಿದ್ದರೂ... ರಾಮ ಹುಸಿ ಗಂಭೀರತೆಯಿಂದ ನುಡಿದ, “ಮಕ್ಕಳಿಗೆ ನಿನ್ನ ಮಮತೆ ಬೇಕಲ್ಲವೆ ಸೀತಾ?” ಸೀತೆಗೆ ನಗು ತಡೆಯಲಾಗಲಿಲ್ಲ. “ಮೂರು ಜನ್ಮಕ್ಕೆ ಸಾಕಾಗುವಷ್ಟು ಮಮತೆ, ವಾತ್ಸಲ್ಯಗಳನ್ನು ಈಗಾಗಲೇ ಧಾರೆಯೆರೆದಿರುವೆ. ಅವರಿಗಿನ್ನು ದಿನವೂ ವಂದಿಸಲು ತಾಯಿಯೆಂಬ ಪ್ರತಿಮೆ ಬೇಕಷ್ಟೆ. ಅದಕ್ಕೆ

ಚಿನ್ನದ ಪುತ್ಥಳಿ ನಡೆಯುತ್ತದೆ ಬಿಡು." ರಾಮ ನಿರುತ್ತರನಾದ ಗಳಿಗೆಯದು. ಸೀತೆ ಭೂಮಾತೆಯ ಸೆರಗಿನಲ್ಲಿ ಕಣ್ಮರೆಯಾದಳು.

ನನ್ನಮ್ಮನಂತಹ ಸೀತೆಯ ಸಹಚಾರಿಗಳಿಗೆ ಸೀತೆ ಮತ್ತಲ್ಲಿ ಸಂಚರಿಸುತ್ತಿರುವುದು ಬೇಕಾಗಿಲ್ಲ. ಎಲ್ಲಿಯಾದರೂ ತಮ್ಮಂತೆಯೇ ರಾಮನ ಸೆಳೆತಕ್ಕೊಳಗಾಗಿ ಕಷ್ಟಕೋಟಲೆಗಳಿಗೆ ಒಳಗಾಗುವಳೇನೋ ಎಂಬ ಆತಂಕ. ಹಾಗಾಗಿ ಸೀತೆಯನ್ನು ಭೂಮಾತೆಯ ಒಡಲಿನೊಳಗೆ ಸೇರಿಸಿ ನಿರಾಳವಾಗುತ್ತಾರೆ.

ಹೌದು, ಎಷ್ಟೆಲ್ಲ ಸೀತೆಯರಿದ್ದಾರೆ ಇಲ್ಲಿ! ಕ್ಷಣಕ್ಷಣಕ್ಕೂ ಅಗ್ನಿಪರೀಕ್ಷೆಗೆ ಗುರಿಯಾಗುವವರು, ಕಾಕ್ರೀಟ್ ಕಾಡಿನಲ್ಲಿ ಏಕಾಂಗಿಯಾಗಿ ಬದುಕನ್ನು ಅರಸುವವರು, ಆಶ್ರಯಕ್ಕಾಗಿ ಋಷಿಸದೃಶ ವ್ಯಕ್ತಿಯೊಬ್ಬರಿಗಾಗಿ ಹಂಬಲಿಸುವವರು, ರಾವಣನಿಗಿಂತಲೂ ಕ್ರೂರಿಯಾದನಲ್ಲ ನನ್ನ ರಾಮ ಎಂದು ಕೊರಗುವವರು, ಮಡಿಲಲ್ಲಿರುವ ಅಥವಾ ಒಡಲಿನಲ್ಲಿರುವ ಮಕ್ಕಳಿಗಾಗಿ ಬದುಕುವವರು, ಸಾವು ಅನಿವಾರ್ಯವಾದಾಗ ಕರುಳ ಕುಡಿಗಳನ್ನೂ ಜೊತೆಯಲ್ಲಿಯೇ ಸಾವಿನಮನೆಗೆ ಕರದೊಯ್ಯುವವರು... ಎಲ್ಲರಿಗೂ ಈ ಸೀತೆಯೇ ಆದರ್ಶ. ಆದರೆ ಭೂಮಿಯೆಂಬ ತಾಯಿಯ ಆಸರೆಯೊಂದು ಸಿಕ್ಕಿದರೆ ಅವರೆಲ್ಲರೂ ಬದುಕನ್ನು ಹಸಿರಾಗಿಸಿಕೊಳ್ಳಬಲ್ಲರು. ತುಂಡು ಭೂಮಿಯಲ್ಲವರು ಮಲ್ಲಿಗೆ, ತರಕಾರಿ, ಹೂವು, ಹಣ್ಣು... ಏನನ್ನಾದರೂ ಉಕ್ಕಿಸಬಲ್ಲ ಕುಶಲಿಗರು. ಬದುಕ ಕಟ್ಟಿಕೊಳ್ಳಲು, ದುಃಖ ಮರೆಯಲು, ಹಾಡು ಹೊಸೆಯಲು ಅವರಿಗೆ ಒಂದು ತುಂಡು ಭೂಮಿ ಬೇಕಷ್ಟೆ. ಸೀತೆಯ ಈ ವಂಶಜರಿಗೆ ತುಂಡುಭೂಮಿಯೇ ಮಹಾನ್‌ಭಾಗ್ಯ. ಭೂಮಿ ಸೀತೆಯರನ್ನು ಸದಾ ಕಾಯುತ್ತಾಳೆ. ಹಾಗೆ ನೋಡಿದರೆ ಎಲ್ಲ ಸ್ತ್ರೀಯರೂ ಭೂಮಾತೆಯ ಮಕ್ಕಳೆ. ತವರಿನಂತಹ ಮುನಿಯ ಆಶ್ರಮದಲ್ಲಿ ಮತ್ತೆ ರಾಮ ಕೇವಲ ಉಪಚಾರಕ್ಕೆಂಬಂತೆ ತನ್ನನ್ನು ಮರಳಿ ಕರೆದಾಗ ಸೀತೆಗೂ ನನ್ನಮ್ಮನಂತೆಯೇ ಭೂಮಿ ಬಾಯಿಬಿಡಬಾರದೆ ಅನಿಸಿರಬಹುದು. ಅವಳು ಬೆವರು ಹರಿಸಿದ ಭೂಮಿ ಕೈಚಾಚಿ ಅವಳನ್ನು ತನ್ನ ಹಸಿರಿನ ಸಿರಿಯೊಳಗೆ ಸೆಳೆದುಕೊಂಡಿರಲೂಬಹುದು. ಭೂಮಿಯ ಸೆಳೆತವೆಂಬುದು ಹೆಣ್ಣಿಗೆ ತಾಯಿಯೊಡಲಿನಂತೆಯೇ ಅಪ್ಯಾಯಮಾನ. ಏಕೆಂದರೆ ಅವಳೂ ಪ್ರಕೃತಿಯಲ್ಲವೆ?

ಮಾಧವಿಯ ಕೊನೆಗಾಲದ ನಿರಾಳತೆಗೆ ಇನ್ನೂ ಮಾನಿನಿಯರು ಕಾಯಬೇಕಾಗಿದೆ...

ಆಶಾ ನಮ್ಮ ಗೆಳತಿಯರ ತಂಡದಲ್ಲಿ ಗಟ್ಟಿಗಿತ್ತಿ. ನಮ್ಮೆಲ್ಲರಿಗಿಂತ ನಾಲ್ಕು ವರ್ಷ ದೊಡ್ಡವಳಾದ ಅವಳ ಮಾತೆಂದರೆ ನಮಗೆಲ್ಲಾ ವೇದವಾಕ್ಯ. ಕಾಲೇಜಿನಲ್ಲಿ ಸುಖಾಸುಮ್ಮನೆ ನಮ್ಮನ್ನು ಅಣಕಿಸುವ ಹುಡುಗರ

> ತಂಡ ಅವಳ ಒಂದೇ ಒಂದು ಕಿಡಿನೋಟಕ್ಕೆ ಬಾಲಮುದುರಿ ಓಡಿಹೋಗುತ್ತಿತ್ತು. ಹೀಗಿರುವ ಆಶಾ ನಮ್ಮೆಲ್ಲರಿಗಿಂತ ಮೊದಲು ಮದುವೆಯಾಗಿ, ಒಂದು ಮಗುವಿನ ತಾಯಿಯೂ ಆದಳು. ಅವಳನ್ನೂ, ಮಗುವನ್ನೂ ನೋಡಲು ನಾವೆಲ್ಲರೂ ಒಟ್ಟಿಗೆ ಅವಳ ತವರಿಗೆ ದಾಳಿಯಿಟ್ಟಿದ್ದೆವು. ಎಳೆಯ ಬೊಮ್ಮಟೆಯಂತಹ ಮಗುವನ್ನು ಮುದ್ದಿಸುತ್ತ, "ಮಗುವಿನ ಅಪ್ಪ ಬಂದಿದ್ದರೇನು?" ಎಂದು ವಿಚಾರಿಸಿದೆವು. ಅದಕ್ಕವಳು ತಮಾಷೆಯಾಗಿ, "ಬರದೇ ಏನು? ಬಂದಿದ್ದರು. ದೂರದಿಂದಲೇ ದರ್ಶನ ಮಾಡಿ ಹೊರಟರು" ಎಂದು ನಕ್ಕಿದ್ದಳು. ನಾವೆಲ್ಲ ಅವಳನ್ನು ಕೊಂಚ ಕೆಣಕಬೇಕೆಂದು, "ಯಾಕೆ ಹತ್ತಿರ ಬಿಟ್ಟುಕೊಳ್ಳಲಿಲ್ಲ?" ಎಂದು ಛೇಡಿಸಿದೆವು. ಅದಕ್ಕವಳು, "ಈಗಾಗಿರೋದೇ ಸಾಲದೇನು? ಈ ಮಗರಾಯ ಭೂಮಿಗಿಳಿಯುವಾಗ ಏಳು ಜನುಮಕ್ಕಾಗುವಷ್ಟು ನೋವು ತಿಂದಾಯ್ತು. ಮತ್ತೆ ಅದಕ್ಕೆಲ್ಲ ಅವಕಾಶವಿಲ್ಲ. ಹತ್ತಿರ ಬಂದರೆ ಕುತ್ತಿಗೆ ಒತ್ತಿ ಕೊಲ್ಲುತ್ತೇನೆ ಎಂದಿರುವೆ" ಎಂದು ಮಲಗಿದ್ದಲ್ಲಿಂದಲೇ ತನ್ನ ಪೌರುಷತನವನ್ನು ತೋರಿಸಿದ್ದಳು. ತಮಾಷೆಯೆಂದರೆ ಹಾಗೆಂದ ಆಶಾ ಮತ್ತೆರಡು ವರ್ಷಗಳಲ್ಲೇ ಮುದ್ದಾದ ಹೆಣ್ಣುಮಗುವೊಂದರ ತಾಯಿಯೂ ಆಗಿದ್ದಳು!

ಕುತೂಹಲಕ್ಕೆಬಂತೆ ಅಮ್ಮನಲ್ಲಿ ಕೇಳಿದರೆ ಅಮ್ಮ, "ಹೆರಿಗೆಯ ಸಂಕಟ ಕೂಡಾ ಸ್ಮಶಾನ ವೈರಾಗ್ಯದಂತೆ ಕ್ಷಣಿಕ ಕಣೆ. ಈಗ ನೋಡು, ಹೆಣವನ್ನು ಹೊತ್ತು ಸ್ಮಶಾನಕ್ಕೆ ಹೋಗಿ ಅಲ್ಲಿನ ವಿಧಿವಿಧಾನಗಳನ್ನೆಲ್ಲ ಪೂರೈಸಿ ಬರುತ್ತಾರಲ್ಲ, ಆಗವರೆಲ್ಲರೂ ಹೇಳುತ್ತಿರುತ್ತಾರೆ. ಈ ಬದುಕಿನಲ್ಲಿ ಇನ್ನೇನಿದೆ? ಎಲ್ಲ ಮೂರುದಿನದ ಬಾಳ್ವೆ, ಇರುವವರೆಗೆ ನಾನು, ನನ್ನದು ಎಂಬ ಹೋರಾಟ. ಒಮ್ಮೆ ಉಸಿರು ನಿಂತರೆ ದೇಹವೇ ಕೊರಡು ಅಂತೆಲ್ಲ. ಮನೆಗೆ ಬಂದು ಸ್ನಾನ ಮಾಡಿ ಊಟಕ್ಕೆ ಕುಳಿತವರು ಸಾರಿಗೇನಾದರೂ ಉಪ್ಪು ಕಡಿಮೆಯಾಗಿದ್ದರೆ ಅಲ್ಲೇ ಶುರುಮಾಡುತ್ತಾರೆ, 'ಸಾರಿಗೆ ಉಪ್ಪೇ ಇಲ್ಲ. ಹೇಗೆ ಉಣ್ಣೋದು?' ಅಂತ. ಎಲ್ಲ ನಶ್ವರ ಎಂದವರಿಗೆ ನಾಲಿಗೆ ಮತ್ತೆ ಬದುಕಿನ ರುಚಿಯನ್ನು ಹತ್ತಿಸುತ್ತೆ. ಹಾಗಾಗಿ ಹಡೆದ ಸಂಕಟ ಮರೆತ ಹೆಣ್ಣು ಮತ್ತೆ ಕನ್ಯೆಯಾಗುತ್ತಾಳೆ. ಮತ್ತೆ ಇನ್ನೊಂದು ಹೆತ್ತು ತಾಯಾಗುತ್ತಾಳೆ. ಕನ್ಯೆಯಾಗದೇ ತಾಯಾಗಲು ಸಾಧ್ಯವಿಲ್ಲ" ಎಂದು.

ಆದರೆ ಮಾಧವಿಗೆ ಕನ್ಯೆಯಾಗುವುದು ಮತ್ತು ತಾಯಾಗುವುದರ

ನಡುವೆ ಸಾವರಿಸಿಕೊಳ್ಳುವುದಕ್ಕೆ ಸಮಯವೆಂಬುದೇ ಇರಲಿಲ್ಲ. ತಾಯಾಗಿ ಬಾಣಂತನದ ಬೇಗೆ ಕಳಕೊಳ್ಳುವ ಮೊದಲೇ ಅವಳು ಇನ್ನೊಬ್ಬನೊಂದಿಗಿನ ಕೂಟಕ್ಕೆ ತಯಾರಾಗಬೇಕಿತ್ತು. ಯಾಕೆಂದರೆ ಅವಳ ದೇಹ ಅಕ್ಷರಶಃ ಮಾರಾಟವಾಗಿತ್ತು. ಹಾಗೆಂದು ಮಾಧವಿ ಸಾಮಾನ್ಯ ಹೆಣ್ಣೇನೂ ಅಲ್ಲ. ಮಹಾರಾಜ ಯಯಾತಿಯ ಮಗಳು. ಅನುಪಮ ರೂಪವತಿ. ಅವಳ ರೂಪವೇ ಅವಳ ಚಿಕ್ಕಮ್ಮ ದೇವಯಾನಿಯ ಕಣ್ಣಿಗೆ ಮುಳ್ಳಾಗಿ ಚುಚ್ಚುತ್ತಿತ್ತು. ಹಾಗಾಗಿ ಅವಳು ಮನೆಯಿಂದ ಹೊರಗೆ ಬರುತ್ತಿದ್ದುದೇ ಅಪರೂಪ. ತನಗಾಗಿ ಮೀಸಲಾದ ಅರಮನೆಯಲ್ಲಿ ತನ್ನನ್ನು ಸಾಕಿದ ದಾಸಿಯೊಂದಿಗೆ, ತನ್ನ ಸಖೀ ಪರಿವಾರದೊಂದಿಗೆ ಅವಳಷ್ಟಕ್ಕೇ ಅವಳಿದ್ದಳು. ತಂದೆಯ ಬಗೆಗೂ ಅವಳಿಗೆ ಹೆಚ್ಚೇನೂ ತಿಳಿಯದು. ಅಲ್ಲೆಲ್ಲಿಯೋ ಹುಣ್ಣಿಮೆಯ ಬೆಳದಿಂಗಳಿನ ನದಿವಿಹಾರದಲ್ಲಿ ಚಿಕ್ಕಮ್ಮನೊಂದಿಗೆ ನಾವೆಯಲ್ಲಿ ನೋಡಿದ ನೆನಪು.

ಅಂತಹ ಅಪರೂಪದ ಅಪ್ಪ ಆ ದಿನ ಅವಳನ್ನು ರಾಜಸಭೆಗೆ ಕರೆದಿದ್ದ. ಅವನೊಂದಿಗೆ ಗಾಲವನೆಂಬ ಮುನಿಯೂ ಇದ್ದ. ವಿಶ್ವಾಮಿತ್ರರ ಶಿಷ್ಯನಂತೆ ಆತ. ತನ್ನ ಗುರುಕಾಣಿಕೆಗಾಗಿ ಅವನಿಗೆ ಬೇಕಾದದ್ದು ಎಂಟುನೂರು ಕುದುರೆಗಳು. ಅವೂ ಎಂಥವೆಂದರೆ ಇಡಿಯ ದೇಹ ಬಿಳಿಯಿದ್ದು, ಎಡಗಿವಿ ಮಾತ್ರ ಕಪ್ಪಾಗಿರುವ ಕುದುರೆಗಳು. ವಿಶ್ವಾಮಿತ್ರನಿಗೆ ಅಂತದ್ದೇ ಕುದುರೆ ಬೇಕೆನ್ನಲು ಕಾರಣಗಳೇನೂ ಇರಲಿಲ್ಲ. ಶಿಷ್ಯನ ಸೊಕ್ಕನ್ನು ಸ್ವಲ್ಪ ಇಳಿಸುವ ಇರಾದೆಯಿತ್ತಷ್ಟೆ. ಈ ಚಿಗುರುಮೀಸೆಯ ಯುವಕ ಗಾಲವನಿಗೋ ಗುರುದಕ್ಷಿಣೆ ಸಲ್ಲಿಸಿ ಗುರುವಿನ ಮನಗೆಲ್ಲುವ ತವಕ! ಹೀಗೆ ಗುರುಶಿಷ್ಯರೀರ್ವರ ಪೈಪೋಟಿ ಗಾಲವನನ್ನು ಯಯಾತಿಯ ಬಳಿಗೆ ಕರೆತಂದಿತ್ತು. ಯಯಾತಿಗೋ ಉಭಯಪೇಚು ಈಗ. ಹೆಸರಿಗೆ ದೊಡ್ಡ ದೊರೆ, ಆದರೆ ಗಾಲವನಿಗೆ ನೀಡಲು ಕುದುರೆಗಳಾಗಲೀ, ಅದನ್ನು ಸಂಪಾದಿಸಬಲ್ಲ ಸಂಪತ್ತಾಗಲೀ ಇಲ್ಲ. ಭಂಡಾರವೆಲ್ಲ ಅವನ ಹುಚ್ಚಾಟಗಳಿಂದಲೇ ಬರಿದಾಗಿದೆ. ಅವನ ಬಳಿಯಿರುವ ಅಮೂಲ್ಯ ಸಂಪತ್ತೊಂದನ್ನು ಬೊಟ್ಟಿಟ್ಟು ತೋರಿಸಿದ್ದಾಳೆ ದೇವಯಾನಿ. ಅವಳೇ ರಾಜಕುಮಾರಿ ಮಾಧವಿ! ರಾಜ ಬುದ್ಧಿಯನ್ನು ವಿವೇಕದ ಕೈಗೆ ಕೊಡದೇ ಮಗಳನ್ನು ಗಾಲವನಿಗೆ ದಾನವಾಗಿ ನೀಡಿದ್ದಾನೆ, ಅದೂ ಕೂಡ ಕುದುರೆಯ ಸಂಪಾದನೆಗಾಗಿ ಅವಳನ್ನು ಬಳಸಬಹುದೆಂಬ ಒಡಂಬಡಿಕೆಯೊಂದಿಗೆ. ಹೇಗಿದೆ ನೋಡಿ ಮೂವರು ಗಂಡಸರ ವ್ಯವಹಾರ ಚಾಕಚಕ್ಯತೆ?

ಮಾಧವಿಯೀಗ ಮಾತಿಲ್ಲದಂತಾಗಿದ್ದಾಳೆ. ಮದುವೆಯ ಪ್ರಾಯಕ್ಕೆ ಬಂದ ತನಗೆ ತಂದೆ ಸ್ವಯಂವರವೇರ್ಪಡಿಸಬಹುದೆಂದು ಕಾಯುತ್ತಿದ್ದವಳಿಗೆ ತಂದೆಯಿಂದ ಸಿಕ್ಕಿದ್ದು ಇಂತಹ ಉಡುಗೊರೆ. ಅವಳು ಗಾಲವನೊಂದಿಗೆ ಕುದುರೆಗಳ ಸಂಪಾದನೆಗಾಗಿ ಹೊರಡುತ್ತಾಳೆ. ಅವಳನ್ನು ಮೊದಲು ಕೊಂಡಿದ್ದು ಅಯೋಧ್ಯೆಯ ದೊರೆ ಹರ್ಯಶ್ವ. ಒಂದು ವರ್ಷದ ಭೋಗದ ಬೆಲೆ ಕೇವಲ ಇನ್ನೂರು ಕುದುರೆಗಳು! ವರ್ಷವೊಂದರಲ್ಲವಳು ಅವನಿಗೆ ಗಂಡು ಸಂತಾನವನ್ನು ಹೆತ್ತುಕೊಡಬೇಕು. ತನ್ನ ತಂದೆಗಿಂತಲೂ ವಯಸ್ಸಾದ ದೊರೆಯೊಂದಿಗೆ ಪಲ್ಲಂಗವೇರುವಾಗ ಅವಳ ಜೀವ ತಲ್ಲಣಿಸುತ್ತದೆ. ಆದರೆ ಅವಳ ದೇಹವೀಗ ಅವಳ ಸೊತ್ತಲ್ಲ. ಗಾಲವನ ಸಂಪತ್ತು. ಕಣ್ಮುಚ್ಚಿ ಎಲ್ಲವನ್ನೂ ಸಹಿಸುತ್ತಾಳೆ. ಗಂಡುಮಗುವೊಂದನ್ನು ಹೆತ್ತು ತಾಯಿಯಾಗುತ್ತಾಳೆ. ಆದರೆ ಮಗುವಿಗೆ ಹಾಲುಣಿಸಲು ಬಿಡುವಷ್ಟು ಪುರುಸೊತ್ತು ಗಾಲವನಿಗೆಲ್ಲಿದೆ? ಅವಳನ್ನು ಕರೆದುಕೊಂಡು ಮುಂದಿನ ಕುದುರೆಗಳ ಬೇಟೆಗೆ ಹೊರಟೇಬಿಟ್ಟ. ಬಾಣಂತನದ ಆಯಾಸದಿಂದ ಕಂಗೆಟ್ಟಳು ಮಾಧವಿ. ಜ್ವರಹಿಡಿದು ಕಣ್ಣುಕತ್ತಲೆ ಬಂದು ಬಿದ್ದಳು. ಋಷಿಪತ್ನಿ ವೇದವತಿ ಬೇರುನಾರುಗಳ ಕಷಾಯಗಳಿಂದ ಉಪಚರಿಸಿ ಅವಳ ಎದೆಯ ಹಾಲಿಂಗಿಸಿದಳು. ಬಾಣಂತನದ ಬೇಗೆ ಕಳೆದಳು. ಮಾಧವಿ ಮತ್ತೆ ಕನ್ಯೆಯಾದಳು.

ಗಾಲವ ಬಯಸಿದ್ದೂ ಅದನ್ನೆ. ಮತ್ತೆ ಅವಳನ್ನು ಕಾಶಿಯ ರಾಜ ದಿವೋದಾಸನಿಗೆ ಒಪ್ಪಿಸಿ ಇನ್ನೂ ಇನ್ನೂರು ಕುದುರೆಗಳನ್ನು ಪಡೆದುಕೊಂಡ. ಭೋಜದೇಶದ ದೊರೆ ಉಶೀನರನಿಗೆ ಅವಳನ್ನೊಪ್ಪಿಸಿ ಮತ್ತೆ ಇನ್ನೂರು ಕುದುರೆಗಳನ್ನು ಪಡೆದುಕೊಂಡ. ಮಾಧವಿಗೆ ತಾಯಿಯಾದರೂ ಪುನಃ ಕನ್ಯೆಯಾಗುವ ವರವಿದೆಯೆಂದು ಹೇಳಿ ಅವರನ್ನೆಲ್ಲ ನಂಬಿಸಿದ. ಪುರುಷರಿಗೆ ಬೇಕೆನಿಸಿದಾಗಲೆಲ್ಲ ಹೆಣ್ಣು ಕನ್ಯೆಯಾಗಿಬಿಡುವುದು ಪುರಾಣಗಳಲ್ಲಿ ಸಾಮಾನ್ಯ ತಾನೆ? ಮಾಧವಿ ತನ್ನೊಳಗೇ ನಗುತ್ತಿದ್ದಳು, "ವೇದವತಿ ಎದೆಯ ಹಾಲಿಂಗಿಸುವ ಉಪಾಯ ತಿಳಿಸದಿದ್ದರೆ ಋಷಿಯ ವರದ ಅಸಲಿಯತ್ತು ಹೊರಬೀಳುತ್ತಿತ್ತು" ಎಂದು. ಅವಳಿಗೀಗ ಮೈಮನಗಳೆಲ್ಲ ಮರಗಟ್ಟು ಹೋಗಿವೆ. ಯಾವ ಸಂವೇದನೆಗೂ ದೇಹ ಪ್ರತಿಕ್ರಿಯಿಸದಷ್ಟು ಜಡವಾಗಿದ್ದಾಳೆ ಅವಳು. ನಿಜಕ್ಕೂ ಗಾಲವನೀಗ ಬಸವಳಿದಿದ್ದಾನೆ. ಇನ್ನೂ ಇನ್ನೂರು ಕುದುರೆಗಳನ್ನು ಅವನು ಸಂಪಾದಿಸಲಾರ. ವಿಶ್ವಾಮಿತ್ರನಿಗೆ ಮಾತು ಕೊಡುವಾಗಿನ ಉತ್ಸಾಹ ಈಗ ಅವನಲ್ಲಿ ಉಳಿದಿಲ್ಲ. ಅವನ ಕಾಲುಗಳೀಗ ಹೆಜ್ಜೆ ಕೀಳದಂತಾಗಿವೆ. ಹೆಣ್ಣು ಕಷ್ಟವನ್ನು ಸಹಿಸಿ, ಸಹಿಸಿ ಗಟ್ಟಿಯಾಗುತ್ತಾಳೆ.

ಗಂಡು ಅವಳನ್ನು ನೋಯಿಸಿ, ನೋಯಿಸಿ ಬಳಲುತ್ತಾನೆ. ಅವನು ಮತ್ತೆ ವಿಶ್ವಾಮಿತ್ರನಲ್ಲಿಗೆ ತೆರಳುವ ನಿರ್ಣಯ ಮಾಡಿದ್ದಾನೆ.

ಅವನ ಮಾತನ್ನು ಕೇಳಿ ಮಾಧವಿಗೆಷ್ಟು ಸಂತೋಷವಾಯಿತೆಂದರೆ ಅವಳ ನಡಿಗೆಗೆ ಕುಣಿತದ ಲಾಸ್ಯ ಬಂದುಬಿಟ್ಟಿತು. ನಾನೂ ವಿಶ್ವಾಮಿತ್ರ ಮುನಿಗಳ ಬಗ್ಗೆ ಅವಳು ಕೇಳಿದ್ದಳು. ರಾಜರ್ಷಿಯಾಗಿಯೂ ಬ್ರಹ್ಮತ್ವದ ಪಟ್ಟ ಪಡೆದವರು, ಮೇನಕೆಯ ಮೋಹದ ಜಾಲದಲ್ಲಿ ಸಿಕ್ಕಿ ನೊಂದವರು, ನೂರಾರು ಶಿಷ್ಯರಿಗೆ ಪಾಠ ಹೇಳುವವರು... ಖಂಡಿತ ಈ ಗಾಲವನ ಮೂರ್ಖತನಕ್ಕೆ ಮರುಗುತ್ತಾರೆ. ತನಗೆ ಬಿಡುಗಡೆಯ ದಾರಿ ತೋರುತ್ತಾರೆ. ಅವರೆದುರು ತನ್ನ ಸಂಕಷ್ಟಗಳನ್ನೆಲ್ಲ ತೆರೆದಿಟ್ಟು ಜೋರಾಗಿ ಅತ್ತುಬಿಡಬೇಕು. ಈ ಗಾಲವನ ಮೂರ್ಖತನಕ್ಕೆ ತಕ್ಕ ಶಿಕ್ಷೆಯಾಗಬೇಕು. ಲೆಕ್ಕಾಚಾರಗಳು ಅವಳ ತಲೆಯಲ್ಲಿ ಗಿರಗಿರನೆ ಓಡತೊಡಗಿದವು. ಅಷ್ಟರಲ್ಲಿಯೇ ಆಶ್ರಮ ಬಂದೇಬಿಟ್ಟಿತು. ಗಾಲವ ಗುರುವಿನ ಚರಣಕ್ಕೆ ವಂದಿಸಿದ. ತಾನು ಸಂಪಾದಿಸಿದ ಆರುನೂರು ಕುದುರೆಗಳನ್ನು ಸಾಲಾಗಿ ಗುರುವಿನೆದರು ನಿಲ್ಲಿಸಿದ. ಗುರು ಶಿಷ್ಯನೆಡೆಗೆ ಮೆಚ್ಚುಗೆಯ ನೋಟ ಬೀರಿದರು. ಹಾಗೆಯೇ ಮಾಧವಿಯನ್ನೂ ನೋಡಿದರು. ಗಾಲವ ನುಡಿದ, "ಇವರು ಪ್ರತಿಷ್ಠಾನಗರದ ರಾಜ ಯಯಾತಿಯ ಮಗಳು. ಇವಳನ್ನು ರಾಜ ನನಗೆ ದಾನವಾಗಿ ನೀಡಿದ. ಮೂವರು ರಾಜರಲ್ಲಿ ಇವಳನ್ನು ನ್ಯಾಸವಾಗಿಟ್ಟು ನಾನು ಆರುನೂರು ಕುದುರೆಗಳನ್ನು ಪಡೆದೆ. ಇನ್ನೂ ಇನ್ನೂರು ಕುದುರೆಗಳು ಬಾಕಿಯಿವೆ. ಎಲ್ಲೆಲ್ಲಿ ಹುಡುಕಿದರೂ ಸಿಗಲಿಲ್ಲ. ಅದಕ್ಕಾಗಿ ಇವಳನ್ನೇ ನಿಮಗೆ ಅರ್ಪಿಸಲೆಂದು ಕರೆತಂದಿರುವೆ" ಮಾಧವಿ ಋಷಿಯ ಮುಖವನ್ನೇ ನೋಡತೊಡಗಿದಳು. ಋಷಿ ಗಾಲವನ ಹುಚ್ಚುತನಕ್ಕೆ ಶಿಕ್ಷಿಸುವುದನ್ನೇ ನೋಡಲು ಕಾತರಳಾಗಿ ನಿಂತಿದ್ದಳು ಅವಳು. ವಿಶ್ವಾಮಿತ್ರ ಮಾತನಾಡಿದ,

"ಗಾಲವ ನೀನೆಂಥ ತಪ್ಪು ಮಾಡಿದೆ."

ಅವಳ ಊಹೆ ನಿಜವಾಯಿತು.

"ಸುಂದರಿಯಾದ ಇವಳನ್ನು ಬೇರೆ ಬೇರೆ ರಾಜರ ಅಧೀನದಲ್ಲಿಟ್ಟು ಬಳಲಿಸಿದೆ."

ಅವಳ ಮನಸ್ಸು ಹಕ್ಕಿಯಂತೆ ಹಾರತೊಡಗಿತು.

"ನನಗೆ ಕುದುರೆಗಳು ಬೇಕೆಂದೇನೂ ಇರಲಿಲ್ಲ. ಸುಮ್ಮನೆ ನಿನ್ನನ್ನು ಕೆಣಕಲು ನಾನು ಹಾಗೆ ಹೇಳಿದ್ದೆ."

ಅವಳ ಮನಸ್ಸು ಬಾನಂಗಳದಲ್ಲಿ ಸ್ವಚ್ಛಂದ ಹಾರತೊಡಗಿತು.

"ಇಷ್ಟು ಸುಂದರಿಯಾದ ಇವಳನ್ನೇ ನೇರವಾಗಿ ನನಗೆ ಒಪ್ಪಿಸಿದ್ದರೆ ಈ ನಾಲ್ಕು ವರ್ಷದಲ್ಲಿ ಇವಳನ್ನು ಕೂಡಿ ನಾಲ್ವರು ವರ್ಚಸ್ವಿಗಳಾದ ಪುತ್ರರನ್ನು ಪಡೆಯುತ್ತಿದ್ದೆ."

ಹಕ್ಕಿಯ ಎದೆಗೆ ಮಾತಿನ ಬಾಣ ತಾಗಿತು.

"ಒಂದು ವರ್ಷವನ್ನಾದರೂ ಉಳಿಸಿದೆಯಲ್ಲ, ಅದು ನನ್ನ ಭಾಗ್ಯ."

ಹಕ್ಕಿ ದೊಪ್ಪನೆ ನೆಲಕ್ಕೆ ಉದುರಿತು.

"ಕುದುರೆಗಳನ್ನು ಅರಣ್ಯದಲ್ಲಿ ಮೇಯಲು ಬಿಡು. ಇವಳಿಗೆ ಆಶ್ರಮದ ದಾರಿ ತೋರಿಸು. ವರ್ಷವೊಂದರ ನಂತರ ಮರಳಿ ಬಾ."

ಗುರುವಿನ ಬಾಯಲ್ಲಿ ಹೀಗೊಂದು ಮಾತು ಬರಬಹುದೆಂಬ ಸಣ್ಣ ಸುಳಿವೂ ಅವಳಿಗಿರಲಿಲ್ಲ. ಹೆಣ್ಣಿನ ಬಯಕೆಯ ಮುಂದೆ ಯಾವ ಸಂಯಮವೂ ನಿಲ್ಲದು ಎಂದು ಅವಳಿಗರಿವಾದ ದುರ್ದಿನವದು. ಹೆಣ್ಣಾದ ದೇಹರಚನೆಗೆ ಹೇವರಿಸಿದ ದಿನ. "ಮಾಧವಿ ಇದು ಹತ್ತಾರು ವರ್ಷಗಳ ಹಸಿವು. ಒಂದೇ ದಿನದಲ್ಲಿ ದಾಹ ತೀರಿಸು." ಮದಿರೆಯ ಅಮಲಲ್ಲಿ ಅವಳನ್ನು ಸೇರಿದ ಕ್ಷತ್ರಿಯ ರಾಜರಿಗೂ, ಋಷಿಗೂ ಏನೂ ವ್ಯತ್ಯಾಸವೇ ಇರಲಿಲ್ಲ. ಹೆಣ್ಣಿನ ವಿಷಯದಲ್ಲಿ ಯಾವ ಜ್ಞಾನವೂ ಏನೂ ಮಾಡದಾಯಿತಲ್ಲ!

ಮಾಧವಿ ಆಶ್ರಮದ ಬದುಕಿಗೆ ಹೊಂದಿಕೊಳ್ಳತೊಡಗಿದಳು. ಅರಮನೆಯ ರಾಜಕೀಯಗಳೆಲ್ಲ ಇಲ್ಲಿ ಇರಲಿಲ್ಲ. ಹಗಲೆಲ್ಲ ಅರ್ಥ, ಮೋಕ್ಷ , ವೈರಾಗ್ಯ ಸಾಧನೆಗಳ ಬಗ್ಗೆ ಅದೆಷ್ಟು ಅರ್ಥಪೂರ್ಣವಾಗಿ ಜಿಜ್ಞಾಸೆ ನಡೆಸುವ ವಿಶ್ವಾಮಿತ್ರ ಮಾತ್ರ ರಾತ್ರಿಯಾಗುತ್ತಲೇ ಅಪ್ಪಟ ಕಾಮಿಯಾಗುತ್ತಿದ್ದ. ಒಂದು ದಿನ ಮಾಧವಿ ಪ್ರಶ್ನಿಸಿದಳು. "ಮನುಷ್ಯ ದೇಹದಲ್ಲಿ ಗಂಧರ್ವರೂ, ಸೋಮರೂ ವಾಸವಾಗಿರುತ್ತಾರೆ. ಗಂಧರ್ವರ ಪ್ರಭಾವದಿಂದ ಮನುಷ್ಯ ಕಾಮಿಯಾಗುತ್ತಾನೆ. ಸೋಮನಿಂದ ಅಭಿಲಾಷಿಯಾಗುತ್ತಾನೆ. ಈ ಕಾಮವನ್ನೂ, ಭೋಗವನ್ನೂ ದಾಟಿದವನೇ ಬ್ರಾಹ್ಮಣ ಎಂದು ಶಿಷ್ಯರಿಗೆ ಉಪದೇಶ ಮಾಡುವಿರಲ್ಲ. ನಿಮ್ಮನ್ನು ನೀವೇ ಬ್ರಹ್ಮರ್ಷಿ ಎಂದುಕೊಂಡಿರುವಿರಲ್ಲ. ಭೋಗದಿಂದ ನಿಮ್ಮ ತಪಸ್ಸಿಗೆ ಹಾನಿಯಾಗೋದಿಲ್ವೆ?" ಉತ್ತರ ಮಾತ್ರ ಶಾಸ್ತ್ರಾಧಾರ ಸಹಿತವಾಗಿಯೇ ಬಂದಿತು.

"ಇಲ್ಲ ನಾನು ಪ್ರಾಣದ ಆರಾಧಕ"

“ಕಾಮಕ್ರೋಧ ಜಯಿಸಬೇಕು ಅಂತೀರ. ನಿಮಗೆ ನಾನು ಬೇಕಾದೆನೇಕೆ?”

“ಮಾಧವಿ, ನನ್ನಿಂದ ಇನ್ನಷ್ಟು ತೇಜಸ್ವಿಗಳು ಹುಟ್ಟಲಿ ಎಂದಷ್ಟೆ. ಮರ ಚಿಗುರಿದರೆ ಅದರ ಜೀವರಸ ಹೇಗೆ ಬತ್ತುವುದಿಲ್ಲವೋ ಹಾಗೆ ಈ ಭೋಗದಿಂದ ನನ್ನ ತಪಸ್ಸಿಗೇನೂ ಭಂಗವಾಗದು. ಅಹಂಕಾರ ಬೆಳೆಯೋದಿಕ್ಕೆ ಭೋಗ ಬೇಕು. ಈ ಅಹಂಕಾರದಿಂದಲೇ ಮಹತ್ಕಾರ್ಯಗಳು ಘಟಿಸುತ್ತವೆ”

ಶಾಸ್ತ್ರಗಳನ್ನೆಲ್ಲ ಪುರುಷರೇ ಬರೆದಿರುವುದರಿಂದ ಹೆಣ್ಣಿನ ತರ್ಕಗಳಿಗಲ್ಲಿ ಜಾಗವೇ ಇರಲಿಲ್ಲ. ಹಾಗಾದರೂ ಮಾಧವಿ ತನ್ನ ವಾದವನ್ನು ಮುಂದುವರೆಸಿದಳು.

“ಋಷಿಗಳಾದ ನಿಮಗೆ ಕುದುರೆಗಳು ಅದರಲ್ಲೂ ಇಂಥದ್ದೇ ಬಣ್ಣದ ಕುದುರೆಗಳು ಬೇಕಾದುವಾದರೂ ಏಕೆ? ಅನವಶ್ಯಕವಾದ ವಸ್ತುಗಳನ್ನು ಬಯಸುವುದು ಒಬ್ಬ ಯೋಗಿಗೆ ತಕ್ಕುದಾದ ಕ್ರಿಯೆಯೆ?”

“ಗಾಲವನಿಗೆ ಅಹಂಕಾರ. ಗುರುದಕ್ಷಿಣೆಯಾಗಿ ಏನಾದರೂ ಕೇಳಲೇಬೇಕೆಂದು ಹಠ ಹಿಡಿದ. ಅವನ ಕೈಲಾಗದ್ದನ್ನು ಕೇಳಬೇಕೆಂದು ಹೀಗೆ ಮಾಡಿದೆ ಅಷ್ಟೆ”

“ಅಷ್ಟೆ. ಆದರೆ ಆ ನಿಮ್ಮ ಬಯಕೆ ನಿರಪರಾಧಿಯಾದ ನನ್ನನ್ನು ಎಷ್ಟು ಬಳಲಿಸಿತೆಂಬ ಅರಿವಿದೆಯೆ ನಿಮಗೆ?”

“ಅದು ನಿನ್ನ ಪೂರ್ವಾರ್ಜಿತ ಕರ್ಮದ ಫಲ. ಅಷ್ಟಕ್ಕೂ ನಿನಗೆ ಬಂದಿರುವ ಕೇಡಾದರೂ ಏನು? ತೇಜಸ್ವಿಗಳಾದ ನಾಲ್ವರು ಮಕ್ಕಳನ್ನು ಹಡೆಯುವುದು ಹೆಣ್ಣಿನ ಭಾಗ್ಯವಲ್ಲವೇನು?”

ಹೆಣ್ಣಿನ ಭಾಗ್ಯವನ್ನೂ ಗಂಡೇ ನಿರ್ಧರಿಸಿಯಾಗಿದೆ! ಒಲ್ಲದ ಗಂಡಿನ ಸಾಂಗತ್ಯದಲ್ಲಿ ಮಗುವನ್ನು ಪಡೆಯುವುದು, ಹೆತ್ತ ಮಗುವನ್ನು ಮತ್ತೆ ಮತ್ತೆ ತೊರೆಯುವುದು ಯಾವುದೂ ಅವನಿಗೆ ಕಷ್ಟವೆನಿಸಿರಲೇ ಇಲ್ಲ. ಯಾಕೆಂದರೆ ಅವನೊಬ್ಬ ಪುರುಷ. ಹೆಣ್ಣೆಂದರೆ ಅವನಿಗೊಂದು ಸುಖದ ಸರಕು. ಜೀವನದ ಮುಂದಿನ ಗುರಿಗಳೆಲ್ಲ ಆ ದಿವ್ಯಜ್ಞಾನದ ಮೂಸೆಯಲ್ಲಿಯೇ ಅರಳಿದವು.

ವಿಶ್ವಾಮಿತ್ರರಿಗೂ ಮಗುವೊಂದನ್ನು ಹಡೆದು ಕೊಟ್ಟಳು ಮಾಧವಿ. ಅಷ್ಟಕನೆಂದು ಹೆಸರಿಟ್ಟರು ವಿಶ್ವಾಮಿತ್ರರು. ಅಷ್ಟಾಂಗಸಿದ್ಧಿಯನ್ನಾಗಿ ಅವನನ್ನು ಬೆಳೆಸುವ ಆಸೆ ಅವರಿಗೆ. ಮೌನವಾಗಿ ಮಗುವನ್ನು ಅವರ ಮಡಿಲಿಗೆ ಹಾಕಿದಳು ಮಾಧವಿ. ಮತ್ತೆ ಬಂದ ಗಾಲವ. ಗಾಲವ ಈಗವಳನ್ನು ಸರಿಯಾಗಿ

ದಿಟ್ಟಿಸುತ್ತಾನೆ. ಅವಳು ಮುದುಕಿಯಂತಾಗಿದ್ದಾಳೆ. "ಮತ್ತೆ ವೇದವತಿಯ ಕಷಾಯ ಕುಡಿದು ಕನ್ಯೆಯಾಗಬಾರದೆ?" ಎಂದು ಪ್ರಶ್ನಿಸುತ್ತಾನೆ. ಅದಕ್ಕೆ ಮಾಧವಿ ತಣ್ಣಗೆ ನುಡಿಯುತ್ತಾಳೆ, "ನಿನ್ನ ಸಾಲ ತೀರಿತಲ್ಲ ಗಾಲವ." ಅವಳಿಗೆ ಮತ್ತೆ ಕನ್ಯೆಯಾಗಲು ಮನಸ್ಸಿಲ್ಲ. ಏಕೆಂದರೆ ಕನ್ಯೆಯಾದರೆ ಮತ್ತೆ ತಾಯಿಯಾಗುವ ಅನಿವಾರ್ಯತೆ ಅವಳಿಗೊದಗುವುದೆಂಬ ಸತ್ಯ ಅವಳಿಗೆ ತಿಳಿದಿದೆ.

ಗಾಲವನೂ ಗಂಡೇ ತಾನೆ? ಮುದುಕಿಯಂತಿರುವ ಹೆಣ್ಣು ಯಾರಿಗೆ ತಾನೆ ಬೇಕು? ತಂದೆ ಯಯಾತಿಗೆ ತಂದೊಪ್ಪಿಸಿದ ಗಾಲವ. ದೇವಯಾನಿಯ ಕಣ್ಣಿಗೀಗ ಅವಳ ರೂಪು ಚುಚ್ಚುತ್ತಿಲ್ಲ, ಆದರೆ ಅವಳ ಇರವು ಚುಚ್ಚುತ್ತದೆ. ಸ್ವಯಂವರದ ಏರ್ಪಾಡು ಮಾಡಲು ಹೇಳುತ್ತಾಳೆ. ಮಾಧವಿ ಮನದೊಳಗೇ ನಗುತ್ತಾಳೆ. ನಾಲ್ಕು ಹೆತ್ತವಳಿಗೆ ಸ್ವಯಂವರ! ಯಯಾತಿಯ ಭಂಡಾರವೀಗ ತುಂಬಿದೆ. ಚಿನ್ನಾಭರಣಗಳಿಂದ ಮುಚ್ಚಿದರೆ ದೇಹಕ್ಕಾದ ವಯಸ್ಸು ಕಾಣಿಸದು. ಋಷಿಯ ವರದ ಕಥೆಯಂತೂ ಖಂಡಿತ ನೆರವಿಗೆ ಬರುವುದು. ಸ್ವಯಂವರಕ್ಕೆ ವರಗಳಿಗೇನು ಬರ? ಸಾಲು ಸಾಲು ರಾಜಕುಮಾರರು ರಾಜಸಭೆಯೊಳಗೆ ನೆರೆದಿದ್ದಾರೆ. ಹೂಮಾಲೆ ಹಿಡಿದು ಮಾಧವಿಯನ್ನು ಮಂಟಪಕ್ಕೆ ಕರೆತರಲಾಗಿದೆ.

ಎಲ್ಲರನ್ನೂ ಪರಿಚಯಿಸಿಯಾದಮೇಲೆ ಮಂತ್ರಿಗಳು ಅವಳ ಮುಖವನ್ನೊಮ್ಮೆ ನೋಡಿದರು. ಯಯಾತಿ ಅವಳ ಮೇಲೆ ಇನ್ನಿಲ್ಲದ ಪ್ರೀತಿ ತೋರಿಸುತ್ತ ನುಡಿದ, "ಅವಸರವೇನಿಲ್ಲ ಮಗಳೆ. ಇನ್ನೊಮ್ಮೆ ಎಲ್ಲರನ್ನೂ ಪರಿಕಿಸು. ಮನಸಿಗೊಪ್ಪುವ ವರನನ್ನು ಆರಿಸು. ಮದುವೆಯೆಂಬುದು ಹೆಣ್ಣಿನ ಜೀವನದಲ್ಲಿ ಒಮ್ಮೆ ಮಾತ್ರ ನಡೆಯುವ ಪವಿತ್ರ ಕಾರ್ಯ" ಗಂಡಿನ ಜೀವನದಲ್ಲಿ? ನಿತ್ಯವೂ ನಡೆಯುವ ದೈನಂದಿನ ಕಾರ್ಯವೇನು? ಪ್ರಶ್ನೆ ಅವಳ ಮನಸ್ಸಿನಲ್ಲಿಯೇ ಉಳಿಯಿತು. ಅವಳು ಮಾತನಾಡುವ ಗಳಿಗೆ ಕೂಡಿ ಬಂದಿತ್ತು. ಅವಕುಂಠನವನ್ನು ಕಿತ್ತೊಗೆದು ಮಾಧವಿ ಮಾತನಾಡತೊಡಗಿದಳು.

"ಗೌರವಾನ್ವಿತ ರಾಜಕುಮಾರರೆ, ನೀವೆಲ್ಲ ತಿಳಿದಂತೆ ನಾನು ಕನ್ಯೆಯಲ್ಲ. ನಾಲ್ಕು ಮಕ್ಕಳ ತಾಯಿ. ಮೂವರು ರಾಜರನ್ನು ಹಾಗೂ ಓರ್ವ ಋಷಿಯನ್ನೂ ಸೇರಿ ಮಕ್ಕಳನ್ನು ಪಡೆದಿರುವೆ. ಅಷ್ಟಾಗಿಯೂ ನೀವು ನನ್ನನ್ನು ಮಡದಿಯಾಗಿ ಸ್ವೀಕರಿಸುವಿರಾದರೆ ಕೈ ಮೇಲೆ ಮಾಡಿ."

ಲಜ್ಜೆಗೆಟ್ಟ ರಾಜಕುವರರು. ಹೆಚ್ಚಿನವರೆಲ್ಲಾ ಕೈಯೆತ್ತಿದವರೆ.

ಮಾತನಾಡಬಾರದೆಂಬಂತೆ ತಂದೆ ಅವಳಿಗೆ ಸಂಜ್ಞೆ ಮಾಡಿದ.

ಅವಳು ಮುಂದುವರೆಸಿದಳು.

"ಅಪ್ಪಾ, ನಾನಿಂದು ಮಾತನಾಡಲೇಬೇಕಿದೆ. ನಿಮ್ಮೆಲ್ಲರ ದೃಷ್ಟಿಯಲ್ಲಿ ನಾನೊಂದು ಸೊತ್ತು. ಅದು ಮೊದಲು ನಿನ್ನದಾಗಿತ್ತು ಮತ್ತೆ ಗಾಲವನಿಗೆ ಸೇರಿತು. ಅಲ್ಲಿಂದ ಮತ್ತೆ ಮೂವರು ರಾಜರಿಗೆ ಮತ್ತೊಬ್ಬ ಋಷಿಗೆ. ಈಗ ಶಾಶ್ವತವಾಗಿ ಒಬ್ಬರಿಗೆ ಒಪ್ಪಿಸಿ ಕೈ ತೊಳೆದುಕೊಳ್ಳುವ ಹುನ್ನಾರ ನಿಮ್ಮದು. ಇಲ್ಲಿ ಸೇರಿದವರಿಗೂ ಅಷ್ಟೆ. ನಾನು ರೂಪವತಿಯೊಂದು ಅಲ್ಲದಿದ್ದರೆ ಅವರಿಗೆ ನನ್ನ ಕನ್ಯತ್ವದ ವರ ಸತ್ಯವೆನಿಸುತ್ತಿರಲಿಲ್ಲ. ಆದರೆ ನಾನೂ ನಿಮ್ಮಂತೆಯೇ ಒಂದು ಮಾನವ ಜೀವಿ. ನಾನು ಬರಿಯ ದೇಹವಲ್ಲ, ಒಂದು ಮನಸ್ಸು ಕೂಡ. ಜೀವನ ನನಗೆ ತುಂಬ ಪಾಠಗಳನ್ನು ಕಲಿಸಿದೆ. ಆ ಎಲ್ಲ ಅನುಭವಗಳ ಆಧಾರದಿಂದ ನಾನು ನನ್ನ ಜೀವನದ ಮುಂದಿನ ದಾರಿಯನ್ನು ನಿರ್ಧರಿಸಿದ್ದೇನೆ. ನನ್ನ ನಿರ್ಧಾರವನ್ನು ಕೇಳಿ

ನಾನು ನನ್ನ ಕನ್ಯತ್ವದ ಬಗ್ಗೆ ನೀವು ಕಟ್ಟಿದ ಕಥೆಗಳನ್ನು ಸಾರಾಸಗಟಾಗಿ ನಿರಾಕರಿಸುತ್ತೇನೆ.

ನಾನು ನಾಲ್ಕು ಮಕ್ಕಳ ತಾಯಿ ಹಾಗೂ ಈಗಲೂ ನಾನೊಬ್ಬ ತಾಯಿ ಎಂಬುದನ್ನು ಒಪ್ಪಿಕೊಳ್ಳುತ್ತೇನೆ.

ನಾನು ಮದುವೆಯ ಬಂಧನದ ಬಗೆಗಿನ ನಂಬಿಕೆಯನ್ನು ಕಳಕೊಂಡಿದ್ದೇನೆ, ಹಾಗಾಗಿ ಸ್ವಯಂವರವೆಂಬ ನಾಟಕವನ್ನೂ ಬಹಿಷ್ಕರಿಸುತ್ತೇನೆ.

ಸ್ವಯಂವರವನ್ನು ಮತ್ತು ಈ ಮದುವೆಯೆಂಬ ಸಾಮಾಜಿಕ ಬಂಧನವನ್ನು ಧಿಕ್ಕರಿಸಿ ನಡೆದ ಮೊದಲ ಹೆಣ್ಣು ಎಂದು ಚರಿತ್ರೆಯಲ್ಲಿ ಗುರುತಿಸಿಕೊಳ್ಳಲು ನನಗೆ ತುಂಬಾ ಹೆಮ್ಮೆಯಿದೆ.

ನನ್ನ ಈ ಕಿರುದಾರಿ ಮುಂದಿನ ನನ್ನ ಪೀಳಿಗೆಗೆ ಹೆದ್ದಾರಿಯೂ ಆದೀತೆಂಬುದು ನನ್ನ ಆಶಯವಾಗಿದೆ.

ಹತ್ತಾರು ವರ್ಷ ತಪಸ್ಸನ್ನು ಆಚರಿಸಿಯೂ ಕಾಮನೆಗಳನ್ನು ಗೆಲ್ಲಲಾಗದ ನಿಮ್ಮ ಚಂಚಲತೆಗೆ ನನ್ನ ಧಿಕ್ಕಾರವಿರಲಿ.

ಸಕಲ ವಿದ್ಯಾ ಪಾರಂಗತರಾಗಿಯೂ ಹೆಣ್ಣೊಬ್ಬಳನ್ನು ಸಹಜೀವಿಯಾಗಿ ನೋಡಲಾಗದ ನಿಮ್ಮ ಅಜ್ಞಾನಕ್ಕೆ ನನ್ನ ಅನುಕಂಪವಿದೆ.

ನಾನು ಜ್ಞಾನದ ಮಾರ್ಗವನ್ನರಸಿ ಹೊರಟಿರುವೆ,

ಅತ್ಮೋದ್ಧಾರದ ನಿಜಸಾಧಕಳಾಗಲು ಹೊರಟಿರುವೆ.

ನಾನಿನ್ನು ಬರುವೆ.”

ಮಾಧವಿ ತನ್ನೆಲ್ಲ ಅಲಂಕಾರವನ್ನೂ ಬದಿಗಿಟ್ಟು ಕಾಡಿನ ದಾರಿ ಹಿಡಿದಿದ್ದಾಳೆ. ಸ್ವಯಂವರ ಏರ್ಪಡುವ ಮೊದಲೇ ಅದನ್ನು ನಿರಾಕರಿಸಬಹುದಿತ್ತೇನೋ? ಆದರೆ ಅವಳಿಗೆ ಅವಳ ಒಳಗನ್ನು ಪುರುಷ ವರ್ಗದೆದುರು ತೆರೆದಿಡುವ ಅಗತ್ಯವಿತ್ತು. ಅದಕ್ಕೆಂದೇ ಸ್ವಯಂವರ ಮಂಟಪವನ್ನವಳು ವೇದಿಕೆಯಾಗಿಸಿಕೊಂಡಿದ್ದಾಳೆ. ಮದುವೆಯಾಗಲು ಬಂದ ವರಮಹಾಶಯರು ಪೆಚ್ಚುಮೋರೆ ಹಾಕಿ ಹಿಂದಿರುಗಿದ್ದಾರೆ. ಕನ್ಯಾದಾನದ ಪುಣ್ಯ ಕೈಜಾರಿ ಹೋದುದಕ್ಕೆ ದೇವಯಾನಿ ಮತ್ತು ಯಯಾತಿ ಕೈಕೈಹಿಸುಕಿಕೊಂಡಿದ್ದಾರೆ. ಇವೆಲ್ಲವೂ ಆಗಲೇಬೇಕಿತ್ತು ಅನಿಸಿತು ಮಾಧವಿಗೆ.

ಅವಳಿಗೆ ಒಂದಾದರೂ ಮಗು ಬೇಕಿತ್ತು. ಗಂಡು ಸಂತಾನವೇ ಇಲ್ಲದ ಹರ್ಯಶ್ವನಿಂದ ಅದನ್ನವಳು ಅಪೇಕ್ಷಿಸುವಂತಿರಲಿಲ್ಲ. ದಿವೋದಾಸನ ಹೆಂಡತಿಯಂತೂ ಮಗು ಇವಳ ಹೊಟ್ಟೆಯಲ್ಲಿರುವಾಗಲೇ ತನ್ನ ಮಗುವದು ಎಂಬ ಅಧಿಕಾರ ಸ್ಥಾಪಿಸಿದ್ದಳು. ಆದರೆ ಉಶೀನರನಿಗೆ ಅದಾಗಲೇ ಗಂಡುಮಕ್ಕಳಿದ್ದರು. ನನ್ನೊಂದಿಗಿರುವಾಗಲೇ ಇನ್ನೂ ಕೌಮಾರ್ಯ ದಾಟಿರದ ರಾಜಕುಮಾರಿಯನ್ನು ಮದುವೆಯಾಗಿ ಬಂದಿದ್ದ. ಅವನಿಗೆ ಹುಟ್ಟಿದ ಮಗುವಾದರೂ ತನಗೆ ಸಿಗಬಹುದೆಂಬ ನಿರೀಕ್ಷೆಯಿತ್ತು ಅವಳಿಗೆ. “ಬೆಳೆವ ಭೂಮಿ ಪೈರಿನ ಒಡೆತನವನ್ನು ಬಯಸಲಾಗದು. ಅದೆಂದಿದ್ದರೂ ಬಿತ್ತಿದವನ ಸೊತ್ತು” ಎಂಬ ದಾರ್ಷ್ಟ್ಯದ ಮಾತನ್ನಾಡಿ ನಿರಾಕರಿಸಿದ್ದಾನೆ ಉಶೀನರ. ಅವರೆಲ್ಲರ ಕಥೆಯಂತಿರಲಿ, ಆಶ್ರಮವಾಸಿ ವಿಶ್ವಾಮಿತ್ರರಿಗೂ ಮಗುವಿನ ಮೋಹವೆ! ತನ್ನ ಮಗನನ್ನು ಸರ್ವಶಾಸ್ತ್ರ ಪರಿಣಿತನಾದ ಮಹಾಋುಷಿಯನ್ನಾಗಿಸುವ ಹಂಬಲ ಅವರಿಗೆ. ಮಗುವಿನ ಮೋಹವನ್ನೂ ತೊರೆದಳು ಮಾಧವಿ. ರಾಜ್ಯದ ಸಾಮಾನ್ಯರ ಗೊಡವೆಯಿಲ್ಲ ಅವಳಿಗೆ. ‘ಮಹಾನ್ ತಪಸ್ವಿಯಾಗಲು ದೀಕ್ಷಾಬದ್ಧಳಾಗಿ ತೆರಳಿದಳು ಮಾಧವಿ’ ಎಂದು ಅವರನ್ನೆಲ್ಲ ನಂಬಿಸಲಾಗುತ್ತದೆಯೆಂದು ಅವಳಿಗೆ ಗೊತ್ತು. ಸುತ್ತಲಿನ ಹಸಿರು ಸೆಳೆಯಿತು ಅವಳನ್ನು. ಭೂಮಾತೆಯ ಸಂಗಾತ ಹಿತವೆನಿಸಿತು ಅವಳಿಗೆ. ಬೇಕೆನಿದಾಗ ಬೇಕಾದ್ದನ್ನು ಬಿತ್ತುತ್ತ, ಭಿತ್ತವೊಂದು ಮೊಳಕೆಯೊಡೆದು ಗಿಡವಾಗಿ, ಹಸಿರಾಗಿ, ಹೂವಾಗಿ, ಹಣ್ಣಾಗಿ ನಳನಳಿಸುವುದನ್ನು ನೋಡಿ

ಆನಂದಿಸುತ್ತಾ ಅವಳು ಮೈಮರೆಯುತ್ತಿದ್ದಳು. ತನ್ನ ಸುತ್ತಿದ ಭವದ ಬಂಧನವ ತೊಡೆದ ಪುರಾಣದ ಮೊದಲ ಹೆಣ್ಣಾಗಿ ತನ್ನ ಹೆಜ್ಜೆ ಮೂಡಿಸಿದಳು.

ಆಧುನಿಕತೆ ನಮ್ಮ ಬದುಕಿಗೆ ಬೆಡಗು ಮೂಡಿಸುತ್ತಿರುವಂತೆ, ಹೆಣ್ಣಿಗೆ ಉರುಳಾಗಿಯೂ ಸುತ್ತಿಕೊಂಡಿದೆ. ಸುಖಾಸುಮ್ಮನೆ ಹೆಣ್ಣನ್ನು ಹೊಟ್ಟೆಯೊಳಗೇ ಚಿವುಟಿ ಎಸೆದ ಮೇಲ್ವರ್ಗದ ಗುಂಪಿಂದು ವಧುಗಳ ಬೇಟೆಗಾಗಿ ಎಲ್ಲೆಂದರಲ್ಲಿ ತನ್ನ ಬಲೆಯನ್ನು ಬೀಸುತ್ತಿದೆ. ಅಂತಹ ಶ್ರೀಮಂತರು ನಮ್ಮಂತವರ ಮನೆಯ ಹೆಣ್ಣನ್ನು ಬಯಸುವುದೆಂದರೆ ಎಂಬ ದಿಗಿಲಿನೊಂದಿಗೆ ಇನ್ನೂ ಹದಿನೆಂಟು ತುಂಬದ ಕುವರಿಯರು ಸುಳ್ಳು ದಾಖಲೆಯೊಂದಿಗೆ ಮಾಧವಿಯರಂತೆ ಮಾರಾಟವಾಗುತ್ತಿದ್ದಾರೆ. ಪ್ರತಿಷ್ಠೆ, ರಾಜಕೀಯದ ಒಳಸುಳಿ, ವ್ಯವಹಾರದ ನೆಪದಲ್ಲಿಯೂ ಸ್ವಯಂವರಗಳು ನಡೆಯುತ್ತಲೇ ಇವೆ. ಹಣಕ್ಕಾಗಿ ಮಗುವನ್ನು ಹೆತ್ತು ಹೆರವರ ಕೈಗಿಟ್ಟು ಎದೆಹಾಲು ಇಂಗಿಸಿಕೊಳ್ಳುವ ಬಾಡಿಗೆ ತಾಯಂದಿರೂ ಬದುಕಿದ್ದಾರೆ. ನಿರಾಕರಿಸಲಾರದ ಎಷ್ಟೊಂದು ಬಂಧಗಳು ಹೆಣ್ಣಿನ ಸುತ್ತಲೂ. ಬಿಚ್ಚಿ ಹೊರಬಂದರೆ ಕೆಕ್ಕರಿಸುವ ನೋಟಗಳು! ಮಾಧವಿಯ ಕೊನೆಗಾಲದ ನಿರಾಳತೆಗೆ ಇನ್ನೂ ಮಾನಿನಿಯರು ಕಾಯಬೇಕಾಗಿದೆ.

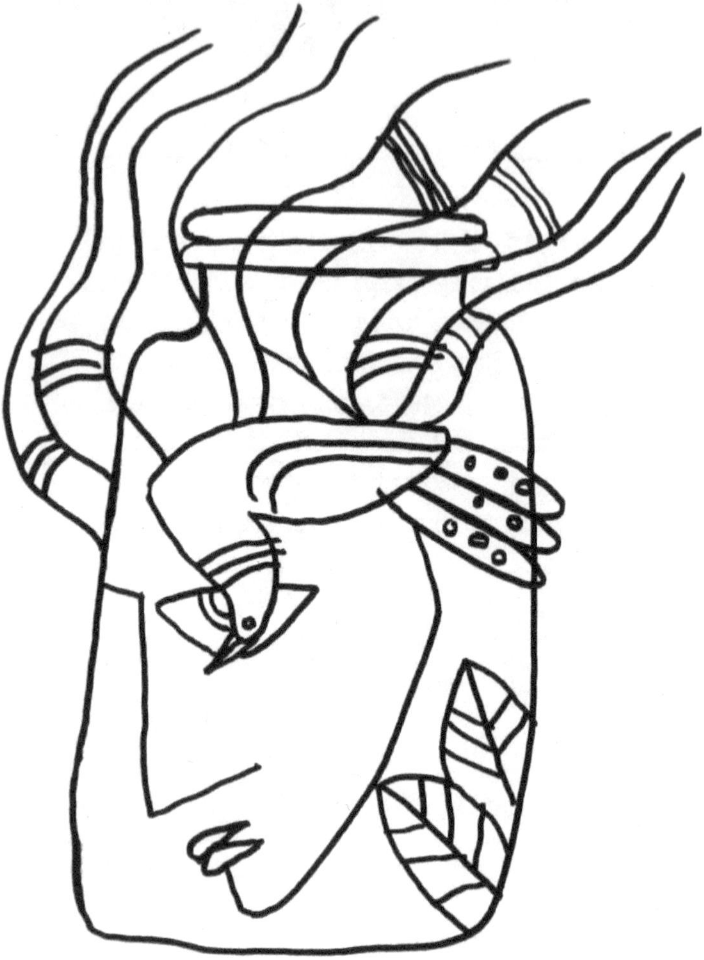

ಇಷ್ಟಾಗಿಯೂ ಕಾಯುತ್ತಿದ್ದಾರೆ
ಸಾಲು, ಸಾಲು ಊರ್ಮಿಳೆಯರು..

ಊರ್ಮಿಳೆ ಕಾಯುತ್ತಲೇ ಇದ್ದಾಳೆ. ಕಾಯುವಿಕೆ ಅವಳಿಗೆ ಹೊಸದೇನೂ ಅಲ್ಲ. ಅದು ಅವಳಿಗೆ ಹುಟ್ಟಿದಾಗಿನಿಂದ ಬಂದ ಅನುದಿನದ ಕಾಯಕ. ಅವಳು ಹೆಸರಿಗಷ್ಟೇ ಮಿಥಿಲೆಯ ಮಹಾರಾಜ ಜನಕರಾಜನ ಮೊದಲ

ಮಗಳು. ಆದರೆ ಅವಳು ಹುಟ್ಟುವ ಮೊದಲೇ ಜನಕನಿಗೆ ಸೀತಾದೇವಿಯೆಂಬ ಅನರ್ಘ್ಯ ರತ್ನವೊಂದು ನೆಲದ ಮಡಿಲಿನಲ್ಲಿ ಸಿಕ್ಕಿಬಿಟ್ಟಿತ್ತು. ಆ ಸಂಭ್ರಮವನ್ನವಳು ಅವರಿವರ ಬಾಯಲ್ಲಿ ಅನೇಕ ಸಲ ಕೇಳಿದ್ದಾಳೆ.

ಅಂದು ಮಿಥಿಲೆಯಲ್ಲಿ ಭೂಮಿ ಮುಹೂರ್ತದ ಸಂಭ್ರಮ. ಮಿಥಿಲೆಯ ನೆಲವೆಂದರೆ ಅದೆಂಥ ಫಲವತ್ತು! ಗಾಳಿ ತೂರಿ ತಂದ ಬೀಜವೆಲ್ಲ ಮಿಥಿಲೆಯಲ್ಲಿ ಮೊಳೆಯುತ್ತದೆ ಎನ್ನುತ್ತಿದ್ದರು ಆಚೀಚೆಯ ಊರಿನವರು. ಅಂತಹ ರಾಜ್ಯದಲ್ಲಿ ಮೊದಲ ನೇಗಿಲ ಗೆರೆಯನ್ನು ರಾಜನೇ ಎಳೆಯಬೇಕಾದ್ದು ಸಂಪ್ರದಾಯ. ರಾಣೀವಾಸದವರು ಮೊದಲಿಗೆ ಭೂತಾಯಿಯನ್ನು ಫಲಪುಷ್ಪಗಳನ್ನಿಟ್ಟು ಪೂಜಿಸಿದ್ದಾರೆ. ಜನಕ ಮಹಾರಾಜ ನೇಗಿಲಿನೊಂದಿಗೆ ಹೊಲದೊಳಗೆ ಇಳಿದಿದ್ದಾನೆ. ರಾಜನ ಉಳುಮೆಯೆಂದರೇನು ಸಾಮಾನ್ಯವೆ? ಎತ್ತುಗಳನ್ನು ಇನ್ನಿಲ್ಲದಂತೆ ಶೃಂಗರಿಸಲಾಗಿದೆ. ನೇಗಿಲು ಹಿಡಿದು ಜನಕ ಮಹಾರಾಜ ಒದ್ದೆನೆಲದ ಮೇಲೆ ನೇಗಿಲಿನ ಗೆರೆಯನ್ನು ಎಳೆದುದೇ ತಡ, ಸುತ್ತ ಸೇರಿದ ಜನರೆಲ್ಲ 'ಉಘೇ' ಎಂದು ಜಯಘೋಷ ಮಾಡಿದ್ದಾರೆ. ಜನಕ ಮಹಾರಾಜನ ಹಿಂದೆಯೇ ಪ್ರಜಾಜನರು ಸಾಲಲ್ಲಿ ನೇಗಿಲುಗಳನ್ನು ಹಿಡಿದು ತಮ್ಮ, ತಮ್ಮ ಎತ್ತುಗಳೊಂದಿಗೆ ಹೊಲಕ್ಕೆ ಇಳಿದಿದ್ದಾರೆ. ಮುಂಚೂಣಿಯಲ್ಲಿ ನಿಂತು ಹೊಲ ಉಳುತ್ತಿರುವ ಜನಕ ಮಹಾರಾಜನ ಮನಸ್ಸಿನಲ್ಲಿ ಹೀಗೊಂದು ಆಲೋಚನೆ ಮೂಡಿದೆ. ಮಿಥಿಲೆಯ ನೆಲದಂತೆ ನನ್ನ ಮಡದಿಯ ಗರ್ಭವೂ ಇರಬಾರದಿತ್ತೆ? ಹುಲುಸಾದ ಬೆಳೆಯ ಮಾತಂತಿರಲಿ, ಹೆಸರಿಗೊಂದಾದರೂ ಕುಡಿ ಒಡಮೂಡಬಾರದೆ? ಇನ್ನೂ ಹುಟ್ಟದ ಪುಟ್ಟ ಮಗುವಿನ ಮುಖವೊಂದು ಎದುರಿಗೆ ಬಂದಂತಾಗಿ ಬಾಗಿದವನಿಗೆ ಕಂಡದ್ದು ನೇಗಿಲ ತುದಿಯ ಅಂಚಿನಲ್ಲಿ ಮಲಗಿದ ಮುದ್ದಾದ ಹೆಣ್ಣುಮಗು! ಜನಕನ ಖುಶಿಗೆ ಪಾರವೇ ಇರಲಿಲ್ಲ. ಮಗುವನ್ನೆತ್ತಿ ಪಟ್ಟದರಸಿಯ ಕೈಗಿಡುವಾಗ ದಿಗ್ವಿಜಯ ಸಾಧಿಸಿದ ಸಾರ್ಥಕತೆ. ಮಿಥಿಲೆಯ ಹೊಲದಲ್ಲಿ ಸಿಕ್ಕ ಮಗುವಿಗೆ ಭೂಮಾತೆಯ ಮಗಳೆಂಬ ಘನತೆ. ಪ್ರತಿದಿನ ಅವಳ ಮುಖ ನೋಡಿಯೇ ಜನಕ ಆಸ್ಥಾನಕ್ಕೆ ತೆರಳುವುದು. ಅವಳನ್ನು ನೋಡಿದ ನಂತರವೇ ಶಯನಾಗಾರಕ್ಕೆ ಪಯಣಿಸುವುದು. ಮತ್ತೆ ಹುಟ್ಟಿದವಳು ಊರ್ಮಿಳೆ. ಊರ್ಮಿಳೆ ಬಂದನಂತರ ಸೀತೆಯನ್ನೆಲ್ಲಾದರೂ ಮಹಾರಾಣಿ ಕಡೆಗಣಿಸುವಳೇನೋ ಎಂಬ ಆತಂಕ ಮಹಾರಾಜನಿಗೆ. ಮಾತೆತ್ತಿದರೆ ಅವಳ ಬಗ್ಗೆಯೇ ವಿಚಾರಣೆ. ಮಹಾರಾಣಿ ಗೂ ಇದು ತಿಳಿಯದ್ದೇನಲ್ಲ. ಮಹಾರಾಜನ ಆತಂಕ ವಿನಾಕಾರಣದ್ದು ಎಂಬುದನ್ನವಳು

ತನ್ನ ಪ್ರತಿನಡೆಯಲ್ಲೂ ಸಾಬೀತುಪಡಿಸುತ್ತಿದ್ದಳು. ಹಾಗಾಗಿ ಊರ್ಮಿಳೆ ತಂದೆಯ ತೊಡೆಯನ್ನೇರಲು, ತಾಯಿಯ ಮಡಿಲಿಗೆ ಜಾರಲು ಸದಾಕಾಲ ಕಾಯಲೇಬೇಕು. ಸೀತೆ ಖಾಲಿಮಾಡಿದ ಮೇಲಷ್ಟೇ ಅದನ್ನವಳು ಪಡೆಯಬಲ್ಲಳು.

ವಿವಾಹವಾದರೂ ಅಷ್ಟೆ. ಸೀತೆ ತನ್ನ ಹುಡುಗಾಟಿಕೆಯಲ್ಲಿ ಶಿವನ ಧನುಸ್ಸನ್ನೆತ್ತಿಬಿಟ್ಟಿದ್ದಳು. ಆಗ ಎಲ್ಲರ ಬಾಯಲ್ಲೂ ಅದೇ ಮಾತು. ಹಾಗಾಗಿ ಬಿಲ್ಲನ್ನೆತ್ತುವ ಶೂರ ಬರುವವರೆಗೂ ಅವಳ ಸ್ವಯಂವರ ನಡೆಯದು. ಅವಳದಾಗದೇ ಊರ್ಮಿಳೆಯ ಮದುವೆಯೆಂತು ನಡೆದೀತು? ಹಾಗಾಗಿ ಅಲ್ಲಿಯೂ ಊರ್ಮಿಳೆ ಕಾದವಳೆ. ಶ್ರೀರಾಮ ಹರಧನುಸ್ಸನ್ನು ಭಂಗಿಸಿ ಸೀತೆಯನ್ನು ವರಿಸಿದ ಬಳಿಕ ಊರ್ಮಿಳೆ ಅವನೊಂದಿಗೆ ಬಂದ ಲಕ್ಷ್ಮಣನಿಗೆ ವಧುವಾಗುವುದೆಂದು ನಿಶ್ಚಯವಾಯಿತು. ಸೀತೆಯೊಂದಿಗೆ ಊರ್ಮಿಳೆಯೂ ಅಯೋಧ್ಯೆಗೆ ಬರುವಂತಾಯಿತು.

ಅಂದು ತಂದೆಯ ಆಜ್ಞಾಧಾರಕನಾಗಿ ಶ್ರೀರಾಮ ಕಾಡಿಗೆ ಹೊರಟಾಗ ಸೀತೆಯೂ ಅವನೊಂದಿಗೆ ಹೊರಟಳು. ಲಕ್ಷ್ಮಣನೂ ಹೊರಡುತ್ತಿದ್ದಾನೆ ಎಂದು ಅರಮನೆಯ ದಾಸಿ ಹೇಳಿದಾಗ ಊರ್ಮಿಳೆಗೆ ಅದೆಂತಹ ಹುಮ್ಮಸ್ಸು! ತಾನೂ ತನಗೆ ಬೇಕಾದುದನ್ನೆಲ್ಲ ಒಂದುಗೂಡಿಸತೊಡಗಿದಳು. ಅಣ್ಣನೊಂದಿಗೆ ಅತ್ತಿಗೆಯೂ ಹೊರಡುತ್ತಿರುವಾಗ ತನ್ನೊಂದಿಗೆ ಹೆಂಡತಿಯೂ ಬರುವಳೆಂಬ ಸೂಕ್ಷ್ಮ ತನ್ನ ಗಂಡನಿಗೆ ತಿಳಿದಿದೆಯೆಂಬುದು ಅವಳ ನಂಬಿಕೆ. ಆದರೆ ಲಕ್ಷ್ಮಣ,

"ಊರ್ಮಿಳೆ, ನಾನಿನ್ನು ಬರಲೆ?"

ಎಂದು ವಿದಾಯದ ಮಾತುಗಳನ್ನಾಡಿದ್ದಾನೆ. ಸ್ತಂಭೀಭೂತಳಾಗಿ ನಿಂತಳು ಊರ್ಮಿಳೆ! ಕ್ಷಣಕಾಲ ಮೈಮರೆತರೂ ಅವಕಾಶ ಕೈತಪ್ಪುವುದೆಂದು ಸಾವರಿಸಿಕೊಂಡು ಕೇಳಿದಳು,

"ನಾನೂ ಬರುವೆ ನಿಮ್ಮೊಂದಿಗೆ."

ನಕ್ಕ ಲಕ್ಷ್ಮಣ.

"ನಾವೇನು ವನವಿಹಾರಕ್ಕೆ ಹೊರಟಿರುವೆಯೆಂದುಕೊಂಡೆಯಾ?"

ಪ್ರಶ್ನೆ ಚೂರಿಯಂತೆ ಇರಿದಿತ್ತು ಅವಳನ್ನು.

"ನಿನ್ನ ಅಕ್ಕನನ್ನೇ ಕೇಳು, ಏನೆನ್ನುವಳೆಂದು."

ಊರ್ಮಿಳೆ ಸಾವರಿಸಿಕೊಂಡು ನುಡಿದಳು,

"ಅಕ್ಕನೂ ಬರುತ್ತಿರುವಳಲ್ಲ"

ಲಕ್ಷ್ಮಣನಿಗೀಗ ಕೋಪ ಬಂದಿತ್ತು.

"ಹೌದು ಬರುತ್ತಿದ್ದಾಳೆ. ಅದಕ್ಕೆಂದೇ ನಾನೂ ಹೋಗುತ್ತಿರುವುದು, ಅವರಿಬ್ಬರ ರಕ್ಷಣೆಗೆಂದು. ಮುಂದೆ ಅಣ್ಣ ಶ್ರೀರಾಮ, ಹಿಂದೆ ನಾನು, ನಡುವೆ ಅತ್ತಿಗೆ. ಮತ್ತೆ ನಿನ್ನನ್ನೆಲ್ಲಿ ನಡೆಸಲಿ ಹೇಳು? ಸುಖವಾಗಿ ಇಲ್ಲೇ ಇರು."

ಮತ್ತೆ ಮಾತಿಗೆ ಅವಕಾಶವಿಲ್ಲವೆಂಬಂತೆ ತೆರಳಿದ ಲಕ್ಷ್ಮಣ.

ಊರ್ಮಿಳೆಗೀಗ ಒಂದೇ ಭರವಸೆಯೆಂದರೆ ಅಕ್ಕ ಸೀತೆ. ಅವಳೇನಾದರೂ ಸಮ್ಮತಿಸಿದರೆ ತಾನೂ ಗಂಡನೊಂದಿಗೆ ಹೊರಡಬಹುದೆಂಬ ಸಣ್ಣ ಆಸೆ. ಸೀತೆಯನ್ನು ಭೇಟಿಯಾದಳು. ಅವಳು ಬೇರೆಯೇ ಮಾತನ್ನಾಡಿದಳು,

"ನೋಡು ಊರ್ಮಿಳಾ, ನಿನ್ನ ಪತಿ ಸರಿಯಾಗಿಯೇ ಹೇಳಿದ್ದಾನೆ. ಇದರಲ್ಲಿ ಇನ್ನೊಂದು ಸೂಕ್ಷ್ಮವೂ ಅಡಗಿದೆ. ಈಗ ನಾವಿಬ್ಬರೂ ಗಂಡಂದಿರೊಂದಿಗೆ ಹೊರಟೆವು ಎಂದಿಟ್ಟುಕೊಳ್ಳೋಣ. ಆಗ ಪುರಜನರೆಲ್ಲ ಏನನ್ನುತ್ತಾರೆ ಹೇಳು? ಈ ಮಿಥಿಲೆಯ ಹೆಣ್ಣುಗಳನ್ನು ತಂದು ಮಹಾರಾಜ ಕೆಟ್ಟ. ವಯಸ್ಸಾದ ಅತ್ತೆ ಮಾವಂದಿರನ್ನು ಬಿಟ್ಟು ಗಂಡಂದಿರೊಂದಿಗೆ ಕಾಡಿಗೆ ಹೊರಟೇಬಿಟ್ಟರು. ಇಲ್ಲಿ ಇವರನ್ನು ಕೇಳುವವರಿಲ್ಲ ಎನ್ನುವುದಿಲ್ಲವೇನು? ನಾನು ಪಾತಿವ್ರತ್ಯದ ನಿಯಮವನ್ನು ಪಾಲಿಸುವೆ. ನೀನು ಸೊಸೆಯಾಗಿ ಅತ್ತೆ ಮಾವಂದಿರನ್ನು ಪರಿಪಾಲಿಸು. ಮಾಂಡವಿ, ಶೃತಕೀರ್ತಿಯರಿನ್ನೂ ಚಿಕ್ಕವರು. ಅವರಿಗೆ ರಾಜಮನೆತನದ ನೀತಿ, ನಡಾವಳಿಗಳೆಲ್ಲ ತಿಳಿಯವು. ದೊಡ್ಡವರಾದ ನಾವಿಬ್ಬರೇ ತವರಿನ ಕೀರ್ತಿಯನ್ನು ಬೆಳಗಬೇಕು."

ಅರಮನೆಯಲ್ಲಿ ರಾಣಿಯರನ್ನು ನೋಡಿಕೊಳ್ಳಲು ಜನರಿಗೇನು ಕಡಿಮೆಯೆ? ಆದರೆ ಹಾಗೆಂದು ಕಿರಿಯರು ಹಿರಿಯವರನ್ನು ಪ್ರಶ್ನಿಸಲಾಗದು. ಚೆಂದದ ಪದಗಳ ಬೇಲಿ ಹೆಣ್ಣುಗಳನ್ನು ಸುತ್ತುವರೆಯಲು ಸದಾ ಹವಣಿಸುತ್ತಿರುತ್ತದೆ!

ಹೌದು, ಈ ಕೀರ್ತಿ, ಮರ್ಯಾದೆ, ಪಾವಿತ್ರ್ಯ ಇವೆಲ್ಲ ಎಷ್ಟು ಚೆಂದದ ಪದಗಳು! ಆದರೆ ಅದಕ್ಕೆ ತೆರಬೇಕಾದ ಬೆಲೆಯೇನೂ ಕಡಿಮೆಯದ್ದಲ್ಲ. ಊರ್ಮಿಳೆ ಮನಸ್ಸನ್ನು ಕಲ್ಲಾಗಿಸಿಕೊಂಡಳು.

ಎಲ್ಲ ಕಲ್ಲಾದ ಮೇಲೆಯೂ ಮತ್ತೆ ತನ್ನ ಗಂಡ ಮರಳಿ ಬರುವನೆಂಬ ನಿರೀಕ್ಷೆಯಿದೆಯಲ್ಲ, ಅದು ಜೀವಂತವಾಗಿಯೇ ಮನದ ಮೂಲೆಯಲ್ಲಿ

ಮಿನುಗುತ್ತಿತ್ತು. ಕಾಡುಪಾಲಾಗಿ ಕಷ್ಟಪಡುತ್ತಿರುವ ಸೀತೆಯ ಗುಣಗಾನ ಅಯೋಧ್ಯೆಯನ್ನು ಇಡಿಯಾಗಿ ವ್ಯಾಪಿಸಿತೇ ಹೊರತು, ಊರ್ಮಿಳೆಯ ನಿಟ್ಟುಸಿರಲ್ಲ.

ಹದಿನಾಲ್ಕು ವರ್ಷ ಕಳೆದು ಮತ್ತೆ ಬಂದ ಲಕ್ಷ್ಮಣ. ಊರ್ಮಿಳೆಯ ಹೃದಯದಲ್ಲೀಗ ಹೊಸರಾಗ! ಹದಿನಾಲ್ಕು ವರ್ಷಗಳ ತನ್ನ ಕಾಯುವಿಕೆಗೊಂದು ಪ್ರೀತಿಯ ಸಾಂತ್ವನವನ್ನವಳು ಅವನಿಂದ ಬಯಸಿದ್ದಳು. ಆದರೆ ಆ ಗಂಡು ಹೃದಯಕ್ಕೆ ಅವಳ ಮೃದುವಾದ ಭಾವ ಮಿಡಿತ ನಾಟಲೇ ಇಲ್ಲ. ಬಂದವನೇ ಅವಳೊಂದಿಗೆ ಗಡಬಡಿಸಿ ನುಡಿದ,

"ಊರ್ಮಿಳೆ, ಇಲ್ಲೇನು ಮಾಡುತ್ತಿರುವೆ? ಅಲ್ಲಿ ಅತ್ತಿಗೆ ಲಂಕಾಧೀಶನ ಸೆರೆಯಲ್ಲಿದ್ದು ಬಹಳವೇ ಬಳಲಿದ್ದಾರೆ. ಇನ್ನೆರಡು ದಿನಗಳಲ್ಲಿ ಪಟ್ಟವೇರಲು ಸಜ್ಜಾಗಬೇಕಿದೆ ಅವರು. ಹೋಗಿ ಸಂತೈಸಬಾರದೇನು? ಅರಮನೆಯ ವಾಸದಂತಲ್ಲ ಕಾಡಿನ ಸಹವಾಸ. ಅವಳಿಗೀಗ ನಿನ್ನ ಸಾಂತ್ವನ ಬೇಕಿದೆ"

"ನಾನೂ ನಿಮ್ಮಿಂದ ಅದನ್ನೇ ಬಯಸುತ್ತಿದ್ದೇನೆ"

ಎಂಬ ಅವಳ ಮಾತು ಗಂಟಲಲ್ಲೇ ಆರಿತು. ಊರ್ಮಿಳೆ ಕಾಯುತ್ತಿದ್ದಾಳೆ ಅವನ ಒಂದೇ ಒಂದು ಪ್ರೀತಿಯ ಮಾತಿಗಾಗಿ..

ಪುರಾಣದೀಚೆಗೆ ಜಿಗಿದರೆ ಕಣ್ಮುಂದೆ ನಿಲ್ಲುತ್ತಾರೆ ಸಾಲು, ಸಾಲು ಊರ್ಮಿಳೆಯರು. ಬಹಳ ವರ್ಷಗಳ ಹಿಂದೆ ನನ್ನ ಸಹೋದ್ಯೋಗಿಯೊಬ್ಬರು ತನ್ನ ತಮ್ಮನಿಗೆ ಮದುವೆಗೆಂದು ಹೆಣ್ಣು ಹುಡುಕುತ್ತಿದ್ದರು. ಅವರ ತಮ್ಮ ಮುಸ್ಲಿಂ ದೇಶವೊಂದರಲ್ಲಿ ಉದ್ಯೋಗಿಯಾಗಿದ್ದರು. ಹೀಗೆ ಒಂದೆರೆಡು ಹುಡುಗಿಯರ ಬಗೆಗೆ ಹೇಳಿದ ನಂತರ ಅವರು ನನ್ನಲ್ಲಿ ಗುಟ್ಟಾಗಿ ಹೇಳಿದರು, "ನೋಡಿ ಮೇಡಂ, ಅವನಿಗೆ ಶಿಕ್ಷಕಿಯಾಗಿರುವ ಹುಡುಗಿಯಾದರೆ ಒಳ್ಳೆಯದು. ಹೇಗೂ ಹೆಂಡತಿಯನ್ನಂತೂ ಅಲ್ಲಿಗೆ ಕರೆದೊಯ್ಯುವಂತಿಲ್ಲ. ವರ್ಷಕ್ಕೆ ಒಂದು ತಿಂಗಳು ಮಾತ್ರ ರಜೆಯಲ್ಲಿ ಅವನಿಲ್ಲಿಗೆ ಬರುತ್ತಾನೆ ಅಷ್ಟೆ." ನನಗೆ ಏನೂ ಅರ್ಥವಾಗದೇ ಅವರ ಮುಖ ನೋಡಿದೆ. ಅದಕ್ಕವರು, "ಅದೇ ಶಿಕ್ಷಕಿಯರು ಅಂದರೆ ಒಂದು ಶಿಸ್ತಿನಲ್ಲಿ ಇರ್ತಾರೆ ನೋಡಿ. ಜನರ ನಿಂದನೆಗಳಿಗೆ ಹೆದರ್ತಾರೆ. ಮತ್ತೆ ದಿನವೂ ಮಕ್ಕಳೊಡನೆ ಒಡನಾಡುತ್ತಿರುವುದರಿಂದ ಬೇರೆ ಯೋಚನೆಗಳೆಲ್ಲ ಕಡಿಮೆಯಿರುತ್ತದೆ. ಅವರ ಮೇಲೆ ಇಡಿಯ ಸಮಾಜವೇ ಕಣ್ಣಿಟ್ಟಿರುವುದಲ್ಲ. ಕೆಲಸವಿರುವುದರಿಂದ ಅವನೊಂದಿಗೆ ಬರುವೆನೆಂದು ಹಠ ಹಿಡಿಯುವುದಿಲ್ಲ. ಅಲ್ಲೆಲ್ಲ ಹೆಂಗಸರನ್ನು ಕರೆದುಕೊಂಡು ಹೋದರೆ ಕಷ್ಟ

ಅಲ್ವಾ? ಹಾಗಾಗಿ.." ನನಗೆ ಅವರ ಮುಂದಿನ ಮಾತುಗಳು ಕೇಳಿಸಲೇ ಇಲ್ಲ. ಹೆಣ್ಣನ್ನು ಮಣಿಸಲು ಏನೆಲ್ಲ ತಂತ್ರಗಳು!

ನಮ್ಮ ಕಾಲೇಜು ದಿನಗಳಲ್ಲಿ ನಮ್ಮೂರಿನವರೇ ಆದ ಕೃಷ್ಣಾನಂದ ಕಾಮತ್ ಮತ್ತು ಜ್ಯೋತ್ಸ್ನಾ ಕಾಮತ್ ಅವರ ಪ್ರೇಮಪತ್ರಗಳು ನಮ್ಮಲ್ಲಿ ಭಾರೀ ಸಂಚಲನ ಮೂಡಿಸಿದ್ದವು. ಅನೇಕ ವರ್ಷಗಳ ಕಾಲ ಉದ್ಯೋಗದ ಕಾರಣದಿಂದ ದೂರ ದೂರದ ಊರುಗಳಲ್ಲಿ ನೆಲೆಸಿದ್ದ ಅವರು ಬರೆದುಕೊಂಡ ಪತ್ರಗಳನ್ನು ಓದುವಾಗಲೆಲ್ಲ ನನಗಂತೂ ಹಾಗೆ ಚೆಂದದ ಪತ್ರಗಳನ್ನು ಬರೆಯಲಾದರೂ ಗಂಡ ದೂರವೇ ಇರಬೇಕು ಅನಿಸುತ್ತಿತ್ತು. ಮುಂದೆ ಮದುವೆಯಾಗಿ ಉದ್ಯೋಗದ ಕಾರಣದಿಂದ ಒಂದೆರಡು ವರ್ಷ ದೂರವಿದ್ದಾಗಲೇ 'ದೂರದ ಬೆಟ್ಟ ಕಣ್ಣಿಗೆ ನುಣ್ಣಗೆ' ಎಂಬುದು ಅರಿವಾಯಿತು. ಪಾಪ, ಈ ಹುಡುಗಿಯರಿಗೂ ಹಾಗೆಯೇ ಇರಬೇಕು. ದೊಡ್ಡ ಸಂಬಳ ತರುವ ಉದ್ಯೋಗ, ಸ್ಫುರದ್ರೂಪಿ ವರ ಕಣ್ಮುಂದೆ ಬಂದಾಗ ವಿದೇಶೀ ವಾಸವೆಂಬುದು ಗೌಣವೆನಿಸುತ್ತದೆ. ದಾಂಪತ್ಯದ ಸಾಂಗತ್ಯದ ಅರಿವಾಗುವುದು ಮದುವೆಯ ನಂತರ ತಾನೆ?

ಗಂಡ ಊರಿಗೆ ಬರುವನೆಂದಾಗ ಅವರ ಮನಸ್ಸು ಗರಿಬಿಚ್ಚಿ ಹಾರುತ್ತದೆ. ಗಂಡನಿಗೋ ಇವಳೊಬ್ಬಳೇ ಅಲ್ಲವಲ್ಲ ಅವನನ್ನು ಕಾಯುವುದು? ಎಲ್ಲರ ನಿರೀಕ್ಷೆಗಳನ್ನು ಅವನು ಪೂರೈಸಬೇಕು. ತಂಗಿಯ ಮದುವೆ, ಅಕ್ಕನ ಮನೆ ನಿರ್ಮಾಣ, ತಮ್ಮನ ಓದು, ಅಪ್ಪನ ಸಾಲ, ಅಮ್ಮನ ಚಿನ್ನ, ನೆರೆಹೊರೆಯವರ ಸಣ್ಣಪುಟ್ಟ ಬಯಕೆಗಳು, ಬಳಗದ ಎಲ್ಲ ಮಕ್ಕಳ ಚಾಕಲೇಟ್ ಆಸೆ ಎಲ್ಲಕ್ಕೂ ತಲೆಕೊಡಬೇಕು. ಎಲ್ಲ ಸ್ನೇಹಿತರಿಗೆ ಕನಿಷ್ಠ ಒಣ ಹಣ್ಣುಗಳ ಪೂರೈಕೆ ಯಾದರೂ ಆಗಬೇಕು. ಸಂಬಂಧಿಕರೆಲ್ಲರ ಮನೆಯನ್ನು ಸಂದರ್ಶಿಸಬೇಕು. ಹೀಗೆ ಒಂದು ತಿಂಗಳೆಂಬುದು ಒಂದು ಕ್ಷಣದಂತೆ ಹಾರಿಹೋಗುವುದು. ಮತ್ತೆ ಹೊರಡುವ ಕ್ಷಣ ಬಂದಾಗ ಮನವು ಹೊಯ್ದಾಡುವುದು. ಸಂಪರ್ಕಕ್ಕೆ ಪತ್ರಗಳೇ ಆಧಾರವಾದ ಆ ದಿನಗಳಲ್ಲಂತೂ ಒಂದೇ ಕಾಗದವನ್ನು ಅದು ಕಣ್ಣೀರಿನಿಂದ ತೋಯ್ದು ಮುದ್ದೆಯಾಗುವವರೆಗೂ ಓದುತ್ತಿರಬೇಕು. ಮೆಲ್ಲನೆ ಒಡಲಲ್ಲಿ ಮಿಸುಕುವ ಕುಡಿಗೆ ಒಂಟಿ ಸಾಂತ್ವನ. ಮಗು ಭೂಮಿಗಿಳಿಯುವಾಗಲೂ ಜನ್ಮದಾತ ಜೊತೆಗಿರುವನೆಂಬ ಖಾತ್ರಿಯೇನಿಲ್ಲ. ಮತ್ತೆ ಬಂದವನ ಕೈಗೆ ಮಗುವಿಡುವಾಗ ಕಾಲ ಇಲ್ಲಿಯೇ ನಿಲ್ಲಲೆಂಬ ಬಯಕೆ. ಕಾಲದ ಕಾಲನ್ನು ಕಟ್ಟಲು ಸಾಧ್ಯವೆ? ಓಡುತ್ತಲೇ ಇರುತ್ತದೆ. ಮಗು ಅಂಬೆಗಾಲಿಟ್ಟು ಓಡಾಡುವಂತಾದಾಗ ಮತ್ತೆ ಅಪ್ಪ ಬರುತ್ತಾನೆ. ಮಗು

ಅಪರಿಚಿತರಂತೆ ಅವನನ್ನು ದಿಟ್ಟಿಸುತ್ತದೆ. ಓಹ್! ಎಲ್ಲವೂ ಅಯೋಮಯ ಇಲ್ಲಿ.

ದೂರದಲ್ಲಿರುವ ಅವನನ್ನು ಕಂಡರೆ ಎಲ್ಲರಿಗೂ ಎಲ್ಲಿಲ್ಲದ ಅಕ್ಕರೆ. ಇವಳೊಬ್ಬಳೇ ಅಲ್ಲ ಅವನ ವಾರಸುದಾರಳು ಎಂದು ಕ್ಷಣಕ್ಷಣಕ್ಕೂ ಎಚ್ಚರಿಸುತ್ತಾರೆ. ಪ್ರತಿಸಲ ಇವಳಿಗೆಂದು ಅವನು ತರುವ ಕಿರಿಬೆರಳು ಗಾತ್ರದ ಚೈನು ಇವಳನ್ನು ಅಣಕಿಸುತ್ತದೆ. ಎಲ್ಲಿಯಾದರೂ ಅವನ ಕೆಲಸಕ್ಕೆ ಸಂಚಕಾರ ಬರುವುದೆಂಬ ಸಣ್ಣ ಸೂಚನೆ ಬಂದರೂ ಸಾಕು, ಪ್ರೀತಿಯ ಬಂಡವಾಳಗಳೆಲ್ಲವೂ ಬಯಲಾಗುತ್ತವೆ. ಎಲ್ಲ ತಿಳಿದೂ ಏನನ್ನೂ ಹೇಳಲಾರದ ಚಡಪಡಿಕೆ ಅವಳಿಗೆ. ಅವನೋ ಒಂದು ತಿಂಗಳ ಅತಿಥಿ. ಇವಳ ಇಡಿಯ ಬದುಕು ಇವರೊಂದಿಗೇ ಬೆಸೆದುಕೊಂಡಿದೆ. ಆಡಲಾಗದ, ಅನುಭವಿಸಲಾರದವುಗಳೆಲ್ಲ ಹಾಗೆಯೇ ಇಂಗಿಹೋಗುತ್ತವೆ.

ಎಲ್ಲದಕ್ಕೂ ಹೊಂದಾಣಿಕೆಯಾಗಿ ಬದುಕು ಸುಸೂತ್ರವಾಗುವ ಗಳಿಗೆಯಲ್ಲಿಯೇ ಅವನು ಇಲ್ಲಿಗೆ ಬರುವ ಮಾತಾಡುತ್ತಾನೆ. ಇವಳಿಗೂ ಈಗ ಭರವಸೆಯಿಲ್ಲ, ಅವನೊಂದಿಗೆ ಸುಖವಾಗಿರಬಲ್ಲೆನೆಂದು. ಮತ್ತೇನಾದರೂ ಸಂಶಯದ ಸುಳಿಯಲ್ಲಿ ಸಿಕ್ಕಿದರೆ, ಕೆಲಸವಿಲ್ಲದ ಅವನ ತಲೆಯೊಳಗೆ ಬೇಡದ ಭಾವಗಳು ಮಡುಗಟ್ಟಿದರೆ.. ಹೀಗೆಯೇ ಸಾಗುತ್ತವೆ ಆಲೋಚನೆಗಳು... ಬೇಕೆನಿಸಿದಾಗ ಇಲ್ಲದ, ಬೇಡವೆಂದಾಗ ಒದಗುವ ಭಾಗ್ಯದಂತೆ ಬದುಕು ಒದಗಿಬರುತ್ತದೆ...

ಕಾಲ ಬದಲಾಗಿದೆ ಇಂದು. ಇಡಿಯ ಜಗತ್ತನ್ನೇ ಅಂಗೈಯ್ಯಲ್ಲಿಟ್ಟಿದೆ ಇಂದಿನ ತಂತ್ರಜ್ಞಾನ. ಇಲ್ಲಿಯೇ ಕುಳಿತು ಅದೆಲ್ಲೋ ಇರುವವರ ಮುಖನೋಡಿ ಮಾತನಾಡುವ ಅವಕಾಶವೂ ಇಂದು ನಮ್ಮೆದುರು ಇದೆ. ಇಷ್ಟಾಗಿಯೂ ಸಾಲು, ಸಾಲು ಊರ್ಮಿಳೆಯರು ಕಾಯುತ್ತಿದ್ದಾರೆ ಇಲ್ಲಿ, ಲಕ್ಷ್ಮಣನ ಸಾಂಗತ್ಯಕ್ಕೆ, ಅವನ ಒಂದೇ ಒಂದು ಪ್ರೀತಿಯ ಸಾಂತ್ವನಕ್ಕೆ, ಇಡಿಯ ಬದುಕನ್ನು ಅವನ ಅನುಪಸ್ಥಿತಿಯಲ್ಲಿ ಸುಧಾರಿಸಿದ ತಮ್ಮ ಬಗೆಗೊಂದು ಮೆಚ್ಚುಗೆಯ ನೋಟಕ್ಕೆ...

ದೂರ ಹತ್ತಿರವಾದಂತೆ, ಹತ್ತಿರವೂ ದೂರವಾಗುತ್ತಿದೆ ಇಂದು. ಪಕ್ಕದಲ್ಲೇ ಇದ್ದೂ, ದೂರವಾಗಿರುವ ಲಕ್ಷ್ಮಣರನ್ನೂ ಕಾಯುತ್ತಿದ್ದಾರೆ ಸಾಲು, ಸಾಲು ಊರ್ಮಿಳೆಯರು...

ಕಾಣೆಯಾಗುತ್ತಿರುವ ಶಾಂತಲೆಯರು

ಅಂದು ಇಡಿಯ ಶಿವಗಂಗೆ ಒಂದು ರೀತಿಯ ಉನ್ಮಾದದಲ್ಲಿ ಮುಳುಗೇಳುತಿತ್ತು. ಊರಿನ ಜನರೆಲ್ಲರೂ ತಮ್ಮ ಖುಶಿಯನ್ನು ಅಡಗಿಸಿಡಲಾರದೇ ಕುಣಿದು, ಕುಪ್ಪಳಿಸಿ ಸಂತೋಷವನ್ನು ವ್ಯಕ್ತಪಡಿಸುತ್ತಿದ್ದರು. ಅವರೆಲ್ಲರ ಖುಶಿಗೆ ಮೂಲಕಾರಣವೆಂದರೆ ಆ ಊರಿನ ಮುದ್ದಿನ ಕೂಸು, ಡಣಾಯಕ ಮಾರಸಿಂಗಯ್ಯ ಮತ್ತು ಮಾಚಿಕಬ್ಬೆಯವರ

ಏಕಮಾತ್ರ ಪುತ್ರಿ ಶಾಂತಲಾ. ಶಿವಗಂಗೆಯೆಂಬ ಆ ಪುಟ್ಟ ಹಳ್ಳಿಯ ಹುಡುಗಿ ಇನ್ನೇನು ಕೆಲವೇ ದಿನಗಳಲ್ಲಿ ಹೊಯ್ಸಳ ಸಾಮ್ರಾಜ್ಯದ ಸಾಮ್ರಾಜ್ಞಿಯಾಗಲಿದ್ದಳು. ತನ್ನ ಅನನ್ಯವಾದ ನೃತ್ಯದ ಮೂಲಕ ನಾಡಿನ ಭಾವೀ ಪ್ರಭು ವಿಷ್ಣುವರ್ಧನರ ಮನಸ್ಸನ್ನು ಸೂರೆಗೊಂಡಿದ್ದಳು. ತಮ್ಮೂರಿನ ಸಾಮಾನ್ಯ ದಂಡಾಧಿಕಾರಿಯ ಮಗಳೊಬ್ಬಳು ನಾಡಿನ ಮಹಾರಾಣಿಯಾಗುವಳೆಂದರೆ ಯಾರಿಗೆ ತಾನೆ ಸಂತೋಷವಾಗದು?

ಇತ್ತ ತನ್ನ ಕೊಠಡಿಯಲ್ಲಿ ಏಕಾಂಗಿಯಾಗಿ ಮಲಗಿರುವ ಶಾಂತಲೆಗೆ ಬಳಿಗೆ ರಾತ್ರಿಯಿಡೀ ನಿದ್ರೆ ಸುಳಿಯಲಿಲ್ಲ. ಅವಳಿಗೆ ತನ್ನ ಜೀವಕ್ಕಿಂತ ಹೆಚ್ಚಾಗಿ ಪ್ರೀತಿಸಿದ್ದ, ತನ್ನ ಆತ್ಮದೊಂದಿಗೆ ಎರಕ ಹೊಯ್ದಂತಿರುವ ನೃತ್ಯಕ್ಕೆ ತಾನಿನ್ನು ವಿದಾಯ ಹೇಳಬೇಕೇನೋ ಎಂಬ ಚಿಂತೆ. ಸಾಮಾನ್ಯಳಂತೆ ಮಹಾರಾಣಿ ಎಂದಾದರೂ ನರ್ತಿಸಿಯಾಳೇನು? ನರ್ತಿಸಿದರೂ ಕೂಡಾ ರಾಜನ ಸಂತೋಷಕ್ಕಾಗಿ ಅರಮನೆಯ ಆಯ್ದ ಪ್ರೇಕ್ಷಕರೆದುರು ನರ್ತಿಸಬಹುದು ಅಷ್ಟೆ. ಅವಳು ಎಂತಹ ಸುಖವನ್ನಾದರೂ ನೃತ್ಯಕ್ಕೆಂದು ನಿರಾಕರಿಸಿಯಾಳು! ನೃತ್ಯ ನೀಡುವ ಅಲೌಕಿಕ ಆನಂದದ ಮುಂದೆ ಮಹಾರಾಣಿಯಾಗುವ ಸುಖ ಅವಳಿಗೆ ನಗಣ್ಯವೆನಿಸುತ್ತಿದೆ. ಆದರೆ ಪುರಜನರ ಸಂತೋಷದ ಅಲೆಯನ್ನವಳು ಅಲ್ಲಗಳೆಯಲಾರಳು. ರಾಜನ ಕಟ್ಟಳೆಯನ್ನು ಮೀರಲಾರದ ತಂದೆ ತಾಯಿಯರ ಕಷ್ಟದ ಅರಿವಿದೆ ಅವಳಿಗೆ. ಈ ಯಾವ ಆಯ್ಕೆಯೂ ಈಗ ಅವಳ ಕೈಯ್ಯಲ್ಲಿಲ್ಲ. ಆದರೆ ನೃತ್ಯ? ಅವಳು ಇಲ್ಲಿಯವರೆಗಿನ ತನ್ನ ಜೀವನದ ಬಹುಪಾಲು ಸಮಯವನ್ನು ನೃತ್ಯದ ಗುಂಗಿನಲ್ಲಿಯೇ ಕಳೆದಿದ್ದಾಳೆ. ನೃತ್ಯ ಅವಳ ಆತ್ಮದ ಭಾಗವಾಗಿ ಅವಳೊಂದಿಗೆ ಎರಕವಾಗಿದೆ.

ಹೌದು, ಶಾಂತಲೆಯ ಅಜ್ಜಿ ಬಾಚಿಕಬ್ಬೆ ಅಪ್ರತಿಮ ನೃತ್ಯಗಾತಿ. ಗೆಜ್ಜೆ ಕಟ್ಟಿ ರಾಜರ ಆಸ್ಥಾನದಲ್ಲಿ ಕುಣಿದು ಉಡುಗೊರೆಗಳನ್ನು ಬಾಚಿಕೊಂಡವಳು. ನೃತ್ಯವನ್ನು ಹೊನ್ನಾದೇವಿಯ ವರಪ್ರಸಾದವೆಂಬಂತೆ ಸ್ವೀಕರಿಸಿದವಳು. ಅವಳ ಮಗಳು ಮಾಚಿಕಬ್ಬೆ ನೃತ್ಯದೆಡೆಗೆ ಮನಮಾಡದೇ ಮಾರಸಿಂಗಯ್ಯನವರನ್ನು ವರಿಸಿ ಸಂಸಾರದಲ್ಲಿ ವ್ಯಸ್ತಳಾದಾಗ ಅವಳಿಗೆ ಆಶಾಕಿರಣವಾಗಿ ಕಂಡವಳು ಮೊಮ್ಮಗಳು ಶಾಂತಲೆ. ತನ್ನಲ್ಲಿರುವ ಎಲ್ಲ ನೃತ್ಯಕೌಶಲ್ಯವನ್ನವಳು ಮೊಮ್ಮಗಳಿಗೆ ಧಾರೆಯೆರೆದಿದ್ದಾಳೆ. ಶಾಂತಲೆಯೂ ಅಷ್ಟೇ ವಿಧೇಯ ವಿದ್ಯಾರ್ಥಿಯಾಗಿ ಅಜ್ಜಿಯಿಂದ ಎಲ್ಲ ನೃತ್ಯಕೌಶಲವನ್ನೂ ಬಾಚಿಕೊಂಡಿದ್ದಾಳೆ.

ಅಂದು ಹೊನ್ನಾದೇವಿಯ ಜಾತ್ರಾಮಹೋತ್ಸವ. ಸಂಜೆ ಬಾಚಿಕಬ್ಬೆಯ ವಂಶಸ್ಥರು ದೇವಿಗೆ ನೃತ್ಯಸೇವೆಯನ್ನು ನಡೆಸಿಕೊಡುವುದು ಅನೂಚಾನವಾಗಿ ಬೆಳೆದುಬಂದ ಪದ್ಧತಿ. ಸಾವಿರಾರು ಜನರು ಸೇರಿದ ಸಭೆಯಲ್ಲಿ ಮೊಮ್ಮಗಳು ಶಾಂತಲೆ ನರ್ತಿಸಲಿ ಎಂದು ಆದೇಶಿಸಿದ್ದಾಳೆ ಬಾಚಿಕಬ್ಬೆ. ಇಡಿಯ ಊರೇ ಕಾತರದಿಂದ ಹೊಸನರ್ತಕಿಯ ಉದಯಕ್ಕೆ ಕಾಯುತ್ತಿದೆ. ಶಾಂತಲೆ ಮತ್ತವಳ ಓರಗೆಯವಳಾದ ಲಕ್ಷ್ಮಿ ಅಂದು ಶಿವತಾಂಡವ ನೃತ್ಯವನ್ನು ಪ್ರಸ್ತುತಪಡಿಸಲಿದ್ದಾರೆ. ಭೂಮಂಡಲವನ್ನೇ ನಡುಗಿಸುವಂತಹ ಪ್ರಳಯ ರುದ್ರನ ತಾಂಡವದ ಹೆಜ್ಜೆಯೊಂದಿಗೆ ಲಕ್ಷ್ಮಿ ರಂಗವನ್ನು ಪ್ರವೇಶಿಸಿದಳು. ಢಮಢಮರೆಂಬ ಢಮರುಗದ ಸದ್ದಿಗೆ ಇಡಿಯ ಸಭಾಂಗಣವೇ ಕಂಪಿಸುತ್ತಿರಲು, ಮಂಜಿನಿಂದಾವೃತವಾದ ಕೈಲಾಸ ಪರ್ವತವೇ ರುದ್ರದೇವನ ಕೋಪಕ್ಕೆ ಬೆವರುತ್ತಿರಲು, ಶಿವನ ಆವೇಶದ ಶಮನಕ್ಕೆ ಸುಳಿವ ಮಂದಮಾರುತದಂತೆ ಶಾಂತಲೆ ಮಂದಸ್ಮಿತೆಯಾಗಿ ರಂಗವನ್ನು ಪ್ರವೇಶಿಸಿದಳು. ರುದ್ರನ ಕೋಪ, ತಾಪಗಳನು ಕಳೆದು ಚಿರಶಾಂತಿ ನೆಲೆಸುವಂತೆ ಮಾಡುವ ಸಂತೋಷದ ಅಲೆಯಂತೆ ನರ್ತಿಸಿದಳು ಶಾಂತಲೆ.

ಶಾಂತಶಿವನ ಮೂರ್ತರೂಪ ಕಾಂತೆ ಪಾರ್ವತಿ
ರುದ್ರನೇತ್ರನ ಪ್ರೀತಿಸ್ವರೂಪಿ ಹರನ ಪ್ರಿಯಸತಿ
ಡಮರು ಢಕ್ಕೆ ನಾದಗಳಿಗೆ
ಕೊಳಲಗಾನದ ಇಂಪು ಬೆರಸಿ
ಪ್ರಳಯನಾದದ ರೌದ್ರ ತೊಡೆದು
ಸೃಷ್ಟಿಯುದಯ ರಾಗವ ಮಿಡಿವಳು

"ಭಳಿರೆ, ಭಾಪುರೆ... ಬೆರಗಾದೆ ನಿಮ್ಮ ನೃತ್ಯದ ಬೆಡಗಿಗೆ" ಎಂಬ ಕಂಚಿನ ಕಂಠವೊಂದು ಪ್ರೇಕ್ಷಕರ ಹಿಂದಿನ ಸಾಲಿನಿಂದ ತೂರಿಬಂದು, ಎಲ್ಲರೂ ಹಿಂದಿರುಗಿ ನೋಡಿದರು. ನಾಡಿನ ಭಾವೀ ಪ್ರಭು ವಿಷ್ಣುವರ್ಧನ ಮಹಾರಾಜರು ತನ್ನ ಭಂಟ ಬಪ್ಪರಸನೊಂದಿಗೆ ನೃತ್ಯವೀಕ್ಷಣೆ ಮಾಡುತ್ತಿದ್ದರು. ಅವರ ನರ್ತನದ ಸೊಗಸಿಗೆ ಮಾರುಹೋಗಿದ್ದರು. ತಮ್ಮ ಆಸ್ಥಾನಕ್ಕೆ ಬಂದು ನರ್ತಿಸಿ ಎಂಬ ಬೇಡಿಕೆಯಿಡಬಹುದೆಂದು ಶಾಂತಲೆ ನಿರೀಕ್ಷಿಸಿದ್ದಳು. ಆದರವರ ಬೇಡಿಕೆಯೇ ಬೇರೆಯಾಗಿತ್ತು. ಶಾಂತಲೆಯನ್ನವರು ಮನದನ್ನೆಯಾಗಿ ಆರಿಸಿದ್ದರು. ಪಟ್ಟದ ರಾಣಿಯ ಪಟ್ಟ ಬಯಸದೆಯೇ ಅವಳೆದುರು ಬಂದು ನಿಂತಿತ್ತು. ಮಹಾರಾಜರಿಂದ ಇಂಥದೊಂದು ನಿರೂಪ ಬಂದಾಗ ಶಿವಗಂಗೆಯ ಇಡಿಯ ಪರಿವಾರವೇ ಖುಶಿಯ ಅಲೆಯಲ್ಲಿ ತೇಲಿಹೋಗಿತ್ತು.

ಆದರೆ... ಶಾಂತಲೆಯೊಳಗಿನ ನರ್ತಕಿ ಪ್ರಶ್ನೆಯಾಗಿ ಅವಳೆದುರು ನಿಂತಿದ್ದಳು.

ಅವಳಿಗೆ ಸಿದ್ಧಿಸಿದ ಆ ಅಸಾಮಾನ್ಯ ನೃತ್ಯಸಿದ್ಧಿ ಅವಳೊಬ್ಬಳ ಸೊತ್ತಾಗಿರಲಿಲ್ಲ. ಅವಳು ವಾಸಿಸುವ ಆ ಇಡಿಯ ಪರಿಸರದಿಂದ ರೂಪುಗೊಂಡ ರಸಪಾಕವದು. ಶಿವಗಂಗೆಯ ಬೆಟ್ಟದ ತುಂಬೆಲ್ಲ ಹರಡಿರುವ ಹಸಿರಿನ ನಡುವಿಂದ ತೂರಿಬರುವ ತಂಗಾಳಿಯ ಲಯವೇ ಅವಳ ಮೊದಲ ನೃತ್ಯದ ಹೆಜ್ಜೆಯಾಗಿತ್ತು. ರಾಜಮನೆತನದವಳಲ್ಲದ ಅವಳಜ್ಜಿ ಬಾಚಿಕಬ್ಬೆಯ ನೆರವಿನಿಂದಲೇ ನೃತ್ಯದ ಪಟ್ಟುಗಳನ್ನವಳು ಕಲಿತಿದ್ದಳು. ಆ ಊರಿನ ಜನರ ಹಾಡು, ಹಸೆ, ಸುಗ್ಗಿ, ಸಂಭ್ರಮಗಳೆಲ್ಲವೂ ಅವಳೊಳಗೆ ಸಂತೋಷದ ಅಲೆಯಾಗಿ ಸೇರಿ ಅವಳನ್ನು ನೃತ್ಯಗಾತಿಯಾಗಿಸಿದ್ದವು. ಅವಳು ಕೇವಲ ನೃತ್ಯಗಾತಿ ಶಾಂತಲೆ ಮಾತ್ರವಲ್ಲ; ಶಿವಗಂಗೆಯೆಂಬ ಹಳ್ಳಿಯ ಗ್ರಾಮದೇವತೆ ಹೊನ್ನಾದೇವಿಯ ಅಂಗಳದಲ್ಲಿ ಅಂಬೆಗಾಲಿಟ್ಟು ಬೆಳೆದು ನರ್ತಕಿಯಾದ ಶಾಂತಲೆಯೂ ಆಗಿದ್ದಳು. ಪಟ್ಟದರಸಿಯ ಪಟ್ಟದೊಂದಿಗೆ ಆ ಊರಿನ ಜನ ಅವಳೊಳಗಿನ ನೃತ್ಯಗಾತಿ ಶಾಂತಲೆಯನ್ನೂ ಕಳಕೊಳ್ಳಲಿದ್ದರು. ಅವರಿಗದರ ಅರಿವಿರಲಿಕ್ಕಿಲ್ಲ ನಿಜ; ಆದರೆ ನೃತ್ಯವನ್ನು ಆರಾಧಿಸುವ ಶಾಂತಲೆಗೆ ಅವರು ಕಳಕೊಳ್ಳುವ ಭಾಗ್ಯದ ಅರಿವಿತ್ತು. ಅರಮನೆಯೊಳಗೆ ನರ್ತಿಸಲು ಮಹಾಪ್ರಭು ಅಡ್ಡಿಪಡಿಸಲಾರರೆಂಬ ನಂಬಿಕೆಯಿತ್ತು. ಆದರೆ ಕಲೆಯೆಂಬುದು ಎಂದಿದ್ದರೂ ಪ್ರಕೃತಿಯ ಸೊತ್ತು; ಪ್ರಭುವಿನ ಸೊತ್ತಲ್ಲ. ಪ್ರಕೃತಿಯ ಭಾಗವಾದ ಸಹೃದಯರ ಕಣ್ಣಿಗೆ ಒದಗುವುದರಲ್ಲಿಯೇ ಅದರ ಸಾರ್ಥಕತೆಯಿರುವುದು ಎಂಬುದು ನನ್ನ ನಂಬುಗೆಯಾಗಿತ್ತು. ಹಾಗೆಂದು ನಮ್ಮೂರಿನ ಸಾಮಾನ್ಯ ಹುಡುಗಿಯೊಬ್ಬಳು ಮಹಾರಾಣಿಯಾಗುವಳೆಂಬ ಊರಿನವರ ಸಂಭ್ರಮವನ್ನು ಕಸಿಯುವುದೂ ಅವಳಿಗೂ ಇಷ್ಟವಿರಲಿಲ್ಲ. ಮಹಾರಾಜರ ಆಶಯವಿದಾದ್ದರಿಂದ ಅದನ್ನು ಮೀರುವುದೂ ಸಾಧ್ಯವಿರಲಿಲ್ಲ. ಕಲೆಯೇ ತನ್ನನ್ನು ಮಹಾರಾಣಿಯಾಗಿಸಿತು ಎಂಬ ಸಮಾಧಾನದ ನಡುವೆಯೂ ಅವಳೊಳಗನ್ನು ಬೆಳಗಿದ ಜನರೆದುರು ಅವಳು ಸಿದ್ಧಿಸಿಕೊಂಡ ನೃತ್ಯಕಲೆಯನ್ನು ಶಾಶ್ವತವಾದ ಕಲಾಕೃತಿಯಾಗಿಸಬೇಕಾದ ತುರ್ತು ಕೂಡಾ ಅವಳಿಗಿತ್ತು. ಅಜ್ಜಿ ಯಾವಾಗಲೂ ಹೇಳುತ್ತಿದ್ದಳು, "ಕಲಿತ ಕಲೆ ಬಂಧನಕ್ಕೊಳಪಟ್ಟು ನಿಂತ ನೀರಾಗಬಾರದು; ಪರಂಪರೆಯಾಗಿ ಮುಂದುವರೆಯಬೇಕು." ಪರಂಪರೆಯಾಗಿಸುವ ಅವಕಾಶವನ್ನು ಮಹಾರಾಣಿಯಾದ ಗಳಿಗೆಯಲ್ಲೇ ಅವಳು ಕಳೆದುಕೊಳ್ಳಲಿದ್ದಳು. ಹಾಗಾಗಿ ಕಲೆಯನ್ನು ಸಾರ್ವಜನಿಕರ ಸೊತ್ತಾಗಿ ಪ್ರದರ್ಶನಕ್ಕಿಡುವ ಹೊಸದೊಂದು ಮಾರ್ಗದ ಅನ್ವೇಷಣೆಯಲ್ಲಿ ಅವಳು ನಿರತಳಾದಳು.

ಆಗ ನೆನಪಾದವರು ಅವಳ ಶಿಲ್ಪಗುರು ಜಕಣಾಚಾರಿ. ಶಿಲೆ ಅವರ ಕೈಯಲ್ಲಿ ಸಿಕ್ಕಿದಾಗ ಕಲೆಯೆಂಬ ಆತ್ಮವನ್ನು ಧರಿಸಿ ಜೀವ ಪಡೆಯುವ ಸೋಜಿಗವನ್ನು ಅವಳು ನೋಡಿದ್ದಳು. ಅವರ ನೆರವಿನಿಂದ ನೃತ್ಯವನ್ನು ಶಿಲೆಯ ಬೆಡಗಾಗಿ ಜೀವಂತಗೊಳಿಸುವ ತೀರ್ಮಾನಕ್ಕೆ ಅವಳು ಬಂದಳು. ಮಹಾರಾಣಿಯಾಗಿ ಅರಮನೆಯ ಹೊಸಿಲು ದಾಟಿದ ಆ ಗಳಿಗೆ ಅವಳೊಳಗಿನ ನೃತ್ಯಗಾತಿ ಬಾಗಿಲಲ್ಲಿಯೇ ಏಕಾಂಗಿಯಾಗಿ ನಿಂತಿರುವುದನ್ನು ಅವಳು ನೋಡಿದಳು. ಅವಳನ್ನು ನೆಲೆಯಾಗಿಸದೇ ಮಹಾರಾಜನ್ನು ಸೇರಲು ಸಾಧ್ಯವಿರಲಿಲ್ಲ. ಅಂದು ಅವರಿಬ್ಬರ ಮೊದಲ ರಾತ್ರಿಯ ಸಂಭ್ರಮ. ಮದುವೆಯ ವೈಭವದಲ್ಲಿ ದುಡಿದು, ಕುಣಿದು, ದಣಿದ ಇಡಿಯ ರಾಜಧಾನಿ ನಿದ್ರೆಯಲ್ಲಿ ಮುಳುಗಿತ್ತು. ಅವಳ ಮೃದುಬೆರಳನ್ನು ನೇವರಿಸುವ ದೊರೆಯಲ್ಲಿ ಮೆಲ್ಲನೆ ತನ್ನ ಮನದಾಸೆಯನ್ನು ತೆರೆದಿಟ್ಟಳು.

"ದೊರೆಯೆ, ಇಂದಿನಿರುಳನ್ನು ನನಗಾಗಿ ನೀಡಲಾರಿರಾ?"

"ಶಾಂತಲಾ, ಇದೆಂತಹ ಪ್ರಶ್ನೆ? ನನ್ನನ್ನೇ ನಿನಗಾಗಿ ನೀಡಿರುವೆ. ಒಂದಿರುಳಿನ ಮಾತೇಕೆ?

"ಹಾಗಾದರೆ ನಾವೀಗಲೇ ಮಾರುವೇಷದಲ್ಲಿ ಹೊರಡಬೇಕು".

"ಎಲ್ಲಿಗೆ? ಯಾಕೆ? ಇಂದೇ ಹೋಗಬೇಕೇಕೆ?" ಪ್ರಶ್ನೆಗಳ ಸಾಲು, ಸಾಲು ತೂರಿಬಂದವು.

"ಕ್ಷಮಿಸಿ, ಪ್ರಥಮ ರಾತ್ರಿಯನಿಂತು ಬರಿದು ಮಾಡುತ್ತಿರುವುದಕ್ಕೆ. ಪುರವೆಲ್ಲ ನಿದ್ರಿಸುತ್ತಿರುವ ಈ ವೇಳೆಯಲ್ಲದೆ ಬೇರೆ ಸಿಗದು ಈ ಗುರುತರವಾದ ಕಾರ್ಯಕ್ಕೆ. ನನ್ನ ಗುರು ಜಕಣಾಚಾರ್ಯರು ಇಲ್ಲೇ ಹತ್ತಿರದಲ್ಲಿ ಬಿಡಾರ ಹೂಡಿರುವರೆಂಬುದನ್ನು ಅರಿತೆ. ಇಂದೇ ಅವರನ್ನು ಭೇಟಿಯಾದರೆ ನೀವು ಮೆಚ್ಚುವ ನನ್ನ ನೃತ್ಯವನ್ನು ಸ್ಥಿರವಾಗಿಸಬಹುದು ವೀರ ನಾರಾಯಣನ ಸನ್ನಿಧಿಯಲ್ಲಿ"

"ನಾಳೆ ಹೋದರಾಗದೆ ಚೆನ್ನೆ"

"ನನ್ನ ಗುರು ಇಂದಿರುವ ಜಾಗದಲ್ಲಿ ನಾಳೆ ನಿಲ್ಲುವರಲ್ಲ ದೊರೆ. ಹಕ್ಕಿಯಂತೆ ಮನಬಂದಲ್ಲಿ ಸ್ವಚ್ಛಂದವಾಗಿ ಹಾರಾಡುವವರು. ಅವರ ವಿಷಯದಲ್ಲಿ ನಾಳೆಯೆಂದರೆ ಅದು ಬಾರದ ದಿನವಾಗಲೂಬಹುದು"

"ರಾಜ ನಾನು, ಆಜ್ಞೆ ಮಾಡಿದರೆ ಬರಲಾರರೇನು?"

"ರಾಜಾಜ್ಞೆ ನಾಡಿನ ಜನರಿಗೆ, ಹಾಡುವ ಕೋಗಿಲೆಗಲ್ಲ ದೊರೆ. ನನ್ನ ಗುರು ಎಲ್ಲ ಬಂಧನವ ತೊರೆದ ಹಾಡುಹಕ್ಕಿ"

"ಅವರೇ ಯಾಕಾಗಬೇಕು ನೃತ್ಯ ಶಿಲ್ಪ ಕೊರೆಯಲು?"

"ಅವರಲ್ಲದನ್ಯರಿಗೆ ದಕ್ಕದ ಕೌಶಲವದು ದೊರೆ. ವಿಗ್ರಹಶಿಲ್ಪಕ್ಕೆ ಹೃದಯೋದ್ದೀಪನ ಶಕ್ತಿಯನ್ನು ತುಂಬಬಲ್ಲ ಸಾಮರ್ಥ್ಯ ಅವರಿಗಲ್ಲದೇ ಅನ್ಯರಿಗಿಲ್ಲ. ಕಲ್ಲಿನಲ್ಲಿ ನೃತ್ಯವೆಂಬ ಕಾವ್ಯವನ್ನು ಸುಮ್ಮನೆ ಕೊರೆಯಲಾಗದು ದೊರೆ"

"ಮೆಚ್ಚಿದೆ ಶಾಂತಲಾ, ನಿನ್ನ ಕಲಾ ಪ್ರೀತಿಗೆ. ನಿನ್ನಂತ ಕಣ್ಮಣಿಯ ಜೊತೆಗಿರುವ ಪ್ರತಿರಾತ್ರಿಯೂ ಪ್ರಥಮ ರಾತ್ರಿಯೆ. ನಡೆ, ಈಗಲೇ ನಿನ್ನ ಗುರುವನ್ನು ನೋಡೋಣ"

ಅವರು ಗುರುವಿನ ಕಲಾಶಾಲೆಯೆಂಬ ಗುಡಿಸಲಿನೊಳಗೆ ಹೋಗುವಾಗ ಗುರು ಯಾವುದೋ ವಿಗ್ರಹದ ಕೆತ್ತನೆಯಲ್ಲಿ ಮುಳುಗಿದ್ದರು. ಶಿಷ್ಯನೊಬ್ಬ ಅವರನ್ನು ಕಂಡೊಡನೆಯೇ ಮಾತನಾಡದಂತೆ ಸನ್ನೆ ಮಾಡಿದ. ಗುರುವಿನ ಸಮಾಧಿ ಸ್ಥಿತಿಗೆ ಭಂಗ ಬಂತೆಂದರೆ ಅವರೆಂದೂ ಆ ಶಿಲ್ಪ ಕೆತ್ತನೆಯನ್ನು ಮುಂದುವರೆಸಲಾರರು ಎಂಬುದು ಅವಳಿಗೂ ತಿಳಿದಿತ್ತು. ಶಬ್ದವಾಗದಂತೆ ಅವರಿಬ್ಬರೂ ಹೆಜ್ಜೆಯಿಟ್ಟರು. ಯಾವುದೋ ದೇವವಿಗ್ರಹದ ಮುಖಭಾಗವನ್ನು ಕಲ್ಲಿನಲ್ಲಿ ಕೊರೆಯುತ್ತಿದ್ದರು ಗುರು ಜಕಣಾಚಾರಿ. ಅಂದರೆ ಬೆಳಗು ಜಾವದವರೆಗೂ ಅವರು ಹೊರಜಗತ್ತಿನ ಪರಿವೆಯಿಲ್ಲದ ಧ್ಯಾನಸ್ಥ ಸ್ಥಿತಿಯಲ್ಲಿಯೇ ಕೆಲಸ ಮಾಡುತ್ತಿರುತ್ತಾರೆ. ಅವರಿಗೆ ಗುರುವನ್ನು ಕಾಯದೇ ಉಪಾಯವಿರಲಿಲ್ಲ. ಸುಮ್ಮನೆ ಕುಳಿತಿರಲು ಮನಸ್ಸಾಗಲಿಲ್ಲ. ಕೆಲಸದ ನಡುವೆ ಆಗಾಗ ತಾಂಬೂಲವನ್ನು ತಿನ್ನುವುದು ಗುರುವಿನ ರೂಢಿ. ಶಿಷ್ಯನೊಬ್ಬ ಅವರಿಗೆ ತಾಂಬೂಲವನ್ನು ಮಡಚಿ ಬಾಯಿಗಿಡಬೇಕು. ಮತ್ತೊಬ್ಬ ಅದನ್ನು ಉಗಿಯಲು ಪಕ್ಕದಲ್ಲೇ ಪೀಕುದಾನಿಯನ್ನು ಹಿಡಿದು ಕೂಡಬೇಕು. ಶಾಂತಲೆ ಆ ಕೆಲಸಕ್ಕೆ ನೇಮಕವಾದವರನ್ನು ಬದಿಗೆ ಸರಿಯಲು ಹೇಳಿದಳು. ತಾಂಬೂಲದ ಬಟ್ಟಲನ್ನು ದೊರೆಯ ಕೈಗೆ ಕೊಟ್ಟಳು. ಪೀಕುದಾನಿಯನ್ನು ಹಿಡಿದು ಗುರುವಿನ ಪಕ್ಕದಲ್ಲಿ ಕುಳಿತಳು. ಗುರುವಿನ ಕೈಯಲ್ಲಿ ಉಳಿಯೊಂದು ಅಕ್ಷರವ ಬರೆಯುವ ಲೇಖನಿಯಂತೆ ನಾಜೂಕಾಗಿ ಗೆರೆಗಳನ್ನು ಬರೆಯುತ್ತಿತ್ತು. ಕಪ್ಪು ಶಿಲೆಯ ಕಲ್ಲು ಬೆಣ್ಣೆಯ ಮುದ್ದೆಯೇನೋ ಎಂಬಂತೆ ಮೃದುವಾಗಿ ಬಾಗುತ್ತಿತ್ತು. ದೇವ ವಿಗ್ರಹದ ಮುಖಭಾಗವನ್ನವರು ಉಳಿಯಿಂದ

ಕೆತ್ತುತ್ತಿದ್ದರು. ದೇವಮೂರ್ತಿಯ ಕಣ್ಣನ್ನು ಚಿತ್ರಿಸುವಾಗ ಗುರುಗಳು ಅದೆಷ್ಟು ತಾದ್ಯಾತ್ಮದಲ್ಲಿರುತ್ತಿದ್ದರೆಂದರೆ, "ಶಾಂತಲಾ, ಆ ಕಣ್ಣಿಂದ ಹೊರಬರುವ ನೋಟವಿದೆಯಲ್ಲ, ಅದು ಭಕ್ತರ ಎದೆಯೊಳಗೆ ನೇರ ಇಳಿದು ಅವರ ಹೃದಯ ಬೆಳಗಬೇಕು. ಇಲ್ಲವಾದರೆ, ಆ ಮೂರ್ತಿ ದೇವರೆಂತಾದೀತು?"ಎನ್ನುತ್ತಿದ್ದರು. ಬೆಳಗಾಗಲು ಒಂದು ಜಾವವವಿದೆಯೆನುವಾಗ ದೇವಶಿಲ್ಪಕ್ಕೆ ದೃಷ್ಟಿ ಬಂದಿತು. ಗುರು ಜಕ್ಕಣರ ಕಣ್ಣೊಳಗೂ ಬೆಳಕು! ತನ್ನ ಕೈಯ್ಯನೊಮ್ಮೆ ಅವರಿಬ್ಬರ ಹೆಗಲ ಮೇಲಿಟ್ಟು ಮೈಮುರಿದರು. ಅವಳ ಮೈಯ್ಯ ಮೃದುತ್ವ ಅವರ ತೋಳನ್ನು ತಾಕಿತು. ಪಟ್ಟನೆ ಎಚ್ಚರಗೊಂಡು ದಿಟ್ಟಿಸಿದರು.

"ದೇವಿ, ಇದೇನಿದು ನೀನಿಲ್ಲಿ? ನನ್ನ ಪೀಕುದಾನಿಯನ್ನು ಹಿಡಿದು. ಅರೆರೆ! ನಾಡನ್ನಾಳುವ ದೊರೆ! ನನ್ನ ತಾಂಬೂಲ ಪೆಟ್ಟಿಗೆಯ ಹಿಡಿದು ಬರಿನೆಲದಲ್ಲಿ ಕುಳಿತಿರುವಿರಲ್ಲ. ಏನು ಮಗಳೇ ಇದೆಲ್ಲ?"

ಹುಸಿಮುನಿಸಿನಿಂದ ಪ್ರಶ್ನಿಸಿದರು, ಅವರು ಉಗುಳಿದ ತಾಂಬೂಲದ ಕಲೆಗಳಿಂದ ತೊಯ್ದು ಶಾಂತಲೆಯ ಸೀರೆಯನ್ನೇ ಪಶ್ಚಾತ್ತಾಪದಿಂದ ದಿಟ್ಟಿಸುತ್ತಾ.

"ಗುರುಗಳೇ, ರಾಣೀಯಾಗಲಿ, ದೇವಿಯಾಗಲೀ, ನಾನು ನಿಮ್ಮ ಶಿಷ್ಯೆ. ಗುರುಸೇವೆ ಎಂದೆಂದಿಗೂ ನನ್ನ ಭಾಗ್ಯ" ಎಂದಳು ಅವರಿಗೆ ವಂದಿಸುತ್ತಾ.

"ನಾಡನ್ನಾಳುವ ದೊರೆಯ ಕೈಯಲ್ಲಿ ತಾಂಬೂಲದ ಪೆಟ್ಟಿಗೆಯ ಹಿಡಿಸಬಹುದೆ ಮಗಳೆ?"

'ಖಂಡಿತ ಹಿಡಿಸಬಾರದು. ಹಿಡಿಸಿದರೆ ಅದಕ್ಕೆ ತಕ್ಕ ಶಿಕ್ಷೆಯನ್ನು ವಿಧಿಸಲಾಗುವುದು"

ದೊರೆ ನಗುತ್ತಾ ಹೇಳಿದರು.

"ನಿಮ್ಮ ಯಾವುದೇ ಶಿಕ್ಷೆಗೂ ಬದ್ಧ ನಾನು"

ಜಕ್ಕಣಾಚಾರ್ಯರು ತಲೆಬಗ್ಗಿಸಿ ನುಡಿದರು. ಶಾಂತಲೆ ಅವರ ಪಾದಹಿಡಿದು ಹೇಳಿದಳು, "ವೀರನಾರಾಯಣನ ಗುಡಿ ನೃತ್ಯಕಲೆಯ ವಿಶ್ವವಿದ್ಯಾಲಯವಾಗುವಂತೆ ಮಾಡಿ ಗುರುವೆ. ಇಡಿಯ ದೇವಳದ ಗೋಡೆಯ ತುಂಬೆಲ್ಲಾ ಅನನ್ಯವಾದ ನೃತ್ಯಭಂಗಿಗಳೇ ತುಂಬಿರಬೇಕು, ಅವೆಲ್ಲವೂ ಜೀವಂತವಾಗಿ ನರ್ತಿಸುತ್ತಿರುವಂತೆ ನೋಡುಗರಿಗನಿಸಬೇಕು" ಗುರುಗಳು ಕ್ಷಣಕಾಲ ಗಂಭೀರವಾದರು, ಮತ್ತೆ ಯೋಚಿಸಿ ನುಡಿದರು,

"ನೃತ್ಯಶಿಲ್ಪಗಳನ್ನು ಕಡೆಯಬಹುದು. ಜೀವಂತ ನೃತ್ಯವನ್ನೇ ಚಿತ್ರಿಸಬೇಕೆಂದರೆ ಶಿಲೆಯ ಕೆತ್ತನೆಯೆದುರು ಮಾದರಿಯಾಗಿ ನಿಲ್ಲುವ ಜೀವಂತ ಶಿಲ್ಪಗಳು ಬೇಕು. ಹಾಗೆ ನೃತ್ಯಭಂಗಿಯನ್ನು ಸರ್ವಾಂಗಶುದ್ಧವಾಗಿ ಪ್ರದರ್ಶಿಸುವ ನೃತ್ಯಗಾತಿಯರನ್ನೆಲ್ಲಿಂದ ತರುವೆ ಮಗಳೆ? ಈ ಕೆಲಸ ನನ್ನಿಂದಾಗದು" ಎಂದರು. ಶಾಂತಲೆಗೆ ಗುರುವಿನ ಮನದೊಳಗಿನ ದ್ವಂದ್ವದ ಅರಿವಾಗಿತ್ತು. ಅವಳು ಪ್ರಭುವಿನ ಅಪ್ಪಣೆಯನ್ನು ಬೇಡುವಂತೆ ದೊರೆಯೆಡೆಗೆ ನೋಡಿದಳು. ಪ್ರಭು ಕಡೆಗಣ್ಣ ನೋಟದಲ್ಲೇ ಅನುಮತಿ ನೀಡಿದರು. "ನಾನೇ ನಿಮ್ಮೆದುರು ಮಾದರಿಯಾಗಿ ನಿಂತರೆ..." ಶಾಂತಲೆ ಗುರುವಿನೆದುರು ನೃತ್ಯಸರಸ್ವತಿಯಾಗಿ ನಿಂತಳು. ಗುರು ಅವಳನ್ನೇ ನೋಡುತ್ತಾ ಒಂದರಗಳಿಗೆ ಮೈಮರೆತರು. ಮತ್ತೆ "ನೀವಿಬ್ಬರೂ ನನ್ನನ್ನು ಕಟ್ಟಿಹಾಕಿದಿರಿ" ಎನ್ನುತ್ತಾ ಒಳನಡೆದರು. ಬೇಲೂರಿನ ಗುಡಿಯಲ್ಲಿ ಶಾಂತಲೆ ತನ್ನ ನೃತ್ಯಭಂಗಿಗಳನ್ನೆಲ್ಲವನ್ನೂ ನೋಡುಗರೆದುರು ತೆರೆದಿಟ್ಟು ತಾನು ರಾಜನ ಅಂತಃಪುರದಲ್ಲಿ ಬಂಧಿಯಾದಳು.

ಚೆನ್ನಕೇಶವನ ಸನ್ನಿಧಿಯಲಿ
ನರ್ತಿಸಿದಳು ಬಾಲೆ, ಶಾಂತಲೆ
ನರ್ತಿಸಿದಳು ತಾನೆ..
ಕನ್ನಡಿಯನು ಹಿಡಿದು ಮುಕುರಮುಗ್ಧೆ
ತನ್ನ ತಾನೇ ಶೃಂಗರಿಸಿದಳು
ಪೂಸಿದಳು ಪುನ್ನಾಗ ಸೌಗಂಧಿಕವಾ ವಾಸಂತೀ...
ಶುಕಭಾಷಿಣೀ... ಕೀರವಾಣಿ...
ಕಪಿಕುಪಿತೆ.. ಲೀಲಾ ಕಿರಾತಿ...
ನರ್ತಿಸಿದಳು ಲಲನೆ, ಶಾಂತಲೆ...

ನೀಳಕೇಶವ ಚಾಚಿ ಮಂಜುಕಬರೀ...
ಢಕ್ಕೆಯ ಶಿರಕೆತ್ತಿ ಮುರಜಾಮೋದೆ..
ಭೈರವಿ, ತಾಂಡವೆ... ತದ್ದಿಮಿ ಝುಣುತಾ..
ಗಾನಜೀವನೆ, ಮುರಳೀಧರೆ...
ಜಗನ್ಮೋಹಿನಿ ವೀಣಾಪಾಣಿ...
ಕುಟಿಲ ಕುಂತಲೆ... ರಸಿಕ ಶಬರೀ
ನರ್ತಿಸಿದಳು ಲಲನೆ, ಶಾಂತಲೆ...

ವೀರಾವೇಷದಿ ವೀರಯೋಷಿತೆ
ತಾಳವರಿಯದಾ ಪೂ ವಿಡಂಬಿತೆ
ನಾಟ್ಯ ನಿಪುಣೆ ನೃತ್ಯ ಸರಸ್ವತಿ
ಸ್ವರ್ಗ ಹಸ್ತೆ ಕೃತಕ ಶೂಲಿ
ಜಯನಿಷಾದಿ ರಾಗಯೋಗಿ
ಭಸ್ಮಭೂಷಿತೆ ಭಸ್ಮಾಸುರ ಹರಣೆ
ನರ್ತಿಸಿದಳು ಲಲನೆ, ಶಾಂತಲೆ..

ನೀಲಾಂಬರೆ, ಸರ್ಪಸುಂದರಿ
ಶಕುನ ಶಾರದೆ, ಭೂಷಣ ಪ್ರಿಯೆ
ಮೀಟಿದರೆ ನಾಗವೈಣಿಕೆ
ಭೂಷಣಪ್ರಿಯೆ, ವೇಣುಗಾನ ಲೋಲೆ
ಲಾಸೋತ್ಸವೆ ಗಾಂಧರ್ವದೇವಿ
ಶುಕಭಾಷಿಣಿ ನೃತ್ಯೋನ್ಮತ್ತೆ ಸರಸ್ವತಿ
ನರ್ತಿಸಿದಳು ಲಲನೆ, ಶಾಂತಲೆ...

ನರ್ತನದ ಭಂಗಿಗಳೆಲ್ಲ ಶಿಲೆಯಾಗಿ ಮೈದಳೆದವೆಂಬಂತೆ ದೇವಾಲಯದ ಸುತ್ತೆಲ್ಲ ಅರಳಿ ನಿಂತು ಕಂಗೊಳಿಸಿದವು. ಶಾಂತಲೆ ನಿರಂತರವಾಗಿ ನರ್ತಿಸುತ್ತಲೇ ಇದ್ದಾಳೆ, ಶಿಲೆಯ ಅಳಿವು ಸಂಭವಿಸುವವರೆಗೂ.

ಇದೊಂದು ರಂಜನೀಯವಾದ ಕಥೆಯಾಗಬಹುದಷ್ಟೆ. ಏಕೆಂದರೆ ನೃತ್ಯವೆಂದರೆ ಒಂದು ಚಲನೆ, ನೃತ್ಯವೆಂದರೆ ಕಾವ್ಯದ ಹರಿವು, ನೃತ್ಯವೆಂದರೆ ಸಂಗೀತದ ಸ್ವರಗಳ ಅಲೆಯ ಚಿತ್ರಿಕೆ, ನೃತ್ಯವೆಂದರೆ ನಮ್ಮ ದೃಷ್ಟಿಗೊದಗುವ ನೋಟಕ್ಕೆ ಬಿಡಿಸುವ ಚಿತ್ತಾರವಲ್ಲವೇನು? ಕಲ್ಲು..? ಚಲನೆಯಿಲ್ಲದ ಸ್ತಬ್ಧತೆಯ ಪ್ರತೀಕ. ಚಲನೆಯನ್ನು ಮರೆತ ಈ ಶಿಲ್ಪಗಳು ಶಾಂತಲೆಯ ಹೆಪ್ಪುಗಟ್ಟಿದ ಕನಸುಗಳಂತೆ ಕಾಣುತ್ತವೆ. ನರ್ತಕಿ ತನ್ನ ನರ್ತನದಲ್ಲಿ ನತ್ತದ ಒಂದು ಭಂಗಿಯಲ್ಲಿ ಸ್ಥಿರವಾಗಿ, ಪ್ರೇಕ್ಷಕರ ಚಪ್ಪಾಳೆಗಳ ಸುರಿಮಳೆಯಾದ ನಂತರ ಮತ್ತಷ್ಟು ಉತ್ಸಾಹದೊಂದಿಗೆ ನರ್ತಿಸುತ್ತಾಳೆ. ಆದರೆ ಈ ಶಿಲ್ಪಗಳು? ಎಷ್ಟೊಂದು ಜನರ ಮೆಚ್ಚುಗೆಯ ನೋಟದ ನಂತರವೂ ಚಲಿಸದೇ ಮೌನವಾಗಿ ದುಃಖಿಸುವಂತೆ ಅನಿಸುತ್ತವೆ. ನೋಟಕ್ಕೆ ನಿಲುಕುವ ದೃಶ್ಯಗಳಿಗೆ ಹೆಜ್ಜೆಯನ್ನಿಡಲಾಗದೇ ಸ್ತಬ್ಧಗೊಂಡಿವೆ. ಕಲೆಯ ಸಾರ್ಥಕತೆಯ ಹುಡುಕಾಟಕ್ಕೆ

ಶಾಂತಲೆ ಆ ಕ್ಷಣದ ತಂಗಾಳಿಯೇನೋ ನಿಜ. ಆದರೆ ಜೀವಂತ ನರ್ತನಕ್ಕೆ ಸ್ತಬ್ಧವಾದ ಚಿತ್ರ ಎಂದಿಗೂ ಪರ್ಯಾಯವಾಗಲಾರದು.

ಹುಡುಗಿ ಗೃಹಿಣಿಯಾದೊಡನೇ ಅವಳೊಳಗಿನ ನರ್ತಕಿ, ಹಾಡುಗಾರ್ತಿ, ಚಿತ್ರಕಾರ್ತಿ, ಕ್ರೀಡಾಪಟು, ವಾಗ್ಮಿ ಎಲ್ಲರೂ ಕಾಣೆಯಾಗುವುದು ಇಂದಿಗೂ ನಡೆಯುತ್ತಲೇ ಇದೆ. ಶಾಂತಲೆಗಾದರೆ ತನ್ನೊಳಗಿನ ನೃತ್ಯಗಾತಿಯನ್ನು ಶಿಲ್ಪವಾಗಿಸುವ ಸ್ವಾತಂತ್ರ್ಯವಾದರೂ ಇತ್ತು. ಆದರೆ ಇವರಿಗೆ ಆ ಸೌಭಾಗ್ಯವೂ ಇಲ್ಲ. 'ನಮ್ಮೆಜಮಾನರಿಗೆ ಅದೆಲ್ಲಾ ಇಷ್ಟವಿಲ್ಲ ಅಂತಲೋ', 'ಮದುವೆಯಾದ ಮೇಲೆ ಅವುಗಳಿಗೆಲ್ಲ ಸಮಯವೆಲ್ಲಿದೆ' ಎಂತಲೋ, 'ನಮ್ಮದು ಬಹಳ ಗೌರವಾನ್ವಿತ ಮನೆತನ' ಎಂಬ ಹೆಚ್ಚುಗಾರಿಕೆಯ ನುಡಿಯಿಂದಲೋ ತಾವು ಏನಾಗಿದ್ದೆವೆಂಬುದರ ಕುರುಹೂ ಇಲ್ಲದಂತೆ ಮರೆಯಾಗಿಬಿಡುವ ಈ ಕಲಾವಿದೆಯರನ್ನು ಹುಡುಕುವ ಪರಿಯೆಂತು? ಶಾಂತಲೆಯರು ಕಾಣೆಯಾಗುತ್ತಲೇ ಇರುತ್ತಾರೆ.

ಅಕ್ಕಾ, ನಿನ್ನಯ ಗೊರವ ಸಿಕ್ಕನೇನೆ?

ಆಗಿನ್ನೂ ನನಗೆ ಏಳೋ ಎಂಟರ ಬಾಲ್ಯ. ನವರಾತ್ರಿಯ ಉತ್ಸವದ ನಿಮಿತ್ತ ನಮ್ಮೂರಿನ ದೇವಸ್ಥಾನದಲ್ಲಿ ದಿನವೂ ಕೀರ್ತನೆ ಕಾರ್ಯಕ್ರಮ ನಿಗದಿಯಾಗಿತ್ತು. ಕಥೆಯೆಂದರೆ ಜೀವಬಿಡುತ್ತಿದ್ದ ನಾನು ಎಲ್ಲರಿಗಿಂತ ಮುಂದಿನ ಸಾಲಿನಲ್ಲಿ ಕುಳಿತು ಕೀರ್ತನೆಗೆ ಕಿವಿಯಾಗುತ್ತಿದ್ದೆ. ಸಾಮಾನ್ಯವಾಗಿ ಪುರಾಣದ ಕಥೆಗಳನ್ನೇ ಆಯ್ಕೆ ಮಾಡಿಕೊಳ್ಳುವ ಅವರು ಆ ದಿನ ಅಕ್ಕಮಹಾದೇವಿಯ ಕಥನವನ್ನು ಆಯ್ದುಕೊಂಡದ್ದು ನನಗೀಗಲೂ ವಿಸ್ಮಯ. ಏಕೆಂದರೆ ಭಕ್ತಿಯ ಪರಾಕಾಷ್ಠೆಯನ್ನು ಸಾರುವ ನೂರಾರು ಪೌರಾಣಿಕ ಕಥಾ ನಕಗಳು ಇರುವಾಗ ಮಾನುಷ

ಜನ್ಮದ ಕಥೆಯನ್ನು ಆಯ್ದುಕೊಳ್ಳುವುದು ಆ ಕಾಲಕ್ಕೆ ಅಪರೂಪವೇ ಆಗಿತ್ತು. ಆದರೆ ಅವರ ನಿರೂಪಣೆ ಮಾತ್ರ ಥೇಟ್ ಪೌರಾಣಿಕ ಚೌಕಟ್ಟಿನಲ್ಲಿಯೇ ಸಾಗಿತ್ತು.

ಹರನ ಒಡ್ಡೋಲಗದಲ್ಲಿ ಚೇಷ್ಟೆ ಮಾಡಿ ಶಾಪಗ್ರಸ್ತಳಾಗುವ ದೇವಕನ್ಯೆ ಮಾನುಷ ಜನುಮದಲ್ಲಿ ಅಕ್ಕಮಹಾದೇವಿಯಾಗಿ ಜನಿಸುತ್ತಾಳೆ. ಅನುಪಮ ರೂಪವತಿಯಾದ ಅವಳು ಬಾಲ್ಯದಿಂದಲೇ ಹರನೇ ನನ್ನ ಗಂಡನೆಂದು ಆರಾಧಿಸುತ್ತಿರುತ್ತಾಳೆ. ಆ ಕ್ಷಣಕ್ಕೆ ಚಿಂತಿತರಾದರೂ ಅವಳ ಭಕ್ತಿಯ ಆಳವನ್ನು ಅರಿತಿದ್ದ ಅವಳ ತಂದೆ ತಾಯಿಯರು ಅವಳ ಲಿಂಗಸತೀ ಭಾವವನ್ನು ಗೌರವಿಸಿ, ಅವಳ ಹರನ ಅನುಸಂಧಾನಕ್ಕೆ ಭಂಗ ತರದೇ ಸಹಕರಿಸುತ್ತಿರುತ್ತಾರೆ. ಆದರೆ ಒಂದು ದಿನ ಆ ನಾಡಿನ ಪ್ರಭು ಕೌಶಿಕ ಮಹಾರಾಜ ರಾಜಬೀದಿಯಲ್ಲಿ ಮೆರವಣಿಗೆ ಹೋಗುತ್ತಿರುವಾಗ ಮಾಳಿಗೆಯಲ್ಲಿ ಇಣುಕಿದ ಈ ಸುಂದರಿಯ ಮುಖವನ್ನು ನೋಡಿಯೇಬಿಡುತ್ತಾನೆ. ಚೆಂದವುಳ್ಳದ್ದೆಲ್ಲವೂ ದೊರೆಯ ಆಸ್ತಿಯಾಗಬೇಕೆಂಬ ಬಯಕೆಯನ್ನು ಹೊಂದಿದ ಮಹಾರಾಜ ಮಹಾದೇವಿಯನ್ನು ತನ್ನ ಅಂತಃಪುರಕ್ಕೆ ಸೇರಿಸುವಂತೆ ಅವಳ ತಂದೆ ತಾಯಿಗಳಿಗೆ ಆಜ್ಞಾಪಿಸುತ್ತಾನೆ. ರಾಜನ ಆಜ್ಞೆಯನ್ನು ಮೀರಲುಂಟೆ? ತಂದೆ ತಾಯಿಯರು ಮಹಾದೇವಿಯ ಮನವೊಲಿಸಲು ಪ್ರಯತ್ನಿಸುತ್ತಾರೆ. ಆದರೆ ಮಗಳದ್ದು ಒಂದೇ ಹಠ, ಹರನೇ ನನ್ನ ಪತಿಯಾದಮೇಲೆ ಅನ್ಯರ ವರಿಸಲುಂಟೆ? ಎಂದು. ಅಂತೂ ತಂದೆ ಮಗಳ ನಡುವೆ ಒಪ್ಪಂದವೊಂದು ಏರ್ಪಟ್ಟು ಮಹಾದೇವಿ ರಾಜನೊಂದಿಗೆ ನೇರವಾಗಿ ಮಾತನಾಡುವುದೆಂದು ತೀರ್ಮಾನವಾಗುತ್ತದೆ.

ಮಹಾದೇವಿಯ ಮಾತುಕತೆಯ ಕೋರಿಕೆಯನ್ನು ಕೇಳಿ ರಾಜನಿಗೆ ಆಶ್ಚರ್ಯವಾಗುತ್ತದೆ. ತಾನು ಕಿರುಬೆರಳಿನಿಂದ ಸನ್ನೆ ಮಾಡಿದರೆ ಸಾಕು, ತನ್ನ ಅಂತಃಪುರಕ್ಕೆ ಜಿಗಿಯುತ್ತ ಓಡಿಬರಲು ಹೆಣ್ಣುಗಳು ಸಿದ್ಧವಿರುವಾಗ ಇವಳು ಎಲ್ಲರಿಗಿಂತ ಭಿನ್ನವೆನಿಸಿ, ಇವಳನ್ನು ಹೊಂದುವ ಬಯಕೆ ಇನ್ನೂ ತೀವ್ರವಾಗುತ್ತದೆ. ಮಹಾದೇವಿಯನ್ನು ಏಕಾಂತದಲ್ಲಿ ಕಂಡು ಮಾತನಾಡುತ್ತಾನೆ. ತನ್ನ ಲಿಂಗಪೂಜೆ, ಶರಣರ ಆರಾಧನೆಗೆ ಭಂಗ ತರಬಾರದೆನ್ನುವ ಶರತ್ತಿಗೊಳಪಟ್ಟು ಅವನನ್ನು ವರಿಸಲು ಮಹಾದೇವಿ ಒಪ್ಪುತ್ತಾಳೆ. ಸಕಲೈಶ್ವರ್ಯವೂ ಅರಮನೆಯಲ್ಲಿ ರಾಶಿಬಿದ್ದಿರುವಾಗ ಇವಳ ಆರಾಧನೆ ಮತ್ತು ಪೂಜೆ ತನ್ನ ಯಾವ ಸುಖಕ್ಕೂ ಅಡ್ಡಿಯಾಗಲಾರದು ಎಂದು ಭಾವಿಸಿದ್ದ ಕೌಶಿಕನ ನಿರೀಕ್ಷೆ ಸುಳ್ಳಾಗುತ್ತದೆ. ಇಡೀ ದಿನ ಹರನ

ಧ್ಯಾನ ಮತ್ತು ಜಂಗಮರ ಸೇವೆಯಲ್ಲಿ ವ್ಯಸ್ತಳಾಗಿರುವ ಸತಿ ಅವನಲ್ಲಿ ಅಸಹನೆಯನ್ನು ಮೂಡಿಸುತ್ತಾಳೆ. ಕಾಮುಕನಾದ ಕೌಶಿಕ ಒಮ್ಮೆ ಅವಳು ಜಂಗಮರ ಸೇವೆಯಲ್ಲಿರುವಾಗಲೇ ಅವಳನ್ನು ಅಂತಃಪುರಕ್ಕೆ ಕರೆಯುತ್ತಾನೆ. ಬಾರದ ಅವಳ ಮೇಲೆ ನೀನು ಜಂಗಮರೊಟ್ಟಿಗೆ ಸಲ್ಲಾಪವಾಡುತ್ತಿರುವೆ ಎಂದು ಮೂದಲಿಸುತ್ತಾನೆ. ಇದರಿಂದ ನೊಂದು ಅರಮನೆಯನ್ನು ತೊರೆದು ಹೋಗಲೆಳಸಿದ ಹೆಂಡತಿಯ ಸೀರೆಯನ್ನು ಎಳೆದು ನೋಯಿಸುತ್ತಾನೆ. ನೀನು ತೊಟ್ಟಿರುವ ವಸ್ತ್ರ, ವಡವೆಗಳೆಲ್ಲವೂ ತನ್ನ ಸೊತ್ತು ಎಂದು ಅಹಂಕಾರದಿಂದ ನುಡಿಯುತ್ತಾನೆ. ಮಹಾದೇವಿ ಅವನನ್ನು ತಿರಸ್ಕಾರದಿಂದ ನೋಡಿ, ಅವನ ವಸ್ತ್ರ, ವಡವೆಗಳನ್ನೆಲ್ಲ ಬಿಚ್ಚೊಗೆದು ದಿಗಂಬರೆಯಾಗಿ ಬಯಲ ದಾರಿಯ ಹಿಡಿದು ಸಾಗುತ್ತಾಳೆ.

ಈ ದೃಶ್ಯವನ್ನು ಕೀರ್ತನಕಾರರರು ವಿವರಿಸುತ್ತಿದ್ದಂತೇ ಅಲ್ಲಿ ಕುಳಿತ ಯಾರೊಬ್ಬರಿಗೂ ಇದು ಸಮ್ಮತವೆನಿಸಲಿಲ್ಲವಾಗಿ ಒಬ್ಬರ ಮುಖವನ್ನೊಬ್ಬರು ನೋಡುತ್ತಿದ್ದರು. ಇದನ್ನು ಅರಿತವರಂತೆ ಕೀರ್ತನಕಾರರು ಹಾಗೆ ಹೊರಟ ಮಹಾದೇವಿ ತನ್ನ ನೀಳಕೇಶರಾಶಿಯಿಂದಲೇ ತನ್ನ ದೇಹವನ್ನು ಹೇಗೆ ಮುಚ್ಚಿಕೊಂಡಳು ಎಂದು ತಮ್ಮ ಗೀತಸಾಹಿತ್ಯದಲ್ಲಿ ವಿವರಿಸಿದಾಗ ಎಲ್ಲರ ಮುಖದಲ್ಲಿಯೂ ನೆಮ್ಮದಿಯ ಮುಖಭಾವ. ಪೂಜೆಯಲ್ಲಿರುವಾಗ ಕಾಮಿಸುವವ ಅವನೆಂಥ ಗಂಡ? ಎಂದು ಕೆಲವರೂ, ಆದರೂ ಅವಳು ಗಂಡನನ್ನು ತೀರ ಅಲಕ್ಷಿಸಿದಳೆಂದು ಕೆಲವರೂ ಚರ್ಚಿಸುತ್ತಾ, ಅವಳು ಶಾಪಗ್ರಸ್ತ ದೇವತೆಯಾದ್ದರಿಂದ ತಮ್ಮ ಭವದ ಬಂಧಗಳೆಲ್ಲವನ್ನು ಅವಳಿಗೆ ಅನ್ವಯಿಸಲಾಗದೆಂಬ ತೀರ್ಮಾನಕ್ಕೆ ಬಂದಾಗಿತ್ತು. ಹೀಗೆ ನನ್ನೊಳಗೆ ಇಳಿದ ಅಕ್ಕ ಅನೇಕ ಛದ್ಮವೇಷದ ಸ್ಪರ್ಧೆಗಳಲ್ಲಿ ಮೈತುಂಬ ಕೇಶರಾಶಿಯನ್ನು ಹರಡಿಕೊಂಡು ಕಣ್ಣೆದುರು ಪ್ರತ್ಯಕ್ಷಳಾಗಿದ್ದಳು ಕೂಡಾ.

ಹೆಣ್ಣೆಂದರೆ ಶೃಂಗಾರಪ್ರಿಯೆ, ಹೆಣ್ಣೆಂದರೆ ಆಸ್ತಿ ಅಂತಸ್ತಿಗೆ ಹಾತೊರೆಯುವವಳು, ಹೆಣ್ಣೆಂದರೆ ಚಿನ್ನ, ಸೀರೆ ಒಡವೆಗಳಿಗೆ ಮಾರುಹೋಗುವವಳು ಎಂಬೆಲ್ಲ ಸಿದ್ಧಮಾದರಿಗಳ ಚರ್ಚೆ ನಡೆಯುವಾಗಲೆಲ್ಲ ಅಕ್ಕ ಆಗಾಗ ನನ್ನೊಳಗೆ ಸುಳಿದು ತಲ್ಲಣವನ್ನು ಸೃಷ್ಟಿಸುತ್ತಾಳೆ. ಹೌದು, ಅಕ್ಕ ತೊರೆದು ಹೋದುದು ರಾಜಭೋಗವನ್ನು ಮಾತ್ರವಲ್ಲ, ತಾನು ಸನ್ನೆ ಮಾಡಿದ ಕೂಡಲೇ ಎಂಥಹ ಅನುಪಮ ರೂಪವತಿಯಾದರೂ ತನ್ನ ಮಂಚಕ್ಕೆ ಆಸೆಯಿಂದ ಬಂದುಬಿಡುವಳೆಂಬ ಗಂಡಿನ ಅಹಂಕಾರವನ್ನು ಕೂಡ. ಅವಳು ಕಳಚಿಕೊಂಡಿದ್ದು ತನ್ನ ವಸನವನ್ನು ಮಾತ್ರವಲ್ಲ,

ಅಂದಿನವರೆಗೆ ಹೆಣ್ಣನ್ನು ಸುತ್ತಿಕೊಂಡಿದ್ದ ಭವವೆಂಬ ಬಂಧನವನ್ನು ಕೂಡ. ಅವಳು ಆರಿಸಿಕೊಂಡಿದ್ದು ಬಯಲದಾರಿಯನ್ನು ಮಾತ್ರವಲ್ಲ, ಮನದ ಅರಿವು ತೋರುವ ನಿಜದ ಗುರಿಯನ್ನು ಕೂಡ. ಅವಳು ಬಯಸಿದ್ದು ಹರನೆಂಬ ಗಂಡನನ್ನು ಮಾತ್ರವಲ್ಲ, ಸಾಮಾಜಿಕವಾಗಿ ಅಪರೂಪಕ್ಕೆ ದಕ್ಕುವ ಆತ್ಮಸಂಗಾತವೆಂಬ ಅದ್ಭುತವನ್ನು ಕೂಡ. ಹೆಣ್ಣಿಗೊಂದು ಆಯ್ಕೆಯಿದೆ, ಹೆಣ್ಣಿನೊಳಗೊಂದು ಭಾವವಿದೆ, ಹೆಣ್ಣಿಗೂ ಒಂದು ಅಭಿವ್ಯಕ್ತಿಯಿದೆಯೆಂಬ ಅರಿವೇ ಇರದ ಕಾಲದಲ್ಲಿ ಅಕ್ಕ ನಡೆದ ದಾರಿ ಕತ್ತಲೆಯಲ್ಲಿ ಕೊರೆದ ಬೆಳಕಿನ ಗೆರೆಯಾಗಿ ಕಾಣುತ್ತದೆ.

ಅಕ್ಕನ ಆಯ್ಕೆ ಇಹದ ಹಂಗನ್ನು ತೊರೆಯಬೇಕಾದದ್ದು ಅಂದಿನ ಅವಶ್ಯಕತೆ. ಭವದ ಹಂಗನ್ನು ಮೀರಿಯಾದರೂ ತನಗೆ ಬೇಕಾದ ಆತ್ಮಸಂಗಾತದ ಪರಿಯ ಅರುಹಬೇಕಾದ ತುರ್ತು ಅಕ್ಕನದಾಗಿತ್ತು.

ಅಂಗವ ಲಿಂಗಮುಖದಲ್ಲಿ ಅರ್ಪಿಸಿ
ಅಂಗ ಅನಂಗವಾಯಿತ್ತು
ಮನವ ಅರಿವಿಂಗರ್ಪಿಸಿ
ಮನ ಲಯವಾಯಿತ್ತು
ಭಾವವ ತಪ್ತಿಗರ್ಪಿಸಿ,
ಭಾವ ಬಯಲಾಯಿತ್ತು
ಎನ್ನ ಕಾಯದ ಸುಖಭೋಗವ
ಲಿಂಗವೇ ಭೋಗಿಸುವವನಾಗಿ
ಶರಣಸತಿ ಲಿಂಗಪತಿಯಾದೆನು.

ಎಂಬುವವಳನ್ನು ಜಗವು ಒಪ್ಪಿಕೊಳ್ಳದೇ ಬೇರೆ ಮಾರ್ಗವಿರಲಿಲ್ಲ. ಅಕ್ಕನಿಗೋ ತನ್ನೆಲ್ಲ ಭಾವಗಳನ್ನು ಅರ್ಥೈಸಿಕೊಳ್ಳಬಲ್ಲ ಸಂಗಾತಿಗಳನ್ನು ಹುಡುಕಿಕೊಳ್ಳದೇ ವಿಧಿಯಿರಲಿಲ್ಲ. ಶರಣರ ಸಂಗದಲ್ಲಿ ಆಧ್ಯಾತ್ಮದ ಚಿಂತನೆಗಳಿಗೆ ಹೊಳಪು ಪಡೆದುಕೊಳ್ಳಲು ಅವಳು ಕಲ್ಯಾಣದ ದಾರಿಯನ್ನು ಹಿಡಿದು ಸಾಗುತ್ತಾಳೆ.

ನಡೆ ಶುಚಿ, ನುಡಿ ಶುಚಿ, ತನು ಶುಚಿ, ಮನ ಶುಚಿ, ಭಾವ ಶುಚಿ,
ಇಂತೀ ಪಂಚ ತೀರ್ಥಂಗಳನೊಳಕೊಂಡು ಮರ್ತ್ಯದಲ್ಲಿ ನಿಂದ
ನಿಮ್ಮ ಶರಣರ ತೋರಿ ಎನ್ನನುಳಿಕೊಳ್ಳಾ

ಎಂದು ಅವಳು ಲಿಂಗವನ್ನು ಬೇಡಿಕೊಳ್ಳುತ್ತಾಳೆ. ಶರಣರ ಇರವನ್ನು

ಅರಸುತ್ತಾ ಅಂದಿನ ಮಹಾಮನೆ 'ಅನುಭವ ಮಂಟಪ'ವನ್ನು ಪ್ರವೇಶಿಸುವ ಅವಳಿಗೆ ಅಲ್ಲಿಯೂ ಪ್ರಶ್ನೆಗಳ ಬಾಣಗಳೇ ನಾಟುತ್ತವೆ. ಅವಳನ್ನು ಅಲ್ಲಮ ಪ್ರಭು ಪ್ರಶ್ನಿಸುವುದು ಹೀಗೆ,

ಉದುಮದದ ಯೌವನವನೊಳಕೊಂಡ ಸತಿ ನೀನು
ಇತ್ತಲೇಕೆ ಬಂದೆಯವ್ವಾ?
ಸತಿಯೆಂದರೆ ಮನಿವರು ನಮ್ಮ ಶರಣರು
ನಿನ್ನ ಪತಿಯ ಕುರುಹ ಹೇಳಿದರೆ ಬಂದು ಕುಳ್ಳಿರು
ಅಲ್ಲದಿರೆ ತೊಲಗು ತಾಯೆ.

ಇಂದಿಗೂ ಹೆಣ್ಣು ಗಂಡನ ವಿಳಾಸದ ಅಡಿಯಲ್ಲಿ ತಾನೆ ಎಲ್ಲ ಕಡೆಯಲ್ಲಿಯೂ ಪ್ರವೇಶ ಪಡೆಯುವುದು?

ಅಕ್ಕನೋ ನಿಚ್ಚಳವಾಗಿ ತನ್ನ ಕುರುಹನರಿತವಳು. ಅಷ್ಟೇ ಜಾಣ್ಮೆಯಿಂದ ಉತ್ತರಿಸುತ್ತಾಳೆ.

ಆಲದ ಮಂಟಪದ ಮೇಲೆ ಉರಿಯ ಚಪ್ಪರವಿಕ್ಕಿ,
ಆಲಿಕಲ್ಲ ಹಸೆಯ ಹಾಸಿ,
ಕಾಲಿಲ್ಲದ ಹೆಂಡತಿಗೆ
ತಲೆಯಿಲ್ಲದ ಗಂಡ ಬಂದು ಮದುವೆಯಾದನು.
ಎಂದೆಂದೂ ಬಿಡದ ಬಾಳುವೆಗೆ ಕೊಟ್ಟರೆನ್ನ
ಚನ್ನಮಲ್ಲಿಕಾರ್ಜುನನೆಂಬ ಗಂಡಂಗೆನ್ನ
ಮದುವೆಯ ಮಾಡಿದರು

ಅಕ್ಕನ ಉತ್ತರದಲ್ಲಿ ಅವಳ ನಡೆದ ದಾರಿಯ ಕಡುಕಷ್ಟದ ವಿವರವಿದೆ. ಭವದ ವಸನವ ಬಿಚ್ಚಿ ಬಂದವಳಿಗೆ ಕೇಶದ ಮರೆಯೇಕೆ ಎಂದೂ ಕೇಳುತ್ತಾನೆ ಅಲ್ಲಮ. ಅದಕ್ಕೆ ಅಕ್ಕನ ಉತ್ತರವೂ ಅಷ್ಟೇ ಮಾರ್ಮಿಕವಾಗಿದೆ.

ಫಲ ಒಳಗೆ ಪಕ್ವವಾಗಿಯಲ್ಲದೆ ಹೊರಗಣ ಸಿಪ್ಪೆ ಒಪ್ಪಗೆಡದು.
ಕಾಮನ ಮುದ್ರೆಯ ಕಂಡು ನಿಮಗೆ ನೋವಾದೀತೆಂದು,
ಆ ಭಾವದಿಂದ ಮುಚ್ಚಿದೆ, ಇದಕ್ಕೆ ನೋವೇಕೆ?

ಅಕ್ಕನ ಈ ಉತ್ತರದಿಂದ ಅನುಭಾವಿಗಳೆಲ್ಲರೂ ನಿಬ್ಬೆರಗಾಗುತ್ತಾರೆ. ಮಹಾಮನೆ ಅಕ್ಕನನ್ನು ತನ್ನ ತೆಕ್ಕೆಯೊಳಗೆ ಆಲಂಗಿಸುತ್ತದೆ.

ಆದರೆ ಅಲ್ಲಿಯೂ ಅಕ್ಕ ಸ್ಥಾವರವಾಗಿ ಉಳಿಯಲಿಲ್ಲ. ಜಂಗಮವಾಗಿ

ಮಹಾಮನೆಯನ್ನು ತೊರೆದು ಕಾಡು, ಮೇಡುಗಳಲ್ಲಿ ತನ್ನ ಸಂಗಾತಿಯ ಇರವನ್ನು ಅರಸುತ್ತಾ, ಇಡಿಯ ಪ್ರಕೃತಿಯನ್ನೇ ತನ್ನ ಗೆಳೆತನದ ತೆಕ್ಕೆಯೊಳಗೆ ಸೇರಿಸಿಕೊಳ್ಳುತ್ತಾ, ತನ್ನ ಅನುಭವವನ್ನೆಲ್ಲ ಹಾಡಾಗಿಸುತ್ತ ಸಾಗುತ್ತಾಳೆ. ಹೆಣ್ಣು, ಗಂಡೆಂಬ ಬೇಧವಳಿದ ದಿವ್ಯಚೇತನವಾಗಿ ಹೊರಹೊಮ್ಮುತ್ತಾಳೆ.

ಹೆಣ್ಣು ಹೆಣ್ಣಾದಡೆ ಗಂಡಿನ ಸೂತಕ
ಗಂಡು ಗಂಡಾದಡೆ ಹೆಣ್ಣಿನ ಸೂತಕ
ಮನದ ಸೂತಕ ಹಿಂಗಿದೊಡೆ
ತನುವಿನ ಸೂತಕಕ್ಕೆ ತೆರಹುಂಟೆ?
ಅಯ್ಯಾ, ಮೊಕಲಿಲ್ಲದ ಸೂತಕಕ್ಕೆ ಮರುಳಾಯಿತು ಜಗವೆಲ್ಲ
ಎನ್ನ ದೇವ ಚೆನ್ನಲ್ಲಿಕಾರ್ಜುನನೆಂಬ ಗುರುವಂಗೆ
ಜಗವೆಲ್ಲ ಹೆಣ್ಣು ನೋಡಾ ಅಯ್ಯಾ

ಆತ್ಮಸಂಗಾತವ ನೀಗಲು ಮಲ್ಲಿಕಾರ್ಜುನನೆಂಬ ಗಂಡನನ್ನು ತಾನೇ ಸೃಷ್ಟಿಸಿಕೊಂಡು ಸುಖಿಸಿದ ಅಕ್ಕನ ದಾರಿ ಅಂದಿನ ಕಾಲಕ್ಕೆ ಒಂದು ಪವಾಡವೇ ಸರಿ. ಅದನ್ನೇ ಚೆನ್ನಬಸವಣ್ಣ ಹೀಗೆ ಹೇಳುತ್ತಾನೆ,

ತನುವಿನೊಳಗಿದ್ದು ತನುವ ಗೆದ್ದಳು.
ಮನದೊಳಗಿದ್ದು ಮನವ ಗೆದ್ದಳು.
ವಿಷಯದೊಳಗಿದ್ದು ವಿಷಯಂಗಳ ಗೆದ್ದಳು.
ಅಂಗಸಂಗವ ತೊರೆದು ಭವವ ಗೆದ್ದಳು.

ಈ ಗೆಲುವಿನ ಹಾದಿಯಲ್ಲಿ ಅಕ್ಕ ಎದುರಿಸಿದ ಸಂಕಷ್ಟಗಳೆಷ್ಟೋ, ಎದುರಿಸಿದ ಎಡರು ತೊಡರುಗಳೆಷ್ಟೋ ಬಲ್ಲವರಾರು? ಅವಳು ನಡೆದ ಕಾಲುಹಾದಿ ಮುಂದಿನ ಹೆಂಗಳೆಯರ ಪಾಲಿಗೆ ಹೆದ್ದಾರಿಯಾದದ್ದಂತೂ ಸತ್ಯ.

ಅದು ಅಕ್ಕನೆಂಬ ಲಿಂಗಮೋಹಿಯ ಕಥೆ. ಆದರೆ ಈ ನನ್ನ ಕಥೆಯ ಇಹದ ಅಕ್ಕನ ದಾರಿಯೇ ಬೇರೆ.

"ಕೌಶಿಕನಿಗಿಂತ ನೂರುಪಟ್ಟು ದುಷ್ಟನ
ಕೈಹಿಡಿದ ಅಕ್ಕ
ಬಿಟ್ಟು ಬಯಲಾಗು ಬಾರೆ ಎಂದರೆ
ಸಿಕ್ಕಲಾರದ ಶಿವನ ಎಲ್ಲೆಂದು ಹುಡುಕಲೇ?
ಸಿಕ್ಕವನನ್ನೇ ಜಡಿದು ಜಂಗಮನಾಗಿಸುವೆ
–ನೆಂಬ ಹಠದಲ್ಲಿ ಹೊರಟವಳು

ಮತ್ತೇನೋ ನೆನಪಾದವಳಂತೆ
ಹತ್ತಿರ ಬಂದು, "ನನ್ನ ಹಾಡುಗಳಿವು ಜೋಪಾನ"
ಎಂದು ನನ್ನೆದೆಯೊಳಗೆ ಬಚ್ಚಿಟ್ಟು ಹೋದಳು."

ಇವಳು ನಾನು ಸಂಧಿಸಿದ ಈ ಕಾಲದ ಅಕ್ಕ. ಜೀವನವೆಂದರೇನೆಂದು ತಿಳಿಯದ ಪ್ರಾಯದಲ್ಲಿಯೇ ಮದುವೆಯಾಗಿ, ಅದು ಅರ್ಥವಾಗುವ ವೇಳೆಗೆ ಬದುಕೇ ಮೂರಾಬಟ್ಟೆಯಾಗಿ ಮನೆಬಿಟ್ಟು ಹೊರಟ ಈ ಅಕ್ಕ ತಾನೊಬ್ಬಳೇ ಶಿವನೆಂಬ ಪರವ ಅರಸಿ ಹೋಗಲಿಲ್ಲ. ತನ್ನೊಂದಿಗೆ ಕೌಶಿಕನಿಗಿಂತಲೂ ನೂರು ಪಟ್ಟು ದುಷ್ಟನಾದ ಗಂಡನನ್ನು ಕಟ್ಟಿಕೊಂಡೇ ಹೊರಬಂದು, ಅವನನ್ನು ಕಷ್ಟಪಟ್ಟು ಹಣಿಯುತ್ತಲೇ ಅವನನ್ನು ಜಂಗಮನನ್ನಾಗಿಸಿ ನಗುತ್ತಾಳೆ. ಇವೆಲ್ಲವೂ ಸುಲಭಕ್ಕೆ ದಕ್ಕುವ ವಿಜಯವಲ್ಲ. ಅಕ್ಕನ ವೈರಾಗ್ಯ, ಅವಳ ಛಲ, ಅವಳ ನಿಚ್ಚಳತೆ ಎಲ್ಲವೂ ಬೇಕು. ಮತ್ತದನ್ನವಳು ಅಕ್ಕನಿಂದಲೇ ಎರವಲು ಪಡೆದಿದ್ದಾಳೆ ಕೂಡ.

ಆತ್ಮಸಂಗಾತದ ಸುಖವು ಕೈಜಾರುತ್ತಿದೆಯೆಂಬ ನೋವು ಮನಸ್ಸನ್ನು ಆವರಿಸುವ ಗಳಿಗೆಯಲ್ಲೆಲ್ಲಾ ಎಲ್ಲಿಂದಲೋ ಪ್ರತ್ಯಕ್ಷವಾಗುವ ಅಕ್ಕ ನಮ್ಮ ಮನದೊಳಗಿರುವ ಚೆನ್ನಮಲ್ಲಿಕಾರ್ಜುನನ ತೆರೆದು ತೋರುತ್ತಾಳೆ.

"ಅಕ್ಕಾ ನಿನ್ನ ಗೊರವ
ಸಿಕ್ಕನೇನೆ? ಎಂದೆ
ನನ್ನೊಳಗಿನ ಲಿಂಗವ ತೆರೆದು
ತೋರಿ, ನಕ್ಕು ಮರೆಯಾದಳು."

ನನ್ನೊಳಗಿನ ಚೆನ್ನಮಲ್ಲಿಕಾರ್ಜುನನ ತೆರೆದು ತೋರುವ ಆ ಅಕ್ಕ ಮತ್ತು ಸಿಕ್ಕವನನ್ನೇ ಜಂಗಮನಾಗಿಸುವ ಹಠತೊಟ್ಟು, ತನ್ನೆದೆಯೊಳಗಿನ ಹಾಡುಗಳನ್ನು ನನ್ನಲ್ಲಿ ಬಚ್ಚಿಟ್ಟ ಈ ಅಕ್ಕ ಇಬ್ಬರೂ ಒಂದು ಬಿಂದುವಿನಲ್ಲಿ ಸಂಧಿಸಿ ನನ್ನೊಳಗೆ ಬೆಳಕಾಗುತ್ತಾರೆ. ದೇವಲೋಕದಿಂದ ಶಾಪಗ್ರಸ್ತರಾಗಿ ಭೂಮಿಯಲ್ಲಿ ಜನಿಸಿದ ದೇವರಂತೆಣಿಸದೇ ಅಪ್ಪಟ ಮನುಷ್ಯರಾಗಿ, ಪುರುಷಲೋಕದ ಗಡಿಯ ಮೀರುವ ದಾರಿಯನ್ನು ತೊರುವ ದರ್ಶಕರಂತೆ ಕಾಣುತ್ತಾರೆ. ಮತ್ತೆ, ಮತ್ತೆ ಬರುವ ಅಕ್ಕಂದಿರಲ್ಲಿ ಕೇಳುತ್ತೇನೆ,

ತೆಕ್ಕೆಗೆ ಸಿಗದವನ
ದಕ್ಕಿಸಿಕೊಳ್ಳುವುದಾದರೂ ಹೇಗೆ?
ನಕ್ಕು ನುಡಿಯುತ್ತಾರೆ
ಇನ್ನಷ್ಟು ಪ್ರೀತಿಸುವುದು.

ಎಲ್ಲ ಯುದ್ಧಗಳನ್ನು
ಜಯಿಸಿದ ಮೇಲೂ ಹೆಣ್ಣು
ಜಯಿಸಲಾಗದ ಸಮರವಿದು!

ಅ–ಯೋಧ್ಯಾ ಎಂದರೆ ಯಾವ ಯೋಧನೂ ಗೆಲ್ಲಲಾಗದ ನಾಡು ಎಂದರ್ಥ. ಅದರ ಮಹಾರಾಣಿ ಅವಧೇಶ್ವರಿ. ಅದಕ್ಕೂ ಮೊದಲವಳು ಮಾಂದಾತ ಮಹಾರಾಜನ ಮುದ್ದಿನ ಕುವರಿ ನರ್ಮದಾ ಪುರುಕುತ್ಸಾನಿ. ಅವಳಿಗೊಬ್ಬ ಅಣ್ಣ ಪುರುಕುತ್ಸ. ವಿಚಿತ್ರವಾಗಿರುವ ಹೆಸರುಗಳು.

ಏಕೆಂದರೆ ಅವರು ಈಜಿಪ್ಟಿನ ಪೆರೋ ವಂಶದವರು. ಅಲ್ಲಿಂದ ಇಲ್ಲಿಗೆ ವಲಸೆ ಬಂದವರು. ಆಗ ಪುರುಕುತ್ಸಾನಿಗೆ ಎಂಟು ವರ್ಷ, ಮತ್ತವಳ ಅಣ್ಣನಿಗೆ ಹನ್ನೆರಡು. ಸ್ವರ್ಗದ ನಂದನದಂತಿದ್ದ ಆಮ್ರವನದಲ್ಲಿ ಮಾಂದಾತ ಮಹಾರಾಜ ತನ್ನ ಮನದಿಂಗಿತವನ್ನು ಮಹಾರಾಣಿಗೆ ಹೇಳುತ್ತಾನೆ.

"ಮಹಾರಾಣಿ, ನಮ್ಮ ಮಗ ಪುರುವಿನ ವಿವಾಹದ ಬಗ್ಗೆ ನಾನಿಂದು ತೀರ್ಮಾನಿಸಿದ್ದೇನೆ"

"ಹಾಗೆಯೇ ನಮ್ಮ ಮಗಳ ಬಗೆಗೂ ಯೋಚಿಸಿ ಮತ್ತೆ"

"ಅವರಿಬ್ಬರಿಗೂ ವಿವಾಹ ಮಾಡೋಣವೆಂದಿರುವೆ"

"ಇಬ್ಬರಿಗೂ! ಅಂದರೆ ವರ ಮತ್ತು ವಧು ಎರಡಕ್ಕೂ ಬಲೆಬೀಸಿರುವಿರಿ ಎಂದಾಯ್ತು"

"ರಾಜವಂಶದ ರಕ್ತ ಶುದ್ಧವಾಗಿರಬೇಕೆಂದರೆ ಅವರಿಬ್ಬರೂ ಸತಿಪತಿಯಾಗಬೇಕಾದ್ದು ಅನಿವಾರ್ಯ"

ಮಹಾರಾಜನ ಮಾತನ್ನು ಕೇಳಿ ಕುಸಿದು ಬಿದ್ದಳು ಬಿಂದುಮತಿ. ಅವಳು ನಾಗವಂಶದವಳು. ಅವರ ಆಚರಣೆಯ ಪ್ರಕಾರ ಸಹೋದರ ಸಂಬಂಧಿಗಳ ವಿವಾಹ ನಿಷಿದ್ಧ. ಅಯೋಧ್ಯೆಯ ರಾಜರಿಗೂ ಇದು ಪಥ್ಯವಲ್ಲ. ಅದರೆ ಮಹಾರಾಜ ಹಠ ಹಿಡಿದಿದ್ದಾನೆ. ಅವನಿಗೀಗ ರಕ್ತಶುದ್ಧಿ ಪ್ರಮುಖ ವಿಷಯವಾಗಿ ಕಾಣುತ್ತಿದೆ.

ಆದರೆ ಮಹಾರಾಣಿಯ ಚಿಂತೆಯೇ ಬೇರೆ. ಮಗ ಪುರುಕುತ್ಸ ತುಂಬಾ ಸೌಮ್ಯ ಸ್ವಭಾವದವನು. ಮಗಳು ಹಾಗಲ್ಲ. ಚಿಮ್ಮುವ ಉತ್ಸಾಹದ ಬುಗ್ಗೆ. ಅವರನ್ನು ಸಂಭಾಳಿಸಲು ವೀರ ಪುರುಷನೇ ಬೇಕು. ಅದನ್ನವಳು ಸೂಚ್ಯವಾಗಿ ಮಹಾರಾಜನಿಗೂ ಹೇಳಿದಳು. ಆದರವನ ತಲೆಯೊಳಗೆ ರಕ್ತಶುದ್ಧಿಯ ಭೂತ ಭದ್ರವಾಗಿ ಕುಳಿತುಬಿಟ್ಟಿತ್ತು. ಮಾತಿನ ಭರದಲ್ಲಿ ಹೇಳಿಯೇಬಿಟ್ಟ, "ನನ್ನಂತೆ ನಾಗಕನ್ಯೆಯೊಬ್ಬಳನ್ನು ವರಿಸುವ ಸ್ಥಿತಿ ಅವನಿಗೆ ಬಾರದಿರಲಿ" ಮಹಾರಾಣಿಗೂ ಸಿಟ್ಟೇರಿತು. "ರಕ್ತಶುದ್ಧಿಯಿಂದ ನಿಮ್ಮ ವಂಶದವರು ಸಾಧಿಸಿದ್ದು ಅಷ್ಟರಲ್ಲೇ ಇದೆ" ಎಂದುಬಿಟ್ಟಳು. ರಾಜನ ಬಾಯಿಂದ ಅವನಿಗರಿವಿಲ್ಲದೇ ಬಂತು ಶಬ್ದ, "ಬಾಯಿ ಮುಚ್ಚು ಗದ್ದಾವಿ!"

ಆ ಒಂದೇ ಪದ ಮಹಾರಾಣಿಯ ಸದ್ದಡಗಿಸಿತು. ಪುಕುತ್ಸಾನಿಯ

ಮದುವೆಯನ್ನು ಪುರುಕುತ್ಸನೊಡನೆ ಆಗುಮಾಡಿತು. ಅಷ್ಟರಲ್ಲಾಗಲೇ ಮಹಾರಾಣಿ ಅಸುನೀಗಿದ್ದಳು. ಪ್ರೀತಿಯ ಮಗಳಿಗೆ ದಾಂಪತ್ಯದ ಪ್ರಾಥಮಿಕ ಪಾಠವನ್ನು ಹೇಳಿಕೊಡಲು ಅವಳಿರಲಿಲ್ಲ. ಒಲವಿನ ಭಾವಗಳು ಕೂಡಾ ಪಹರೆಯವರ ಕಣ್ಣುತಪ್ಪಿಸಿ ಸುಳಿಯದ ಅಂತಃಪುರದೊಳಗೆ ಪ್ರಕೃತಿ ಸಹಜ ಪಾಠಗಳ ಗಾಳಿ ಸುಳಿಯಲಿಲ್ಲ. ಆದ್ದರಿಂದಲೇ ಅವರಿಬ್ಬರ ನಿಷೇಕ ಪ್ರಸ್ತದ ದಿನ ಏನಾಗಬಾರದಿತ್ತೋ ಅದು ಆಗಿಹೋಯ್ತು. ಪ್ರಥಮ ರಾತ್ರಿಯ ಕನಸು ಕಾಣುತ್ತ ಪಲ್ಲಂಗದ ಮೇಲಿದ್ದ ಪುರುಕುತ್ಸನನ್ನು ಎಳೆದು ಗುದುಮುರುಗೆಯಿಟ್ಟು, ಕಚ್ಚಿ, ಹೊಡೆದು ಮೂಲೆಗೊರಗಿಸಿದ್ದಳು ಪುರುಕುತ್ಸಾನಿ. ದಿನವೂ ಆಟವಾಡುವಾಗ ನಡೆಯುವ ಸಹಜಕ್ರಿಯೆಯಿದಾಗಿತ್ತು. ಆದರೆ ಅಂಗಸಂಗದ ಬಗ್ಗೆ ತಂದೆಯಿಂದ ಅಲ್ಪಸ್ವಲ್ಪ ಅರಿತಿದ್ದ ಪುರುಕುತ್ಸನಿಗೆ ಇದರಿಂದ ತೀರ ಅವಮಾನವಾಗಿತ್ತು. ಅವನು ಪುರಕುತ್ಸಾನಿಯೊಂದಿಗಿನ ದಾಂಪತ್ಯದ ಬಂಧವನ್ನು ಅಲ್ಲಿಗೇ ಮುಕ್ತಾಯಗೊಳಿಸಿಕೊಂಡಿದ್ದ.

ತಿರಸ್ಕೃತನಾದ ಪುರುಷನಿಗೆ ಯಾವಾಗಲೂ ತನ್ನ ಪೌರುಷತ್ವವನ್ನು ಸಾಬೀತುಪಡಿಸುವ ತವಕ. ಪುರುಕುತ್ಸನೂ ಅದನ್ನೇ ಮಾಡಿದ. ರಾಜಗಣಿಕೆಯರೊಂದಿಗೆ ವಿಲಾಸ, ವಿನೋದಗಳಲ್ಲಿ ಕಳೆದುಹೋದ. ಗೆಳತಿ ಸುಂದರಿಯಿಂದ ಹೆಣ್ಣಾಗುವ ಪಾಠ ಕಲಿತ ಪುರುಕುತ್ಸಾನಿ ಪತಿಯನ್ನು ಸಂಧಿಸಿದರೂ ಅವನು ಇವಳನ್ನು ತಿರುಗಿಯೂ ನೋಡಲಿಲ್ಲ. ಇತ್ತ ಮಾಂಧಾತ ಮಹಾರಾಜ ಮರಣಹೊಂದಿದ. ಇಡೀರಾಜ್ಯ ಅರಾಜಕತೆಯಲ್ಲಿ ಮುಳುಗಿಹೋಗುವ ಹೊತ್ತು ಪುರುಕುತ್ಸಾನಿಯೊಳಗಿನ ರಾಜ ಎಚ್ಚೆತ್ತುಕೊಂಡಿದ್ದ.

ಬದುಕಿನ ಎಳೆಗಳು ಅಂಗೈಯಿಂದ ತಪ್ಪಿಸಿಕೊಂಡು ಹಾರಿಹೋದ ಗಳಿಗೆಯಲ್ಲಿ ಅವಳು ರಾಜ್ಯಾಡಳಿತದ ಲಗಾಮನ್ನು ಬಿಗಿಯಾಗಿ ಹಿಡಿದಳು. ಮದಿರೆ, ಮಾನಿನಿಯರ ಸಂಗದಲ್ಲಿ ಕಳೆದುಹೋದ ಮಹಾರಾಜನನ್ನು ರಾಜವರ್ಗದವರ ಆಮೋದಪ್ರಮೋದಕ್ಕೆಂದೇ ಮೀಸಲಾದ ಆಮ್ರವನಕ್ಕೆ ಕಳಿಸಿದಳು. ಅವನಲ್ಲಿ ಇನ್ನೂ ಪೂರ್ತಿಯಾಗಿ ಹೆಣ್ಣಾಗದ ಕನ್ಯೆಯರ ಮೀಸಲು ಮುರಿಯುತ್ತಾ, ತನ್ನೊಳಗಿನ ಪೌರುಷತ್ವಕ್ಕೆ ಹೆಮ್ಮೆಪಡುತ್ತಿರುವಾಗ ಇವಳು ರಾಜ್ಯದ ಜನತೆಯ ಕಷ್ಟ, ಸುಖಗಳಿಗೆ ಸ್ಪಂದಿಸುತ್ತ ಎಲ್ಲರ ಕಣ್ಮಣಿಯಾದಳು.

ದಶಾರ್ಣದ ರಾಜ ಭದ್ರಾಯು ಅಯೋಧ್ಯೆಯ ಮೇಲೆ ದಾಳಿ ಮಾಡಿದಾಗ ತನ್ನ ಸೈನ್ಯದೊಡನೆ ಮುನ್ನುಗ್ಗಿ ಅಯೋಧ್ಯೆ ಯಾವ ಯೋಧನೂ ಗೆಲ್ಲಲಾರದ ನಾಡೆಂದು ಮತ್ತೊಮ್ಮೆ ಪುರುಕುತ್ಸಾನಿ ಸಾಬೀತುಮಾಡಿದಳು.

ಸಗರನೆಂಬ ನಾಮದಿಂದ ಖ್ಯಾತನಾದ ಅವನು ಸೋಲಿನ ನಿರಾಶೆಯನ್ನು ತಡೆಯಲಾರದೇ ಆಮ್ರವನಕ್ಕೆ ನುಗ್ಗಿ ಪುರುಕುತ್ಸನನ್ನು ಸೆರೆಹಿಡಿದು ಓಡಿಬಿಟ್ಟ. ಅಷ್ಟಕ್ಕೇ ನಿಲ್ಲದೇ ಅವಧೇಶ್ವರಿಯ ಒಡಲಿನಲ್ಲಿ ಮತ್ತೆ ಮದುವೆಯಾಗುವ ಆಸೆಯನ್ನು ಚಿಗುರಿಸಿದ. ಸ್ವತಃ ಪುರುಕುತ್ಸ ಮಹಾರಾಜನೇ ಮುಂದೆನಿಂತು ಅವಳನ್ನು ತನಗೆ ಧಾರೆ ಎರೆದುಕೊಡಲು ಒಪ್ಪಿರುವುದಾಗಿ ಓಲೆ ಕಳಿಸಿದ. ಆ ಕ್ಷಣಕ್ಕೆ ಪುರುಕುತ್ಸಾನಿ ವಿಚಲಿತಳಾದಳೇನೊ ನಿಜ. ಮತ್ತೆ ಸಾವರಿಸಿಕೊಂಡು ಕರ್ತವ್ಯದ ಕರೆಗೆ ಓಗೊಟ್ಟಳು. ಮದುವೆಯ ಪ್ರಸ್ತಾಪವನ್ನು ತಿರಸ್ಕಾರದಿಂದ ಬದಿಗೊತ್ತಿದಳು.

ವಿಕ್ಷಿಪ್ತ ಸಗರ! ಕೈಕಾಲು ಕುತ್ತಿಗೆಗಳಿಲ್ಲದ ತನ್ನ ಕುರೂಪದಿಂದಾಗಿಯೇ ಅವಳು ತನ್ನನ್ನು ತಿರಸ್ಕರಿಸಿದಳೆಂದುಕೊಂಡ. ಅದೇ ಕಿಚ್ಚಿನಲ್ಲಿ ಸುತ್ತಮುತ್ತಲ ರಾಜ್ಯಗಳನ್ನೆಲ್ಲ ಜಯಿಸಿ ನೂರು ಕನ್ಯೆಯರನ್ನು ವರಿಸಿ ನೂರಾರು ಮಕ್ಕಳನ್ನು ಪಡೆಯುವುದರಲ್ಲಿ ಮುಳುಗಿಹೋದ. ಅವಧೇಶ್ವರಿಯ ಎದುರು ಈಗ ಸಂತಾನದ ಪ್ರಶ್ನೆ ದೊಡ್ಡ ಸವಾಲಾಗಿ ನಿಂತಿತ್ತು. ಗಂಡನನ್ನು ಸೆರೆಯಲ್ಲಿಟ್ಟ ಸಗರನನ್ನವಳು ಬಿಡುಗಡೆಗಾಗಿ ಬೇಡಲಾರಳು. ಹಾಗೆಂದು ಇನ್ನೊಂದು ಮದುವೆಯಾಗುವುದೂ ಪ್ರಜೆಗಳ ದೃಷ್ಟಿಯಲ್ಲಿ ಪಾಪಕಾರ್ಯ. ಜೀವನದ ಎಲ್ಲ ಯುದ್ಧಗಳನ್ನು ಜಯಿಸಿದ ಮೇಲೂ ಹೆಣ್ಣು ಜಯಿಸಲಾಗದ ಸಮರವಿದು!

ತಾರ್ಕ್ಷ, ಅವಳ ಇಡಿಯ ಬದುಕಿನಲ್ಲಿ ಜೊತೆಯಾದ ಗೆಳೆಯ. ಸಾಮಾನ್ಯ ಯೋಧನಾದರೂ ರಾಜಕಾರ್ಯದಲ್ಲಿ ನಿಪುಣ. ಇಬ್ಬರೂ ಸೇರಿ ದೇಮಮಹರ್ಷಿಗಳ ನೆರವಿನಿಂದ ಸಿಂಹಭಟ್ಟನ ಮೂಲಕ ನಿಯೋಗ ಪದ್ಧತಿಯಲ್ಲಿ ಮಗುವನ್ನು ಪಡೆಯುವ ಸಿದ್ಧತೆ ಮಾಡುತ್ತಾರೆ. ಆದರೆ ಪ್ರಜೆಗಳಿಗೆಲ್ಲ ಮಹಾರಾಜನೇ ನಿಯೋಗಕ್ಕೆ ಬರುತ್ತಿದ್ದಾನೆಂದು ಸುದ್ಧಿ ಹಬ್ಬಿಸುತ್ತಾರೆ. ಎಲ್ಲವೂ ಯೋಜನೆಯಂತೆ ನಡೆದು ತ್ರಸದಸ್ಯು ರಾಜ್ಯದ ಮುಂದಿನ ಉತ್ತರಾಧಿಕಾರಿಯಾಗುತ್ತಾನೆ. ಆದರೆ ಹೆಣ್ಣಿನ ಶೀಲಕ್ಕೆ ಎಂತಹ ಕತ್ತಲೆಯಲ್ಲೂ ಕನ್ನಡಿಯೊಂದು ಇದ್ದೇ ಇರುತ್ತದೆ. ಅಂತಹ ಕನ್ನಡಿಯಾಗಿ ಭೀಮಭಟ್ಟ ಅವಳ ಜೀವನನುದ್ದಕ್ಕೂ ಕಾಡುತ್ತಾನೆ. ಮುದ್ದಿನ ಮಗ ತ್ರಸದಸ್ಯು ಅಮ್ಮನೆದುರು ನಿಂತು ಪ್ರಶ್ನಿಸುತ್ತಾನೆ,

"ಅಮ್ಮಾ, ನಾನು ಯಾರ ಮಗ?"

"ಯಾರ ಹೆಸರಲ್ಲಿ ನೀನು ಪಟ್ಟಕ್ಕೆ ಬಂದೆಯೋ ಅವರ ಮಗ ನೀನು."

"ಮತ್ತೆ ಜನರೆಲ್ಲ ಆ ಹುಚ್ಚು ಸಿಂಹಭಟ್ಟನ ಮಗ ನಾನು ಎನ್ನುತ್ತಾರೆ"

ಅವನ ಉತ್ತರ ಅವಳ ಎದೆಯನ್ನು ಘಾಸಿಗೊಳಿಸಿತು. ಗುರುದೇವರು ತ್ರಸದಸ್ಯುವನ್ನು ಸಮಾಧಾನಗೊಳಿಸಲು ಹೇಳಿದರು, “ಮಗು, ಎಲ್ಲರೂ ಇಲ್ಲಿ ಈಶ್ವರನ ಮಕ್ಕಳು”

ಅವನ ಸಿಟ್ಟು ಶಾಂತವಾಗಲಿಲ್ಲ.

“ಸಾಕು ಒಣ ವೇದಾಂತ. ಹೇಳು ನಾನು ಯಾರ ಮಗ?”

ಪುರುಕುತ್ಸಾನಿಯ ಸಂಯಮದ ಕಟ್ಟೆ ಒಡೆದಿತ್ತು. ಅವಳೂ ನಿರ್ಧಾರದ ಧ್ವನಿಯಲ್ಲಿ ಹೇಳಿದಳು,

“ನಾನು ಇಲ್ಲಿಯವರೆಗೆ ಪುರುಕುತ್ಸನ ವಿಧವೆಯಷ್ಟೇ ಆಗಿದ್ದೆ. ನಿನ್ನ ಮಾತುಗಳಿಂದ ನಾನಿನ್ನು ಈ ಹುಚ್ಚು ಬ್ರಾಹ್ಮಣನ ಸೂಳೆ.” ಮತ್ತೆ ಮುತ್ತೈದೆಯ ಪೋಷಾಕು ಧರಿಸಿದ ಪುರುಕುತ್ಸಾನಿ ಸಿಂಹಭಟ್ಟನೊಂದಿಗೆ ದಾಂಪತ್ಯಧರ್ಮವನ್ನು ಪಾಲಿಸುತ್ತಾಳೆ.

ಎಲ್ಲ ಮುಗಿದು ಮತ್ತೆ ತಾರ್ಕ್ಷನೊಂದಿಗೆ ಆಮ್ರವನಕ್ಕೆ ಬಂದ ಪುರುಕುತ್ಸಾನಿಯ ಮನಸ್ಸಿನಲ್ಲಿ ಭಾವನೆಗಳ ತಾಕಲಾಟ. ಸುತ್ತ ಹಸಿರಿನ ನಡುವೆ ಬೆಳ್ಳಗೆ ಅರಳಿನಿಂತ ಆಮ್ರಪುಷ್ಪಗಳನ್ನು ನೋಡುತ್ತಾ ಕೇಳುತ್ತಾಳೆ, “ಈ ಪುಷ್ಪಗಳ ಮೇಲೆ ಹಾರಾಡುವ ಹುಳುಗಳು ಯಾವುವು?”

“ಅವು ಜೇನ್ನೊಣಗಳು, ಮಹಾರಾಣಿ”

“ಅವುಗಳ ಕಾಲ ಮೇಲಿನ ಹುಡಿ?”

“ಇನ್ಯಾವುದೋ ಆಮ್ರಪುಷ್ಪದ ಕೇಸರ”

“ಯಾವ ಭೃಂಗದ ಮೇಲಿನ ಯಾವ ಹೂವಿನ ಹುಡಿ ಆಮ್ರಫಲಕ್ಕೆ ಕಾರಣವಾಯಿತೆಂದು ಯಾರಿಗಾದರೂ ತಿಳಿದಿದಿಯೆ?”

“ಆ ಹೂವಿಗೆ ಮಾತ್ರ ತಿಳಿದಿರಬಹುದು”

“ಪ್ರಕೃತಿಗಿರುವ ಔದಾರ್ಯ ಮನುಷ್ಯನಿಗಿಲ್ಲ ಒಪ್ಪುತ್ತೀಯಾ?”

“____.”

“ಇದ್ದಕ್ಕಿದ್ದಂತೇ ಅವಳು ಹಾಡತೊಡಗುತ್ತಾಳೆ,

ನಂದನವನದಲಿ । ಹಾರುವ ದುಂಬಿಯು।
ತಂದೆಯ ಹೆಸರನು ಕೇಳುವುದಿಲ್ಲ।
ಚೆಂದದ ವನದಲಿ। ಉಲಿಯುವ ಕೋಗಿಲೆ।
ತಂದೆಯ ಬರವಿಗೆ ಕಾಯುವುದಿಲ್ಲ।”

ತಾರ್ಕ್ಷ ಮೌನವಾಗಿ ಅವಳ ಹಾಡನ್ನು ಕೇಳುವನು. ಸಗರನ ಮರಣದಿಂದಾಗಿ ಬಿಡುಗಡೆಗೊಂಡ ಪುರುಕುತ್ಸನನ್ನು ಕರೆತರಲು ತಾನು ಹೋದಾಗ ಅವನಾಡಿದ ಮಾತುಗಳು ತಾರ್ಕ್ಷನಿಗೆ ನೆನಪಾದವು.

"ಮಹಾರಾಜ, ಮರಳಿ ಹೋಗೋಣ, ಬಾ"

"ಎಲ್ಲಿಗೆ?"

"ಅಯೋಧ್ಯೆಗೆ"

"ಯಾರಿಗಾಗಿ?"

"ಪುರುಕುತ್ಸಾನಿ ಕಾಯುತ್ತಿದ್ದಾಳೆ ನಿಮ್ಮ ಬರವಿಗೆ"

"ಯಾರವಳು?"

"ನರ್ಮದಾ ಪುರುಕುತ್ಸಾನಿ, ನಿಮ್ಮ ಮಡದಿ"

"ಅವಳ ಹೆಸರೆತ್ತಬೇಡ. ಪ್ರಜೆಗಳ ಕಣ್ಣಿಗೆ ಮಣ್ಣೆರಚಿ ನನ್ನ ಅನುಪಸ್ಥಿತಿಯಲ್ಲಿ ಮಗನನ್ನು ಹೆತ್ತು ನನ್ನನ್ನು ಅಪ್ಪನ ಪಟ್ಟಕ್ಕೇರಿಸಿದ ದ್ರೋಹಿ ಅವಳು. ಮೋಸಗಾರ್ತಿ, ಮಾಟಗಾತಿ, ಗದ್ದಾವಿ. ಯುದ್ಧ ಮಾಡಿಯಾದರೂ ಸರಿಯೆ. ಅವಳಿಂದ ನನ್ನ ರಾಜ್ಯವನ್ನು ಮರಳಿ ಪಡೆಯುತ್ತೇನೆ."

ಸರಿರಾತ್ರಿಯಲಿ ತಾರ್ಕ್ಷನ ಖಡ್ಗ ದೊರೆಯ ಕೊರಳನ್ನು ತರಿದದ್ದು ಯಾರಿಗೂ ಗೊತ್ತಿರಲಿಲ್ಲ! ಜೀವನದುದ್ದಕ್ಕೂ ನೊಂದ ರಾಣಿ ಇನ್ನೂ ನೋಯುವುದು ಅವನಿಗೆ ಬೇಕಿರಲಿಲ್ಲ.

ಈ ಎಲ್ಲ ಪಾತ್ರಗಳ ಎದೆಯಾಳದ ಕೂಗು ಋಗ್ವೇದದ ಋಚೆಯಾಗಿ ಹೊರಹೊಮ್ಮಿತು ಎಂಬುದು ಕೂಡ ಇತಿಹಾಸ ತೆರೆದು ತೋರಿಸದ ಸತ್ಯ!

ಪುರುಕುತ್ಸಾನಿ ಮಾತನಾಡುತ್ತಿದ್ದಾಳೆ,

"ಇದೀಗ ಬೆಳಕು ಹರಿಯುತ್ತಿದೆ. ಸುದೀರ್ಘ ಕತ್ತಲ ಪಯಣದ ನಂತರ ಕೊನೆಗೆ ಹೊಚ್ಚಹೊಸ ಬೆಳಗಿನೊಂದಿಗೆ ಮುಖಾಮುಖಿಯಾಗಿರುವೆ. ಬಾ ತಾರ್ಕ್ಷ, ಯಾಕೆ ಕತ್ತಲೆಯೆಡೆಗೆ ಮುಖಮಾಡಿ ನಿಂತಿರುವೆ. ಬೆಳಕಿನ ಲೋಕಕ್ಕೆ ಹೋಗಲು ನೀನೂ ಜೊತೆಯಾಗು ಬಾ. ನೀನೇ ಜೊತೆಯಾಗು ಬಾ"

ತಾರ್ಕ್ಷ ವಿಷಣ್ಣನಾಗಿ ನುಡಿಯುತ್ತಾನೆ,

"ಇತಿಹಾಸ ರಾಜ–ರಾಣಿಯರ ಕಥೆಯನ್ನು ಮಾತ್ರ ಹೇಳುತ್ತದೆಯೇ ಹೊರತು, ಗುಲಾಮನದಲ್ಲ."

“ಇತಿಹಾಸದಾಚೆಯಿಂದ ನನ್ನನ್ನು ಎಳೆದುತಂದು ಹೆಣ್ಣಾಗಿಸು, ಕೇವಲ ಹೆಣ್ಣಾಗಿಸು”

ಅವಧೇಶ್ವರಿಯ ಕರೆಗೆ ತಾರ್ಕ್ಷ ಕರಗಿಹೋದ.

ರಾಣಿಯಾಗಲೀ, ಸಾಮಾನ್ಯಳಾಗಲಿ ಎಲ್ಲರನ್ನೂ ಸುಡುವ ಬೆಂಕಿಯಿದು ಸಂತಾನ ಮತ್ತು ಸಂಸಾರವೆಂಬ ಬಂಧ. ಬಿಚ್ಚಿ ಹೇಳಲಾಗದು, ಮುಚ್ಚಿಡಲೂ ಬಾರದು. ಬಯಲಾದರೆ ಜಗವೆಲ್ಲ ಗಹಗಹಿಸುವ ಭಯ! ಋಗ್ವೇದದ ಋಚೆಗಳಾಗಲೀ, ಜಾನಪದದ ಕಾವ್ಯಗಳಾಗಲೀ ಇದಕ್ಕಿಂತ ಬೇರೇನನ್ನು ಹೇಲಲು ಸಾಧ್ಯ. ಇತಿಹಾಸವೆಂಬ ಹೆದ್ದಾರಿ ಇವುಗಳನ್ನೆಲ್ಲ ತನ್ನೊಳಗೆ ಬಿಟ್ಟುಕೊಡದಾದಾಗ ಒಡಲ ಹಾಡುಗಳು ಕಾಲುದಾರಿಯನು ಹಿಡಿಯುತ್ತವೆ, ಮತ್ತು ಆ ಕಿರುದಾರಿಯಲಿ ಸತ್ಯದ ಗೆರೆಗಳಿವೆ!

ಸುತ್ತ ಅಹಲ್ಯೆಯರ ಸಾಲುಸಾಲು...

ಅಹಲ್ಯೆ ಆ ಹೂವನ್ನು ಕೊಯ್ಯಲೆಂದು ಕೈ ಹಾಕಿದ್ದಳಷ್ಟೆ. ರೊಂಯ್.. ಎಂದು ಝೇಂಕರಿಸುತ್ತಾ ದುಂಬಿಯೊಂದು ಹಾರಿಹೋಗಿತ್ತು. ಅದರ ಆ ಝೇಂಕಾರದ ಶಬ್ದಕ್ಕೋ ಅಥವಾ ಮಧುವ ಹೀರಿ ಮತ್ತೇರಿದ ಅದರ ಹಾರಾಟದ ವೇಗಕ್ಕೋ ಅವಳೆದೆಯು ಸಣ್ಣಗೆ ತನನನನ... ವೆಂದು ಮಿಡಿದಿತ್ತು. ಮೊದಲೆಲ್ಲ ಎಷ್ಟು ಚೆನ್ನಾಗಿತ್ತು? ಯಾವ ಕ್ರಿಯೆಗೂ ಮನಸ್ಸು ಹೀಗೆಲ್ಲ ಬಂಧಿಯಾಗಿ ಭಾವಗಳನ್ನು ಮಿಡಿಯುತ್ತಿರಲಿಲ್ಲ.

ಅಷ್ಟಕ್ಕೂ ದಿನವಿಡೀ ದುಡಿದರೂ ಮುಗಿಯದಷ್ಟು ಕೆಲಸವಿರುವ ಈ ಆಶ್ರಮದಲ್ಲಿ ಭಾವಗಳೆಲ್ಲ ಮಟಿದೇಳಲು ಸಮಯವಾದರೂ ಎಲ್ಲಿರುತ್ತಿತ್ತು? ಸೂರ್ಯೋದಯಕ್ಕೆ ಮುನ್ನವೇ ಎದ್ದು ಇಡಿಯ ಆಶ್ರಮದ ವಠಾರವನ್ನೆಲ್ಲ ಶುಚಿಗೊಳಿಸಬೇಕು. ಪ್ರಾತಃಕಾಲ ಸನ್ನಿಹಿತವಾಗುವ ಮುನ್ನವೇ ಬಾವಿಯಿಂದ ನೀರು ಸೇದಿ ಸ್ನಾನಾದಿ ನಿತ್ಯಕರ್ಮಗಳನ್ನೆಲ್ಲ ಮುಗಿಸಬೇಕು. ಸೂರ್ಯಕಿರಣಗಳು ನೆಲವ ಸೋಕುವ ಮುನ್ನವೇ ಮನೆಯಂಗಳದಲ್ಲಿ ರಂಗೋಲಿಯ ಗೆರೆಗಳನ್ನು ಎಳೆಯಬೇಕು. ಇನ್ನೇನು ಬೆಳಕು ಹರಿಯಿತೆನ್ನುವಾಗಲೇ ಗೌತಮರ ಪೂಜೆಗೆ ಹೂವು, ಗರಿಕೆ, ತುಳಸಿ ಇತ್ಯಾದಿಗಳನ್ನು ಕೊಯ್ದು ಅಣಿಗೊಳಿಸಬೇಕು. ಯಾವುದೊಂದರಲ್ಲೂ ಏನೊಂದು ಕೊರತೆಯನ್ನೂ ಅವರು ಸಹಿಸಲಾರರು.

ಪೂಜೆ, ಹೋಮಗಳೆಲ್ಲ ಸಾಂಗವಾಗಿ ಮುಗಿಯಿತೆಂದರೆ ಅಹಲ್ಯೆಗೆ ಒಂದು ದಿನವನ್ನು ಕಳೆದ ನಿರಾಳತೆ. ತಾಳ ಹಾಕುತ್ತಿರುವ ಹೊಟ್ಟೆಗೆ ಮೊದಲ ದಿನವೇ ಸಂಗ್ರಹಿಸಿಟ್ಟ ಗೆಡ್ಡೆ ಗೆಣಸುಗಳ ತಿನಿಸು. ಮೇಲೊಂದಿಷ್ಟು ನೀರನ್ನು ಗಟಗಟನೆ ಕುಡಿದುಬಿಟ್ಟರೆ ಅಂದಿನ ಊಟವಾಯಿತೆಂದು ಲೆಕ್ಕ. ಮುಂದೆ ಗೌತಮರು ಅವಳನ್ನು ಕೂರಿಸಿಕೊಂಡು ಆಧ್ಯಾತ್ಮದ ಪಾಠ ಮಾಡುತ್ತಿದ್ದರು. ಅವರು ಹೇಳುವುದರಲ್ಲಿ ನೂರೊಂದು ಭಾಗ ಕೂಡ ಅವಳಿಗೆ ಅರ್ಥವಾಗುತ್ತಿರಲಿಲ್ಲ. ಜೀವನದ ಸಾರ್ಥಕತೆಗೆ ಅವುಗಳೆಲ್ಲ ಹೇಗೆ ಪೂರಕ? ಎಂದೂ ಅವಳಿಗೆ ಅರ್ಥವಾಗದು. ಆದರೆ ಅವರು ಹೇಳಿದ್ದನ್ನು ಕೇಳಬೇಕಲ್ಲದೇ ಎದುರು ಮಾತನಾಡುವುದನ್ನು ಗೌತಮರು ಸಹಿಸಲಾರರು ಎಂಬ ಸತ್ಯ ಅವಳಿಗೆ ಅನುಭವದತ್ತವಾಗಿ ಬಂದಿತ್ತು. ಹಾಗಾಗಿ ಒತ್ತೊತ್ತಿ ಬರುವ ಆಕಳಿಕೆಗಳನ್ನೆಲ್ಲ ಗಂಟಲಲ್ಲೇ ಅಡಗಿಸಿಕೊಂಡು ಅವಳು ಅವರ ಉಪದೇಶವನ್ನು ಗಂಟೆಗಟ್ಟಲೆ ಕೇಳುತ್ತಿದ್ದಳು. ಈ ನಡುವೆ ಯಾರಾದರೂ ಅತಿಥಿಗಳು ವೇದ ವೇದಾಂತಗಳ ಚರ್ಚೆಗೆಂದು ಆಶ್ರಮಕ್ಕೆ ಬಂದರೆ ಅಹಲ್ಯೆಗೆ ಈ ಸಂಕಷ್ಟಗಳಿಂದ ವಿರಾಮವಿರುತ್ತಿತ್ತು. ಅತಿಥಿಗಳ ಆರೋಗಣೆಗಾಗಿ ಸ್ವಲ್ಪ ವಿಶೇಷವೆ ಎನಿಸುವ ಭೋಜನದ ತಯಾರಿ ನಡೆಸುವುದು ಅವಳ ಸಂಭ್ರಮದ ಕ್ಷಣಗಳಲ್ಲಿ ಒಂದಾಗಿತ್ತು.

ಅವಳು ಕೆಲವೊಮ್ಮೆ ನೆನಪಿಸಿಕೊಳ್ಳುತ್ತಾಳೆ, ತನ್ನಮ್ಮನೂ ಹೀಗೆ ತನ್ನ ತಂದೆಯ ಕೈಹಿಡಿದು ನರಳಿರಬಹುದೆ? ಎಷ್ಟು ನೆನಪಿಸಿಕೊಂಡರೂ

ಅವಳಿಗೆ ಅಮ್ಮನ ನಿಟ್ಟುಸಿರಿನ ಗಳಿಗೆಗಳು ಕಣ್ಮುಂದೆ ಬರುತ್ತಿರಲಿಲ್ಲ ಅಥವಾ ನಿಟ್ಟುಸಿರುಗಳನ್ನು ಅಡಗಿಸಿಡುವ ಮಾಯಕದ ದಂಡವೊಂದು ಹೆಂಗಸರ ಕೈಯಲ್ಲಿ ಸದಾ ಇರುತ್ತದೆಯೆ? ತಂದೆ ಮುದ್ಗಲ ಮಹರ್ಷಿ ಮತ್ತು ಅಮ್ಮನ ದಾಂಪತ್ಯ ಸೊಗಸಾಗಿಯೇ ಕಂಡಿತ್ತು ಅವಳಿಗೆ. ಎಂದಿಗೂ ಧುಮ್ಮಿಕ್ಕಿ ಹರಿಯದ ಶಾಂತ ಸಾಗರದಂತಹ ಸಾಂಗತ್ಯ ಅವರದು ಅನಿಸಿತ್ತು. ಇವೆಲ್ಲವೂ ಜಗದ ಆಳಗಲಗಳ ಅರಿಯದ ತನ್ನ ಮಗುತನದ ಭ್ರಮೆಗಳಿರಬಹುದೆಂದು ಅವಳಿಗೆ ಇತ್ತೀಚೆಗೆ ಅನಿಸತೊಡಗಿದೆ.

ಹೌದು, ಅಂದು ತನ್ನ ಮದುವೆಯನ್ನು ನಿಗದಿಗೊಳಿಸುವ ದಿನ ಅಪ್ಪ ಅಮ್ಮನ ನಡುವೆ ಒಂದು ತಣ್ಣಗಿನ ಮಹಾಯುದ್ಧವೇ ನಡೆದಿತ್ತು. ಅಪ್ಪನ ಆಶ್ರಮಕ್ಕೆ ಆಗಾಗ ಬರುವವರು ಗೌತಮ ಮುನಿ. ಅವರಿಗೆ ತನ್ನ ಮಗಳನ್ನು ಕೊಡಬೇಕೆಂದು ಅಪ್ಪ ಅದಾಗಲೇ ನಿರ್ಧರಿಸಿಯಾಗಿತ್ತು. ಅಮ್ಮನಿಗೂ ಇದರ ಬಗ್ಗೆ ವಿರೋಧವೇನೂ ಇರಲಿಲ್ಲ. ಆದರೆ ಅಮ್ಮನ ಆಸೆಯನ್ನು ಬದಲಾಯಿಸಿದ್ದು ಅಂದು ನಡೆದ ಸಣ್ಣ ಘಟನೆ. ಅಂದು ದೇವಲೋಕದಿಂದ ಬಂದ ದೂತನೊಬ್ಬ ಒಂದು ನಿರೂಪವನ್ನು ತಂದಿದ್ದ. ಸುಂದರಿ ಅಹಲ್ಯೆಯನ್ನು ದೇವಲೋಕದ ರಾಜ ಇಂದ್ರ ತನ್ನವಳನ್ನಾಗಿ ಮಾಡಿಕೊಳ್ಳಲು ಬಯಸಿದ್ದಾನೆ ಎಂಬುದದರ ತಾತ್ಪರ್ಯ. ಅವನ ನಿರೂಪದಿಂದ ವಿಚಲಿತಗೊಂಡಿದ್ದಳು ಅಮ್ಮ. ಆದರೆ ಅಪ್ಪನ ನಿಲುವು ಖಚಿತವಾಗಿತ್ತು. ಋಷಿಕುವರಿಯೊಬ್ಬಳು ಭೋಗಲಾಲಸೆಗಳು ಮೇಳೈಸಿರುವ ವ್ಯಕ್ತಿಯೊಬ್ಬನ ಸ್ವತ್ತಾಗುವುದು ಅವರಿಗೆ ಸುತಾರಾಂ ಇಷ್ಟವಿರಲಿಲ್ಲ. ಅವನು ಇಂದ್ರನೇ ಆಗಿರಲಿ, ಭೋಗವೆಂಬುದು ಆಶ್ರಮವಾಸಿಗಳ ಬಯಕೆಯಾಗಬಾರದೆಂಬುದು ಅವನ ನಿಲುವಾಗಿತ್ತು. ಆದರೆ ಅಮ್ಮ ಸಿಡಿದೆದ್ದಿದ್ದಳು. ನಿಮ್ಮ ಸಕಲ ಸಾಧನೆಗಳ ಸಿದ್ಧಿಯೂ ಮುಕ್ತಿಯ ಬಯಕೆಗಾಗಿ ತಾನೆ? ಅಂತಿರುವಾಗ ನಮ್ಮ ಮಗಳನ್ನು ಸ್ವರ್ಗಾಧಿಪನೇ ಬಯಸಿದ್ದಾನೆಂದಾದರೆ ಅದನ್ನೂ ಮುಕ್ತಿಪದವೆಂದು ನೀವ್ಯಾಕೆ ಭಾವಿಸಬಾರದು? ನಿಮ್ಮೆಲ್ಲ ಸಾಧನೆಗಳ ಫಲವೇ ಇದಾದರೂ ಆಗಿರಬಹುದು ಎಂದವಳು ಪ್ರಬಲವಾಗಿ ವಾದಿಸಿದ್ದಳು. ಆದರೆ ಅಪ್ಪ ಅವಳ ಮಾತಿಗೆ ಎದುರಾಡಲಾರದೇ ರೇಗಿದ್ದ. "ನಿನಗೆ ನಿನ್ನ ಮಗಳನ್ನು ದೇವಲೋಕದ ಸೂಳೆಯಾಗಿಸುವ ಬಯಕೆಯಿರಬಹುದು. ಆದರೆ ಒಬ್ಬ ಶ್ರದ್ಧಾವಂತ ಮುನಿಯಾಗಿ ನನಗದು ಅಪಥ್ಯ. ನನ್ನ ಮಗಳು ಗೌತಮನ ಕೈಹಿಡಿದು ಗರತಿಯಾಗಿ ಬಾಳುತ್ತಾಳೆಯೇ ಹೊರತು ರಂಭೆ, ಊರ್ವಶಿಯರಂತೆ ದೇವಲೋಕದ ದೇವಾಂಗನೆಯಾಗಿಯಲ್ಲ."

ಅಲ್ಲಿಗೆ ಎಲ್ಲ ವಾದವಿವಾದಗಳು ಕೊನೆಗೊಂಡು ಅಹಲ್ಯೆ ಗೌತಮರ ಕೈ ಹಿಡಿದು ಈ ಆಶ್ರಮದ ನಿವಾಸಿಯಾಗಿದ್ದಳು. ಈಗ ಅಹಲ್ಯೆಗೆ ನಿಚ್ಚಳವಾಗುತ್ತಿದೆ ಅಮ್ಮನ ಎದೆಯಾಳದ ಬಯಕೆ. ಅಮ್ಮ ಅಪ್ಪನೊಂದಿಗೆ ಸಂತೃಪ್ತಳಾಗಿದ್ದರೆ ಬಹುಶಃ ನನ್ನನ್ನು ಇಂದ್ರನಿಗೆ ಕೊಡಬೇಕೆಂದು ಹಠಹಿಡಿಯುತ್ತಿರಲಿಲ್ಲವೇನೊ? ಅಮ್ಮನಿಗೂ ಆಶ್ರಮದ ಕಟ್ಟುಪಾಡುಗಳು, ನೀತಿನಿಯಮಗಳು ಉಸಿರುಗಟ್ಟಿಸಿರಬೇಕು. ಹಾಗಾಗಿಯೇ ತನ್ನನ್ನು ಇಂದ್ರನಿಗೆ ಒಪ್ಪಿಸುವ ವಿಚಾರ ಅವಳಿಗೆ ಚೇತೋಹಾರಿಯಾಗಿ ಕಂಡಿರಬೇಕು. ಅಹಲ್ಯೆಗೆ ಇಂದ್ರನ ಅರಮನೆ, ಒಡ್ಡೋಲಗದ ಬಗೆಗೆ ಏನೊಂದೂ ತಿಳಿಯದು. ಅಲ್ಲಿ ಕುಣಿಯುವ ನರ್ತಕಿಯರೆಲ್ಲ ಸೂಳೆಯಾಗಿರಲಾರರು ಎಂದು ಇತ್ತೀಚೆಗೆ ಅವಳಿಗೆ ಅನಿಸತೊಡಗಿದೆ.

ಅದೊಂದು ದಿನ ಕಾರ್ಯನಿಮಿತ್ತ ಸ್ವರ್ಗಲೋಕಕ್ಕೆ ಹೊರಟಿದ್ದ ಗೌತಮ. "ತಾನೂ ಬರಲೇ?" ಎಂದು ಕೇಳಿದ್ದಳು ಅಹಲ್ಯೆ. ಅಷ್ಟಕ್ಕೇ ಗೌತಮನ ಸಿಟ್ಟು ನೆತ್ತಿಗೇರಿತ್ತು. "ಯಾಕೆ? ಆಶ್ರಮದ ಬದುಕು ಬೇಸರವಾಯಿತೇನು? ಋಷಿಪತ್ನಿಯೊಬ್ಬಳಿಗೆ ಪ್ರವಾಸವೆಂದರೆ ಅದು ತೀರ್ಥಕ್ಷೇತ್ರ ಮಾತ್ರವಾಗಿರಬೇಕೆಂಬ ಸರಳನಿಯಮವೂ ತಿಳಿದಿಲ್ಲವೆ?" ಎಂದು ಅಬ್ಬರಿಸಿದ್ದ. ಅವನು ಮರಳಿ ಬಂದಮೇಲೆ ಸ್ವರ್ಗದ ವಿಷಯಗಳನ್ನೆಲ್ಲ ಕೇಳಿ ತಿಳಿಯಬೇಕೆಂಬ ಸಣ್ಣ ಆಸೆಯನ್ನೂ ಅವನ ಸಿಟ್ಟು ನುಂಗಿಹಾಕಿತ್ತು. ಆದರೂ ಆಗಾಗ ಮನದೊಳಗೆ ಇಂದ್ರನೋಲಗದ ನರ್ತಕಿಯರು ನರ್ತಿಸುತ್ತಲೇ ಇದ್ದರು.

ಅಹಲ್ಯೆಗೆ ಇದೊಂದು ಅರ್ಥವಾಗದ ಒಗಟಾಗಿತ್ತು. ಹಗಲೆಲ್ಲ ಗೌತಮನ ಅಗತ್ಯತೆಗಳನ್ನು ಪೂರೈಸುವುದರಲ್ಲಿ, ಅವನ ಒಣವೇದಾಂತಗಳನ್ನು ಕೇಳಿಸಿಕೊಳ್ಳುವುದರಲ್ಲಿ ಕಳೆದುಹೋಗುತ್ತಿತ್ತು. ಸದಾ ರಾಗ, ದ್ವೇಷಗಳನ್ನು ಗೆಲ್ಲುವ ಬಗೆಗೆ ಉಪದೇಶ ನೀಡುವ ಗೌತಮ ಕಾರಣವಿಲ್ಲದೆಯೂ ಸಿಟಾರನೆ ಸಿಡಿಯುವ ಬಗೆ ಅವಳಿಗೆ ಒಗಟಾಗಿತ್ತು. ಯೌವ್ವನ ಆಗ ತಾನೆ ಅಹಲ್ಯೆಯ ಮೈಯ್ಯೊಳಗೆ ಹರಿದು ಕಚಗುಳಿಯಿಡುವ ಮೊದಲ ಗಳಿಗೆಗಳಲ್ಲಿ ಅವಳು ಅಪರೂಪಕ್ಕೊಮ್ಮೆ ಅವನನ್ನು ಆಸೆಯಿಂದ ದಿಟ್ಟಿಸಿದ ಕ್ಷಣಗಳಿದ್ದವು. ಆಗೆಲ್ಲ ಅವನು ಅವಳನ್ನು ಸುಟ್ಟುಬಿಡುವಂತೆ ನೋಡುತ್ತಿದ್ದ. ಮತ್ತೆ ತನ್ನೆದುರು ಕುಳ್ಳಿರಿಸಿ ತಾಸುಗಟ್ಟಲೆ ದೇಹದ ಬಯಕೆಗಳನ್ನು ನಿಗ್ರಹಿಸುವುದು ಹೇಗೆ? ಎಂಬುದರ ಬಗ್ಗೆ ಉಪಮೆಗಳೊಂದಿಗೆ ವಿವರಿಸಿದ್ದ. ಅದೇ ಸತ್ಯವೆಂಬಂತೆ ಒಪ್ಪಿಕೊಂಡು ರಾತ್ರಿ ಬರಿಯ ನೆಲದಲ್ಲಿ ಕೊರಡಿನಂತೆ ಮಲಗಿರುವ ಅಹಲ್ಯೆಯೆಡೆಗೆ

ಅವನ ತೋಳುಗಳು ಚಾಚುತ್ತಿದ್ದವು. ಇನ್ನೇನು ಅವನೆದೆಯೊಳಗೆ ಹುದುಗಿ ತಾನು ಇಲ್ಲವಾಗಬೇಕೆಂಬ ಬಯಕೆ ಅಹಲ್ಯೆಯೊಳಗೆ ಮೊಳಕೆಯೊಡೆಯುವ ಮೊದಲೇ ಯಾಂತ್ರಿಕವಾಗಿ ತನ್ನನ್ನು ಖಾಲಿಯಾಗಿಸಿಕೊಳ್ಳುವ ಗೌತಮ ದೂರಸರಿದು ಹೋಗುತ್ತಿದ್ದ. ಮರುಕ್ಷಣದಲ್ಲಿ ದಿವ್ಯಶಾಂತಿಯಿಂದ ಅವನು ನಿದ್ರಿಸಿದರೆ ಅಹಲ್ಯೆಯ ಮೈಯ್ಯೊಳಗೆ ಸುಡುವ ಬೆಂಕಿ ಬೆಳಗಿನವರೆಗೂ ಆರದೇ ಉರಿಯುತ್ತಿತ್ತು. ಏನೋ ಬೇಕೆಂಬ ಭಾವ, ಯಾವುದೋ ಸರಿಯಿಲ್ಲವೆಂಬ ತಳಮಳ, ಎಂಥದೋ ಅಪೂರ್ಣವಾಗಿದೆಯೆಂಬ ತಹತಹಿಕೆ ರಾತ್ರಿಯ ನಂತರವೂ ಕಾಡುತ್ತಿತ್ತು. ಪರಿಹಾರ ಮಾತ್ರ ಶೂನ್ಯವಾಗಿಯೇ ಉಳಿದಿತ್ತು.

ಇಂಥದ್ದೇ ಒಂದು ದಿನ ಅವಳು ತನ್ನನ್ನು ಆವರಿಸಬಂದ ಗೌತಮನನ್ನು ತಡೆದು ಕೇಳಿದ್ದಳು, "ಕಾಮವನ್ನು ಗೆಲ್ಲಬಯಸಿದ ನಿಮಗೆ ಇಂಥದೊಂದು ಕ್ರಿಯೆಯ ಅವಶ್ಯಕತೆಯಾದರೂ ಏನು? ಸುಮ್ಮನೆ ನನ್ನನ್ನು ನನ್ನಷ್ಟಕ್ಕೆ ಬಿಟ್ಟುಬಿಡಬಾರದೆ?" ಆ ದಿನ ಅದೇಕೋ ಪ್ರಸನ್ನನಾಗಿದ್ದ ಗೌತಮ ನಗುತ್ತಲೇ ಉತ್ತರಿಸಿದ್ದ. "ನಾನು ಸಂನ್ಯಾಸಿಯಾಗಿದ್ರೆ ನೀನು ಹೇಳುವುದು ಸತ್ಯವಾಗಿರುತ್ತಿತ್ತು. ನಿನ್ನ ಕೈಹಿಡಿದ ಮೇಲೆ ನಾನು ಗೃಹಸ್ಥ. ನನಗೆ ಇಷ್ಟವಿರಲಿ, ಬಿಡಲಿ. ಗೃಹಸ್ಥ ಧರ್ಮವನ್ನು ಪಾಲಿಸಲೇಬೇಕು. ಇಲ್ಲವಾದಲ್ಲಿ ಮುಕ್ತಿ ದುರ್ಲಭ. ಹಾಗಾಗಿಯೇ ನಿನಗೆ ದಾಂಪತ್ಯ ಸುಖನೀಡಿ ನನ್ನ ಧರ್ಮವನ್ನು ಪಾಲಿಸುತ್ತಿದ್ದೇನೆ" ಅಹಲ್ಯೆ ಲಜ್ಜೆಯನ್ನು ಬದಿಗಿಟ್ಟು ಕೇಳಿದ್ದಳು, "ದಾಂಪತ್ಯದ ಸುಖಕ್ಕೆ ಕಡಿವಾಣದ ಪಹರೆಯೇಕೆ? ತೆರೆಸರಿಸಿ ನಿರಾಳವಾಗಬಾರದೇಕೆ?" ಗೌತಮನ ದನಿಯೀಗ ಕಠಿಣವಾಗಿತ್ತು. "ಅತಿಯಾದ ಬಯಕೆ ಸಂಸಾರಿಗಳ ಸ್ವೇಚ್ಛೆ. ಋಷಿಧರ್ಮದ ಪಾಲನೆಗೆ ಬಯಕೆಯ ಕಡಿವಾಣ ಅನಿವಾರ್ಯ. ನನ್ನನ್ನು ಮೋಹಿಯಾಗಿಸುವ ಕಡುಪಾಪದ ಕೆಲಸಕ್ಕೆ ಕೈಹಾಕಬೇಡ. ಧರ್ಮಪಾಲನೆಗೆ ಅನುವಾಗುವ ಅನುಚರಿಯಾಗಿರು ಸಾಕು." ಅಲ್ಲಿಗೆ ಅವನ ಸಹಚಾರಿಯಾಗಬೇಕೆಂಬ ಅವಳ ಬಯಕೆ ಕಮರಿಹೋಗಿತ್ತು.

ಆದರೆ ಅವಸರದ ಧರ್ಮಪಾಲನೆಯ ನಂತರವೂ ನಿರಾಳವಾಗಿ ನಿದ್ರಿಸುವ ಅವನ ಪ್ರಶಾಂತತೆ ಅವನ ಸಾಧನೆಯಿಂದ ಬಂದುದೆಂದು ಅವಳಿಗನಿಸುತ್ತಿರಲಿಲ್ಲ. ಸುಡುವ ಬಯಕೆಗಳನ್ನು ನನ್ನಲ್ಲಿ ಉದ್ದೀಪಿಸಿ, ದೂರಸರಿದುಬಿಡುವ ಅವನ ಕಾಯಕ ಧರ್ಮಪಾಲನೆಯಂತೆ ಅವಳಿಗೆ ಕಾಣಿಸುತ್ತಿಲ್ಲ. ನಿದ್ದೆಯಿಲ್ಲದ ರಾತ್ರಿಗಳು ಅವಳನ್ನು ಇನ್ನಿಲ್ಲದಂತೆ ಕಾಡುತ್ತವೆ. ಕೆಲವೊಮ್ಮೆ ಅವಳು ಅಂದುಕೊಳ್ಳುತ್ತಾಳೆ, ಸಹಜ ಪ್ರಕೃತಿಯನ್ನು ಆಶ್ರಮದೊಳಗೆ ಬಿಟ್ಟುಕೊಳ್ಳಬಾರದು. ಇಲ್ಲಿ ಎಲ್ಲವೂ ಕೃತಕವಾಗಿದೆಯೆಂದು.

ಆದರೆ ಪ್ರಕೃತಿಯನ್ನು ಪ್ರತಿಬಂಧಿಸುವ ಮಂತ್ರಸಿದ್ಧಿ ಅವಳಿಗಂತಿರಲಿ, ಗೌತಮನಿಗೂ ಸಿದ್ಧಿಸಿರಲಿಲ್ಲ.

ಅದೊಂದು ಸುಂದರ ಇರುಳು! ಅಹಲ್ಯೆಯ ಕನಸಿನ ಲೋಕ ವಿಧವಿಧವಾದ ಹೂವುಗಳಿಂದ ಕಳೆಗಟ್ಟಿತ್ತು. ಸುತ್ತಮುತ್ತ ಎತ್ತ ನೋಡಿದರತ್ತ ಅರಳಿ ನಗುವ ಹೂರಾಶಿಗಳ ನಡುವೆ, ಮೆತ್ತನೆಯ ಮೊಗ್ಗಿನಿಂದ ಅಲಂಕರಿಸಿದ ಪಲ್ಲಕ್ಕಿಯಲ್ಲಿ ಅಹಲ್ಯೆ ಸಾಗುತ್ತಿದ್ದಳು. ದೂರದಲ್ಲಿ ನಿಂತು ಕೈಚಾಚಿ ಕರೆಯುತ್ತಿರುವ ಅವನ ಗುರುತು ಹತ್ತುವ ಮೊದಲೇ ಅವಳು ಎಚ್ಚರಗೊಂಡಿದ್ದಳು. ಹೀಗೆ ಅಪರೂಪಕ್ಕೆ ಬಂದ ಕನಸಿನ ಲೋಕದಿಂದ ಈಚೆಗೆ ಬರಲು ಮನಸ್ಸಿಲ್ಲವಾದರೂ ಕರ್ತವ್ಯದ ಕರೆಗೆ ಓಗೊಟ್ಟು ನಿದ್ದೆ ತಿಳಿದೆದ್ದ ಅಹಲ್ಯೆ ಮತ್ತೆ ದಿನಚರಿಗೆ ತನ್ನನ್ನು ಒಡ್ಡಿಕೊಂಡಿದ್ದಳು. ಅವಳ ಅಂದಿನ ನಡಿಗೆಯಲ್ಲಿ ಅವಳಿಗರಿವಿಲ್ಲದೇ ಸೇರಿಕೊಂಡಿದ್ದ ಸಣ್ಣ ಲಾಸ್ಯವನ್ನು ಗೌತಮ ಅದಾಗಲೇ ಗುರುತಿಸಿದ್ದ. ಎಷ್ಟೆಂದರೂ ಯೌವ್ವನವ ಕಾಪಿಟ್ಟುಕೊಳ್ಳಲಾರದ ಮುಗ್ಧೆ ಅಂದುಕೊಳ್ಳುತ್ತಲೇ ನಿತ್ಯವಿಧಿಗಾಗಿ ನದಿಯೆಡೆಗೆ ನಡೆದಿದ್ದ.

ಅಂದು ಅವಳು ಬಿಡಿಸಿದ ರಂಗೋಲಿಯಲ್ಲಿ ನವಿಲೊಂದು ಅವಳಿಗರಿವಿಲ್ಲದೇ ಗರಿಬಿಚ್ಚಿಕೊಳ್ಳುತ್ತ ಸಾಗಿತ್ತು. ಅಯಾಚಿತವಾದ ಈ ಬಗೆಯ ಬೆರಗಿಗೆ ತನ್ನನ್ನು ತಾನೇ ಒಡ್ಡಿಕೊಳ್ಳುತ್ತ ಅವಳು ರಂಗೋಲಿಯ ಎಳೆಗಳನ್ನು ದಿನಕ್ಕಿಂತಲೂ ನಾಜೂಕಾಗಿ ಎಳೆಯುತ್ತಿದ್ದಳು. ಮೆಲ್ಲನೆ ಅವಳ ಹೆಗಲ ಮೇಲೆ ಗಡುಸಾದ ಕೈಗಳು ಮುದ್ರೆಯೊತ್ತಿದಾಗ ಬೆಚ್ಚಿ ಭ್ರಮೆಯ ಲೋಕದಿಂದ ಎಚ್ಚೆತ್ತಳು. ತಿರುಗಿ ನೋಡಿದರೆ ಅವನು ನಗುತ್ತ ನಿಂತಿದ್ದ. ನಗೆಯನ್ನು ಭೋಗದ ಇನ್ನೊಂದು ಬಗೆಯೆಂಬಂತೆ ದೂರವಿಟ್ಟಿದ್ದ ಅವನ ಮುಖದಲ್ಲಿನ ಮಂದಹಾಸ ಅವಳನ್ನು ಕ್ಷಣಕಾಲ ವಿಸ್ಮಯಗೊಳಿಸಿತ್ತು. ಅವನು ಮಾತನಾಡದೇ ಅವಳನ್ನು ತನ್ನ ತೋಳಿನಲ್ಲಿ ಹೂಮಾಲೆಯಂತೆ ಎತ್ತಿ ಸಜ್ಜೆಯ ಮನೆಯತ್ತ ನಡೆದಿದ್ದ. ಅಹಲ್ಯೆ ಈಗ ತಾನೇ ಶುಚೀರ್ಭೂತನಾಗಿ ಬಂದ ಅವನ ದೇಹಗಂಧದ ಘಮಕ್ಕೆ ಮನಸೋತು ನಿಮೀಲಿತನಯನಳಾದಳು. ಅವನ ತೋಳಿನೊಳಗೆ ತನ್ನ ಕೋಮಲ ಕಾಯವನ್ನು ಹಗುರಾಗಿ ತೇಲಿಬಿಟ್ಟು ಸುಖದ ಅಮಲಿನಲ್ಲಿ ಕಳೆದುಹೋದಳು.

ಅಂದಿನ ಮಿಲನ ಎಂದಿನಂತಿರಲಿಲ್ಲ. ಭೋಗವನ್ನು ವರ್ಜಿಸುವ ಯಾವ ತಡೆಯೂ ಅವನ ನಡೆಗಿರಲಿಲ್ಲ. ಅವಳ ದೇಹದ ಇಂಚಿಂಚು ಕೂಡಾ ಅವನ ಸ್ಪರ್ಶದ ಪುಳಕವನ್ನು ಪಡೆದಿತ್ತು. ಇಡಿಯ ದೇಹವೇ ಹೂವಾಗಿ ಅರಳಿದಂತೆ ಪುಳಕಗೊಂಡಳು ಅಹಲ್ಯೆ. ಮಿಲನವೊಂದು ಹೀಗೂ ಮೈಮನಗಳನ್ನು

ಅರಳಿಸಬಲ್ಲುದೆಂಬ ಅರಿವು ಅವಳಿಗಾದ ಅಮೃತ ಕ್ಷಣವದು. ಅವಸರ, ಒತ್ತಾಯಗಳಿಲ್ಲದ ನವಿರು ಪ್ರೇಮದ ಅಮಲು ಅವಳ ಮೈಮನವನ್ನೆಲ್ಲ ಆವರಿಸಿದ ಗಳಿಗೆ ತನ್ನ ತೋಳತಲೆದಿಂಬಿನಲ್ಲಿ ಮಲಗಿದವನ ಮುಖವನ್ನು ನಿಚ್ಚಳವಾದ ಬೆಳಕಿನಲ್ಲಿ ಕಂಡಳು. ಅರೆ! ಅವನು ಗೌತಮನಾಗಿರಲಿಲ್ಲ. ಅಂದರೆ ಇನ್ಯಾರೋ? ಅವಳು ಬೆಚ್ಚಿ ಎದ್ದು ಓಡಲಿಲ್ಲ. ಅವಳು ಅವನಿಂದ ಪಡೆದ ಸುಖದ ಸೌಗಂಧ ಇಡಿಯ ದೇಹವನ್ನು ವ್ಯಾಪಿಸಿರುವಾಗ ಅವನನ್ನು ನಿರಾಕರಿಸಿಯಾಳು ಹೇಗೆ? ಅವಳಿಗೆ ಆ ಕ್ಷಣ ಸುಂದರ ಸತ್ಯವೆನಿಸಿತ್ತು. ಅಂಥದೊಂದು ಸಾರ್ಥಕತೆಗೆ ಅವಳು ಏನನ್ನು ಬೇಕಾದರೂ ಬದಲಿಯಾಗಿಸಲು ಸಿದ್ಧಳಾಗಿದ್ದಳು. ಇದೀಗ ಅವಳು ಹೆಣ್ಣಾಗಿದ್ದಳು. ಪ್ರಕೃತಿಯಂತೆ ಎಲ್ಲವನ್ನು ಶಾಂತವಾಗಿ ಸ್ವೀಕರಿಸುವ ಗುಣ ಅವಳಿಗೆ ಸಿದ್ಧಿಸಿತ್ತು.

ಎದ್ದು ತನ್ನ ವಸನಗಳನ್ನೆಲ್ಲ ಓರಣವಾಗಿಸುತ್ತಿರುವಾಗಲೇ ಬಾಗಿಲಲ್ಲಿ ಪ್ರತ್ಯಕ್ಷನಾಗಿದ್ದ ಗೌತಮ! "ಜಾರಿಣಿ!" ಜ್ವಾಲಾಮುಖಿಯ ಸಿಡಿಲಿನಂತೆ ಅವನ ಧ್ವನಿ ಇಡಿಯ ವಾತಾವರಣವನ್ನು ವ್ಯಾಪಿಸಿತ್ತು. ಇಂದ್ರನ ಸುಖದ ಅಮಲು ಸರಕ್ಕನೆ ಇಳಿದು, ಅವನೆದುರು ತಲೆತಗ್ಗಿಸಿ ನಿಂತಿದ್ದ. "ಎಷ್ಟು ಧೈರ್ಯ ನಿನಗೆ ನನ್ನ ಮಡದಿಯನ್ನು ಸೇರಲು?" ಅಬ್ಬರಿಸಿದ ಗೌತಮ. "ತಿಳಿಯಲಿಲ್ಲ ಮುನಿಯೆ. ಮಬ್ಬುಬೆಳಕಿನಲ್ಲಿ ನಿಮ್ಮ ಪತ್ನಿಯೆಂದು ಅರಿಯದಾದೆ. ಭೋಗ ನಮಗೆ ನಿಷಿದ್ಧವಲ್ಲ. ಆದರೆ ನಿಮ್ಮ ಮಡದಿಯೆಂದು ತಿಳಿದಿದ್ದರೆ..." ಗೌತಮ ಅವನ ಮಾತುಗಳನ್ನು ನಡುವಲ್ಲೇ ತುಂಡರಿಸಿ ನುಡಿದ, "ಓಹೋ! ಎರಡು ಕಣ್ಣುಗಳು ಸಾಲದೇನೋ ಎದುರಿಗಿರುವವಳನ್ನು ಋಷಿಪತ್ನಿಯೆಂದು ಗುರುತಿಸಲು? ಇಕೋ, ನಿನಗೆ ಶಾಪವಿಡುತ್ತೇನೆ, ನಿನ್ನ ಮೈಯೆಲ್ಲ ಕಣ್ಣಾಗಲಿ" ಇಂದ್ರ ಇವೆಲ್ಲವೂ ಮಾಮೂಲಿಯೆಂಬಂತೆ ಅಲ್ಲಿಂದ ಕಣ್ಮರೆಯಾದ. ನಿಜವಾಗಿ ಕಾಣಬೇಕೆನ್ನುವವನಿಗೆ ಎದುರಿಗಿರುವವರ ಗುರುತನ್ನರಿಯಲು ಕಣ್ಣೇ ಬೇಕಿಲ್ಲ. ಕೇವಲ ಮನಸ್ಸು ಸಾಕು. ಆದರೆ ಇಂದ್ರನಿಗೆ ಮೈಯೆಲ್ಲ ಕಣ್ಣಾದರೂ ಅವನು ತನ್ನ ಸುಖಕ್ಕೆ ಅರಿವಿನ ಪರದೆಯನ್ನು ಸರಿಸದೇ ಇರಲಾರ ಎಂಬ ಸತ್ಯ ಗೌತಮನಿಗೆ ಗೊತ್ತಿರಲಿಲ್ಲ ಎಂದಲ್ಲ. ಇವನಿಗೋ ಜಗದ ಮುಖಕ್ಕೆ ತನ್ನ ಪೌರುಷವನ್ನು ತೋರಿಸಲು ಒಂದು ನೆವ ಬೇಕಿತ್ತಷ್ಟೆ!

ಇಂದ್ರ ಸರಿದುಹೋದ ಮೇಲೆ ಋಷಿಯ ಉಗ್ರ ದೃಷ್ಟಿ ಅವಳೆಡೆಗೆ ತಿರುಗಿತು. ಅವಳು ಭಯದಿಂದ ನಡುಗಿ ತಲೆತಗ್ಗಿಸಲಿಲ್ಲ. ಅವನು ಏನೋ ಹೇಳಲು ಬಾಯಿ ತೆಗೆಯುವ ಮೊದಲೇ ಹೇಳಿದಳು, "ಇಂದ್ರ ನಿಜವಾಗಿಯೂ ನಿನಗಿಂತಲೂ ಕರುಣಾಳು" ಗೌತಮ ಕೋಪದಲ್ಲಿ ಕುದಿದು

ಹೋದ. "ನೀನು ಅವನು ಪರಪುರುಷ ಎಂಬುದನ್ನು ಅರಿತೂ ಕೂಡ ಅವನನ್ನು ಸೇರಿದೆ?" ಅಹಲ್ಯೆ ನೇರವಾಗಿ ಅವನ್ನು ದಿಟ್ಟಿಸುತ್ತ ನುಡಿದಳು, "ಮೊದಲು ಗೊತ್ತಿರಲಿಲ್ಲ. ಎಲ್ಲ ಮುಗಿದ ಮೇಲೆ ಗೊತ್ತಾದರೂ ಏನೂ ಮಾಡುವಂತಿರಲಿಲ್ಲ. ಆದರೆ ಅವನ ನಡೆಯಲ್ಲಿ ಎಳ್ಳಿನಿತೂ ವಿಕೃತಿಯಿರಲಿಲ್ಲ. ಪ್ರಕೃತಿಯ ಸುಂದರ ಅನುಭವವೊಂದನ್ನು ಇಂದು ನನ್ನದಾಗಿಸಿದ. ಸಂತೃಪ್ತಳು ನಾನು. ಮತ್ತೆಂದೂ ಬಯಸಲಾರೆ."

"ನಿನ್ನ ಮನಸ್ಸು ಕಲ್ಲಾಗಿ ಹೋಗಲಿ. ಪ್ರಕೃತಿಯ ಕರೆಗೆ ಕರಗದಿರಲಿ" ಶಾಪವಿತ್ತು ಅವಳ ನೋಟವನ್ನೆದುರಿಸಲಾರನೆ ಸರಸರನೆ ಅಲ್ಲಿಂದ ನಡೆದ. ಪಕಪಕನೆ ನಕ್ಕುಬಿಟ್ಟಳು ಅಹಲ್ಯೆ. ಇವನೊಂದಿಗೆ ಇಷ್ಟು ವರ್ಷ ಬಾಳಿದ ನಂತರವೂ ನಾನು ಕಲ್ಲಾಗದೇ ಉಳಿದೇನೆಯೇ? ಸುಮ್ಮನೆ ತನ್ನ ಮಾತನ್ನು ವ್ಯರ್ಥಗೊಳಿಸಿಕೊಂಡ ಗೌತಮ.

ಹಾಗೆ ಹೋದವನು ಅದೆಷ್ಟೋ ವರ್ಷಗಳ ಕಾಲ ಬಾರಲೇ ಇಲ್ಲ. ಅವನಿಲ್ಲದ ಆಶ್ರಮ ಅವಳಿಗೇನೂ ಬೇರೆಯದೆಂಬಂತೆ ಅನಿಸಲೂ ಇಲ್ಲ. ತಾನು ಹೋದ ಊರಿನಲ್ಲೆಲ್ಲ ತನ್ನ ಹೆಂಡತಿ ತನ್ನ ಶಾಪದಿಂದ ಕಲ್ಲಾದ ಕಥೆಯನ್ನು ಹೇಳುತ್ತಲೇ ಸಾಗಿದ. ಕಲ್ಲನ್ನು ಮಾತನಾಡಿಲು ಯಾರಾದರೂ ಬರುವರೇನು? ಆಶ್ರಮದ ಹತ್ತಿರವೂ ಯಾರೂ ಸುಳಿಯುತ್ತಿರಲಿಲ್ಲ. ಅಹಲ್ಯೆಗೆ ಜನರ ಗೊಡವೆಯೂ ಬೇಕಾಗಿರಲಿಲ್ಲ. ಅವಳು ಪ್ರಕೃತಿಯ ಭಾಗವೇ ಆಗಿ, ಅದ ಲಯದೊಂದಿಗೆ ಒಂದಾಗಿಹೋಗಿದ್ದಳು. ಕಾಲದೊಂದಿಗೆ ಸರಿಯುವ ಋತುಮಾನಗಳು ಅವಳ ಬದುಕನ್ನು ಚಲನಶೀಲವಾಗಿಸಿ ಸಹ್ಯವಾಗಿಸಿದವು.

ಅಂದಿನ ರಾತ್ರಿ ಮತ್ತೆ ಅವಳಿಗೆ ಕನಸು. ಇಂದೂ ಕೂಡ ಹೂವಿನ ಲೋಕದಲ್ಲಿ ಸಾಗಿಹೋಗುತ್ತಿದ್ದಾಳೆ ಆಕೆ. ಆದರೆ ದೂರದಲ್ಲಿ ಚೆಂದದ ಹಸುಳೆಯೊಬ್ಬ ಕೈನೀಡಿ ಅವಳೆಡೆಗೆ ತೋಳು ಚಾಚಿದ್ದಾನೆ. ಅಹಲ್ಯೆಯೊಳಗಿನ ತಾಯಿ ಮೈಮುರಿದೆದ್ದಳು. ಕೈಚಾಚಿ ನಿಂತ ಮಗುವನ್ನು ತನ್ನ ಮಡಿಲಿನಲ್ಲಿ ಹುದುಗಿಸಿಕೊಳ್ಳುವ ಹಂಬಲದಿಂದ ಓಡತೊಡಗಿದಳು. ಇನ್ನೇನು ಮಗುವನ್ನು ತೆಕ್ಕೆಯಲ್ಲಿ ಅಪ್ಪಬೇಕೆನ್ನುವಾಗ ನಿದ್ದೆಯಿಂದ ಎಚ್ಚೆತ್ತಳು. ಇಂದೇನೋ ಶುಭವು ಕಾದಿದೆ ನನಗೆ ಎಂದುಕೊಳ್ಳುತ್ತಲೇ ಬೆಳಗಿನ ಕೆಲಸಗಳನ್ನು ಮುಗಿಸಿ, ಆಶ್ರಮದೆದುರಿನ ಬಂಡೆಯ ಮೇಲೆ ಬಂಡೆಯಂತೆ ಕುಳಿತವಳ ಬೆನ್ನಿಗೆ ಜೋತುಬಿದ್ದ ಯುವಕನೊಬ್ಬ, "ಅಮ್ಮಾ, ಕ್ಷೇಮವಾಗಿರುವಿಯೇನು?" ಎಂದಿದ್ದ. ತಿರುಗಿ ನೋಡಿದರೆ ರಾಮ! ಅಯೋಧ್ಯೆ ರಾಜಕುಮಾರನಂತೆ. ಜೊತೆಯಲ್ಲಿ ಅವನ ತಮ್ಮ ಲಕ್ಷ್ಮಣ, ಋಷಿ ವಿಶ್ವಾಮಿತ್ರರೂ ಇದ್ದರು. ಅಹಲ್ಯೆ

ಅವರನ್ನು ಸತ್ಕರಿಸಿದಳು. ವಿಶ್ವಾಮಿತ್ರರು ಮೆಲ್ಲನೆ ಅವಳನ್ನು ಬದಿಗೆ ಕರೆದು ಹೇಳಿದರು, "ಸೋತು ಹೋಗಿದ್ದಾನೆ ಗೌತಮ. ಕಾಲ ಅವನನ್ನು ಬಹಳ ಮಾಗಿಸಿದೆ. ಯೌವ್ವನದ ಉನ್ಮಾದ ಇದೀಗ ಇಳಿದಿದೆ. ಹೆಣ್ಣೊಬ್ಬಳು ಬೇಕು ಅವನ ಆರೈಕೆಗೆ. ಮನ್ನಿಸಿಬಿಡು ಅವನ ದುಡುಕುತನವನ್ನು. ಬಂಡೆಯಂತೆ ಕಲ್ಲಾಗಬೇಡ. ಪ್ರಕೃತಿಯಂತೆ ಚಿಗುರಿ ಅವನನ್ನು ಲಾಲಿಸು." ನಕ್ಕಳು ಅಹಲ್ಯೆ. "ನಾನೆಲ್ಲಿ ಕಲ್ಲಾದೆ? ಅವನು ಜ್ವಾಲಾಮುಖಿಯಾಗಿ ಸಿಡಿದ. ಭೂಕಂಪನವಾಗಿ ಕಂಪಿಸಿದ. ಭೂಮಿ ನಾನು. ಪ್ರತಿ ಭೂಕಂಪನದ ನಂತರವೂ ಇನ್ನಷ್ಟು ಗಟ್ಟಿಯಾಗುತ್ತೇನೆ." ವಿಶ್ವಾಮಿತ್ರರು ತಮ್ಮೊಂದಿಗೆ ಬಂದಿದ್ದ ಗೌತಮನನ್ನು ಮುನ್ನೆಲೆಗೆ ಕರೆದರು. ಗೌತಮ ತಲೆತಗ್ಗಿಸಿ ನಿಂತಿದ್ದ. ಅಹಲ್ಯೆ ಅವನನ್ನು ರಾಮನನ್ನು ತಬ್ಬಿದಂತೆ ತಬ್ಬಿ ಸಂತೈಸಿದಳು. ಅಮ್ಮಾ ಎಂಬ ರಾಮನ ಕರೆ ಅವಳನ್ನು ತಾಯಾಗಿಸಿಬಿಟ್ಟಿತ್ತು.

ಅಹಲ್ಯೆ ಎಷ್ಟೆಲ್ಲ ಹೆಣ್ಣುಗಳ ತಳಮಳದ ಹೊಳವಾಗುತ್ತಾಳೆ. ಕಾಮವೆಂಬುದು ಗಂಡಿಗೆ ಒಂದು ಕ್ರಿಯೆಯಾದರೆ ಹೆಣ್ಣಿಗೆ ಅದೊಂದು ಸಿದ್ಧಿ. ಗಂಡಿಗೆ ಅದೊಂದು ದೈಹಿಕ ಸುಖದ ಕ್ಷಣವಾದರೆ ಹೆಣ್ಣಿಗೆ ಭಾವದೊಂದಿಗೆ ಎರಕಹೊಯ್ದ ಅನುಭವ. ಅವನದನ್ನು ದೇಹದ ನೆಲೆಯಲ್ಲಿ, ಅಸ್ತಿತ್ವದ ನೆಲೆಯಲ್ಲಿ ಪ್ರದರ್ಶಿಸುತ್ತಾ ಹೋದಾಗಲೆಲ್ಲ ಅವಳದನ್ನು ಭಾವದ ನೆಲೆಯಲ್ಲಿ, ಮನಸ್ಸಿನ ಎಳೆಯಲ್ಲಿ ಚಿತ್ರಿಸುತ್ತಾ ಹೋಗುತ್ತಾಳೆ. ಆದರೆ ಗಂಡುಲೋಕ ತನಗೆ ಸಿಗುವ ಸುಖದ ಗಳಿಗೆಗಳನ್ನು ಮಾತ್ರ ಕಸಿದುಕೊಂಡು, ಅವಳ ನೆಲೆಯನ್ನು ನಿರಾಕರಿಸುತ್ತ ಸಾಗಿರುವುದು ಹೊಸದೇನೂ ಅಲ್ಲ. ಅವಳು ಅದನ್ನು ಹೇಳಲಾರಳು, ಎಲ್ಲಿಯಾದರೂ ತಪ್ಪಿ ಹೇಳಿದರೂ ಅವಳಿಗೆ ಕಾಮುಕಿಯೆಂಬ ಬಿರುದು ಸಿಗದಿರದು. ಲೈಂಗಿಕ ನೆಲೆಯನ್ನು ಹೆಣ್ಣುಗಳಿಗೆ ನಿರಾಕರಿಸಿ, ಅವಳು ಕೇವಲ ಗಂಡಿನ ಲೈಂಗಿಕ ಸರಕೆಂಬಂತೆ ನೋಡುವ ದೃಷ್ಟಿಗೆ ಅಹಲ್ಯೆ ಅರಿವಿನ ಕನ್ನಡಕವನ್ನು ತೊಡಿಸುತ್ತಾಳೆ. ಯಾವುದನ್ನೂ ನಿರಾಕರಿಸದೇ ಬದುಕಿನ ನಿಷ್ಠೆಯ ಪಾಠವನ್ನು ಹೇಳುತ್ತಾಳೆ. ಸಹಜ ಬಯಕೆ ಮತ್ತು ವಾಂಛೆಯ ತೆಳುಗೆರೆಯನ್ನು ಪೊರೆಯುತ್ತಲೇ ಹೆಣ್ಣಿನ ಲೈಂಗಿಕ ಅಸ್ತಿತ್ವದ ಛಾಪನ್ನು ಪುರಾಣದಲ್ಲಿ ಮೂಡಿಸುತ್ತಾಳೆ.

ಕೇವಲ ಹೆಣ್ಣು ಹೆತ್ತಳೆಂದೋ, ಅನಾರೋಗ್ಯ ಪೀಡಿತಳೆಂದೋ, ಗಂಡನಿಗೆ ತಕ್ಕವಳಲ್ಲವೆಂದೋ ಅಥವಾ ಏನೊಂದೂ ಕಾರಣವಿಲ್ಲದೆಯೂ ಗಂಡಿಗೆ ಅವಳ ಸಂಗ ಬೇಸರವಾಯಿತೆಂದೋ ಇನ್ನೊಬ್ಬಳನ್ನು ಸಲೀಸಾಗಿ ವರಿಸುವ ಗಂಡುಗಳ ಲೋಕ ತಾನು ಮದುವೆಯಾದ ಗಂಡು ನಪುಂಸಕನಾಗಿದ್ದರೂ

ಅದನ್ನು ಸಮಾಜದೆದುರು ತೆರೆದಿಡಲಾಗದಂತೆ ಹೆಣ್ಣಿನ ತುಟಿಗಳನ್ನು ಹೊಲಿದಿರುವ ಸತ್ಯ ಹೊಸದೇನೂ ಅಲ್ಲ. ಗಂಡಿಗೆ ಹೆಣ್ಣಿನ ಒಡನಾಟದಲ್ಲಿ ಲೈಂಗಿಕತೆಯೇ ಪರಮಸಿದ್ಧಿಯೆಂಬಂತೆ ನೋಡುವ ಸಮಾಜ ಹೆಣ್ಣಿಗೆ ಅದರ ಹಕ್ಕೇ ಇಲ್ಲವೆಂಬತೆ ವರ್ತಿಸುವುದು ಕ್ರೂರತನವಲ್ಲದೇ ಇನ್ನೇನು? ಅದೆಷ್ಟು ಅಹಲ್ಯೆಯರು ಕಲ್ಲಾಗಿ ತಮ್ಮ ಇಡಿಯ ಜೀವನವನ್ನೇ ಸವೆಸಿರುವರೋ ಲೆಕ್ಕವಿಟ್ಟವರಾರು? ಅವರನ್ನೆಲ್ಲ ಮತ್ತೆ ಹೆಣ್ಣಾಗಿಸಲು ರಾಮ ಬರಲೇ ಇಲ್ಲ. ಏಕೆಂದರೆ ಅವನು ಏಕಪತ್ನಿ ನಿಷ್ಠ. ಇನ್ನೊಂದು ಹೆಣ್ಣಿನ ಸ್ಪರ್ಶ ಅವನಿಗೆ ಒಗ್ಗದು. ಕಣ್ತೆರೆದು ನೋಡಿದರೆ ಎಲ್ಲೆಲ್ಲೂ ಅಹಲ್ಯೆಯರ ಸಾಲು, ಸಾಲು.

"ಕಲ್ಲಾಗಿ ಕಾದಳು ಅಹಲ್ಯೆ ಅದೆಷ್ಟೋ ಕಾಲ
ವರವಾಗಿ ಬಂದ ರಾಮನ ಪಾದಚರಣ
ಸೋಂಕಿದೊಡನೆ ಹೆಣ್ಣಾದಳು, ಹಾಡಾದಳು
ಗೌತಮನ ಚೆಲುವಿನ ಸತಿಯಾದಳು
ನೋಡು ಪಾತಿವ್ರತ್ಯದ ಮಹಿಮೆ ಎಂದೆಲ್ಲ
ಅಮ್ಮ ಕಥೆಯ ಹೇಳಿದ್ದಳು ಎಂದೋ
ಕಳೆದು ಹೋಗಿದೆ ಕಾಲ
ಅರೆ! ನಿಂತು ನೋಡುತ್ತೇನೆ
ಸುತ್ತ ಅಹಲ್ಯೆಯರ ಸಾಲು, ಸಾಲು!
ಕಪ್ಪು, ಕೆಂಪು, ಅಚ್ಚಬಿಳಿ, ನಸುಬಿಳಿ
ಅರೆರೆ! ಬಣ್ಣ ಬಣ್ಣಗಳಲ್ಲಿ ಮಲಗಿದ್ದಾರೆ
ಹೇಗೆ ಕಲ್ಲಾದರೋ ಯಾರು ಬಲ್ಲರು?
ಹೇ ರಾಮ! ದಯಾಮಯ ಬಂದುಬಿಡು ಬೇಗ
ಒಂದೊಂದೇ ಹೆಜ್ಜೆಯಿಡು, ಇವರ ಮೇಲೆ
ಎಚ್ಚರವಾದಾರು ನೂರಾರು ಅಹಲ್ಯೆಯರು
ಗೌತಮರ ಸೇರಿ ಸೇವಿಸಲಿಕ್ಕಲ್ಲ
ನಿನ್ನ ಮಧುರ ಸ್ಪರ್ಶದ ನೆನಪಲ್ಲಿ ಮತ್ತೆ
ಶತಮಾನಗಳ ಸವೆಸಿಯಾರು ಅವರು"

ಅಂಥದೊಂದು ಸ್ಪರ್ಶಕ್ಕೆ ಕಾದಿರುವ ಎಲ್ಲ ಅಹಲ್ಯೆಯರನ್ನು ಪ್ರೀತಿಯ ಸೆಲೆ ಮತ್ತೆ ಎಚ್ಚರಗೊಳಿಸಲಿ.

ಬುದ್ಧನ ಜ್ಞಾನೋದಯವೂ... ಯಶೋಧರೆಯೊಡಲ ಕುದಿತವೂ...

"ಅಮ್ಮಾ, ನೀವು ನಿಜಕ್ಕೂ ಪುಣ್ಯವಂತರು. ಅದೆಂತಹ ತ್ಯಾಗವನ್ನು ಮಾಡಿಬಿಟ್ಟಿರಿ? ನಿಮ್ಮ ಕೈಯ್ಯೊಳಗಿನ ಮಾಣಿಕ್ಯವನ್ನು ಜಗದ ಬೆಳಕಾಗಲು ಬಿಟ್ಟಿರಿ. ಅವರ ಮುಖದ ಕಾಂತಿಯ ಬೆಳಕಲ್ಲಿ ಇಡಿಯ ಪ್ರಜಾಜನವೇ ತಮ್ಮ ಮನದ ಕತ್ತಲೆಯನ್ನು ಕಳಕೊಳ್ಳುವಂತೆ ಕಾಣುತ್ತದೆ. ಅವರು ಹೋದೆಡೆಯೆಲ್ಲ ಪ್ರೀತಿಯ ಬೆಳಕು ತಂತಾನೇ

ಹರಿಯುತ್ತದೆ. ಅಮ್ಮಾ, ನೀವೊಮ್ಮೆ ಅವರನ್ನು ನೋಡಿ, ನಿಮ್ಮೊಳಗೂ ಪ್ರೀತಿಯ ಬೆಳಕು ತುಂಬಿಹೋಗದಿದ್ದರೆ ಮತ್ತೆ ಹೇಳಿ." ಚಂದದ ಮಾತುಗಾತಿ ಅಂಬಿಕೆ ಯಶೋಧರೆಗೆ ಬುದ್ಧಚರಿತೆಯನ್ನು ವಿವರಿಸುತ್ತಿದ್ದಳು. ಯಶೋಧರೆಗೆ ಭೂತವನ್ನು ಕೆದಕುವ ಮನಸ್ಸಿರಲಿಲ್ಲ. ಲಘುವಾಗಿ ತೇಲಿಸಿ ಹೇಳಿದಳು, "ನೋಡು ಅಂಬಿಕಾ, ಅವರು ಇಲ್ಲಿರುವಷ್ಟು ಕಾಲ ನಿನ್ನ ಗಂಡನನ್ನು ಭದ್ರಮಾಡಿಕೊ. ಮತ್ತೆ ಅವನೂ ಅವರ ಹಾದಿಯನ್ನೇ ಹಿಡಿದು ಹೋದಾನು!" ಅಂಬಿಕೆಗೆ ಅವಳ ಮಾತು ಹಿಡಿಸಲಿಲ್ಲ. "ಅವರಂತೆ ಜ್ಞಾನಿಯಾಗುವರೆಂದಾದರೆ ನನ್ನ ಗಂಡ ಇಂದೇ ಹೋಗಲಿ. ವರ್ಷಕ್ಕೊಂದು ಹೆತ್ತು ಹೈರಾಣಾಗುವ ನನ್ನ ಬವಣೆಯಾದರೂ ತೀರುವುದು." ಅವಳ ಕೋಪದ ನುಡಿಗೆ ಯಶೋಧರೆ ವಿಷಾದದ ನಗೆ ನಕ್ಕಳು. ಅದರಿಂದ ಪ್ರೇರಿತಳಾದಂತೆ ಅಂಬಿಕೆ ಮತ್ತೆ ಉತ್ಸಾಹದಿಂದ ನುಡಿದಳು, "ಅಮ್ಮಾ, ನಿಜವಾಗಲೂ ನೀವು ಅವರನ್ನು ನೋಡಲು ಹೋಗುವುದಿಲ್ಲವೇನು?" ಯಶೋಧರೆ ಅವಳ ಕೈಹಿಡಿದು ಹೇಳಿದಳು, "ಇಲ್ಲ ಅಂಬಿಕೆ, ಅವರೇ ನನ್ನನ್ನು ನೋಡಲು ಬರುತ್ತಾರೆ, ನೋಡುತ್ತಿರು."

ಅವನನ್ನು ನೋಡುವ ಯಾವ ಉತ್ಸಾಹವೂ ಯಶೋಧರೆಯಲ್ಲಿ ಉಳಿದಿರಲಿಲ್ಲ. ಜಗವೆಲ್ಲ ಕೊಂಡಾಡುವ ಅವನಲ್ಲಿ ಅವಳು ಹಂಚಿಕೊಳ್ಳುವ ಯಾವ ವಿಷಯವೂ ಇರಲಿಲ್ಲ. ಹೌದು, ಜಗದ ಜನರೆಲ್ಲ ತಮ್ಮ ಸಂಕಷ್ಟಗಳನ್ನು ಪರಿಹರಿಸಿಕೊಳ್ಳಲು ಅವನೆದುರು ಸಾಲುಗಟ್ಟಿ ನಿಲ್ಲುತ್ತಾರೆಂಬುದನ್ನು ಅವಳು ಕೇಳಿದ್ದಾಳೆ. ಆದರೆ ತನ್ನ ಎಲ್ಲ ಕಷ್ಟಗಳ ಮೂಲವೂ ಅವನೇ ಆಗಿರುವಾಗ ಪರಿಹಾರವನ್ನು ಅವನಲ್ಲಿಯೇ ಕೇಳಲಾಗದು. ಅವಳು ಮಾತ್ರವೇ ಇಂದು ಅವನ ಪ್ರಭಾವಲಯದಿಂದ ಈಚೆಗೆ ನಿಂತು ಅವನನ್ನು ನೋಡುತ್ತಿದ್ದಾಳೆ. ಅಷ್ಟಕ್ಕೂ ಅವನು ಸೂಚಿಸುವ ಪರಿಹಾರವಾದರೂ ಏನು? 'ತನ್ನ ಮಗುವನ್ನು ಬದುಕಿಸಿಕೊಡು' ಎಂದು ಗೋಳಾಡಿದ ಕಿಸಾಗೌತಮಿಗೆ 'ಸಾವಿರದ ಮನೆಯ ಸಾಸಿವೆಯ ತಾ' ಎಂದನಂತೆ. ಅವಳೋ ಸಾವಿರ ಮನೆಗಳನ್ನು ತಿರುಗಿ ಸಾಸಿವೆಯ ರಾಶಿಯನ್ನೇ ತಂದು ಸುರಿದಾಗ ತನ್ನ ಮಾತಿನ ಅರ್ಥ 'ಸಾವು

ಇರದ ಮನೆಯ ಸಾಸಿವೆ' ಎಂದು ಮುಗುಳ್ನಕ್ಕನಂತೆ. ಸಾವಿರ ಮನೆಯ ಸುತ್ತಿ ಬರುವ ವೇಳೆಗಾಗಲೇ ಅವಳ ದುಃಖದ ಕಾವು ಆರಿರಬೇಕು. ಹಾಗಾಗಿ ಅವಳು ತನ್ನ ಮನವನ್ನು ತಾನೇ ಸಂತೈಸಿಕೊಂಡು ಮಗುವಿನ ಸಂಸ್ಕಾರ ಮಾಡಿರಬೇಕು. ಈ ಗಂಡುಗಳ ಲೋಕವೇ ವಿಚಿತ್ರ! ಮಹಿಮಾನ್ವಿತರಾಗಲು ಕಾದು ಕುಳಿತಿರುತ್ತಾರೆ.

ಹೆಣ್ಣೆಂದರೆ ಸಾಕು, ಕೀಟವನ್ನು ಆಕರ್ಷಿಸುವ ಮೋಹಕ ಬಲೆಯೆಂಬಂತೆ ದೂರ ಸರಿಯುವ ಅವರೆಲ್ಲರ ಮನೋನಿಗ್ರಹದ ಸಡಿಲತೆ ಯಶೋಧರೆಯನ್ನು ಸದಾ ಕಾಡುವುದು. ಇಲ್ಲವಾದಲ್ಲಿ ಪ್ರಾಣ ಹೋಗುವ ಸ್ಥಿತಿಯಲ್ಲಿದ್ದ ತನ್ನನ್ನು ಅನ್ನಾಹಾರ ನೀಡಿ ಪೋಷಿಸಿದ್ದ ಸುಜಾತೆ, 'ತನಗೂ ದೀಕ್ಷೆ ನೀಡು ಗುರುವೆ' ಎಂದು ಗೋಗರೆದಾಗ ಈ ಗುರು ಹೇಳಿದ್ದಾದರೂ ಏನು? "ನಿನ್ನ ಮನೋನಿಗ್ರಹದ ಬಗೆಗೆ ನನಗೆ ಸಂಶಯವಿಲ್ಲ. ಆದರೆ ಎಲ್ಲರಿಗೂ ನಿನ್ನ ದೃಢತೆ ಸುಲಭ ಸಾಧ್ಯವಲ್ಲ. ನಿನ್ನ ಆಗಮನದಿಂದಾಗಿ ಇತರ ಭಿಕ್ಷುಗಳ ಮನೋದಾರ್ಢ್ಯಕ್ಕೆ ಧಕ್ಕೆಯಾಗಬಹುದು. ದೀಕ್ಷೆ ನೀಡಲಾರೆ" ಎಂದರಂತೆ. ಹೆಣ್ಣ ಕಂಡೊಡನೆ ಸಡಿಲಗೊಳ್ಳುವ ಕಟ್ಟಡದ ಸುಭದ್ರತೆಯ ಬಗೆಗೇ ಸಂಶಯ ಅವಳಿಗೆ. ಎಲ್ಲರೂ ಸಮೂಹ ಸನ್ನಿ ಹಿಡಿದವರಂತೆ ಅವರ ಹಿಂದೆ ಧಾವಿಸುವಾಗ ತಾನೊಬ್ಬಳೇ ಹೀಗೆ ಭಿನ್ನ ಬಗೆಯಲ್ಲಿ ಯೋಚಿಸುವ ಬಗೆ ಅವಳಿಗೇ ಕೆಲವೊಮ್ಮೆ ಅಚ್ಚರಿಯನ್ನುಂಟುಮಾಡುತ್ತದೆ. ತಾನು ಬಾಲ್ಯದಲ್ಲಿ ಪಡೆದ ಶಿಕ್ಷಣವೇ ಇದಕ್ಕೆಲ್ಲ ಕಾರಣವೇನೋ ಎಂದು ಅವಳು ಯೋಚಿಸುತ್ತಿರುತ್ತಾಳೆ.

ಮಂತ್ರಿ ದಂಡಪಾಣಿಯ ಮಗಳು ಯಶೋಧರೆ. ಆ ಕಾಲಕ್ಕೆ ಅಪರೂಪವೆನಿಸಿದಂತೆ ಬಾಲ್ಯದಲ್ಲಿಯೇ ಸಂಸ್ಕೃತ ಶಿಕ್ಷಣ ಅವಳಿಗೆ ದೊರೆತಿತ್ತು. ವೇದ, ಪುರಾಣ, ಶಾಸ್ತ್ರಗಳ ಬಗ್ಗೆ ಚರ್ಚಿಸುವಷ್ಟು ಪ್ರಾವೀಣ್ಯತೆ ಅವಳಲ್ಲಿತ್ತು. ಆದರೆ ಅಂತಹ ಅವಕಾಶಗಳು ದೊರೆತಿರಲಿಲ್ಲ ಅಷ್ಟೆ. ಅಂಥದೊಂದು ದಿವ್ಯ ಸಾಂಗತ್ಯಕ್ಕಾಗಿ ಅವಳು ಗೌತಮನಿಗೆ ಎಂದೆಂದಿಗೂ ಆಭಾರಿಯಾಗಿರುತ್ತಾಳೆ. ಅದು ಒದಗಿ ಬಂದದ್ದು ತೀರ ಆಕಸ್ಮಿಕವಾಗಿ. ಅಂದು ರಾಜಸಭೆಯಲ್ಲಿ ವೇದಾಂತದ ಚರ್ಚೆಯಿದೆಯೆಂದೇನೂ ಅವಳಿಗೆ ಗೊತ್ತಿರಲಿಲ್ಲ. ಮನೆಯಲ್ಲಿರಲಾರದೇ ತಂದೆಯೊಂದಿಗೆ ರಾಜಸಭೆಗೆ ಹೋಗಿದ್ದಳಷ್ಟೆ. ಅಲ್ಲಿ ನಡೆಯುವ ಚರ್ಚೆಯಲ್ಲಿ ವಿಷಯಗಳೆಲ್ಲವೂ ನಗಣ್ಯವಾಗಿ, 'ಅಬ್ರಾಹ್ಮಣರಲ್ಲದವರು ಸಂಸ್ಕೃತ ಕಲಿಯುವುದು ಸರಿಯೇ?' ಎಂಬುದೇ ಪ್ರಾಮುಖ್ಯತೆಯನ್ನು ಪಡೆದು... ಅದಕ್ಕೆ ವಿವರಣೆ ನೀಡಿದ ಪಂಡಿತರೋರ್ವರು

“ಬ್ರಹ್ಮನ ಮುಖದಿಂದ ಬ್ರಾಹ್ಮಣರೂ, ತೋಳುಗಳಿಂದ ಕ್ಷತ್ರಿಯರೂ, ಹೊಟ್ಟೆಯಿಂದ ವೈಶ್ಯನೂ, ಕಾಲುಗಳಿಂದ ಶೂದ್ರರೂ ಹುಟ್ಟಿದ್ದರಿಂದಾಗಿ ವೇದ ಮಂತ್ರಗಳ ಕಲಿಕೆಗೆ ಬ್ರಾಹ್ಮಣರು ಮಾತ್ರವೇ ಹಕ್ಕುದಾರರು” ಎಂದು ಪ್ರತಿಪಾದಿಸುತ್ತಿದ್ದಾಗ ಯಶೋಧರೆ ಅವಳಿಗರವಿಲ್ಲದೇ ಎದ್ದುನಿಂತು, “ಗುರುಗಳೇ, ಹಾಗಾದರೆ ಸ್ತ್ರೀಯರು ಬ್ರಹ್ಮನ ಯಾವ ಭಾಗದಿಂದ ಹುಟ್ಟಿದರು?” ಎಂದು ಪ್ರಶ್ನಿಸಿ ಅವರನ್ನು ಕಕ್ಕಾಬಿಕ್ಕಿಯಾಗಿಸಿದಳು. ಸ್ತ್ರೀಯರಿಗೆ ಬ್ರಹ್ಮದಲ್ಲಿ ಜನಿಸುವ ಅರ್ಹತೆಯಿಲ್ಲವೆಂದು ಅವರು ಉತ್ತರಿಸುತ್ತಿರುವಂತೆಯೇ ಗೌತಮ ನಡುವೆ ಬಾಯಿಹಾಕಿ, “ಗಾರ್ಗಿ, ಮೈತ್ರೇಯಿ, ಸೂರ್ಯಘೋಷ, ವೇದವತಿ ಇವರೆಲ್ಲ ವೇದವನ್ನು ರಚಿಸಲಿಲ್ಲವೆ?” ಎಂದು ಪ್ರಶ್ನಿಸಿದ್ದ. ಯಾಕೋ ಚರ್ಚೆ ವಿಷಮಘಟ್ಟಕ್ಕೆ ಹೋಗುವ ಸೂಚನೆ ಸಿಕ್ಕಿದ್ದರಿಂದ ಮಹಾರಾಜ ಶುದ್ಧೋದನ ವೇದಗೋಷ್ಠಿಯನ್ನು ತನ್ನ ಅನಾರೋಗ್ಯದ ನೆಪವೊಡ್ಡಿ ಮುಂದೂಡಿದ. ಕೋಪಗೊಂಡ ಬ್ರಾಹ್ಮಣರೆಲ್ಲಿಯಾದರೂ ಮಗನನ್ನು ಶಪಿಸಿದರೆ ಎಂಬ ಚಿಂತೆ ಅವನದ್ದು.

ಯಾರ ಬಗ್ಗೆಯೂ, ಯಾವುದರ ಬಗ್ಗೆಯೂ ವಿಚಾರಿಸದೇ ನಿರ್ಲಿಪ್ತನಾಗಿರುತ್ತಿದ್ದ ಗೌತಮ ಅಂದು ಯಶೋಧರೆಯ ಬಗ್ಗೆ ತಂದೆಯಲ್ಲಿ ವಿಚಾರಿಸಿದ್ದ. ಅದನ್ನೇ ಪ್ರೀತಿಯೆಂದು ಬಗೆದ ದೊರೆ ಅವರಿಬ್ಬರ ವಿವಾಹವನ್ನು ವಿಜೃಂಭಣೆಯಿಂದ ಮಾಡಿ ಮುಗಿಸಿದ್ದ. ಅಂದು ದೊರೆಗೆ ಅದೆಂಥದ್ದೋ ವಿಘ್ನವನ್ನು ಗೆದ್ದ ನಿರಾಳತೆ. ಹೌದು, ಅಪರೂಪವಾಗಿ ಹುಟ್ಟಿದ ಗೌತಮನ ಜಾತಕವನ್ನು ನೋಡಿದ ರಾಜಗುರುಗಳು ಭವಿಷ್ಯ ನುಡಿದಿದ್ದರು. ‘ಒಂದೋ ಇವನು ಜಗವನ್ನಾಳುವ ದೊರೆಯಾಗುತ್ತಾನೆ, ಇಲ್ಲವಾದಲ್ಲಿ ಜಗಕೆಲ್ಲ ಬೆಳಕು ತೋರುವ ಗುರುವಾಗುತ್ತಾನೆ.’ ಯಾವ ರಾಜ ತಾನೆ ತನ್ನ ಮಗ ಸನ್ಯಾಸಿಯಾಗಬೇಕೆಂದು ಬಯಸುತ್ತಾನೆ?

ಬಂದ ವಿಘ್ನವೊಂದು ಯಶೋಧರೆಯಿಂದಾಗಿ ದೂರವಾಯಿತೆಂಬ ನಿರಾಳತೆ ರಾಜನಿಗಾದರೆ, ಯಶೋಧರೆಯ ತಾಯಿ ಯಶೋಮತಿಯ ಚಿಂತೆಯೇ ಬೇರೆ. ಎಲ್ಲಿಯಾದರೂ ರಾಜಕುಮಾರ ಮದುವೆಯ ನಂತರ ಸನ್ಯಾಸಕ್ಕೆಳಸಿ ಓಡಿಹೋದನೆಂದರೆ ಮಗಳ ಬಾಳು ಮೂರಾಬಟ್ಟೆ. ಅದನ್ನವಳು ತನ್ನ ಗಂಡನಿಗೂ ಹೇಳಿದ್ದಾಳೆ. ಆದರವನಿಗೆ ಅದರ ಗೊಡವೆಯಿಲ್ಲ. ‘ಹೋದರೇನು? ನಿನ್ನ ಮಗಳು ಮಹಾರಾಣಿಯಾಗುತ್ತಾಳೆ ಬಿಡು’ ಎಂದು ನಗುತ್ತಾನೆ. ಗಂಡಸರದ್ದೆಂದಿದ್ದರೂ ಗದ್ದುಗೆಯ ಮೇಲೆಯೇ ಕಣ್ಣು! ತಾಯಿಹೃದಯ ಮಗಳ ಸುಖವನ್ನು ಹಂಬಲಿಸುತ್ತದೆ. ತನ್ನ ತವರಿನಿಂದ

ಚೆಂದದ ಕುದುರೆಯನ್ನೂ, ಜೊತೆಗೊಬ್ಬ ಮೋಜುಗಾರ ಸವಾರನನ್ನು ಕರೆಸಿದ ಅವಳು ಮದುವೆಯ ಉಡುಗೊರೆಯೆಂದು ಅಳಿಯನಿಗೆ ನೀಡಿದಳು. ಇವೆಲ್ಲ ಸುಖಭೋಗಗಳು ಅವನನ್ನು ವೈರಾಗ್ಯದ ದಾರಿಗೆಳೆಯದ ಗುರಾಣಿಗಳೆಂದು ಅವಳ ಗ್ರಹಿಕೆ. ಅಂದಿನಿಂದ ಕುದುರೆ ಕಂಥನ ಮತ್ತು ಗೆಳೆಯ ಚೆನ್ನ ಗೌತಮನ ಅನುದಿನದ ಸಂಗಾತಿಯಾದರು.

ಯಶೋಧರೆಗೆ ಗೌತಮನ ಅರಮನೆಯೇ ಒಂದು ಬೆರಗು! ಅಲ್ಲಿ ದಕ್ಕದ ಸೌಲಭ್ಯಗಳೇ ಇಲ್ಲ. ವಜ್ರದ ಬೆಳಕಿನಲ್ಲಿಯೇ ಭೋಜನ, ಕಣ್ಣುಕುಕ್ಕುವ ಶೃಂಗಾರ ಸಾಧನಗಳ ಓರಣ, ಬಗೆಬಗೆಯ ಚಿತ್ರಗಳ ಜೋಡಣೆ. ಅಬ್ಬಾ... ಲೋಕದ ಸೊಗವನ್ನು ಮಾತ್ರವೇ ಭಟ್ಟಿಯಿಳಿಸಿ ಜೋಡಿಸಿದಂತಿತ್ತು! ಇವೆಲ್ಲವುಗಳ ನಡುವಿರುವ ಗೌತಮ ಮಾತ್ರ ಅಪ್ಪಟ ಮನುಷ್ಯನಾಗಿದ್ದ. ಅವಳ ಪ್ರತಿಯೊಂದು ಹಾವಭಾವಕ್ಕೂ ಅವನು ಅಚ್ಚರಿಗೊಳ್ಳುವ ಪರಿ ಅವಳನ್ನು ಬೆಚ್ಚಿಬೀಳಿಸುತ್ತಿತ್ತು. ಅವಳೊಮ್ಮೆ ಬೇಸರದಲ್ಲಿರುವಾಗ ಅವನು ಕೇಳಿದ್ದ, "ಏಕೆ ನೀನು ಎಂದಿನಂತಿಲ್ಲ?" ಅವಳು ತನ್ನನ್ನು ಕಾಡುವ ತವರಿನ ಬಗೆಗೆ ಹೇಳಿದಳು. ಅವನು ಬೇಸರವೇನೆಂದು ಕೇಳಿದ. ಅವಳು ಭಯ, ದುಃಖ, ಬೇಸರ, ಸಂತೋಷ ಎಲ್ಲವನ್ನೂ ಉದಾಹರಣೆಯೊಂದಿಗೆ ವಿವರಿಸತೊಡಗಿದಳು. "ಈಗ ನೋಡಿ, ನಿಮ್ಮ ತಾಯಿ ಮಾಯಾವತಿ ನಿಮ್ಮನ್ನು ಬಾಲ್ಯದಲ್ಲಿಯೇ ಅಗಲಿದರು. ಅವರ ನೆನಪಾದಾಗ ನಿಮಗೆ ದುಃಖವಾಗುವುದಿಲ್ಲವೆ?" ಅವನಿಗೆ ತಾಯಿಯ ಬಗೆಗೆ ತಿಳಿದೇ ಇರಲಿಲ್ಲ. "ಪ್ರಜಾಪತಿದೇವಿಯಲ್ಲವೆ ನನ್ನ ತಾಯಿ?" ಎಂದು ಮುಗ್ಧವಾಗಿ ಪ್ರಶ್ನಿಸಿದ. "ಮರಣ...! ಹಾಗಂದರೇನು?" ಎಂದು ಅವಳಿಂದ ಕೇಳಿ ತಿಳಿದ. "ಹಾಗಾದರೆ ಯಶೂ... ನೀನೂ ಒಂದು ದಿನ ಮರಣ ಹೊಂದುವೆಯಾ?" ಎಂದು ಪುಟ್ಟ ಮಗುವಿನಂತೆ ಅವಳ ಮಡಿಲಿನಲ್ಲಿ ಬಿಕ್ಕಳಿಸಿದ. ಯಶೋಧರೆಗೆ ಪರಮಾಶ್ಚರ್ಯ! ಏನೊಂದನ್ನೂ ತಿಳಿಸದೇ ಬೆಳೆಸಿದ ಮಗುವಿದು ಎಂಬುದು ಅವಳಿಗೆ ಮನದಟ್ಟಾಯಿತು. ಅವಳು ಅವನ ನಿಜವಾದ ಗುರುವಾದಳು.

ಅಂದವಳಿಗೆ ಮುಟ್ಟಿನ ಸ್ರಾವ. ಬಿಡದೇ ಕಾಡುವ ನೋವು. ಪ್ರೀತಿಯಿಂದ ಬಳಿ ಬಂದ ಗೌತಮನಿಗೆ ಹುಟ್ಟಿನ ಗುಟ್ಟಿನ ಪಾಠವನ್ನು ತಾಳ್ಮೆಯಿಂದ ಹೇಳಿದಳು. ದೇಹಕ್ಕೂ ನೋವಿದೆಯೆಂಬುದನ್ನು ಅವನಿಗೆ ಮನದಟ್ಟುಮಾಡಿಕೊಟ್ಟಳು. ವಿಶ್ರಾಂತಿ ಪಡೆಯುವಂತೆ ಹೇಳಿದ ಗೌತಮ ಗೆಳೆಯ ಚೆನ್ನನೊಂದಿಗೆ ಇಡಿಯ ರಾಜಧಾನಿಯನ್ನು ಸುತ್ತಿ ಬಂದಿದ್ದ. ಅಲ್ಲಿ ಕಂಡಿದ್ದ ಮುದುಕ ಮತ್ತು ರೋಗಿಯ ಬಗೆಗೆ ದಿನಗಟ್ಟಲೆ ಅವಳಲ್ಲಿ

ಮಾತನಾಡಿದ್ದ. ಹೀಗೆ ಗೌತಮ ಬೆಳೆಯುತ್ತಿರುವಂತೆ ಯಶೋಧರೆಯ ಒಡಲಿನಲ್ಲಿ ರಾಹುಲನೂ ಬೆಳೆಯುತ್ತಿದ್ದ. ಇತ್ತ ದೊರೆಗೆ ತನ್ನ ಸೊಸೆಯ ರೂಪ, ಲಾವಣ್ಯ, ಬುದ್ಧಿವಂತಿಕೆಯ ಬಗ್ಗೆ ಎಷ್ಟು ಹೊಗಳಿದರೂ ಸಾಲದು. ಎಲ್ಲರಲ್ಲಿಯೂ ಅವಳದೇ ಗುಣಗಾನ.

ರಾಹುಲನಿಗೀಗ ಹತ್ತು ತಿಂಗಳ ಪ್ರಾಯ. ಅವನ ಆರೈಕೆಯಲ್ಲಿ ಯಶೋಧರೆಗೆ ಹೊತ್ತು ಹೋದದ್ದೇ ತಿಳಿಯುವುದಿಲ್ಲ. ಗೌತಮನಿಗೂ ಈಗ ಚೆನ್ನನೊಂದಿಗೆ ದೇಶ ಸುತ್ತುವ ಹಂಬಲ. ಅಲ್ಲಿ ಕಂಡದ್ದೆಲ್ಲವನ್ನೂ ಅವನೀಗ ತನ್ನೊಂದಿಗೆ ಹಂಚಿಕೊಳ್ಳುತ್ತಿಲ್ಲ ಎಂಬುದು ಯಶೋಧರೆಯ ಗಮನಕ್ಕೂ ಬಂದಿದೆಯಾದರೂ ಅವಳದನ್ನು ಗಂಭೀರವಾಗಿ ಪರಿಗಣಿಸಿಲ್ಲ. ಅಂದು ರಾತ್ರಿ ಮಲಗುವಾಗ ಗೌತಮ ಅವಳ ಕೈಯನ್ನು ತನ್ನ ಅಂಗೈಯಲ್ಲಿಟ್ಟು ಹೇಳಿದ್ದ, "ಯಶೂ, ಜಗದ ನೋವನ್ನೆಲ್ಲ ಮರೆಸುವ ಮಾಯದ ಹರಳೊಂದು ಅಂಗೈಯಲ್ಲಿರುವಂತಿದ್ದರೆ ಎಷ್ಟು ಚೆನ್ನಿತ್ತಲ್ಲವೆ? ಆಗ ಎಲ್ಲರೂ ಸುಖವಾಗಿರಬಹುದಿತ್ತು" ಅವಳು ಅವನ ತೋಳುಗಳನ್ನು ನೇವರಿಸುತ್ತ ನುಡಿದಿದ್ದಳು, "ಹೌದು. ಆದರೆ ರಾಜ್ಯದ ಎಲ್ಲ ಪ್ರಜೆಗಳನ್ನು ಸುಖವಾಗಿಡುವ ಅವಕಾಶ ನಿಮ್ಮೆದುರು ಕಾಲೂರಿ ಕುಳಿತಿದೆ. ಮತ್ತೆ ನೀವದನ್ನು ಯಶಸ್ವಿಯಾಗಿ ಮಾಡುವಿರೆಂಬ ನಂಬಿಕೆಯೂ ನನಗಿದೆ." ಅದಕ್ಕವನು ಬೇರೆಯೇ ಮಾತನ್ನಾಡಿದ್ದ, "ರಾಜ್ಯ, ದೇಶದ ಗೆರೆಗಳನ್ನು ಅಳಿಸಿಬಿಡು. ನಾನು ಇಡಿಯ ಮಾನವ ಲೋಕದ ಬಗ್ಗೆ ಯೋಚಿಸುತ್ತಿರುವೆ. ಯಶೂ, ನೀನು ನನ್ನನ್ನು ಆ ಹಾದಿಯಲ್ಲಿ ಹೋಗಗೊಡುವೆಯಾ?" ಆರ್ತನಾಗಿ ಕೇಳಿದ ಅವನ ನೆತ್ತಿಯನ್ನು ಚುಂಬಿಸಿ ಅವಳು ಹೇಳಿದ್ದಳು, "ಅದೆಷ್ಟೇ ಕಷ್ಟದ ಹಾದಿಯಾದರೂ ನಾನು ನಿಮ್ಮ ಜೊತೆಗಿರುವೆ."

ಆ ಘಟನೆ ನೆನಪಾದಾಗಲೆಲ್ಲ ಅಶಾಂತ ಕೊಳವಾಗುತ್ತಾಳೆ ಯಶೋಧರೆ. ಆ ರಾತ್ರಿಯ ಮಾರನೆಯ ಬೆಳಗು ಅರಮನೆಯಲ್ಲಿ ಗೌತಮನಿರಲಿಲ್ಲ, ಕಂಥನವೂ ಮಾಯ, ಚೆನ್ನನೂ ಕಾಣೆ. ಕುದುರೆಯೇರಿ ಹೋದವನ ಹುಡುಕಿ ತರುವ ಹಂಬಲ ದೊರೆ ಶುದ್ಧೋಧನನಿಗೆ. ಸೈನಿಕರಿಗೆ ಆದೇಶಿಸಿದ, "ಕೂಡಲೇ ಎಲ್ಲಿದ್ದರೂ ಹುಡುಕಿ ತನ್ನಿ ನನ್ನ ಮಗನನ್ನು. ಗಲ್ಲಿಗೇರಿಸಿ ಅವನನ್ನು ಕೊಂಡೊಯ್ದ ಚೆನ್ನನನ್ನು!" ಯಶೋಧರೆ ತಡೆದಳು, "ಬೇಡ, ಹುಡುಕಿದರೂ ಅವರು ಸಿಗಲಾರರು, ಸಿಕ್ಕಿದರೂ ಮರಳಿ ಬರಲಾರರು. ಬಿಡಿ ಅವರನ್ನು." ಮಾವನ ಸಿಟ್ಟು ಸೊಸೆಯೆಡೆಗೆ ತಿರುಗಿತ್ತು. ಅದುವರೆಗೆ ಕಂಗೊಳಿಸಿದ ಅವಳ ರೂಪ ಅಂದು ಅವಹೇಳನಕ್ಕೆ ಒಳಗಾಯಿತು.

ಅದು ಅಪರೂಪದ್ದಾದರೆ ಗಂಡನನ್ನು ಸೆಳೆದು ಹಿಡಿದಿರಬೇಕಿತ್ತು. ಅವಳ ಬುದ್ಧಿವಂತಿಕೆ ಹೀಗಳೆಯಲ್ಪಟ್ಟಿತ್ತು. ಪತಿಯ ಸನ್ಯಾಸತ್ವವನ್ನು ತಪ್ಪಿಸಲು ಸೋತ ಬುದ್ಧಿವಂತಿಕೆಗೆ ಕವಡೆಯ ಬೆಲೆಯೂ ಇರಲಿಲ್ಲ. ಎಲ್ಲರ ಚಿತ್ತವೂ ನೆಟ್ಟಿದ್ದದ್ದು ಮಗ ರಾಹುಲನ ಮೇಲೆ. ಅಂತೂ ವಂಶಕ್ಕೊಂದು ಕುಡಿಯನ್ನು ಹೆತ್ತುಕೊಟ್ಟಿದ್ದಕ್ಕೆ ಇಡಿಯ ಅರಮನೆ ಅವಳಿಗೆ ಕೃತಜ್ಞವಾಗಿತ್ತು.

ಇನ್ನೂ ಅವಳಿಗೆ ಅರ್ಥವಾಗದ ಕಹಿಸತ್ಯವೆಂದರೆ ಇದು. ಗೌತಮದ ಎಲ್ಲ ಕಾರ್ಯಗಳಲ್ಲಿಯೂ ಜೊತೆಯಾಗಿರುವೆನೆಂದು ಪ್ರಮಾಣಿಸಿದ ಮೇಲೂ ತನ್ನನ್ನು ಒಂಟಿಯಾಗಿಸಿದ ಆತನ ಕ್ರೌರ್ಯ ಅವಳನ್ನು ಹಗಲಿರುಳು ಕಾಡುತ್ತಿತ್ತು. ಅಗ್ನಿಸಾಕ್ಷಿಯಾಗಿ ಒಂದಾದ ಅವರು ಬೇರೆಯಾಗುವುದು ಅವನ ಆಯ್ಕೆ ಮಾತ್ರವೇ ಎಂದಾದರೆ ತನ್ನ ಅಸ್ತಿತ್ವಕ್ಕೆ ಬೆಲೆಯೆಲ್ಲಿ? ಎಂದವಳು ಹಗಲು ರಾತ್ರಿ ಚಿಂತಿಸುವಳು. ತಾನೂ ಅವನಂತೆ ಸನ್ಯಾಸಿಯಾಗಿ ಬದುಕಬಲ್ಲೆನೆಂಬ ಸ್ಥೈರ್ಯ ಅವಳಲ್ಲಿದೆ. ಆದರೆ ಅರಮನೆಯ ಆವರಣ ಅದಕ್ಕೆ ಸಮ್ಮತಿಸದು. ಅವಳು ಪ್ರತಿದಿನವೂ ಯುವರಾಣಿಯಂತೆ ಶೃಂಗಾರಗೊಂಡು ಮಗು ರಾಹುಲನೊಂದಿಗೆ ರಾಜಸಭೆಗೆ ಹೋಗಲೇಬೇಕು. ಅರಮನೆಯ ಎಲ್ಲ ಉತ್ಸವಗಳಲ್ಲಿ ಪಾಲುದಾರಳಾಗಲೇಬೇಕು. ಸುಪ್ಪತ್ತಿಗೆಯ ಮೇಲೆ ಮಲಗಲೇಬೇಕು. ಆದರೆ ಅವಳೊಳಗಿನ ಬೆಂಕಿಯನ್ನು ಉರಿಯಬಿಡಬೇಕು. ಗಂಡನಿಲ್ಲದ ಏಕಾಂತವನ್ನು ಸಹಿಸಲೇಬೇಕು. ಜೀವಂತ ಉರಿಯುವ ಈ ಬದುಕು ಅವಳ ಆಯ್ಕೆಯಲ್ಲ. ಆದರೆ ಅದನ್ನು ಅನಿವಾರ್ಯವಾಗಿಸಿ ಹೋದ ಗೌತಮ. ಒಂದು ಮಾತು ಹೇಳಿದರೆ ಅದೆಂತಹ ದುರ್ಗಮ ನಡಿಗೆಯಾದರೂ ಅವನನ್ನು ಹಿಂಬಾಲಿಸಲು ಅವಳು ತುದಿಗಾಲಲ್ಲಿ ನಿಂತಿದ್ದಳು. ಬರಿಯ ಅವನ ದೈಹಿಕ ಜೊತೆಗಾತಿಯಲ್ಲ ಅವಳು, ಆತ್ಮಸಂಗಾತಕ್ಕೂ ಅರ್ಹಳಾದವಳು. ಅವಳು ಇದಕ್ಕಾಗಿ ಅವನನ್ನೆಂದಿಗೂ ಕ್ಷಮಿಸಲಾರಳು. ಅದಕ್ಕೆಂದೇ ಅರಮನೆಗೆ ಬಂದ ಗೌತಮನನ್ನು ಎರಡು ದಿನಗಳಾದರೂ ಅವಳು ಸಂಧಿಸಿಲ್ಲ. ಬೇಕಾದರೆ ಅವನೇ ಬರುತ್ತಾನೆ ಎಂಬ ಉದಾಸೀನ ಭಾವದಿಂದಿದ್ದಾಳೆ.

ಮೂರನೇ ದಿನ ಬಂದ ಬುದ್ಧ. ಅವಳ ಅಂತಃಪುರದಲ್ಲಿಯೇ ಅವಳನ್ನು ಸಂಧಿಸಿದ. ಮಾತು ಸೋತ ಗಳಿಗೆಯಲ್ಲಿ ತಾನೇ ಮಾತಾದ.

"ಕ್ಷಮಿಸುವಿಯೇನು ನನ್ನ?"

"ಖಂಡಿತ ಇಲ್ಲ." ಸಿಡಿದು ನುಡಿದಳು ಅವಳು.

“ಅನಿವಾರ್ಯವಿತ್ತದು. ಸಂಸಾರದ ಜಂಜಡವ ಮೀರದೇ ಜ್ಞಾನಿಯಾಗುವುದು ಸಾಧ್ಯವಿರಲಿಲ್ಲ”

“ಅಸಹಾಯಕತೆ ಅದು. ಅನಿವಾರ್ಯವಲ್ಲ. ನನ್ನನ್ನು ಒಳಗೊಳ್ಳದಷ್ಟು ಅಮೂಲ್ಯವಾದುದೇನಾಗಿರಲಿಲ್ಲ ನಿಮ್ಮ ತಿಳುವಳಿಕೆ.”

“ಸತ್ಯ. ಆದರೆ ನೀನೆಂದರೆ ನೀನು ಮಾತ್ರವಲ್ಲ. ನಿನ್ನೊಂದಿಗೆ ಸುತ್ತಿ ಬರುವ ಎಲ್ಲ ಬಂಧನಗಳನ್ನೂ ಕಳಚಬೇಕೆಂದರೆ ನಿನ್ನನ್ನು ಅಗಲುವುದು ಅನಿವಾರ್ಯವೆನಿಸಿತು.”

“ನಿಮ್ಮ ವಿಚಾರ ನಿಮ್ಮದು. ನನ್ನ ಲೋಕದ ತಲ್ಲಣಗಳ ಗೊಡವೆ ನಿಮಗೇಕೆ? ಮತ್ತೆ ಭೇಟಿಯಾಗುವುದೇನೂ ಅನಿವಾರ್ಯವಲ್ಲವಲ್ಲ?”

“ನಾನು ನಿನ್ನಲ್ಲಿ ಕ್ಷಮೆ ಕೇಳಬೇಕಿದೆ. ಜಗವೆಲ್ಲ ಇಂದು ಹೇಳುತ್ತಿದೆ, ಬುದ್ಧನಿಗೆ ಜ್ಞಾನೋದಯವಾದುದು ಬೋಧವೃಕ್ಷದ ಅಡಿಯಲ್ಲಿ ಎಂದು. ಆದರೆ ಅದು ಭಾಗಶಃ ಸತ್ಯ. ಜ್ಞಾನದ ಲೋಕದ ಮೊದಲ ಬಾಗಿಲನ್ನು ನನ್ನೆದುರು ತೆರೆದವಳು ನೀನು.” ಯಶೋಧರೆಯ ಕಣ್ಣಂಚು ಒದ್ದೆಯಾಗಿತ್ತು. ವಿಷಯ ಬದಲಿಸುವಂತೆ ಹೇಳಿದಳು,

“ಅಂಗುಲಿಯನ್ನೂ ಮಣಿಸಿದಿರಂತೆ, ಕೇವಲ ನೋಟದಲ್ಲಿಯೆ!”

“ಅದನ್ನೇ ಹೇಳಲು ನಿನ್ನವರೆಗೂ ಬಂದೆ. ಹತ್ತು ವರ್ಷಗಳ ಕಾಲ ಚಿಂತಿಸಿದ್ದೇನೆ. ನಿನ್ನ ನೋಟವನ್ನು ಎದುರಿಸುವುದು ಹೇಗೆಂದು? ಎಲ್ಲ ಸಿದ್ಧಿಯ ನಂತರವೂ ನೀನು ನನ್ನೆದುರು ಇಡುವ ಪ್ರಶ್ನಾರ್ಥಕ ನೋಟವೊಂದಕ್ಕೆ ಉತ್ತರಿಸುವ ಜ್ಞಾನ ನನಗೆ ಸಿಗಲಿಲ್ಲ. ನಿನ್ನ ನೋಟದ ಹರಿತದೆದುರು ಅಂಗುಲಿಯ ಕ್ರೌರ್ಯ ನಗಣ್ಯವೆನಿಸಿಹೋಯ್ತು. ಇಂದಿವನ ನೋಟದಲ್ಲಿಯೇ ಮಣಿಸಿದರೆ ಮಾತ್ರವೇ ನಿನ್ನನ್ನು ನಾನೆದುರಿಸಬಲ್ಲೆ ಅಂದುಕೊಂಡೆ. ಹಾಗೆ ನಿರ್ಲಿಪ್ತನಾಗಿ ಅವನೆಡೆಗೆ ನೋಡುತ್ತಾ ನಡೆದೆ. ನಿನ್ನೊಳಗಿನ ತಳಮಳ ಅದೆಷ್ಟು ಆಳ ನೋಡು? ಅವನೂ ಬೆಚ್ಚಿದ ನನ್ನ ಕರುಣೆಯ ನೋಟಕ್ಕೆ. ಅವನ ಎದುರಿಸಿದ ಹಿಂದಿನ ದೃಢತೆ ನೀನು ಯಶೂ..” ಬುದ್ಧನೂ ಬಿಕ್ಕಳಿಸಿದ.

ಅದೆಷ್ಟೋ ಹೊತ್ತು ಮಾತಿಗೆ ಕೆಲಸವಿರಲಿಲ್ಲ ಅಲ್ಲಿ. ಹೆಪ್ಪುಗಟ್ಟಿದ್ದ ಭಾವಗಳೆಲ್ಲ ಗಾಳಿಯೊಂದಿಗೆ ಕಲಸಿಹೋಗುತ್ತಿದ್ದವು. ದೀರ್ಘಮೌನದ ಬಳಿಕ ಬುದ್ಧ ಸ್ಥಿತಪ್ರಜ್ಞನಾಗಿ ಹೇಳಿದ, “ಯಶೋಧರಾ, ರಾಜ್ಯದ ಎಲ್ಲರೂ

ನನಗೆ ಭಿಕ್ಷೆಯಿತ್ತಿದ್ದಾರೆ. ಆದರೆ ಈ ಬಡ ಸಂನ್ಯಾಸಿ ನಿನ್ನ ಕೈಯ್ಯ ಭಿಕ್ಷೆಗಾಗಿ ಕಾದಿದ್ದಾನೆ."

ಯಶೋಧರೆ ಹೊರಬಾಗಿಲಲ್ಲಿ ನಿಂತು ಸಖಿಯರಿಗೆ ಏನೋ ಸನ್ನೆ ಮಾಡಿದಳು. ಅವರು ರಾಹುಲನನ್ನು ಕರೆದುತಂದರು. ನೀಡಿದ ಗೌತಮನ ಕೈಯ್ಯಲ್ಲಿ ಮಗನನ್ನು ಇಟ್ಟು ನಿರಾಳವಾದಳು!

'ಪ್ರತಿಯೊಂದು ಯಶಸ್ವೀ ಗಂಡಿನ ಹಿಂದೆ ಒಬ್ಬಳು ಹೆಣ್ಣಿರುತ್ತಾಳೆ.' ಇದೊಂದೇ ಮಾತಿಗಾಗಿ ಎಷ್ಟೊಂದು ಕನಸುಗಳು ಕಮರಿಹೋಗಿರಬಹುದು ಇಲ್ಲಿ ಲೆಕ್ಕವಿಟ್ಟವರ್‍ಯಾರು? ತನ್ನ ಸಾಧನೆಯ ದಾರಿಯಲ್ಲಿ ಗಂಡನ್ನು ಯಾವ ಬಂಧನವೂ ಬಾಧಿಸದು. ಆದರೆ ತೊರೆದು ಹೋದ ಹೆಣ್ಣುಗಳು? ಕೇವಲ ವೈರಾಗ್ಯದ ಮಾತಲ್ಲವಿದು. ಸಾಲವಾಯಿತೆಂದೋ.., ಸಂಸಾರ ಗೊಂದಲದ ಗೂಡಾಯಿತೆಂದೋ, ಬೇರೆಯ ಯಾವುದೋ ಆಕರ್ಷಣೆ ಸೆಳೆಯಿತೆಂದೋ ದಿನಬೆಳಗಾಗುವುದರೊಳಗೆ ಕಣ್ಮರೆಯಾಗಿಬಿಡುವ ಗಂಡು ಲೋಕಕ್ಕೆ ಸಂಸಾರವೆಂಬುದು ಕೆಸುವಿನೆಲೆಯ ಮೇಲಿನ ನೀರಿನಂತೆ ಸುಲಭ. ಆದರೆ ಹೆಣ್ಣು ಅದನ್ನು ಅಂಟಿಕೊಂಡ ನಂಟಂತೆ ಕೊನೆಯವರೆಗೂ ಎಳೆಯುತ್ತಲೇ ಇರುತ್ತಾಳೆ. ಹಾಗೆ ಹೋದ ಗಂಡು ಮತ್ತೆ ಬಯಸಿದರೆ ತನ್ನದೇ ಇನ್ನೊಂದು ಸಂಸಾರವನ್ನು ಸೃಜಿಸಿಕೊಳ್ಳಬಲ್ಲ. ಹೆಣ್ಣಿಗೆ ಅಂತಹ ಸ್ವಾತಂತ್ರ್ಯ ಬಹುತೇಕ ಕನ್ನಡಿಯೊಳಗಿನ ಗಂಟು. ಅದಕ್ಕೇ ಇರಬೇಕು, ಮದುವೆಯಾದದ್ದಕ್ಕೆ ಹೆಣ್ಣಿನ ಮೈಮೇಲೆ ಹತ್ತಾರು ಕುರುಹುಗಳು. ಗಂಡಿನ ಮೈ ಮಾತ್ರ ಬೋಳು, ಬೋಳು. ಗಂಡಿಗೆ ಕಾಮನೆಗಳು ಹಕ್ಕು ಮತ್ತು ಆಯ್ಕೆಯಾದರೆ ಹೆಣ್ಣಿಗೆ ಅವುಗಳನ್ನೆಲ್ಲ ಜಯಿಸುವುದೇ ಸಾರ್ಥಕತೆ ಎನ್ನುತ್ತದೆ ನಮ್ಮ ಸಮಾಜ. ಹಾಗಾಗಿಯೇ ಆಲಿಸಬೇಕಾದ ಎಷ್ಟೋ ನಿಟ್ಟುಸಿರುಗಳನ್ನು ನಮ್ಮೆದುರು ತೆರೆದಿಟ್ಟು ಮೌನವಾಗುತ್ತಾಳೆ ಯಶೋಧರೆ.

ಜ್ಞಾನೋದಯಕ್ಕಾಗಿ ಬುದ್ಧ ಹಂಬಲಿಸುವಾಗಲೆಲ್ಲ ಯಶೋಧರೆಯ ಒಡಲೊಳಗಿನ ಕುದಿತ ಮರುಕಳಿಸುತ್ತಲೇ ಇರುತ್ತದೆ.

ನಿಮ್ಮೊಳಗಿನ
ಲೋಕದಲ್ಲೂ
ಉರಿದುಹೋದ
ಎಷ್ಟೊಂದು
ಚಂದ್ರರಿರಬಹುದು.
ಕಣ್ತೆರೆದು ಹುಡುಕಿ

ಚಂದ್ರಾ...., ಹುಣ್ಣಿಮೆ ಬೆಳದಿಂಗಳಿನಂತಹ ಸೌಂದರ್ಯವನ್ನು ಹೊದ್ದ ಚೆಂದದ ಚೆಲುವೆ. ವಯಸ್ಸು ಹದಿನೇಳೋ, ಹದಿನೆಂಟೋ ಇರಬಹುದು. ದುಂಡು ಮುಖ, ಚಂಚಲವಾದ ಕಣ್ಣುಗಳು, ಕಡೆದಿಟ್ಟ ಗೊಂಬೆಯಂತಹ ಅಂಗಸೌಷ್ಠವ. ನೀರ ಮೇಲೆ ತೇಲುವ ಹೊಸ ಹಾಯಿದೋಣಿಯಂತೆ ಅವಳ ನಡಿಗೆಯ ಲಯ. ನದಿಯ ಘಟ್ಟಕ್ಕೆ ನೀರು

ತುಂಬಿಕೊಂಡು ಬರಲಷ್ಟೇ ಅಲ್ಲ; ಜೀವ ಚೈತನ್ಯವನ್ನೂ ತುಂಬಿಕೊಂಡು ಬರಲು ಹೊರಡುವಂತಿತ್ತು ಅವಳ ಓಡಾಟ. ಮುಖದ ತುಂಬ ಹೊದ್ದ ಅವಕುಂಠನದ ಮರೆಯಲ್ಲಿಯೂ ಅವಳ ಚುರುಕಾದ ನಯನಗಳು ಇಡಿಯ ಊರಿನ ಸೂಕ್ಷ್ಮಗಳನ್ನೆಲ್ಲ ಸರಸರನೆ ಗ್ರಹಿಸಿಬಿಡುತ್ತಿದ್ದವು. ಸುಂಯ್ಯನೆ ಬೀಸುವ ತಂಗಾಳಿ ಇಡಿಯ ಊರನ್ನು ಸುತ್ತುವಂತೆ ಅವಳು ಸ್ವಚ್ಛಂದವಾಗಿ ಊರನ್ನೆಲ್ಲ ಸುತ್ತುತ್ತಿದ್ದಳು. ಅವಳ ಗಂಡ ಚಿದಂ ಕೂಡ ಅಷ್ಟೇ ರೂಪವಂತ. ಅವನನ್ನು ಸರಿಯಾಗಿ ಆವರಿಸಿ ದಾರಿಯಲ್ಲಿಟುಕೊಳ್ಳಬೇಕೆಂಬ ಸಣ್ಣ ಎಚ್ಚರ ಚಂದ್ರಾಳಿಗೆ ಇದ್ದೇ ಇದೆ. ಆದರೆ ದಿನವೂ ನೀರು ತರಲು ಸ್ನಾನಘಟ್ಟದ ಬಳಿಗೆ ಹೋದಾಗ ಅಲ್ಲಿ ಈಜಾಡಲು ಬರುವ ಊರ ಶ್ರೀಮಂತ ಕಾಶಿ ಮುಜುಂದಾರರ ಮಗನ ಈಜಿನ ಪಟ್ಟುಗಳನ್ನವಳು ಆನಂದಿಸದೇ ಇರಲಾರಳು. ಹಾಗೆಯೇ ಅವನ ಮಿನುಗುವ ಅಂಗಸೌಷ್ಟವದ ಬಗ್ಗೆ ತಾನು ಮಾತು ತೆಗೆದಾಗಲೆಲ್ಲ ತನ್ನ ಗಂಡನೇಕೆ ಕೆಂಗಣ್ಣ ನೋಟವನ್ನು ತನ್ನೆಡೆಗೆ ಬೀರುತ್ತಾನೆ ಎಂಬ ವಿಷಯವೂ ಅವಳಿಗೆ ತಿಳಿಯದು. ಚಿದಂಗೆ ಸದಾ ಇವಳದೇ ಚಿಂತೆ. ಅವನ ಅಣ್ಣನಿಗೂ ಈಗಾಗಲೇ ಮದುವೆಯಾಗಿ ಒಂದು ಪುಟ್ಟ ಮಗುವೂ ಇದೆ. ಆದರೆ ಅವನ ಅತ್ತಿಗೆ ಎಂದಾದರೂ ಇವಳಂತೆ ಜಿಗಿಯುತ್ತ ನಡೆದುದನ್ನು ಅವನು ಕಂಡಿಲ್ಲ. ಸದಾ ಅದಿಲ್ಲ, ಇದಿಲ್ಲವೆಂದು ಕೊರಗುತ್ತಾ, ಅಣ್ಣನ ಬಗ್ಗೆ ಅವರಿವರಲ್ಲಿ ದೂರುತ್ತಾ, ಇಡಿಯ ಜಗದ ಭಾರವೆಲ್ಲವೂ ತನ್ನ ಮೇಲೆಯೇ ಬಿದ್ದಂತಿರುವ ಅವಳು ಇವನಿಗೆ ಇಷ್ಟವೆಂದೇನೂ ಅಲ್ಲ. ಸಿಟ್ಟು ಬಂದಾಗ ಆ ಪುಟ್ಟ ಮಗುವಿಗೆ ಪಟಪಟನೆ ಅವಳು ಬಡಿಯುವಾಗೆಲ್ಲ ಚಿದಂ ಕೆಲವೊಮ್ಮೆ ಕೋಪಗೊಂಡಿದ್ದಾನೆ ಕೂಡ. ಆದರೆ ಚಂದ್ರಾಳ ಸಂತೋಷ ಮಾತ್ರ ಅತಿರೇಕದ್ದು ಅನಿಸುತ್ತದೆ ಅವನಿಗೆ. ಇಡಿಯ ದಿನ ಉಪವಾಸವಿದ್ದರೂ ಸಂಜೆ ತಾನು ಬರುವಾಗ ಹಾಡು ಹೇಳಿಕೊಂಡು

ಕುಣಿಯುತ್ತಿರುತ್ತಾಳೆ. ಹಸಿವೆಯಾಗಲಿಲ್ಲವೆ ಎಂದರೆ, 'ಹಾಡುಗಳಿವೆಯಲ್ಲ' ಎನ್ನುತ್ತಾಳೆ. ಕೆಲವೊಮ್ಮೆ ಇವಳೂ ಅತ್ತಿಗೆಯಂತಿದ್ದರೆ ಚೆನ್ನಾಗಿತ್ತು ಎಂದು ಅವನಿಗೆ ಅನಿಸುವುದುಂಟು.

'ಹುಡುಗಿ ಬಿರುಗಾಳಿಯ ಬೆನ್ನು ಹತ್ತಿದ್ದಾಳೆ. ಇನ್ನು ಹತೋಟಿಯಲ್ಲಿಡಲು ಸಾಧ್ಯವಿಲ್ಲ. ಏನಾದರೂ ಅನಾಹುತವಾಗುವ ಮುನ್ನ ತಹಬಂದಿಯಲ್ಲಿಟ್ಟುಕೊ." ಊರ ಜನ ಅವಳ ಗಂಡ ಚಿದಂನನ್ನು ಎಚ್ಚರಿಸಿದರು. ಅವನೋ ಉಕ್ಕುವ ಯೌವ್ವನದ ಮದದಲ್ಲಿ ಒಂದೇ ನೆಗೆತದಲ್ಲಿ ಮುನ್ನುಗ್ಗಿ ಜಡೆಹಿಡಿದು ಅವಳನ್ನು ಎಳೆದೊಯ್ದು ಕೋಣೆಯೊಳಗೆ ತಳ್ಳಿ ಹೊರಗಿನಿಂದ ಬಾಗಿಲಿಗೆ ಬೀಗ ಹಾಕಿದ. ಸಂಜೆ ಕೆಲಸ ಮುಗಿಸಿ ಬರುವವರೆಗೂ ಇಲ್ಲೇ ಬಿದ್ದಿರು ಎಂದು ಶಪಿಸಿ ನಡೆದ. ಕೆಲಸ ಮುಗಿಸಿ ಮನೆಗೆ ಬಂದವನಿಗೆ ಅಚ್ಚರಿಯೊಂದು ಕಾದಿತ್ತು. ಚಂದ್ರಾ ಕೋಣೆಯಿಂದ ಕಾಣೆಯಾಗಿದ್ದಳು. ಮುಚ್ಚಿದ್ದ ಬಾಗಿಲು ಕಿತ್ತುಬಂದಿತ್ತು. ಅವಳ ಉಕ್ಕುವ ಯೌವ್ವನಕ್ಕೆ ಬಾಗಿಲೊಂದು ತಡೆಯೇ ಆಗಿರಲಿಲ್ಲ. ಚಂದ್ರಾ ಅದಾಗಲೇ ಮೂರು ಹಳ್ಳಿಗಳನ್ನು ದಾಟಿ ತನ್ನ ಸೋದರಮಾವನ ಮನೆ ಸೇರಿದ್ದಳು. ಚಿದಂಗೆ ಅವಳನ್ನು ಹುಡುಕುವುದರಲ್ಲಿ ಸಾಕುಸಾಕಾಗಿತ್ತು. ಮನೆಗೆ ಬರಲಾರೆನೆಂದು ಹಠ ಹಿಡಿದು ಕುಳಿತ ಹೆಂಡತಿಯ ಕಾಲಿಗೆ ಬಿದ್ದು ಅವಳನ್ನು ಮರಳಿ ತರಬೇಕಾಯಿತು. 'ಹೆಂಡತಿಯನ್ನು ಹಿಡಿದಿಡುವುದು ಪಾದರಸವನ್ನು ಹಿಡಿದಿಡುವುದಕ್ಕಿಂತ ಕಷ್ಟ' ಎಂಬ ಅರಿವು ಅವನಿಗಾಗಿತ್ತು. ಚಂದ್ರಾಳಂತೂ ಒಂದಿನಿತೂ ತಲೆಕೆಡಿಸಿಕೊಳ್ಳದೇ ಕಾಶಿ ಮುಜುಂದಾರನ ಕೊನೆಯ ಮಗ ಸ್ನಾನಘಟ್ಟದಲ್ಲಿ ಈಜುವಾಗ ತೋರುವ ಕೌಶಲಗಳನ್ನೆಲ್ಲ ಗಂಡನೆದುರು ಕಣ್ಣಿಗೆ ಕಟ್ಟುವಂತೆ ವರ್ಣಿಸುತ್ತಿದ್ದಳು ಮತ್ತು ಹಿಂದಿಗಿಂತಲೂ ತೀವ್ರವಾಗಿ ಚಿದಂನನ್ನು ಪ್ರೀತಿಸುತ್ತಿದ್ದಳು. ಭೀತಿಗ್ರಸ್ತ ಪ್ರೀತಿ ತೀವ್ರ ವೇದನೆಯಾಗಿ ಅವನನ್ನು ಪೀಡಿಸತೊಡಗಿತು.

ಆ ವೇಳೆಯಲ್ಲಿಯೇ ಅನರ್ಥವೊಂದು ಸಂಭವಿಸಿಬಿಟ್ಟಿತು. ಅಂದು ಅಣ್ಣತಮ್ಮಂದಿರಿಬ್ಬರೂ ಊರ ಚೌಕೀದಾರನ ಮನೆಯಲ್ಲಿ ಬೆವರು ಸುರಿಸಿ ದುಡಿದಿದ್ದರು. ಸಂಜೆ ಕಾಸಿಗಾಗಿ ಕೈಚಾಚಿದರೆ ಬರಿಗೈಯಲ್ಲಿ ಇವರನ್ನು ಕಳಿಸಿದ್ದ ಆ ಯಜಮಾನ. ಅವನಿಗೆ ಏನೂ ಹೇಳುವಂತಿರಲಿಲ್ಲ. ಬೆಳಗಿನಿಂದ ಊಟವಿಲ್ಲದೇ ಹೊಟ್ಟೆ ಒಂದೇ ಸಮನೆ ತಾಳ ಹಾಕುತ್ತಿತ್ತು. ಸಂಜೆ ಬರಿಗೈಯಲ್ಲಿ ಮನೆಗೆ ಬಂದು ಹೆಂಡತಿಯಲ್ಲಿ ಊಟಕ್ಕಿಡುವಂತೆ ಕೇಳಿದ್ದ ಚಿದಂನ ಅಣ್ಣ ದುಖೀರಾಮ. ಮನೆಯಲ್ಲಿ ಬಿಡಿಗಾಳೂ ಇರಲಿಲ್ಲ. ಎರಡು

ವರ್ಷಪ್ರಾಯದ ಮಗು ಹಸಿವೆಯಿಂದ ಅತ್ತು ಸುಸ್ತಾಗಿ ಹಾಗೆಯೇ ಮಲಗಿತ್ತು. ಅವಳ ಓರಗಿತ್ತಿಯ ಸಿಟ್ಟು ಸಿಡಿಮದ್ದಿನಂತೇ ಸ್ಫೋಟಿಸಿತ್ತು. "ಊಟಕ್ಕೆ ಅಕ್ಕಿಯಿದ್ದರೆ ತಾನೆ? ಅಕ್ಕಿ ತಂದಿದ್ದರೆ ಹೇಳಿ. ಮತ್ತೆ ಊಟ ಕೇಳಿ" ಹಗಲಿಡೀ ದುಡಿದರೂ ಬಿಡಿಗಾಸು ಕೊಡದ ದಣಿಯರ ಮೇಲಿನ ಸಿಟ್ಟು ಹೆಂಡತಿಯ ಮೇಲೆ ತಿರುಗಿತು. ಅವನ ಕೈಯ್ಯ ಕೊಡಲಿ ಕ್ಷಣಾರ್ಧದಲ್ಲಿ ಅವಳ ರುಂಡ ಹಾರಿಸಿತ್ತು. ಚಿಮ್ಮಿದ ರಕ್ತ ಚಂದ್ರಾಳ ಸೀರೆಯನ್ನು ತೋಯಿಸಿತ್ತು. ದುಖಿಃರಾಮ ಗರಬಡಿದವನಂತೆ ಕುಳಿತ. ಕೋಪದ ಭರದಲ್ಲಿ ಹೆಂಡತಿಯನ್ನು ಕೊಂದ ದುಖೀ ಈಗ ನಿಜಕ್ಕೂ ದುಃಖಿತನಾಗಿದ್ದ.

ಅಷ್ಟರಲ್ಲಿಯೇ ಮನೆಗೆ ನುಗ್ಗಿದ ನೆರೆಯವನೊಬ್ಬ ಪ್ರಶ್ನೆಯ ಮೇಲೆ ಪ್ರಶ್ನೆ ಕೇಳಲಾರಂಭಿಸಿದ. ಚಿದಂ ಏನೆಂದು ಉತ್ತರಿಸಲೂ ತಿಳಿಯದೇ, "ಅದೇ ಇದೆಯಲ್ಲ ಎಲ್ಲರ ಮನೆಯಲ್ಲೂ ಓರಗಿತ್ತಿಯರ ಜಗಳ. ಇವಳೇನೋ ಅಂದಳು, ಅವಳೇನೋ ಹೇಳಿದಳು." ಎಂದು ವಟಗುಟ್ಟತೊಡಗಿದ. ಅದಕ್ಕವನು ಬಣ್ಣಗಟ್ಟಿ, "ಓಹೋ, ಹೆಂಗಸರ ಜಗಳವಾ? ತೊಂದರೆಯೇನಿಲ್ಲ. ಏನಾದರೂ ಕಾರಣ ಕೊಟ್ಟು ನಿನ್ನ ಹೆಂಡತಿಯನ್ನು ಬಿಡಿಸಬಹುದು. ಮೊದಲು ಪೋಲೀಸರಲ್ಲಿ ಎಲ್ಲವನ್ನೂ ಒಪ್ಪಿಕೊಳ್ಳಲಿ. ಮತ್ತೆ ಕೋರ್ಟಿನಲ್ಲಿ ನೋಡಿಕೊಳ್ಳೋಣ" ಎಂದು ಧೈರ್ಯ ತುಂಬತೊಡಗಿದ. ಚಿದಂಗೀಗ ಮುಂದಿನ ದಾರಿ ಗೋಚರಿಸತೊಡಗಿತು.

ಚಿದಂ ಚಂದ್ರಾಳಿಗೆ ತಣ್ಣಗಿನ ದನಿಯಲ್ಲಿ ಹೇಳಿದ, "ನೀನು ಕೊಲೆ ಮಾಡಿರುವುದಾಗಿ ಒಪ್ಪಿಕೋ. ನಾನು ನಿನ್ನನ್ನು ಜೈಲಿನಿಂದ ಬಿಡಿಸಿಕೊಂಡು ಬರುತ್ತೇನೆ." ಚಂದ್ರಾ ಎವೆಯಿಕ್ಕದೇ ಅವನನ್ನೇ ನೋಡುತ್ತಿದ್ದಳು. ಅವಳ ಕಣ್ಣುಗಳು ಕೆಂಡದುಂಡೆಗಳಂತೆ ಹೊಳೆಯುತ್ತಿದ್ದವು. ಅವನು ಅವಳು ಪೋಲೀಸರಿಗೆ ಹೇಳಬೇಕಾದ ಕಟ್ಟುಕಥೆಗಳ ಬಗ್ಗೆ ವಿವರಿಸತೊಡಗಿದ. ಹೀಗೆ ಹೇಳಿದರೆ ಅವಳು ಸುಲಭವಾಗಿ ಜೈಲಿನಿಂದ ಬಿಡುಗಡೆಯಾಗಬಹುದೆಂಬ ಭರವಸೆಯನ್ನೂ ತುಂಬುತ್ತಿದ್ದ. ಅವಳು ಅವನ ಮಾತುಗಳಿಗೆ ಕಿವುಡಾಗಿದ್ದಳು. ಪೋಲೀಸರು ಅವಳನ್ನು ಬಂಧಿಸಿಕೊಂಡು ಹೋಗುವಾಗ ಇಡಿಯ ಊರಿನ ಹೆಂಗಳೆಯರೆಲ್ಲರೂ ಕಿಟಕಿಯಾಚೆಗೆ ಬಂಧಿಯಾಗಿ ನಿಂತು ಗಾಬರಿಯಿಂದ ಅವಳನ್ನೇ ನೋಡುತ್ತಿದ್ದರು. ಅವರೆಲ್ಲರ ಬಿಡುಗಡೆಯ ಕನಸು ಕೈಜಾರಿದಂತಿತ್ತು.

ಪೋಲೀಸರು ಅಂತಹ ಹಠಮಾರಿ ಹುಡುಗಿಯನ್ನು ಕಂಡೇ ಇರಲಿಲ್ಲ. ಅವರು ಪರಿಪರಿಯಾಗಿ ಪ್ರಶ್ನಿಸಿದರೂ ಅವಳದ್ದು ಮಾತ್ರ ಒಂದೇ ಉತ್ತರ.

“ನಾನೇ ನನ್ನ ಕೈಯ್ಯಾರೆ ನನ್ನ ಓರಗಿತ್ತಿಯನ್ನು ಕೊಂದೆ. ನನಗೆ ಅವಳನ್ನು ಕಂಡರಾಗುತ್ತಿರಲಿಲ್ಲ.” ಇದನ್ನುಳಿದು ಬೇರೆ ಯಾವ ವಾಕ್ಯವೂ ಅವಳ ಬಾಯಲ್ಲಿ ಬರಲಿಲ್ಲ. ಚಿದಂ ದಂಗುಬಡಿದು ಹೋಗಿದ್ದ. ಪೋಲೀಸರು ಅವಳನ್ನು ಬಂಧಿಸಿ ಒಯ್ಯುವಾಗ ಅವಳು ಅವನಿಗೆ ಹೇಳಿದಳು, ‘ಅರಳುವ ಯೌವ್ವನದೊಂದಿಗೆ ಗಲ್ಲುಗಂಬವೇರಲು ಹೊರಟಿರುವೆ. ದಿನವೂ ನನ್ನ ಸಂತೋಷವನ್ನು ಕಂಡು ಕೇಳುತ್ತಿದ್ದೆಯಲ್ಲ, ಯಾರನ್ನಾದರೂ ಪ್ರೀತಿಸುತ್ತಿರುವೆಯಾ ಎಂದು. ಹೌದು, ನಾನು ಗಲ್ಲುಗಂಬವನ್ನು ಪ್ರೀತಿಸುತ್ತಿದ್ದೇನೆ. ಇನ್ನು ನನ್ನ ಸಂಬಂಧವೇನಿದ್ದರೂ ಗಲ್ಲುಗಂಬದೊಂದಿಗೆ ಮಾತ್ರ.” ಚಿದಂ, ದುಖಿಃರಾಮ್ ಇಬ್ಬರೂ ಗರಬಡಿದು ನಿಂತರು!

ಕೋರ್ಟಿನಲ್ಲಿ ಬಗೆಬಗೆಯಾಗಿ ವಿಚಾರಣೆ ನಡೆಯಿತು. ಚಿದಂ ಈಗ ತನ್ನೊಳಗೆ ತಾನೇ ಬೇಯುತ್ತಿದ್ದ. ಪ್ರತಿಬಾರಿ ಕಟಕಟೆಗೆ ಬರುವಾಗಲೂ ಚಂದ್ರ ಇನ್ನಷ್ಟು ಆತ್ಮವಿಶ್ವಾಸದಿಂದ ಬೆಳಗುತ್ತಿದ್ದಳು ಮತ್ತು ಮತ್ತಷ್ಟು ಗಟ್ಟಿಯಾಗಿ ತಾನೇ ತನ್ನ ಓರಗಿತ್ತಿಯನ್ನು ಕೊಂದೆ ಎಂದು ಪ್ರತಿಪಾದಿಸುತ್ತಿದ್ದಳು. ಕೊನೆಗೊಮ್ಮೆ ಸ್ವತಃ ಚಿದಂ ತಾನೇ ಅತ್ತಿಗೆಯನ್ನು ಕೊಂದಿರುವುದಾಗಿ ಕಟಕಟೆಯಲ್ಲಿ ನಿಂತು ಹೇಳಿದ. ದುಖೀಃರಾಮನಂತೂ ತಾನು ಯಾಕಾಗಿ, ಹೇಗೆ ಹೆಂಡತಿಯನ್ನು ಕೊಂದೆ ಎಂಬ ಸತ್ಯವನ್ನು ನ್ಯಾಯಾಧೀಶರೆದುರು ಎಳೆಎಳೆಯಾಗಿ ಬಿಡಿಸಿಟ್ಟ. ಆದರೆ ಚಂದ್ರಾ ಮಾತ್ರ ತಾನೇ ಕೊಲೆಮಾಡಿರುವುದಾಗಿ ನ್ಯಾಯಸ್ಥಾನಕ್ಕೆ ಮನವರಿಕೆಯಾಗುವಂತೆ ಪ್ರತಿಪಾದಿಸಿದಳು. ಜಡ್ಜ್ ಅವಳಿಗೆ ಗಲ್ಲುಶಿಕ್ಷೆಯನ್ನು ವಿಧಿಸಿದರು.

ಜೈಲಿನಲ್ಲಿ ನೇಣುಹಾಕುವ ಮುನ್ನ, ಕರುಣಾಳು ಸಿವಿಲ್ ಸರ್ಜನ್ ಅವಳಿಗೆ, “ಯಾರನ್ನಾದರೂ ನೋಡುವ ಆಸೆಯಿದೆಯೇ?” ಎಂದು ಕೇಳಿದರು. ಚಂದ್ರಾ ತಣ್ಣಗೆ ನುಡಿದಳು, “ನಾನು ನನ್ನ ಅಮ್ಮನನ್ನು ನೋಡಬೇಕು” ಅನಾರೋಗ್ಯಪೀಡಿತರಾಗಿದ್ದ ಅವಳ ತಂದೆ ಅವಳನ್ನು ಚಿದಂನ ಕೈಗೊಪ್ಪಿಸಿ ಅದಾಗಲೇ ಅಸುನೀಗಿದ್ದರು. “ನಿನ್ನ ಗಂಡ ನಿನ್ನನ್ನು ಕೊನೆಯ ಬಾರಿ ನೋಡಲೇಬೇಕೆಂದು ಹಠ ಹಿಡಿದಿದ್ದಾನೆ. ಅವನು ನಿನ್ನನ್ನು ಅದೆಷ್ಟು ಪ್ರೀತಿಸುತ್ತಾನೆ” ಎಂದರು ಸರ್ಜನ್. ಚಂದ್ರಾ ನಿಟ್ಟುಸಿರಿಟ್ಟು ನುಡಿದಳು, “ಆದರೆ ಅವನನ್ನು ತಿದ್ದಲಾಗದು...” ಅವಳು ಗಂಡನನ್ನು ಪೂರ್ತಿಯಾಗಿ ಅರಿತಿದ್ದಳು, ಗಲ್ಲುಗಂಬವನ್ನು ಪ್ರೀತಿಸಿದಳು. ಹುಣ್ಣಿಮೆಯ ಬೆಳಕಿನಂತಿದ್ದ ಚಂದ್ರಾ ಸೂರ್ಯನಂತೆ ಧಗಧಗನೆ ಉರಿದ ಕಥೆಯಿದು.

ಸುಮಾರು ನೂರೈವತ್ತು ವರ್ಷಗಳ ಹಿಂದೆ ಇಂಥದ್ದೊಂದು ಸ್ತ್ರೀ ಪಾತ್ರವನ್ನು ಮತ್ತು ಅದು ತೋರುವ ಪ್ರತಿರೋಧದ ಅಲೆಯನ್ನು ಚಿತ್ರಿಸಲು ಗುರುದೇವರೊಬ್ಬರಿಗೇ ಸಾಧ್ಯ ಎನಿಸುತ್ತದೆ. ಕಥೆಯ ಓಘದಲ್ಲಿ ಸಿಕ್ಕಿಕೊಂಡ ಓದುಗನಿಗೆ ಚಂದ್ರಾಳೆಲ್ಲಿಯಾದರೂ ಪತಿಯ ದುಃಖಕ್ಕೆ ಕರಗಿಬಿಡುವಳೇನೋ ಎಂಬ ಆತಂಕ ಕಾಡುತ್ತದೆ. ಚಂದ್ರಾ ಗಲ್ಲುಗಂಬವೇರುವಾಗಲೂ ಅದೊಂದು ಬಿಡುಗಡೆಯ ದಾರಿಯಾಗಿ ಕಾಣುತ್ತದೆ. ಚಂದ್ರಾಳಂತಹ ಅನೇಕ ಹುಡುಗಿಯರ ಪ್ರತಿರೋಧದ ಅಲೆಗಳು ಮಾತ್ರವೇ ಇಂದಿನ ಹೆಣ್ಣಿನ ಬಿಡುಗಡೆಯ ಕಿಂಡಿಗಳಾದುದು ಕಾಡುತ್ತದೆ.

ಬಿಡುಗಡೆಯೆಂಬುದು ಪ್ರಪಂಚದ ಎಲ್ಲ ಜೀವಿಗಳ ತಹತಹಿಕೆ. ಮತ್ತದು ಜೀವಂತಿಕೆಯ ಲಕ್ಷಣವೂ ಕೂಡ. ಅಂಥದೊಂದು ಕ್ಷಣದ ಅಪರೂಪದ ಚಿತ್ರ ಎದೆಯೊಳಗೆ ಪ್ರತಿಮೆಯಾಗಿ ಇಂದಿಗೂ ಉಳಿದಿದೆ. ಅಂದು ಮನೆಯಲ್ಲಿ ಗಂಡಸರ್‍ಯಾರೂ ಇರಲಿಲ್ಲ. ಹಾಗೆ ಇದ್ದರೆ ಮುಸ್ಸಂಜೆಯಾದಮೇಲೆ ಹೊಸಿಲು ದಾಟಲು ಮನೆಯ ಹೆಣ್ಣುಗಳಿಗೆ ಅಧಿಕಾರವೂ ಇರಲಿಲ್ಲ. ಸಂಜೆ ಎಲ್ಲರಿಗೂ ಮೈ ತುರಿಕೆಯೆಂದೆನಿಸಿದ್ದರ ಹಿಂದಿನ ಕಾರಣ ಬೇರೆಯೇ ಇತ್ತು. ನಾಲ್ಕು ಜನ ಅತ್ತೆಯರೂ ಸ್ನಾನ ಮಾಡದೇ ನಿದ್ರೆ ಬಾರದೆಂದು ಮನೆಯಿಂದ ದೂರದಲ್ಲಿ ತೋಟದಲ್ಲಿರುವ ಸ್ನಾನದ ಮನೆಗೆ ತೆರಳಿದರು. ಹೋಗಿ ತಾಸು ರಾತ್ರಿಯಾದರೂ ಬಾರದ ಅವರನ್ನು ಊಟಕ್ಕೆ ಕರೆಯಲು ಅಮ್ಮ ಮಕ್ಕಳಿಬ್ಬರನ್ನು ಕಳಿಸಿದರು. ಅಲ್ಲಿ ಕಂಡ ದೃಶ್ಯ ನನ್ನ ಊಹೆಗೂ ಮೀರಿದ್ದಾಗಿತ್ತು. ಬಚ್ಚಲ ಬೆಂಕಿಯ ನಿಗಿನಿಗ ಕೆಂಡದೆದುರು ನಾಲ್ಕೂ ಜನರು ಬೆತ್ತಲೆಯಾಗಿ ಕುಳಿತು ಬೀಡಿ ಸೇದುತಿದ್ದರು. ಏನೇನೋ ಹೇಳಿ ತಮಾಷೆ ಮಾಡಿಕೊಂಡು ನಗುತಿದ್ದರು. ಆ ಕಾಲಕ್ಕೆ ಗಂಡಿಗೆ ಮಾತ್ರ ಸೀಮಿತವಾಗಿದ್ದ ಒಂದು ಕ್ಷಣವನ್ನವರು ತಾತ್ಕಾಲಿಕವಾಗಿ ಜೀವಿಸುತ್ತಿದ್ದರು ಅನಿಸುತ್ತದೆ!

ಕಟ್ಟುತ್ತಿರುವ ಮನೆ ಅರ್ಧದಲ್ಲಿಯೇ ನಿಂತುಹೋಗಿತ್ತು. ತಿಜೋರಿಯಲ್ಲಿರುವ ಕಾಸು ಬರಿದಾಗಿಹೋಗಿತ್ತು. ಮಿಲ್ಲಿನಿಂದ ಕಟ್ಟಿಗೆ ತರಿಸುವುದು ಕನಸಿನ ಮಾತಾಗಿತ್ತು. ಹಾಗಂತ ಊರಿನಲ್ಲಿಯೇ ಶ್ರೀಮಂತನಾದ ಮನೆಯೊಡೆಯನಿಗೆ ಮನೆಯನ್ನು ಕಟ್ಟದಿರಲು ಸಾಧ್ಯವೇ ಇರಲಿಲ್ಲ. ಕಳ್ಳಮಾಲಿನ ಹುಡುಕಾಟ ಆರಂಭವಾಯ್ತು. ಹತ್ತಿರದ ಕಾಡಿನಿಂದ ರಾತ್ರಿ ಸರಬರಾಜೂ ಆಗಿಹೋಯ್ತು. ಇನ್ನೇನು ಮನೆಯ ಕೋಳನ್ನು ಏರಿಸಬೇಕೆನ್ನುವಾಗ ಯಾರೋ ಫಾರೆಸ್ಟರಿಗೆ ದೂರು ಕೊಟ್ಟಾಗಿತ್ತು. ಮನೆಗೇ ಬಂದರು ಫಾರೆಸ್ಟ್ ಅಧಿಕಾರಿ. ಸಂಜೆಯವರೆಗೂ ಮಾತುಕತೆ ನಡೆದರೂ ಏನೊಂದೂ ಇತ್ಯರ್ಥವಾಗಲಿಲ್ಲ. ಇನ್ನೇನು

ಇಳಿಸಂಜೆಯ ಹೊತ್ತು. ಕೆಲಸಗಾರರೆಲ್ಲ ನಿರ್ಗಮಿಸಿದ್ದರು. ಅಧಿಕಾರಿಯ ಕಣ್ಣು ಮನೆಯೊಡತಿಯ ಮೇಲೆ ನೆಟ್ಟಿತ್ತು. ಅನ್ಯಮಾರ್ಗವಿಲ್ಲವೆಂದು ಕೈಚೆಲ್ಲಿದ ಮನೆಯೊಡೆಯ. ಅವಳೋ ಗಟ್ಟಿಗಾತಿ ಹೆಣ್ಣು. ಗಂಡನ ಪುಕ್ಕಲುತನಕ್ಕೆ ಮನಸ್ಸಿನಲ್ಲಿಯೇ ಕ್ಯಾಕರಿಸಿ ಉಗಿದಳು. ಅಧಿಕಾರಿಯೊಂದಿಗೆ ಹಳೆಯ ಮನೆಯ ಮಾಳಿಗೆಯನ್ನೇರಿದಳು. ಬೆಳಗಾಗುವಾಗ ಅಧಿಕಾರಿಯ ಹೆಣ ಹಳೆಯ ಮನೆಯ ಮಾಡಿನಲ್ಲಿ ನೇತಾಡುತ್ತಿತ್ತು! ಹಾಲಿನಲ್ಲಿ ಬೆರೆಸಿದ ಪುಡಿಯ ಗುಟ್ಟು ಅವಳಿಗೆ ಮಾತ್ರವೇ ತಿಳಿದಿತ್ತು. ಕೊಲೆಯ ಆರೋಪವನ್ನು ಮನೆಯೊಡೆಯನೇ ಹೊರಬೇಕಾದ್ದರಿಂದ ಅದು ಆತ್ಮಹತ್ಯೆಯೆಂದು ಸುಲಭವಾಗಿ ಸಾಬೀತಾಯಿತು.

"ನೀನು ಗಂಡಸೇ ಆದರೆ ನನ್ನ ಮೈಮುಟ್ಟು ನೋಡುವ" ಎಂದು ತನಗೆ ಹೊಡೆಯಲು ಬರುವ ಸಹೋದರರಿಗೆ ಧಮಕಿ ಹಾಕುವ ಅರೆಮರುಳು ಹೆಣ್ಣೊಬ್ಬಳು ಸಾಮಾನ್ಯವಾಗಿ ಪ್ರತಿಕುಟುಂಬದಲ್ಲೂ ಮೊದಲು ಇದ್ದೇ ಇರುತ್ತಿದ್ದಳು. ಜಗವು ಅರಿಯದ ತಮ್ಮ ಗುಟ್ಟೆಲ್ಲಿ ಇವಳ ಬಾಯಿಂದ ರಟ್ಟಾಗುವುದೋ ಎಂಬ ಹೆದರಿಕೆಯಿಂದ, "ಮಳ್ಳಿ ಕೈಲಿ ಎಂಥ ಮಾತು?" ಎನ್ನುತ್ತಾ ಅಲ್ಲಿಂದ ಗಂಡುಕುಲ ಜಾಗ ಖಾಲಿ ಮಾಡುತ್ತಿತ್ತು. ಚರಿತ್ರೆ, ಇತಿಹಾಸಗಳೆಲ್ಲವೂ ಗಂಡಿನ ನೆಲೆಯಲ್ಲಿಯೇ ಬರೆಯಲ್ಪಟ್ಟದ್ದು ಕಾಲದ ಸತ್ಯವಲ್ಲದೆ ಬೇರೆನಿಲ್ಲ. ಅದನ್ನು ಹೆಣ್ಣಿನ ನೆಲೆಯಲ್ಲಿ ಓದಿದಾಗ ಬೇರೆಯೇ ಆಯಾಮ ಪಡೆದುಕೊಳ್ಳುವುದಂತೂ ಸುಳ್ಳಲ್ಲ. ಅಂಥದೊಂದು ಗ್ರಹಿಕೆಯನ್ನು ಮತ್ತು ದರ್ಶನವನ್ನು ಮೊದಲು ನೀಡಿದವರು ಗುರುದೇವ ರವೀಂದ್ರರು. ಪುರಾಣದ ಸ್ತ್ರೀ ಪಾತ್ರಗಳನ್ನು ಪರಿಧಿಯಿಂದ ಕೇಂದ್ರಕ್ಕೆ ತಂದು ಹೊಸ ಹೊಳಹನ್ನು ಮೊದಲಬಾರಿಗೆ ನೀಡಿದರು. ಹಾಗಾಗಿಯೇ ಅವರ ಕಥೆಯ ಪಾತ್ರಗಳು ಶತಮಾನ ಕಳೆದ ನಂತರವೂ ಪ್ರಸ್ತುತವಾಗುತ್ತವೆ ಮತ್ತು ವರ್ತಮಾನದೊಂದಿಗೆ ಸಂಭಾಷಿಸುತ್ತವೆ. ಅದನ್ನೇ ಬೇಂದ್ರೆಯವರು ಹೇಳಿದ್ದು, "ನಿನ್ನಂಗೆ ಹಾಡಾಕೆ, ನಿನ್ನಂಗೆ ಪಾಡಾಕೆ ಪಡೆದುಬಂದವರಿಲ್ಲೋ ಗುರುದೇವ"

ನಿಮ್ಮೊಳಗಿನ ಲೋಕದಲ್ಲೂ ಉರಿದುಹೋದ ಎಷ್ಟೊಂದು ಚಂದ್ರರಿರಬಹುದು. ಕಣ್ತೆರೆದು ಹುಡುಕಿ.

ನಂಗೇಲಿಯ ಬಲಿದಾನ ಕಾಡುತಿದೆ

ಮನೆಯೆಂದರೆ ಮನೆ, ಬಯಲೆಂದರೆ ಬಯಲು ಎಂಬಂತಿದ್ದ ಆ ಮುಳಿಹುಲ್ಲಿನ ಮನೆಯೊಳಗೆ ಅಂದು ಯಾರಿಗೂ ಪ್ರವೇಶವಿರಲಿಲ್ಲ. ಐದು ಮಕ್ಕಳನ್ನು ಹೆತ್ತ ತಾಯಿ ಆರನೆಯ ಮಗುವಿಗೆ ಅಮ್ಮನಾಗುವ ಕ್ಷಣವದು. ಬೇಡವೆಂದರೆ ಬಸಿರು ನಿಲ್ಲುವುದೇನು? ಋತುಮಾನ ಬದಲಾದಂತೆ ಪ್ರಕೃತಿ ಚಿಗುರೊಡೆಯುವಂತೆ ಮತ್ತೆ, ಮತ್ತೆ ಆ ತಾಯಿಯ ಗರ್ಭದಲ್ಲಿ ಬಸಿರು ಮೊಳಕೆಯೊಡೆಯುತ್ತಲೇ ಇತ್ತು.

ನೋವಿನಿಂದ ಮುಲುಗುತ್ತಿರುವ ಅಮ್ಮನ ಕೂಗು ಕಿವಿಗೆ ಬೀಳುತ್ತಿರಲಾಗಿ ಹಸಿವೆಯನ್ನು ಮರೆತ ಐದೂ ಗಂಡುಮಕ್ಕಳು ಒಂದು ಬಗೆಯ ದಿಗಿಲಿನಿಂದ ಗುಡಿಸಲಿನ ಹೊರಗೆ ಕುಳಿತಿದ್ದರು. ಜೀವವ ಸೀಳುವಂತಹ ಕೊನೆಯ ಕೂಗಿನೊಂದಿಗೆ ಮಗುವಿನ ಅಳುವಿನ ಶಬ್ದವೂ ಕೇಳಿಬಂದಿತ್ತು. ಹೆರಿಗೆ ಮಾಡಿಸಲು ಬಂದಿದ್ದ ಬೈದತಿ ಮುಗುಳ್ನಗುತ್ತಾ ಹೊರಬಂದು "ಅಮ್ಮಣ್ಣಾ, ಹೆಣ್ಣು ಹುಟ್ಟಿದೆ" ಎಂದಳು. ಈ ಮಾತು ಕೇಳಿದ್ದೇ ಅಮ್ಮಣ್ಣು, "ಅಂದರೆ ನಂಗೆ ಮಗಳು ಹುಟ್ಟಿದಳು. ಏ ಮಕ್ಕಳ್ರಾ, ಇಲ್ಲೇ ಕುಳಿತಿರಿ. ಈ ಖುಶಿಗೆ ಇವತ್ತಂತೂ ಕಡ ಬರೆಸಿಯಾದರೂ ಕುಡಿಯಲೇಬೇಕು" ಎನ್ನುತ್ತಾ ಗಡಂಗಿನ ಕಡೆಗೆ ನಡೆದ. ಬೈದತಿ ನಗುತ್ತಾ ನುಡಿದಳು, "ನಿಮ್ಮಪ್ಪ ಇನ್ನೊಂದು ಗಂಡು ಹುಟ್ಟಿದ್ರೆ ಬೇಸರವಾಗಿದೆ ಅಂತ ಗಡಂಗಿನ ಹಾದಿ ಹಿಡಿಯುತ್ತಿದ್ದ. ಅಂತೂ ಕುಡೀಲಿಕ್ಕೊಂದು ನೆವ ಬೇಕು ಅಷ್ಟೆ. ಅಮ್ಮ ತುಂಬಾ ಸುಸ್ತಾಗಿದ್ದಾಳೆ. ವರ್ಷಕ್ಕೊಂದು ಹೆತ್ತಾ ಇದ್ರೆ ಮತ್ತೆಂತ ಆಗ್ತದೆ? ನೀವು ಹಸಿವೆ ಅಂತ ಅವಳಿಗೆ ಕಾಟ ಕೊಡಬೇಡಿ. ಒಲೆ ಉರಿಸಿ ಗಂಜಿಗಿಟ್ಟು ಹೋಗ್ತೇನೆ. ಬೆಂಕಿ ಮಾಡ್ತಾ ಇರಿ. ಗಂಜಿ ಬೆಂದಮೇಲೆ ಅಮ್ಮನಿಗೂ ಬಿಸಿ, ಬಿಸಿಯಾಗಿ ಒಂದು ಬಟ್ಟಲು ಕೊಟ್ಟುಬಿಡಿ." ಒಲೆಯ ಹೊತ್ತಿಸಿ ಗಂಜಿಗಿಟ್ಟು ಬೈದತಿ ಮನೆಯ ದಾರಿ ಹಿಡಿದಳು.

ಬಿಸಿಯಾದ ಗಂಜಿಬಟ್ಟಲನ್ನು ಅಮ್ಮನೆದುರಿಗಿಟ್ಟಾಗ ಅಮ್ಮನಿಗೆ ಅದೇ ತಾನೇ ಎಚ್ಚರವಾಗಿತ್ತು. ಜೀವನದ ಅತಿಕಷ್ಟದ ಪ್ರಯಾಣವನ್ನು ಮುಗಿಸಿದ್ದ ಹಸುಗೂಸು ನಿದ್ದೆಯಲ್ಲಿತ್ತು. ಅಮ್ಮ ತುತ್ತು ಬಾಯಿಗಿಡುವ ಮುನ್ನ, "ನೀವೆಲ್ಲ ಉಂಡಿರೇನು? ಅಪ್ಪ ಎಲ್ಲಿ?" ಎಂದು ಕೇಳಿದಳು. ಮಕ್ಕಳು ತಂಗಿ ಹುಟ್ಟಿದ್ದಕ್ಕಾಗಿ ಅಪ್ಪನಿಗಾದ ಖುಶಿಯನ್ನು ಬಣ್ಣಿಸುತ್ತಾ, ಗಡಂಗಿಗೆ ಹೋದ ಸುದ್ದಿಯನ್ನು ಹೇಳಿದರು. ಅಮ್ಮ ಏನನ್ನೋ ನೆನೆದು ವಿಷಣ್ಣಳಾದಳು. ಗಂಡಿಗಾದರೆ ಎಷ್ಟು ಸುಲಭ? ಬೇಸರವಾಗಲೀ, ಸಂತೋಷವಾಗಲೀ ಗಡಂಗಿನ ದಾರಿಯಾದರೂ ಇದೆ. ಆದರೆ ಹೆಣ್ಣಿಗೆ? ಎಲ್ಲವನ್ನೂ ಒಡಲಲ್ಲಿಟ್ಟು ಸಾಕಲೇಬೇಕು. ಸಾಲದ್ದಕ್ಕೆ ದೇವರು ಸಾಲು, ಸಾಲು ಮಕ್ಕಳನ್ನು ಬೇರೆ ಕೊಡುತ್ತಾನೆ. ಇಷ್ಟರವರೆಗೆ ಎಲ್ಲ ಗಂಡುಮಕ್ಕಳೇ ಆದ್ದರಿಂದ ಚಿಂತೆಯಿರಲಿಲ್ಲ. ಈಗ ಹೆಣ್ಣು ಮಗುವೊಂದು

ಹುಟ್ಟಿದೆ. ಮತ್ತದಕ್ಕೆ ತನ್ನದೇ ಸ್ಥಿತಿ. ಎಲ್ಲರೆದುರಿಗೆ ಎದೆ ತೆರೆದುಕೊಂಡು ಓಡಾಡಬೇಕು. ಇನ್ನು ನಾಲ್ಕಾರು ದಿನಗಳಾದರೂ ತನಗೆ ವಿಶ್ರಾಂತಿ ಬೇಕು. ಮನೆಯಲ್ಲಿ ಎರಡು ದಿನಗಳಿಗಾಗುವಷ್ಟು ಮಾತ್ರವೇ ಅಕ್ಕಿಯಿದೆ. ಮಕ್ಕಳಿನ್ನೂ ದುಡಿಯಲು ಹೊರಡುವಷ್ಟು ಬೆಳೆದಿಲ್ಲ. ಮೊನ್ನೆ ತಾನೇ ಮೊದಲ ಮಗನನ್ನು ಕಂಡ ದಣಿಗಳು ಕೆಲಸಕ್ಕೆ ಕಳಿಸೆಂದು ವರಾತ ಹಚ್ಚುತ್ತಿದ್ದಾರೆ. ದಣಿಯರ ಕೆಲಸವೆಂದರೇನು ಸಾಮಾನ್ಯವೆ? ಎಷ್ಟೊಂದು ರೀತಿ ನೀತಿಗಳಿವೆ? ಏನೂ ತಿಳಿಯದು ಅವನಿಗೆ. ಕೆಲವನ್ನಾದರೂ ಕಲಿಸಿ ಕಳಿಸದಿದ್ದರೆ ಬಾರುಕೋಲಿನಿಂದ ಪೆಟ್ಟು ತಿಂದೇ ಸಾಯುತ್ತಾನೆ. ಯೋಚಿಸುತ್ತಿದ್ದ ಅಮ್ಮನಿಗೆ ಮಗುವಿನ ಅಳುವೂ ಕೇಳಿಸುತ್ತಿರಲಿಲ್ಲ.

ಗಡಂಗಿನಿಂದ ಬಂದ ಗಂಡ ದನಿಯೇರಿಸಿ ಎಚ್ಚರಿಸಿದಾಗಲೇ ಈಚೆಯ ಲೋಕಕ್ಕೆ ಬಂದಳು. "ಏಯ್, ಮಗು ಕೂಗ್ತಾ ಇದೆ ಕೇಳೋದಿಲ್ವೇನು? ಮೊದಲು ಅವಳಿಗೆ ಹಾಲುಣಿಸು. ನನ್ನ ಜೀವ ಅವಳು. ನೋಡು ಎಷ್ಟು ಮುದ್ದಾಗಿದ್ದಾಳೆ. ನಾನವಳಿಗೆ ನಂಗೇಲಿ (ಸುಂದರಿ) ಅಂತಾನೇ ಹೆಸರಿಡ್ತೇನೆ." ಎಂದು ತೊದಲುತ್ತಾ ನಾಮಕರಣ ಶಾಸ್ತ್ರವನ್ನೂ ಮುಗಿಸಿಬಿಟ್ಟ. ಅಮ್ಮ ಮಗುವನ್ನು ತನ್ನ ಎದೆಗಿಟ್ಟು ಹಾಲುಣಿಸತೊಡಗಿದಳು. ಜರಜರನೆ ಸೋರುವ ತನ್ನ ಇನ್ನೊಂದು ಎದೆಯನ್ನು ಉಜ್ಜಿಕೊಳ್ಳುತ್ತಾ ಅವಳು ಯೋಚಿಸುತ್ತಿದ್ದಳು, "ದೇವರೇ, ನಾಯರ್‌ಗಳ ಹೆಂಡಿರಂತೆ ಎದೆಯ ಮೇಲೊಂದು ವಸ್ತ್ರ ಧರಿಸುವಂತಿದ್ದರೆ ಎಷ್ಟು ಚೆನ್ನಾಗಿತ್ತು. ಆದರೆ ಅದಕ್ಕೂ ಇಲ್ಲಿ ಕರ ಕೊಡಬೇಕು. (ಮುಲಕರಂ) ಅದೂ ತಮ್ಮ, ತಮ್ಮ ಎದೆಯ ಗಾತ್ರಕ್ಕೆ ಅನುಸಾರವಾಗಿ. ತಕ್ಕಮಟ್ಟಿಗೆ ಅನುಕೂಲಸ್ತರಾದ ತನ್ನ ತಂದೆ ತನ್ನ ಎದೆ ಮುಚ್ಚಲೆಂದು ಸರಕಾರಕ್ಕೆ ಕರ ನೀಡುತ್ತಿದ್ದರು. ಆಗೆಲ್ಲ ಹೊರಗೆ ಓಡಾಡಲು ಮುಜುಗರವೆನಿಸುತ್ತಿರಲಿಲ್ಲ. ಆದರೆ ಮದುವೆಯಾದ ಮೇಲೆ ಅಮ್ಮಣ್ಣು ಮಾತ್ರ ಒಂದು ಪೈಸೆಯನ್ನೂ ಕರವೆಂದು ನೀಡಲಿಲ್ಲ. ಆಸೆಯಿಂದ ಕೇಳುವಾಗಲೆಲ್ಲ, "ನಿನ್ನ ಮೊಲೆಯ ಗಾತ್ರಕ್ಕೆ ಕರ ಕಟ್ಟಬೇಕೆಂದರೆ ಅವನು ದೊರೆಯೇ ಆಗಿರಬೇಕು" ಎಂದು ಉಡಾಫೆಯ ಮಾತನ್ನಾಡುತ್ತಾನೆ. ಬೇರೆ ದಿನಗಳನ್ನು ಹೇಗೋ ಕಳೆಯಬಹುದು. ಆದರೆ ಈ ಬಾಣಂತನದ ದಿನಗಳು ಮಾತ್ರ ಯಮಹಿಂಸೆ. ದಣಿಯರ ಮನೆಯಲ್ಲಿ ಬಗ್ಗಿ ಕೆಲಸ ಮಾಡುವಾಗಲೆಲ್ಲ ಹಾಲು ಉಕ್ಕೇರಿ ಹರಿಯುತ್ತದೆ. ಆಚೀಚೆ ಗಂಡಸರಿದ್ದರೆ ಜೀವ ಹೋದಂತಾಗುತ್ತದೆ. ದಣಿಯರ ಮನೆಯ ಹೆಂಗಸರೂ ಕಡಿಮೆಯೇನಿಲ್ಲ. "ಏನೇ ಅಮ್ಮಣ್ಣಿ, ಒಳ್ಳೆ ಜವಾರಿ ಎಮ್ಮೆ ಥರಾ ಸುರೀತದಲ್ಲೇ" ಎಂದು ನಗುತ್ತಾರೆ. ಹಾಗೆಂದು

ಮನೆಯಲ್ಲಿ ಕುಳಿತರೆ ಬದುಕು ಸಾಗಬೇಕಲ್ಲ. ಈ ನಂಗೇಲಿ ಬೆಳೆಯುವ ಹೊತ್ತಿಗಾದರೂ (ಮುಲಕರಂ) ಮೊಲೆಯ ಮೇಲಿನ ತೆರಿಗೆ ಕಟ್ಟುವಷ್ಟು ಸ್ಥಿತಿವಂತರಾಗಬೇಕು. ಹೀಗೆಲ್ಲ ಯೋಚಿಸುತ್ತಲೇ ನಿದ್ದೆಹೋದಳು.

ನಂಗೇಲಿ ಹುಟ್ಟಿದ್ದು ಕೇರಳದ ಚೇರ್ತಲಾ ಗ್ರಾಮದಲ್ಲಿ. ಬಡ ಈಳವ ಕುಟುಂಬ ಅವರದ್ದು. ಬಡತನವನ್ನು ಹೇಗಾದರೂ ಸಹಿಸಬಹುದು, ಆದರೆ ಜಮೀನ್ದಾರರ ಶೋಷಣೆಯ ಜಾಲ ಮಾತ್ರ ಉಸಿರುಗಟ್ಟಿಸುತ್ತಿತ್ತು. ಐದು ಗಂಡುಗಳ ಮೇಲೆ ಜನಿಸಿದ ನಂಗೇಲಿಗೆ ಪ್ರೀತಿಗೇನೂ ಕೊರತೆಯಿರಲಿಲ್ಲ. ಅಣ್ಣಂದಿರ ಜೊತೆ ಆಡುತ್ತಾ, ಹಾಡುತ್ತಾ ಮುದ್ದಾಗಿ ಬೆಳೆಯುತ್ತಿದ್ದಳು. ಕಪ್ಪು ಬಣ್ಣದ ನಂಗೇಲಿಗೆ ಹೊಳೆಯುವ ಬಟ್ಟಲುಗಂಗಳಿದ್ದವು. ಅವುಗಳ ಮೇಲೆ ಹಬ್ಬಿದ್ದ ದಟ್ಟವಾದ ಹುಬ್ಬು ಅವಳ ಬಟ್ಟಲುಗಂಗಳಿಗೆ ಅಲಂಕಾರದಂತಿತ್ತು. ಮಿರುಗುವ ಮೈಬಣ್ಣದ ನಂಗೇಲಿ ಅಲ್ಲಾಡದೇ ನಿಂತರೆ ಕಡೆದಿಟ್ಟ ಶಿಲಾಬಾಲಿಕೆಯಂತಿದ್ದಳು. ಅಮ್ಮ ಅವರಿವರ ಹೊಲದಲ್ಲಿ ಕೆಲಸ ಮಾಡುವಾಗ ನಂಗೇಲಿ ಅಲ್ಲಿಯೇ ಬದುವಿನ ಮೇಲೆ ಕುಳಿತು ಮಣ್ಣಾಟವಾಡುತ್ತಿದ್ದಳು. ಅಲ್ಲಿಗೇನಾದರೂ ದಣಿಯರು ಬಂದರೆಂದರೆ ಸಾಕು, ಅಷ್ಟು ದೂರದಲ್ಲಿರುವಾಗಲೇ ಅಮ್ಮ ಓಡೋಡಿ ಬಂದು ಇವಳನ್ನು ಬದಿಗೆ ಎಳೆದೊಯ್ಯುತ್ತಿದ್ದಳು. ಒಮ್ಮೆ ಆಟದ ಭರದಲ್ಲಿ ಮೈಮರೆತಿದ್ದ ಇವಳ ಅಣ್ಣಂದಿರು ದಣಿಗಳು ಬರುವಾಗ ದಾರಿಗಡ್ಡವಾಗಿ ನಿಂತಿದ್ದಕ್ಕೆ ಅವರ ಜೊತೆಗಿರುವ ಆಳು ಅವರನ್ನು ಅಲ್ಲಿಯೇ ನಿಲ್ಲಿಸಿ, ಬಾರುಕೋಲಿನಿಂದ ಥಳಿಸಿದ್ದ. ಅಮ್ಮ ಮನೆಗೆ ಬಂದು ಉಪ್ಪಿನ ಶಾಖ ನೀಡಿದ್ದು ಅವಳ ನೆನಪಿನಿಂದ ಮಾಸಿಲ್ಲ.

ನಂಗೇಲಿ ಇತ್ತೀಚೆಗೆ ಮನೆಯೊಳಗೇ ಇರಲು ಇಷ್ಟಪಡುತ್ತಿದ್ದಳು. ಹೊರಗೆ ದಿನವಿಡೀ ದುಡಿಯುವ ಮನೆಯವರಿಗೆಲ್ಲ ಅಡುಗೆ ಮಾಡುವುದೆಂದರೆ ಅವಳಿಗೆ ಇಷ್ಟ. ಒಂದು ದಿನ ಅಡುಗೆ ಕೆಲಸವೆಲ್ಲ ಮುಗಿದ ಮೇಲೆ ಅವಳಿಗನಿಸಿತು, ತನಗೂ ದಣಿಯರ ಮಕ್ಕಳು ಧರಿಸುವಂತಹ ದಾವಣಿಯಿದ್ದರೆ ಎಷ್ಟು ಚೆನ್ನ! ಗಾಳಿ ಬೀಸಿದಾಗ ಬುರಬುರನೆ ಉಬ್ಬಿ ನಿಲ್ಲುವ ದಾವಣಿಯ ಚೆಂದಕ್ಕೆ ಅವಳು ಮಾರುಹೋಗಿದ್ದಳು. ಅಪ್ಪ, ಅಮ್ಮಂದಿರಂತೂ ಅದನ್ನು ಕೊಡಿಸುವುದು ದೂರದ ಮಾತು. ಹಾಗಾಗಿ ಅವಳು ದಾವಣಿಯೊಂದನ್ನು ಹೊಲಿದುಕೊಳ್ಳಲು ವಿಶೇಷ ಉಪಾಯವೊಂದನ್ನು ಕಂಡುಕೊಂಡಿದ್ದಳು. ಹೇಗೂ ಅಣ್ಣಂದಿರಿಬ್ಬರು ಸೊಂಟಕ್ಕೆ ಸುತ್ತಿಕೊಳ್ಳುವ ತುಂಡುಬಟ್ಟೆಯಿದೆ. ಅದನ್ನೇ ಕೂಡಿಸಿ ಹೊಲಿದರೆ ತನ್ನ ಅಂಗಾಲಿನವರೆಗೂ ಹರಡಿಕೊಳ್ಳುತ್ತದೆ.

ಜಡೆಗೆ ಬಿಗಿದುಕೊಳ್ಳುವ ರಿಬ್ಬನ್‌ನ ಸುತ್ತಲೂ ಅದನ್ನಿಟ್ಟು ಹೊಲಿದರೆ ಚೆಂದದ ದಾವಣಿ ಸಿದ್ಧವಾಗುತ್ತದೆ. ಅದಕ್ಕೆಂದೇ ಅವಳೊಂದು ಸೂಜಿ ಮತ್ತು ದಾರವನ್ನು ಬೇರೆಯವರಿಂದ ಸಾಲವಾಗಿ ತಂದಿದ್ದಳು. ಬೇಗ ಬೇಗನೆ ಕೆಲಸ ಮುಗಿಸಿ ದಾವಣಿ ಹೊಲಿಯತೊಡಗಿದಳು. ಸಂಜೆ ಅಮ್ಮ ಮನೆಗೆ ಬರುವ ಮುನ್ನ ಅದನ್ನು ಹಾಕಿಕೊಂಡು ಸುತ್ತ ತಿರುಗುತ್ತಾ, ಅದು ತನ್ನ ಕಾಲಿನ ಸುತ್ತಲೂ ಬಲೂನಿನಂತೆ ಉಬ್ಬಿಕೊಳ್ಳುವುದನ್ನು ನೋಡುತ್ತಾ, ನಿಜಕ್ಕೂ ಸ್ವರ್ಗದಲ್ಲಿಯೇ ತೇಲುತ್ತಿದ್ದಳು. ಅಮ್ಮ ತನ್ನ ಜಾಣತನಕ್ಕೆ ಖಂಡಿತ ಮೆಚ್ಚುವಳೆಂದು ಕನಸು ಕಾಣುತ್ತಿದ್ದಳು.

ಆದರೆ ನಡೆದ ಸಂಗತಿ ಮಾತ್ರ ಅದಕ್ಕೆ ವ್ಯತಿರಿಕ್ತವಾಗಿತ್ತು. ಇವಳು ಅಂಗಾಲಿನವರೆಗೆ ಬಟ್ಟೆ ಧರಿಸಿದ್ದನ್ನು ಕಂಡವಳೇ ಅಮ್ಮ ಕೆಂಡದಂತಹ ಕೋಪ ತಾಳಿ ಇವಳ ಜುಟ್ಟು ಹಿಡಿದು ಬಡಿದಿದ್ದಳು. "ನಿನಗೆ ಒಂಚೂರಾದರೂ ಬುದ್ಧಿ ಬೇಡವೇನೆ? ನಾವೇನು, ನಮ್ಮ ಯೋಗ್ಯತೆಯೇನು? ಒಳ್ಳೆ ದಣಿಗಳ ಮನೆಯ ಹೆಣ್ಣುಗಳಂತೆ ಬಟ್ಟೆ ಧರಿಸಿರುವೆಯಲ್ಲ. ದಣಿಯರ ಕಣ್ಣಿಗೇನಾದರೂ ಬಿದ್ದರೆ ನಿನ್ನ ಜೊತೆಗೆ ನನ್ನನ್ನೂ ಸೇರಿಸಿ ಊರ ತುಂಬಾ ಬೆತ್ತಲೆ ಮೆರವಣಿಗೆ ಮಾಡುತ್ತಾರೆ. ಮೊದಲು ನಿನ್ನ ವೇಷವನ್ನು ಕಳಚಿಡು. ಇನ್ನೆಲ್ಲಿಯಾದರೂ ಮುಂಗಾಲಿನ ಕೆಳಗೆ ಬಟ್ಟೆ ಹಾಕಿದೆಯೋ ಬರೆ ಇಡುತ್ತೇನೆ, ನೋಡು" ಎಂದು ಹೆದರಿಸಿದಳು. ಸುಮಾರು ಹೊತ್ತು ಅಳುತ್ತಿದ್ದ ನಂಗೇಲಿ, ರಾತ್ರಿ ಅಮ್ಮನ ಮಡಿಲಲ್ಲಿ ಮಲಗಿ ಕೇಳಿದಳು, "ಯಾಕಮ್ಮಾ, ನಾವು ಅಂಗಾಲವರೆಗೆ ಬಟ್ಟೆ ಹಾಕಬಾರದು? ಮತ್ತೆ ದಣಿಯರ ಮಕ್ಕಳೆಲ್ಲ ಮೈತುಂಬ ಬಟ್ಟೆ ಹಾಕುತ್ತಾರೆ?" ಅಮ್ಮನ ಸಿಟ್ಟು ಶಮನಗೊಂಡಿತ್ತು. ಮಗಳ ಬೆನ್ನು ನೇವರಿಸುತ್ತಾ ಅಮ್ಮ ಹೇಳಿದಳು, "ನೋಡು ಮಗಳೇ, ನಾವು ಕೀಳು ಜಾತಿಯವರು. ಹಾಗಾಗಿ ಮೇಲು ಜಾತಿಯವರಂತೆ ಮೊಣಕಾಲ ಕೆಳಗೆ, ಸೊಂಟಕ್ಕಿಂತ ಮೇಲೆ ಬಟ್ಟೆ ಧರಿಸಬಾರದು. ಹಾಗೆ ಧರಿಸಿ ದಣಿಯರ ಮುಂದೆ ಹೋಗುವುದೆಂದರೆ ಅದು ಅವರಿಗೆ ಮಾಡುವ ಅವಮಾನ." ನಂಗೇಲಿ ಅಮ್ಮನ ಮಾತನ್ನು ನಡುವಲ್ಲೇ ತುಂಡರಿಸುತ್ತಾ ನುಡಿದಳು, "ಮತ್ತೆ ಅವರು?" ಅಮ್ಮ ಹೇಳಿದಳು, "ಅವರು ದೇವರ ಮಕ್ಕಳು. ದೇವರಿಗೆ ಪೂಜೆ ಮಾಡುವವರು. ಅವರು ಮಾಡಿದ್ದನ್ನೆಲ್ಲ ನಾವು ಮಾಡಬೇಕೆಂದು ಬಯಸಿದರೆ ದೇವರು ನಮ್ಮ ಮೇಲೆ ಕೋಪಗೊಳ್ಳುತ್ತಾನೆ." ನಂಗೇಲಿ ಒಂದು ಕ್ಷಣ ಯೋಚಿಸಿ ನುಡಿದಳು, "ಮತ್ತೆ? ನಮ್ಮ ನೆರೆಮನೆಯ ಗೊರಬ್ಬು ಎದೆಯ ಮೇಲೆ ಬಟ್ಟೆ ಹಾಕುತ್ತಾಳೆ, ಹಾಗೆ ದಾವಣಿಯನ್ನೂ ಕೂಡ. ಅವಳು ನಮ್ಮ ಜಾತಿಯವಳೆ ತಾನೆ?"

ಅಮ್ಮ ನಿಟ್ಟುಸಿರಿಟ್ಟು ನುಡಿದಳು, "ಅವರು ನಮ್ಮಂತೆ ಬಡವರಲ್ಲ ಮಗಳೆ. ಎದೆಯ ಮೇಲೆ ಬಟ್ಟೆ ಹಾಕಲು ಅವರು ಸರಕಾರಕ್ಕೆ ಕರ ಕಟ್ಟಿ ಪರವಾನಗಿ ಪಡೆದಿದ್ದಾರೆ." ನಂಗೇಲಿ ಯಾಚನೆಯ ದನಿಯಲ್ಲಿ ಅಮ್ಮನನ್ನು ಕೇಳಿದಳು, "ಅಮ್ಮಾ, ನೀನು ಎಂದಾದರೊಂದು ದಿನ ಹಾಗೆಯೇ ಕರ ಕಟ್ಟಿ, ನನಗೂ ಬಟ್ಟೆ ತೊಡುವಂತೆ ಮಾಡುತ್ತೀಯಾ? " ಅಮ್ಮ ಮಗಳನ್ನು ತಬ್ಬಿ ಹೇಳಿದಳು, "ಹಾಗೆಯೇ ಆಗಲಿ"

ಅಮ್ಮನಿಗೆ ಒಂದೇ ಆಸೆ. ನಂಗೇಲಿಗೆ ಮೊಲೆ ಮೂಡುವ ಮೊದಲು ಮೊಲೆ ಕರ ನಿಡುವಷ್ಟು ಹಣ ಸಂಪಾದಿಸಲೇಬೇಕು. ಅದಕ್ಕಾಗಿ ಅವಳು ಹಗಲಿರುಳು ದುಡಿಯುತ್ತಿದ್ದಳು. ದಿನದ ದಿನಸಿಯಲ್ಲಿ ಪುಡಿಗಾಸು ಉಳಿಸಿ, ವಾರಕ್ಕೊಮ್ಮೆ ಎಣಿಸುತ್ತಿದ್ದಳು. ತನ್ನ ಮಗಳೂ ತನ್ನಂತೆಯೇ ದಷ್ಟಪುಷ್ಟ. ಹಾಗಾಗಿ ಇವಳ ಮೊಲೆಯೂ ದೊಡ್ಡದೇ ಇದ್ದೀತು. ಅದಕ್ಕೆ ಬೇಕಾದಷ್ಟು ಹಣ ಸೇರಿಸಬೇಕೆಂದು ಯೋಚಿಸುತ್ತಿದ್ದಳು. ನಂಗೇಲಿಯೋ ದಿನದಿಂದ ದಿನಕ್ಕೆ ಎಳೆಬಾಳೆಯಂತೆಯೇ ಬೆಳೆಯುತ್ತ ದೊಡ್ಡವಳಾದಳು. ಅಮ್ಮ ಒಂದು ದಿನ ಸರಕಾರದವರಿಗೆ ಹೇಳಿ ಕಳಿಸಿದಳು. ಅವರು ಬಂದು ನಂಗೇಲಿಯ ಮೊಲೆಯನ್ನು ಅಳತೆ ಮಾಡಿದರು. ಅಪರಿಚಿತ ಗಂಡಸರು ತನ್ನ ಎದೆಯ ಮೇಲೆ ಕೈಯ್ಯಾಡಿಸಿದಾಗ ನಂಗೇಲಿಗೆ ಮೈಮೇಲೆಲ್ಲಾ ಚೇಳು ಹರಿದಂತಾಯಿತು. ಅಲ್ಲಿಯೇ ನಿಂತು ನೋಡುತ್ತಿದ್ದ ಅಮ್ಮನಿಗೂ ಅವರು ಬೇಕಂತೆಯೇ ಅವಳ ಎದೆಯನ್ನು ಮತ್ತೆ, ಮತ್ತೆ ಮುಟ್ಟಿದಂತೆ ಅನಿಸಿದರೂ ಏನೂ ಮಾಡುವಂತಿರಲಿಲ್ಲ. ಕೊನೆಗೊಮ್ಮೆ ಅಳತೆ ಮುಗಿಸಿದ ಸರಕಾರದ ಏಜೆಂಟರು ಅವಳು ಕಟ್ಟಬೇಕಾದ ಹಣದ ವಿವರವನ್ನು ನೀಡಿ ಹೋದರು. ಅವರು ಹೇಳಿದಷ್ಟು ಹಣ ತನ್ನಲ್ಲಿದೆಯೆಂದು ಅಮ್ಮ ಖುಶಿಗೊಂಡಳು. ಮಗಳಿಗೆಂದು ಅಪ್ಪ ಚೆಂದದ ಎದೆವಸ್ತ್ರವನ್ನೂ ತಂದಿದ್ದ.

ಆದರೆ ಮಾರನೇ ದಿನ ಅವಘಡವೊಂದು ಸಂಭವಿಸಿಯೇಬಿಟ್ಟಿತು. ತಾನು ಕೆಲಸ ಮಾಡುತ್ತಿದ್ದ ದಣಿಯರ ಮನೆಯಲ್ಲಿಯೇ ಕೆಲಸ ಮಾಡುತ್ತಿದ್ದ ಹುಡುಗಿಯೊಬ್ಬಳನ್ನು ನಂಗೇಲಿಯ ದೊಡ್ಡ ಅಣ್ಣ ಕೂಡಿಕೆ ಮಾಡಿಕೊಂಡು ಮನೆಗೆ ಕರೆದು ತಂದಿದ್ದ. ಅಣ್ಣ ಮದುವೆಯಾಗಿರುವನೆಂಬ ಸುದ್ದಿ ಊರಿಡೀ ಹರಡಿಬಿಟ್ಟಿತು. ಹಾಗಾಗಿ ಮದುವೆಯ ಕರವನ್ನು ವಸೂಲಿ ಮಾಡಲು ಸರಕಾರದ ಏಜೆಂಟರು ಮನೆಯವರೆಗೂ ಹುಡುಕಿಕೊಂಡು ಬಂದರು. ನಂಗೇಲಿಯ ಮೊಲೆ ಕರಕ್ಕೆಂದು ಕೂಡಿಟ್ಟ ಹಣ ಅಣ್ಣನ ಮದುವೆಯ ಕರಕ್ಕೆ

ಜಮೆಯಾಗಿತ್ತು. ನಂಗೇಲಿ ತಂದೆ ತಂದಿದ್ದ ಎದೆವಸ್ತ್ರವನ್ನು ಮನೆಯೊಳಗೇ ಧರಿಸಿ, ಕಣ್ಣೀರು ಸುರಿಸಿದಳು.

ಸಾಲಾಗಿ ಅಣ್ಣಂದಿರು ಮದುವೆಯಾಗುತ್ತಲೇ ಹೋದದ್ದರಿಂದ ನಂಗೇಲಿಯ ಎದೆಮುಚ್ಚುವ ವಿಷಯ ಯಾರ ತಲೆಯಲ್ಲೂ ಇರಲಿಲ್ಲ. ಏರುತ್ತಿರುವ ಜನರ ಸಂಖ್ಯೆಗೆ ಊಟ ಸಿಗುವುದೇ ದುಸ್ತರವಾದಾಗ ಎದೆಮುಚ್ಚುವ ಬಗೆಗೆಲ್ಲಾ ಯಾರು ತಲೆ ಕೆಡಿಸಿಕೊಳ್ಳುತ್ತಾರೆ? ಅಮ್ಮನಿಗೆ ಇತ್ತೀಚೆಗೆ ಒಂದೇ ಯೋಚನೆ. ನಂಗೇಲಿಗೊಂದು ಮದುವೆ ಮಾಡಿಬಿಡಬೇಕು. ಹೆಣ್ಣುಬಾಕ ದಣಿಯರ ಕಣ್ಣಿಗೆ ಅವಳು ಬೀಳುವ ಮುನ್ನ ಕೊರಳಿಗೊಂದು ತಾಳಿ ಬಿಗಿಸಬೇಕು. ಅವಳ ಮೊರೆ ದೇವರಿಗೆ ಕೇಳಿಸಿರಬೇಕು. ಚಿರುಕಂಡನ್ ಎಂಬ ಸುಂದರ ಯುವಕ ನಂಗೇಲಿಯನ್ನು ಮದುವೆಯಾಗಲು ಮುಂದೆ ಬಂದ. ನಂಗೇಲಿಯ ಅಣ್ಣಂದಿರು ಮದುವೆಯ ಕರವನ್ನು ತುಂಬಿ ತಂಗಿಯನ್ನು ಚಿರುಕುಂಡನ್ ಕೈಯ್ಯಲ್ಲಿ ಇಟ್ಟರು. ಮದುವೆಯ ದಿನ ನಂಗೇಲಿ ಹಠಮಾಡಿ ಅಪ್ಪ ತನಗೆಂದು ಎಂದೋ ತಂದಿದ್ದ ಎದೆವಸ್ತ್ರವನ್ನು ಧರಿಸಿದಳು.

ಗಂಡನ ಮನೆಗೆ ಬಂದ ನಂಗೇಲಿ ಚಿರುಕುಂಡನ್‌ನಿಗೆ ತನ್ನ ಮನಸಿನ ಆಸೆಯನ್ನು ಹೇಳಿದಳು. ಎದೆವಸ್ತ್ರವನ್ನು ಸದಾ ಧರಿಸಬೇಕೆಂಬ ಬಯಕೆಯನ್ನು ಅವನ ಮುಂದಿಟ್ಟಳು. ಚಿರುಕುಂಡನ್ ತಂದೆ ತಾಯಿಯರಿಲ್ಲದ ಅನಾಥ. ಪ್ರೀತಿಯ ಹೆಂಡತಿ ಕೇಳುವಾಗ ಇಲ್ಲವೆನ್ನಲಾಗಲಿಲ್ಲ. ಆದರೆ 'ಮುಲಕರಂ' ಕಟ್ಟಲು ಅವನಲ್ಲಿ ಹಣವಿಲ್ಲ. ನಂಗೇಲಿ ಅವನಿಗೆ ಧೈರ್ಯ ಹೇಳಿದಳು, ನಮ್ಮ ಮೈಮುಚ್ಚಲು ನಾವ್ಯಾಕೆ ಇನ್ನೊಬ್ಬರಿಗೆ ಹಣ ಕಟ್ಟಬೇಕು. ಕರಕೊಡದೇ ಬಟ್ಟೆ ಧರಿಸುವ ತೀರ್ಮಾನ ಮಾಡಿದಳು. ಆದರೆ ಚಿರುಕುಂಡನ್‌ಗೆ ಸರಕಾರವನ್ನು, ದಣಿಯರನ್ನು ಎದುರಿಸುವ ಧೈರ್ಯವಿರಲಿಲ್ಲ. ಹಾಗಾಗಿ ತಾನು ದೂರದೂರಿಗೆ ಕೆಲಸ ಮಾಡಲು ಹೋಗುವುದಾಗಿಯೂ, ಅಲ್ಲಿಂದ ಬಂದಮೇಲೆ 'ಮುಲಕರಂ'ನ್ನು ನೀಡುವೆನೆಂದು ಅಧಿಕಾರಿಗಳಿಗೆ ಹೇಳುವುದೆಂದು ತೀರ್ಮಾನಿಸಿದ. ಹಾಗೆಯೇ ಅವಳಿಗೆಂದು ಹೊಸದಾದ ಎದೆವಸ್ತ್ರವನ್ನು ತನ್ನ ನೆನಪಿಗೆಂದು ನೀಡಿ, ಮದುವೆಯಾದ ಹೊಸ ಹೆಂಡತಿಯನ್ನು ಬಿಟ್ಟಿರಲು ಮನಸ್ಸಿಲ್ಲವಾದರೂ ದೂರದೂರಿಗೆ ಹೊರಟ. ತನಗಾಗಿ ದೂರ ಹೊರಟಿರುವ ಗಂಡನನ್ನು ಕಣ್ಣೀರಿನೊಂದಿಗೆ ನಂಗೇಲಿ ಬೀಳ್ಕೊಟ್ಟಳು.

ನಂಗೇಲಿ ಎದೆವಸ್ತ್ರ ಧರಿಸುವ ಸುದ್ಧಿ ಅದು ಹೇಗೋ ಸರಕಾರದ ಕಿವಿಗೆ ಬಿದ್ದಿತ್ತು. ಏಜೆಂಟರಿಬ್ಬರು ಅವಳ ಮನೆಯೆದುರು ಬಂದು ಕರ ನೀಡುವಂತೆ

ಆಗ್ರಹಿಸಿದರು. ನಂಗೇಲಿ ತನ್ನ ಗಂಡ ಹೇಳಿದ ವಿಷಯವನ್ನು ಅವರಿಗೆ ಹೇಳಿದಳು. ಅವರು ಎಷ್ಟೇ ಒತ್ತಾಯಿಸಿದರೂ ಅವಳು ತನ್ನ ಎದೆವಸ್ತ್ರವನ್ನು ತೆಗೆಯಲಿಲ್ಲ ಮತ್ತು ಕರವನ್ನೂ ನೀಡಲಿಲ್ಲ. ಮರುದಿನ ಅನಾಹುತವೊಂದು ನಡೆದುಹೋಯ್ತು. ನಂಗೇಲಿ ದಿನದಂತೆಯೇ ಮನೆಯೊಡೆಯನ ಹೊಲದಲ್ಲಿ ಕೆಲಸ ಮಾಡುತ್ತಿದ್ದಳು. ಯಜಮಾನ ಬಂದುದು ಭತ್ತದ ಸಸಿಯನ್ನು ನೆಡುವುದರಲ್ಲಿ ಮಗ್ನಳಾದ ಅವಳಿಗೆ ಕಾಣಿಸಲಿಲ್ಲ. ತಾನು ಬಂದರೂ ಲೆಕ್ಕಿಸದೇ ತನ್ನೆದುರಿಗೇ ಎದೆವಸ್ತ್ರವನ್ನು ಧರಿಸಿ ಕೆಲಸ ಮಾಡುತ್ತಿರುವ ನಂಗೇಲಿಯ ಉದ್ಧಟತನವನ್ನು ಅವನು ಕಡೆಗಣಿಸಲು ಸಿದ್ಧನಿರಲಿಲ್ಲ. ಹಾಗಾಗಿ ತನ್ನ ಸೇವಕರಿಬ್ಬರಿಗೆ ಅವಳ ಎದೆವಸ್ತ್ರವನ್ನು ತೆಗೆದೆಸೆಯುವಂತೆ ಹೇಳಿದ. ಅವರು ಹತ್ತಿರ ಬಂದದ್ದೇ ನಂಗೇಲಿಗೆ ಸಿಟ್ಟು ನೆತ್ತಿಗೇರಿತ್ತು. ಅಲ್ಲಿಯೇ ಬದುವಿನಲ್ಲಿದ್ದ ಕುಡುಗೋಲನ್ನು ಝಳಪಿಸುತ್ತಾ ನುಡಿದಳು "ಕಳ್ಳಬಡ್ಡಿ ಮಕ್ಕಳೇ, ನನ್ನ ಎದೆಯನ್ನು ಮುಟ್ಟೋ ಅಧಿಕಾರ ನನ್ನ ಗಂಡ ಚಿರುಕುಂಡನನ್ನು ಬಿಟ್ರೆ ಬೇರೆ ಯಾರಿಗೂ ಇಲ್ಲ. ಮೈಮುಟ್ಟಿದ್ರೆ ರುಂಡ ಅರಿದುಬಿಡ್ತೇನೆ." ಚಾಮುಂಡಿಯಂತೆ ಕುಡುಗೋಲು ಹಿಡಿದುನಿಂತ ನಂಗೇಲಿಯನ್ನು ಕಂಡು ಸ್ವತಃ ದಣಿಯರೇ ಬೆವರಿಬಿಟ್ಟರು. "ಬಿಡ್ರೋ ಅವಳನ್ನ. ಏನು ಮಾಡಬೇಕೆಂದು ನನಗೆ ಗೊತ್ತು." ಎಂದು ತೋಳೇರಿಸುತ್ತಾ ಮರಳಿದರು.

ಮನೆಗೆ ಬಂದ ನಂಗೇಲಿಗೆ ಜೀವಸಂಕಟವಾಗಿತ್ತು. ಕಷ್ಟ ಹೇಳಿಕೊಳ್ಳಲು ಮನೆಯಲ್ಲಿ ಗಂಡನೂ ಇರಲಿಲ್ಲ. ನಾಳೆ ದಣಿಯರು ಏನಾದರೂ ಮಾಡೇ ಮಾಡುತ್ತಾರೆಂಬುದು ಅವಳಿಗೆ ಖಚಿತವಿತ್ತು. ಏನಾದರೂ ಆಗಲಿ, ತಾನು ಚಿರುಕುಂಡ ಬರುವವರೆಗೆ ಈ ಎದೆವಸ್ತ್ರವನ್ನು ಮಾತ್ರ ಬಿಚ್ಚುವುದಿಲ್ಲವೆಂದು ತೀರ್ಮಾನಿಸಿ ಮಲಗಿದಳು.

ಮಾರನೇ ದಿನ ಸರಕಾರದ ದಂಡೇ ಅವಳ ಗುಡಿಸಲ ಮುಂದೆ ಬಂದಿತ್ತು. ಊರಿಗೆ ಊರೇ ನಂಗೇಲಿಯ 'ಮಲಕರಂ' ವಸೂಲಾತಿಯನ್ನು ನೋಡಲು ಅಂಗಳದಲ್ಲಿ ನೆರೆದಿತ್ತು. ನಂಗೇಲಿಯ ಗುಡಿಸಲಿನ ತಟ್ಟಿಬಾಗಿಲು ಮುಚ್ಚಿತ್ತು. ಸರಕಾರದ ಕರವಸೂಲಿ ಅಧಿಕಾರಿಯಾದ ಪರ್ವತಿಯಾರ್ ತಾನೇ ಮುಂದಾಗಿ ಕರವಸೂಲಿಗೆ ಬಂದಿದ್ದ. ಎಲ್ಲರ ಕಣ್ಣೂ ಅವನ ಕೈಯ್ಯಲ್ಲಿರುವ ಉದ್ದನೆಯ ಬಂದೂಕಿನ ಕಡೆಗೇ ಇತ್ತು. 'ಮಲಕರಂ'ನ್ನು ತಕ್ಷಣ ಕೊಡುವಂತೆ, ಇಲ್ಲವಾದಲ್ಲಿ ಎದೆವಸ್ತ್ರವನ್ನು ಬಿಚ್ಚುವಂತೆ ಅವನು ನಂಗೇಲಿಗೆ ಹೊರಗಿನಿಂದಲೇ ಆದೇಶಿಸಿದ. ಒಳಗಿನಿಂದ ಯಾವ ಪ್ರತಿಕ್ರಿಯೆಯೂ ಬರಲಿಲ್ಲ. ಜನರೆದುರಿಗೆ ಅವನ ಮರ್ಯಾದೆ ಹರಾಜಾಗುತ್ತಿತ್ತು. ಅವನು ತನ್ನ ಬಂದೂಕನ್ನು

ಆಕಾಶದೆಡೆಗೆ ತಿರುಗಿಸಿ ಗುಡ್ಡೊಂದನ್ನು ಹಾರಿಸಿದ. ಎಲ್ಲರ ಗುಂಡಿಗೆಯೂ ಧಡಧಡನೆ ಬಡಿದುಕೊಳ್ಳುತ್ತಿತ್ತು. ಒಂದೆರಡು ಗಳಿಗೆಯಲ್ಲಿ ಗುಡಿಸಲ ಬಾಗಿಲು ತೆರೆದುಕೊಂಡಿತು. ನಂಗೇಲಿ ಕೈಯ್ಯಲ್ಲಿ ಬಾಳೆಎಲೆಯಲ್ಲಿ ಏನನ್ನೋ ಹಿಡಿದು ಹೊರಬಂದಳು. ಪರ್ವತಿಯಾರನ ಎದುರಲ್ಲಿ ಅದನ್ನು ಇಟ್ಟಳು. ಅದರಲ್ಲಿ ಕತ್ತರಿಸಿದ ಅವಳ ಎರಡು ಮೊಲೆಗಳಿದ್ದವು! ಎದೆವಸ್ತ್ರವನ್ನವಳು ಬಿಚ್ಚಿರಲಿಲ್ಲ. ವಸ್ತ್ರದೊಳಗಿಂದ ಕೆಂಪನೆಯ ರಕ್ತ ಕೋಡಿಯಾಗಿ ಹರಿಯುತ್ತಿತ್ತು. ಪರ್ವತಿಯಾರನ ಬಂದೂಕು ಕೈಯ್ಯಿಂದ ಸರ್‍ರನೆ ಜಾರಿತು. ನಂಗೇಲಿ ತಿರುಗಿ ಒಳಗೆ ಹೊರಟವಳು ಬಾಗಿಲಲ್ಲಿಯೇ ಕುಸಿದು ಬಿದ್ದಳು. ಅವಳ ಪ್ರಾಣಪಕ್ಷಿ ಹಾರಿಹೋಗಿತ್ತು. ಹಾಗೆ ಬಿದ್ದಾಗಲೂ ಅವಳ ಎರಡೂ ಕೈಗಳು ವಸ್ತ್ರವನ್ನು ಗಟ್ಟಿಯಾಗಿ ಎದೆಗೆ ಒತ್ತಿಹಿಡಿದಿದ್ದವು!

ಸೇರಿದ ಜನರು ಹೋ.... ಎಂದು ಕಿರುಚಿದರು. ನಂಗೇಲಿಯ ದಾರುಣ ಸಾವು ಅವರನ್ನು ರೊಚ್ಚಿಗೆಬ್ಬಿಸಿತ್ತು. ಕೈಗೆ ಸಿಕ್ಕ ವಸ್ತುಗಳನ್ನು ಅಧಿಕಾರಿಗಳ ಮೇಲೆ ಎಸೆಯತೊಡಗಿದದರು. ಅವರ ಅನಿರೀಕ್ಷಿತ ಪ್ರತಿಕ್ರಿಯೆಯಿಂದ ಆಘಾತಗೊಂಡ ಅಧಿಕಾರಿಗಳು ಹೇಗುಹೇಗೋ ತಪ್ಪಿಸಿಕೊಂಡು ಕಣ್ಮರೆಯಾದರು. ಆನರು ನಂಗೇಲಿಯ ಸುತ್ತಲೂ ನೆರೆದು ಕಣ್ಣೀರು ಹಾಕಿದರು. ಊರಿನವರೆಲ್ಲ ಮೆರವಣಿಗೆಯಲ್ಲಿ ಅವಳನ್ನು ಸ್ಮಶಾನಕ್ಕೆ ಸಾಗಿಸಿದರು. ಯಾರೋ ಒಂದಿಬ್ಬರು ಅವಳ ಗಂಡನಿಗೆ ಸುದ್ಧಿ ಮುಟ್ಟಿಸಲು ಹೋದರು. ಚಿರುಕುಂಡನ್ ಬರುವಾಗ ಅವಳ ಚಿತೆ ತಯಾರಾಗಿತ್ತು. ಅವನು ಕೊಡಿಸಿದ ಎದೆವಸ್ತ್ರವಿನ್ನೂ ಅವಳ ಎದೆಯ ಮೇಲೆಯೇ ಇತ್ತು. ಕುಡುಗೋಲಿನಿಂದ ಕೊರೆದಿಟ್ಟ ಅವಳ ಎರಡೂ ಮೊಲೆಗಳು ಬಾಳೆಲೆಯ ಮೇಲೆ ಮಲಗಿದ್ದವು. ಅವಳ ಶವಕ್ಕೆ ಬೆಂಕಿಯಿಟ್ಟ ಚಿರುಕುಂಡನ್ ಬಾಳೆಲೆಯ ಮೇಲಿದ್ದ ಮೊಲೆಗಳನ್ನು ಕೈಯ್ಯಲ್ಲಿ ಹಿಡಿದು ಉರಿಯುವ ಚಿತೆಯೊಳಗೆ ನುಗ್ಗಿದ. ನೋಡುತ್ತಿದ್ದ ಜನರು ಏನಾಗುತ್ತಿದೆಯೆಂದು ತಿಳಿಯುವುದರೊಳಗೆ ಅವನು ಚಿತೆಯೊಳಗೆ ಉರಿದುಹೋದ!

ಹೌದು, ಹೆಂಡತಿಯ ಚಿತೆಯೇರಿದ ಮೊದಲ ಗಂಡನೆಂದು ಚಿರುಕುಂಡನ್ ಚರಿತ್ರೆಯಲ್ಲಿ ದಾಖಲಾಗಿದ್ದಾನೆ. ಹೆಂಡತಿ ಕೆರೆಗೆ ಹಾರವಾದಳೆಂದು ತಾನೂ ಕೆರೆಯೊಳಗೆ ಮುಳುಗಿಹೋದ ಗಂಡ ಮಾದೇವ ನೆನಪಾಗಿ ಕಾಡುತ್ತಾನೆ. ಅಪರೂಪಕ್ಕೊಮ್ಮೆ ಇತಿಹಾಸದಲ್ಲಿ ಇಂಥವುಗಳೂ ಘಟಿಸುತ್ತವೆ. ಮತ್ತು ಜಗವ ಪೊರೆಯುವ ಹೆಣ್ಣಿನ ಬದ್ಧತೆಯನ್ನು ಇನ್ನಷ್ಟು ಹೆಚ್ಚಿಸುತ್ತವೆ. ನಂಗೇಲಿ

ಬಲಿಯಾದ ಜಾಗವಿಂದೂ ಕೂಡ 'ಮುಲಚಿಪರಂಬು' ಅಂದರೆ 'ಮೊಲೆಯ ಕೊರೆದಿಟ್ಟವಳ ನಾಡು' ಎಂದು ಪ್ರಸಿದ್ಧಿಯಾಗಿದೆ.

ಹೆಣ್ಣಿನ ಪ್ರತೀ ಬಂಧನದ ಬಿಡುಗಡೆಯ ಹಿಂದೆಯೂ ಬೆಲೆಕಟ್ಟಲಾಗದ ಅವಳ ಬಲಿದಾನವಿದೆ. ಜಗತ್ತು ಅವಳ ಬಲಿಯನ್ನು ಮತ್ತೆ ಮತ್ತೆ ಕೇಳುತ್ತಲೇ ಇರುತ್ತದೆ. ಈ ಪ್ರಕರಣ ಘಟಿಸಿದ ಎಂಟು ವರ್ಷಗಳ ನಂತರ 'ಮುಲಕರಂ' ರದ್ಧತಿಗೊಂಡಿತು. ನಂಗೇಲಿಯ ಬಲಿದಾನ ಅಂದು ಸಾರ್ಥಕಗೊಂಡಿತು.

ನಮ್ಮ ಪ್ರತಿಹೆಜ್ಜೆಯ ಅಡಿಯಲ್ಲೂ 'ಅವಳ' ರಕ್ತದ ಗುರುತಿದೆ.

ಮುಂದೇನೂ ಹೇಳಲಾರೆ, ಮನಸ್ಸು ಭಾರವಾಗಿದೆ.

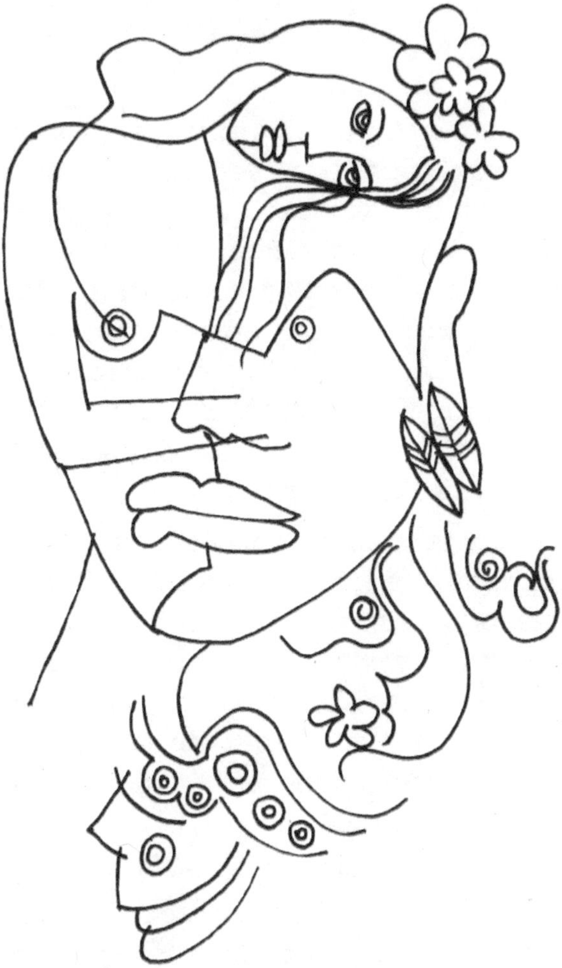

ಬದುಕಿನ ಲೇವಾದೇವಿಗೆ ಸತ್ಯದ ರಶೀದಿಯನ್ನು ಅಂಟಿಸಿದವಳು

ಅದೊಂದು ದಾರುಣವಾದ ರಾತ್ರಿ. ಹನ್ನೊಂದರ ಹರೆಯದ ಮಗಳು ಮಂಡಿಯೂರಿ ಕುಳಿತು ತನ್ನ ತಾಯಿಯನ್ನು ಉಳಿಸಿಕೊಡುವಂತೆ ದೇವರಿಗೆ ಮೊರೆಯಿಡುತ್ತಿದ್ದಳು. ಆದರೆ ಅಮ್ಮ ತೀರಿಕೊಂಡಳು. ಆ ಮಗು ಅಮ್ಮನೊಂದಿಗೆ ದೇವರ ಮೇಲಿನ ತನ್ನ ನಂಬಿಕೆಯನ್ನೂ ಕಳಕೊಂಡಳು.

ಅವಳು ಪ್ರತಿದಿನ ರಾತ್ರಿಯೂ ಮಲಗುವಾಗ 'ಸೋಹಿಲೆ' ಕೀರ್ತನೆಯನ್ನು ಪಠಿಸಿಯೇ ಮಲಗಬೇಕಿತ್ತು. ಹಾಗೆ ಮಾಡುವುದರಿಂದ ಅವಳ ಸುತ್ತಲೂ ಅಬೇಧ್ಯವಾದ ಗೋಡೆಯೊಂದು ನಿರ್ಮಾಣಗೊಂಡು ರಾತ್ರಿಯಿಡೀ ರಕ್ಷಿಸುವುದೆಂದು ಅಪ್ಪ ಹೇಳುತ್ತಿದ್ದರು. ಆದರೆ ಅವಳಿಗೆ ತನ್ನ ಏಕಾಂಗಿತನವನ್ನು ನೀಗಲು ರಾತ್ರಿ ಒಬ್ಬ ಕಾಲ್ಪನಿಕ ಸಂಗಾತಿ ಬೇಕಿದ್ದ. ಸೋಹಿಲೆ ನಿರ್ಮಿಸುವ ಗೋಡೆಯೊಡೆದು ಅವನನ್ನು ತನ್ನೊಳಗೆ ಬಿಟ್ಟುಕೊಳ್ಳುವುದಾದರೂ ಹೇಗೆ? ಅವಳು ಯೋಚಿಸುತ್ತಿದ್ದಳು. ಥಟ್ಟನೆ ಉಪಾಯವೊಂದು ಹೊಳೆಯಿತು. ಸೋಹಿಲೆಯನ್ನು ತಂದೆಯೆದುರು ಪಠಿಸುವ ಮೊದಲೇ ಕಾಲ್ಪನಿಕ ಪ್ರಿಯಕರ 'ರಾಜನ್'ನನ್ನು ತನ್ನೊಳಗೆ ಕರೆದುಕೊಂಡುಬಿಟ್ಟಳು! ಮತ್ತೆ ಗೋಡೆಯೆದ್ದರೂ ಅವರಿಬ್ಬರೂ ಜೊತೆಯಾಗಿದ್ದರು.

ಅಟ್ಟದ ಮೇಲೆ ಮೂರು ಗ್ಲಾಸುಗಳಿದ್ದವು. ಅವೇಕೆ ಪ್ರತ್ಯೇಕವಾಗಿವೆಯೆಂದು ಮೊಮ್ಮಗಳು ಅಜ್ಜಿಯೊಂದಿಗೆ ಕೇಳಿದಳು. ಮನೆಗೆ ಬರುವ ಮುಸ್ಲಿಂ (ಕಾಫಿರರು) ಜನಗಳಿಗೆ ಕುಡಿಯಲು ಕೊಡಲು ಎಂದು ತಿಳಿದಾಗ ಬಂಡೆದ್ದಳು. ಮೂರು ಗ್ಲಾಸುಗಳೊಂದಿಗೆ ತಾನೂ ನಾಲ್ಕನೆಯವಳಾಗಿ ಪ್ರತಿಭಟನೆಗೆ ಕುಳಿತು ಈ ಪ್ರತ್ಯೇಕತೆಯ ವಿರುದ್ಧ ಹೋರಾಡಿ ಅವುಗಳನ್ನು ಎಲ್ಲವುಗಳೊಂದಿಗೆ ಜೋಡಿಸಿದಳು. ಮುಂದೊಂದು ದಿನ ಮುಸ್ಲಿಮನೊಬ್ಬನ ಪ್ರೀತಿಗಾಗಿ ಇಡಿಯ ಜೀವನವನ್ನೇ ಕನವರಿಕೆಯಾಗಿಸುವೆನೆಂದು ಆ ಪುಟ್ಟ ಹುಡುಗಿಗೆ ತಿಳಿದಿರಲಿಲ್ಲ.

ತಂದೆ ಒಬ್ಬ ಸಾಹಿತಿಯಾಗಿದ್ದರು. ರಾತ್ರಿಯಿಡೀ ಎಚ್ಚರವಾಗಿದ್ದು ಬರೆದು, ಹಗಲಿಡೀ ನಿದ್ರಿಸುತ್ತಿದ್ದರು. ತಾಯಿ ಹನ್ನೊಂದರ ವಯಸ್ಸಿನಲ್ಲಿಯೇ ಅಗಲಿದಳು. ಬದುಕಿನ ಏಕಾಂತ ನೀಗಲು ಅವಳು ಪುಸ್ತಕದ ಮೊರೆಹೋದಳು. ಹಾಗೆ ಓದಿದ ಓದು ಅವಳನ್ನು ಜೀವನಪೂರ್ತಿ ಕೈಹಿಡಿದು ನಡೆಸಿತು. ಲೇಖನಿ ಅವಳ ಅನುದಿನದ ಸಂಗಾತಿಯಾಯಿತು.

ಸಾಹಿರ್ ಲುಧಿಯಾನ್ವಿ ಆ ಕಾಲದ ಪ್ರಸಿದ್ಧ ಸಾಹಿತಿ. ಅವನ ಹಸ್ತಾಕ್ಷರಕ್ಕಾಗಿ ಕಂಡಲೆಲ್ಲ ಜನರು ಮುಗಿಬೀಳುತ್ತಿದ್ದರು. ಅಂಥದೊಂದು ಸಮಾರಂಭದಲ್ಲಿ ಈ ಹುಡುಗಿ ಕೊನೆಯವರೆಗೂ ಕಾದುನಿಂತು ಅವನೆದುರು ತನ್ನ ಕೋಮಲವಾದ ಕೈಯ್ಯನ್ನೇ ಹಸ್ತಾಕ್ಷರಕ್ಕಾಗಿ ಒಡ್ಡಿದಳು. ಅವನೂ ಅಷ್ಟೇ ಪ್ರೀತಿಯಿಂದ ಇವಳ ಕೈಯ್ಯ ಮೇಲೆ ತನ್ನ ಬೆರಳಿನ ಮುದ್ರೆಯನ್ನು ಒತ್ತಿದ. ಅದುವೇ ಪ್ರೀತಿಯ ಮೊಹರಾಗಿ ಜೀವನದ ಕೊನೆಯವರೆಗೂ ಉಳಿಯಿತು!

ಎರಡೇ ಎರಡು ತಿರುವುಗಳು ಜೀವನದಲ್ಲಿ ನಡೆದವು. ಒಂದು ಅವಳ ತಂದೆ, ತಾಯಿಯರಿಂದ ಘಟಿಸಲ್ಪಟ್ಟಿತು. ಇನ್ನೊಂದು ಸ್ವಯಂಕೃತವಾಗಿ. ನಾಲ್ಕನೆಯ ವಯಸ್ಸಿನಲ್ಲಿ ನಡೆದ ಮದುವೆಯ ನಿಶ್ಚಿತಾರ್ಥ ಹದಿನಾರನೇ ವಯಸ್ಸಿನಲ್ಲಿ ಮದುವೆಯಾಗಿ ಸಾಕಾರಗೊಂಡಿತು ಮತ್ತು ಇಪ್ಪತ್ತೊಂದನೆಯ ವಯಸ್ಸಿನಲ್ಲಿ ಬಂದ ಪ್ರೀತಿ ಬದುಕಿನ ಕೊನೆಯವರೆಗೂ ಕಾಡಿತು.

ಎರಡು ನೋವುಗಳು ಕಾಡಿದವು. ಒಂದು ಮದುವೆಯಾದವನೊಂದಿಗೆ ಏರ್ಪಟ್ಟ ಮಾನಸಿಕ ಮತ್ತು ವೈಚಾರಿಕ ಬೇಧದ ಕಂದರ. ಇನ್ನೊಂದು ಅದರಿಂದಾಗಿ ಏರ್ಪಟ್ಟ ಸಾಮಾಜಿಕ ಅಂತರ. ಎರಡರೊಳಗೊಂದನ್ನು ಆಯ್ಕೆ ಮಾಡಿಕೊಳ್ಳಬೇಕಾದಾಗ ಅವಳ ಆಯ್ಕೆ ಎರಡನೆಯದಾಯಿತು. ಅವರು ಗೌರವಪೂರ್ವಕವಾಗಿ ಬೇರ್ಪಟ್ಟರು. ವಿಚ್ಛೇದನವೆಂದರೆ ಪರಸ್ಪರ ದೂರಿಕೊಂಡು ಬಾಧವ್ಯದ ಎಳೆಯನ್ನು ಹರಿದುಕೊಳ್ಳುವುದಲ್ಲ. ಬದಲಾಗಿ ತುಂಬಲಾಗದ ಕಂದರದ ಆಚೀಚೆ ನಿಂತು ಚೆಂದವಾಗಿಯೇ ಮಾತನ್ನಾಡುತ್ತಾ ಸಮಾನಾಂತರವಾಗಿ ನಡೆಯುವುದು ಎಂಬುದು ಅವಳ ಅಚಲವಾದ ನಂಬಿಕೆಯಾಗಿತ್ತು. ಅದೇ ನಂಬಿಕೆ ಇಚ್ಛಿಸಿದ ಬದುಕನ್ನು ಬದುಕುವ ಅವಳ ಹಂಬಲಕ್ಕೆ ಹಿನ್ನೆಲೆಯಾಯಿತು.

ಎರಡು ಮುದ್ದಾದ ಮಕ್ಕಳ ತಾಯಿ ದಾಂಪತ್ಯ ಸಂಕೋಲೆಯನ್ನು ಕಳಚಿ ಬಂದು ತನ್ನ ಪ್ರೀತಿಗೆ ಇನ್ನೇನು ದೂರವಾಣಿ ಕರೆಯನ್ನು ಮಾಡಬೇಕೆನ್ನುವಾಗಲೇ ಅವಳು ಪ್ರೀತಿಸಿದವನಿಗೊಂದು ಹೊಸದಾದ ಪ್ರೀತಿಯ ನೆರಳು ಸಿಕ್ಕಿದ ಬಗ್ಗೆ ಪತ್ರಿಕೆಯೊಂದು ವರದಿ ಮಾಡಿತ್ತು. ಡಯಲ್ ಮಾಡಲು ಹೊರಟ ಕೈಗಳು ಅಲ್ಲೇ ನಿಂತವು. ಬದುಕು ಬೆಕ್ಕಿನ ಕೈಗೆ ಸಿಕ್ಕ ದಾರದುಂಡೆಯಂತೆ ಉರುಳುರುಳಿ ಸಿಕ್ಕು ಸಿಕ್ಕಾಯಿತು. ಬಿಡಿಸಲಾರದ ಗಂಟುಗಳೊಂದಿಗೆ ಅವಳು ಏಕಾಂಗಿಯಾಗಿದ್ದಳು.

ಅವಳು ಪ್ರೀತಿಯನ್ನು ಹಠದಿಂದ ಕವನವಾಗಿಸಿದಳು. 'ಸುಹನೆಡೆ'ಗೆ ಕೇಂದ್ರ ಸಾಹಿತ್ಯ ಅಕಾಡೆಮಿಯ ಪ್ರಶಸ್ತಿ ಬಂತು. ಅಕಾಡೆಮಿಯ ಪ್ರಶಸ್ತಿ ಪಡೆದ ಮೊದಲ ಕವಯತ್ರಿ ಎಂಬ ಹೆಮ್ಮೆಯೂ ಅವಳದಾಯಿತು.

ಅದು ವಿಪ್ಲವದ ಕಾಲ. ಭಾರತ ಆಗತಾನೇ ಸ್ವತಂತ್ರಗೊಂಡಿತ್ತು. ಗಡಿಯಾಚೆಗಿನ ಬದುಕು ಛಿದ್ರ ಛಿದ್ರವಾಗಿತ್ತು. ಮಾನವೀಯತೆಯನ್ನರಿಯದ ಕೋಮುವಾದಿಗಳು ಕರುಳ ಬಳ್ಳಿಯನ್ನೇ ಕತ್ತರಿಸಿದಾಗ ಅವಳು ಸುಪ್ರಸಿದ್ಧ ಕವನ 'ಅಜ್ಜ ಅಕ್ಖಾಂ ವಾರಿಸ ಶಾಹ್‌ನೂ' ಎಂಬ ಕವನವನ್ನು ಬರೆದಳು.

ಗಡಿಯ ಆಚೆ ಈಚೆಗಿನ ಜನರೆಲ್ಲ ಈ ಕವನವನ್ನು ಹಾಡುತ್ತ ಇಂದಿಗೂ ಮೈಮರೆಯುತ್ತಿದ್ದಾರೆ. ವಿಭಜನೆಯ ನೋವನ್ನು ಅವರಂತೆ ತನ್ನ ಬರಹದಲ್ಲಿ ಪಡಿಮೂಡಿಸಿದ ಇನ್ನೊಬ್ಬ ಲೇಖಕಿ ಬಹುಶಃ ಇಲ್ಲ. ಭಾರತೀಯ ಜ್ಞಾನಪೀಠ ಪಡೆದ ಮೊದಲ ಪಂಜಾಬಿ ಕವಯತ್ರಿ ಅವಳು.

ಹೌದು, ಇವೆಲ್ಲವೂ ಅಮೃತಾ ಪ್ರೀತಂ ಎಂಬ ಜೀವಂತ ದಂತಕತೆಯ ಬದುಕಿನ ಸಾಲುಗಳು. ಯಾವ ಸಿನೇಮಾ ಕಥೆಗಳಿಗೂ ಕಡಿಮೆಯಿಲ್ಲದ ವರ್ಣರಂಜಿತ ಪುಟಗಳು. ಆದರೆ ಈ ಎಲ್ಲ ಬಣ್ಣಗಳಾಚೆಗೊಂದು ಮಿಡಿಯುವ ಮಾನವೀಯತೆಯ ತೊರೆಯೊಂದು ಅವರಲ್ಲಿ ಮಿಳಿತಗೊಂಡಿತ್ತು. ಅವರಿಗೆ ಮನುಷ್ಯ ಸಂಬಂಧಗಳ ಹುಡುಕಾಟವೇ ಬಹಳ ಮುಖ್ಯವಾಗಿತ್ತು. ಸ್ತ್ರೀಯರ ಸ್ವಾತಂತ್ರ್ಯ ಪುರುಷರ ಸ್ವಾತಂತ್ರ್ಯಕ್ಕಿಂತ ಭಿನ್ನವಾದುದಲ್ಲ ಎಂಬುದು ಅವರ ಖಚಿತವಾದ ನಿಲುವಾಗಿತ್ತು. ಮಹಿಳಾ ವಿಮೋಚನಾ ಆಂದೋಲನವೆಂದರೆ ಕೇವಲ ಹಕ್ಕುಗಳ ರಕ್ಷಣೆಗಾಗಿ ಘೋಷಣೆ ಕೂಗುವುದಲ್ಲ ಎಂದು ಅವರು ದೃಢವಾಗಿ ಪ್ರತಿಪಾದಿಸಿದರು.

"ಹೆಣ್ಣಿನ ಹಾಗೆ ಗಂಡು ಸಹ ಮಾನಸಿಕವಾಗಿ ಗುಲಾಮನೆ. ಗಂಡು ಇದುವರೆಗೂ ಸರಿಸಮಾನ ಸಂಗಾತಿಯಾಗಿ, ಸ್ವತಂತ್ರ ಮಹಿಳೆಯ ಸ್ನೇಹ ಹಾಗೂ ಸಹವಾಸವನ್ನು ಪಡೆದಿಲ್ಲ. ಸ್ವತಂತ್ರ ಮನುಷ್ಯ ಜೀವಿಗಳಾಗಿ ಸ್ತ್ರೀ ಪುರುಷರು ಪರಸ್ಪರರನ್ನು ಸಂಧಿಸಿಯೇ ಇಲ್ಲ. ಪ್ರೀತಿ ಎಂದರೆ ಒಬ್ಬ ವ್ಯಕ್ತಿ ಇನ್ನೊಬ್ಬ ವ್ಯಕ್ತಿಯನ್ನು ಮೆಚ್ಚುವುದು ಮತ್ತು ಅವನ ಸಹವಾಸವನ್ನು ಬಯಸುವುದು. ಆರ್ಥಿಕ ದಾಸ್ಯವು ನಿಜವಾದ ಪ್ರೀತಿಯ ಅನುಭವಕ್ಕೆ ಅಡ್ಡಿಯಾಗುತ್ತದೆ." ಇದು ಸ್ತ್ರೀ ಸ್ವಾತಂತ್ರ್ಯದ ಬಗೆಗೆ ಅವರ ಖಚಿತವಾದ ನಿಲುವು.

ತನ್ನ ಆತ್ಮೀಯರೆಲ್ಲ ವಿಭಜನೆಯ ಕರಾಳ ಹಸ್ತಕ್ಕೆ ಸಿಲುಕಿ ಪಾಕಿಸ್ತಾನಕ್ಕೆ ವಲಸೆ ಹೋದಾಗ, ಭದ್ರತೆಯ ದೃಷ್ಟಿಯಿಂದ ಅವರೊಂದಿಗೆ ವರ್ಷಗಳ ಕಾಲ ಸಂಭಾಷಣೆಯನ್ನು ನಡೆಸುವುದಿರಲಿ ಪತ್ರ ವ್ಯವಹಾರಗಳೂ ನಿಂತು ಹೋದಾಗ ಅಮೃತಾ ನಿಜಕ್ಕೂ ತಲ್ಲಣಗೊಳ್ಳುತ್ತಾರೆ.

"ರೆಕ್ಕೆಗಳೆಲ್ಲಾದರೂ ಮಾರಾಟವಾಗುತ್ತಿದ್ದರೆ
ನನಗೆ ಕೊಟ್ಟುಬಿಡು, ಪರದೇಶಿ!
ಇಲ್ಲವೇ ಇದ್ದುಬಿಡು ನನ್ನ ಬಳಿ..."

ಆತ್ಮೀಯ ಗೆಳೆಯನೊಬ್ಬ ಪಾಕಿಸ್ತಾನದಿಂದ ಬಂದು ಒಂದೆರಡು ದಿನ

ಮಾತ್ರವೇ ನಿಂತು ಹೋದ ಬಳಿಕ ಅಮೃತಾ ಬರೆದ ಸಾಲುಗಳಿವು.

ಅಗಾಧ ಪ್ರತಿಭೆಯ, ಅಪಾರ ವೈಚಾರಿಕತೆಯ, ಅದ್ಭುತ ಸ್ವಾತಂತ್ರ್ಯದ ಕಲ್ಪನೆಯ ಅಮೃತಾರ ಏಳ್ಗೆ ಅಂದಿನ ಪುರುಷ ಸಾಹಿತಿಗಳ ನಿದ್ದೆಗೆಡಿಸುತ್ತದೆ. ಅವರ ಸುತ್ತಲೂ ಸಟೆಯ ಅತಿವಿಜೃಂಭಣೆಯ ಕಥೆಗಳು ಹುಟ್ಟಿಕೊಳ್ಳುತ್ತವೆ. ಮೊದಲೇ ಏಕಾಂಗಿಯಾಗಿದ್ದ ಅಮೃತಾ ಈ ಎಲ್ಲ ಹೊಡೆತಗಳಿಂದ ಜರ್ಜರಿತರಾಗಿಹೋಗುತ್ತಾರೆ. ಆದರೆ ಲೇಖನಿಯನ್ನು ತನ್ನ ಪ್ರೀತಿಯ ಸಂಗಾತಿಯಾಗಿ ಅಪ್ಪಿಕೊಳ್ಳುತ್ತಾರೆ. ಸತ್ಯವನ್ನು ಒಂದಿನಿತೂ ಬಚ್ಚಿಡದೇ ಜಗತ್ತಿಗೆ ಸಾರುತ್ತಾರೆ. ಹತ್ತು ವರ್ಷದ ಅವರ ಮಗ ಒಂದು ದಿನ ಅವರೆದುರು ನಿಂತು ಕೇಳುತ್ತಾನೆ, "ಮಾಮಾ, ನಾನು ಸಾಹಿರ್ ಅಂಕಲ್‌ನ ಮಗನೆ?" ಅಮೃತಾ ಅವನನ್ನೆ ಎವೆಯಿಕ್ಕದೇ ನೋಡುತ್ತಾರೆ. ಮಗ ಮತ್ತೆ ಹೇಳುತ್ತಾನೆ, "ಅಮ್ಮಾ, ನಾನು ಅವರ ಮಗನಾಗಿದ್ದರೆ ಹೇಳು. ನನಗೆ ಅವರು ಬಹಳ ಇಷ್ಟ" ಅಮೃತಾ ದೃಢವಾಗಿ ಹೇಳುತ್ತಾರೆ, "ಅವರ ಮಗನಾಗಿದ್ದರೆ ಖಂಡಿತ ಹಾಗೆಯೇ ಹೇಳುತ್ತಿದ್ದೆ ಮತ್ತು ಅವರ ಮಗನಾಗಲಿ ಎಂದು ನಾನೂ ಆಶಿಸಿದ್ದೆ. ಅದು ಸತ್ಯವಾಗಲಿಲ್ಲ." ಥೇಟ್ ಸಾಹಿರನನ್ನೇ ಹೋಲುವ ಮಗ ಅವರ ಮಾತನ್ನು ನಂಬುತ್ತಾನೆ, ಯಾಕೆಂದರೆ ಸತ್ಯಕ್ಕೆ ಅಂಥಹ ಶಕ್ತಿಯಿದೆ! ಅಮೃತಾ ಮಗುವನ್ನು ತನ್ನ ಗರ್ಭದಲ್ಲಿ ಹೊತ್ತು ಇಡೀ ದಿನ ಸಾಹಿರನ ಕನವರಿಕೆಯಲ್ಲೇ ಕಳೆದ ಪರಿಣಾಮವಾಗಿ ಇರಬೇಕು. ಅವರ ಮಗ ಥೇಟ್ ಸಾಹಿರ್‌ನನ್ನೇ ಹೋಲುತ್ತಾನೆ. ಅವರ ಸಾಹಿತ್ಯದ ಬಗೆಗೆ ಚರ್ಚಿಸದೇ, ಅವರ ಬದುಕಿನ ಬಗ್ಗೆ ರಂಜನೀಯ ಕಥೆಯನ್ನು ಹುಟ್ಟಿಸುತ್ತ ಕಾಲಯಾಪನೆ ಮಾಡುತ್ತಿದ್ದ ಸಾಹಿತ್ಯ ವಲಯದ ಸಂಕುಚಿತತೆಯ ಅವರ ಮಗನ ಮನಸ್ಸಿನಲ್ಲಿಯೂ ಪ್ರತಿಫಲಿಸಿರುತ್ತದೆ.

ಹೆಣ್ಣೊಬ್ಬಳ ಬದುಕಿನ ದುರಂತಗಳ ಬಗ್ಗೆ ಅಮೃತಾ ಹೀಗೆ ಬರೆಯುತ್ತಾರೆ,

"ರಾತ್ರಿಯ ಬಟ್ಟಲನ್ನು ಬದುಕಿನ ಜೇನಿನಿಂದ ತುಂಬಲಾಗದ್ದು, ವಾಸ್ತವದ ತುಟಿಗಳು ಆ ಜೇನನ್ನೆಂದೂ ಸವಿಯದಿರುವುದು ದುರಂತವಲ್ಲ. ರಾತ್ರಿಯ ಬಟ್ಟಲು ಚಂದಿರನ ಕಲಾಯಿ ಕಳೆದುಕೊಳ್ಳುವುದು, ಬಟ್ಟಲಿನಲ್ಲಿ ಬಿದ್ದಿರುವ ಕಲ್ಪನೆ ರುಚಿಗೆಟ್ಟು ಹೋಗುವುದು ದುರಂತ. ನಿನ್ನ ಅದೃಷ್ಟವು ನಿನ್ನ ಪ್ರಿಯತಮನ ಹೆಸರು ವಿಳಾಸವನ್ನು ಓದಲಾಗದ್ದು, ನಿನ್ನ ಬದುಕಿನ ಪತ್ರ ಸದಾ ಗೋಳಾಡುತ್ತಲೇ ಇರುವುದು ದುರಂತವಲ್ಲ. ನೀನು ನಿನ್ನ ಪ್ರಿಯತಮನಿಗೆ ನಿನ್ನ ಬದುಕಿನ ಇಡೀ ಪತ್ರ ಬರೆಯುವುದು, ನಂತರ ನಿನ್ನ ಪ್ರಿಯತಮನ ವಿಳಾಸ ಕಳೆದು ಹೋಗುವುದು ದುರಂತ. ಬದುಕಿನ ಸುದೀರ್ಘ

ದಾರಿಯಲ್ಲಿ ಸಮಾಜದ ಬಂಧನಗಳು ಮುಳ್ಳು ಚೆಲ್ಲಲಿ. ನಿನ್ನ ಕಾಲುಗಳಿಂದ ಬದುಕಿನುದ್ದಕ್ಕೂ ರಕ್ತ ಹರಿಯುತ್ತಲಿರುವುದು ದುರಂತವಲ್ಲ. ರಕ್ತ ಸೋರುವ ಕಾಲುಗಳಿಂದ ಸಾಗಿ ಒಂದೆಡೆ ನಿಲ್ಲುವುದು, ಅಲ್ಲಿಂದ ಯಾವ ದಾರಿಯೂ ನಿನ್ನನ್ನು ಕೈಮಾಡಿ ಕರೆಯದಿರುವುದು ದುರಂತ. ನೀನು ನಿನ್ನ ಪ್ರೇಮದ ನಡುಗುವ ಶರೀರದ ಸಲುವಾಗಿ ಬದುಕಿನುದ್ದಕ್ಕೂ ಕವನಗಳ ಉಡುಪನ್ನು ಹೊಲಿಯುತ್ತಿರುವುದು ದುರಂತವಲ್ಲ. ಆ ಉಡುಪುಗಳನ್ನು ಹೊಲಿಯಲು ನಿನ್ನ ಬಳಿ ವಿಚಾರಗಳ ದಾರ ಮುಗಿದು ನಿನ್ನ ಲೇಖನಿ ಎಂಬ ಸೂಜಿಯ ತೂತು ಮುರಿಯುವುದು ದುರಂತ."

ಎಲ್ಲ ಮಹಿಳೆಯರ ಬಾಳಿನ ದುರಂತಗಳನ್ನು ತೆರೆದಿಡುವ ಮಾತುಗಳಿವು!

ಸಾಹಿರ್ ಅಮೃತಾಳಿಗೆ 'ತಾಜ್ ಮಹಲ್' ಎಂಬ ಕವನವನ್ನು ಕಟ್ಟುಹಾಕಿಸಿ ಕೊಟ್ಟಿದ್ದರು. ಆದರೆ ಅವಳ ಬದುಕಿಗೆ ತಾಜ್‌ಮಹಲ್ ಆಗಿ ಬಂದವರು ಖ್ಯಾತ ಚಿತ್ರಕಾರರಾದ ಇಮರೋಜ್ ಅವರು. ಅವರಿಬ್ಬರದು ತಾಜ್‌ಮಹಲ್‌ಗಿಂತ ಸುಂದರವಾದ ಸಾಂಗತ್ಯ. ಜಗದ ಎಲ್ಲ ಬಂಧನಗಳನ್ನೂ ಮುರಿದುಬಿಡಬಹುದಾದ ಮತ್ತು ಪ್ರೇಮದ ಯಾವ ವ್ಯಾಖ್ಯಾನಕ್ಕೂ ಸಿಗದ ಪ್ರೀತಿ ಅವರದ್ದು. ಅಮೃತಾ ಇಮರೋಜ್‌ರ ಸ್ಕೂಟರಿನ ಹಿಂದೆ ಕುಳಿತು ಅವರ ಬೆನ್ನ ಮೇಲೆ 'ಸಾಹಿರ್' ಹೆಸರನ್ನು ಸಾವಿರ ಬಾರಿ ಬರೆಯುತ್ತಿದ್ದರು. ಇಮರೋಜ್ ಮಾತ್ರ 'ನೀನು ಸಾಹಿರ್‌ನ ಮನೆಯಲ್ಲಿ ನಮಾಜ್ ಮಾಡುತ್ತಿದ್ದರೂ ಸರಿಯೆ, ನಾನು ನಿನ್ನನ್ನು ಎತ್ತಿಕೊಂಡು ಬಂದು ಪ್ರೀತಿಸುತ್ತಿದ್ದೆ' ಎನ್ನುತ್ತಿದ್ದರು. ಮಕ್ಕಳ ಒಪ್ಪಿಗೆಯ ಮೊಹರನ್ನೂ ಆಶಿಸದೇ ಅಮೃತಾ ಇಮರೋಜರ ನೆರಳಿನಲ್ಲಿ ತನ್ನ ಉಳಿದ ಜೀವಾವಧಿಯನ್ನು ಕಳೆದರು. ಅವರ ಮೊದಲ ಪತಿಯನ್ನೂ ಕೊನೆಗಾಲದಲ್ಲಿ ಇವರಿಬ್ಬರೂ ಸೇರಿಯೇ ನೋಡಿಕೊಂಡರು. ಅಮೃತಾ ತಮ್ಮ ಸಾಂಗತ್ಯವನ್ನು ಚಿತ್ರಿಸುವುದು ಹೀಗೆ,

"ತಂದೆ, ಸೋದರ, ಸ್ನೇಹಿತ ಹಾಗೂ ಪತಿ
ಯಾವ ಶಬ್ದಕ್ಕೂ ಬೆಲೆ ಇರಲಿಲ್ಲ
ನಿನ್ನನ್ನು ನೋಡಿದಾಗ ಈ ಎಲ್ಲ
ಅಕ್ಷರಗಳೂ ಅರ್ಥಪೂರ್ಣವಾದವು"

ಅಮೃತಾರ ಈ ಸ್ವಾತಂತ್ರ್ಯದ ದಾರಿ ಸುಲಭದ್ದೇನೂ ಆಗಿರಲಿಲ್ಲ. ಅವರ ಮಗ ಒಮ್ಮೆ ಅವರಲ್ಲಿ ಕೇಳಿದ, "ಅಮ್ಮಾ, ನೀನು ನಿನ್ನ ಬದುಕಿಗೊಂದು

ಹೊಸತಿರುವು ನೀಡಿದೆ. ಆದರೆ ಅದರಿಂದ ಮಕ್ಕಳಾದ ನಾವು ಅನುಭವಿಸಿದ ಮಾನಸಿಕ ತೊಂದರೆಯ ಅನುಭವವು ನಿನಗಿದೆಯೆ?" ಅಮೃತಾ ಅದನ್ನು ಅನುಭವಿಸಿದ್ದರು. ಅವುಗಳೆಲ್ಲವನ್ನೂ 'ಜೇಬಕತರೆ' ಎಂಬ ಕಾದಂಬರಿಯಾಗಿ ಚಿತ್ರಿಸಿ ಮಗನ ಕೈಗಿತ್ತರು. ಮಗನ ಕಣ್ಣಲ್ಲಿ ನೀರಾಡಿತ್ತು.

ತನ್ನ ಮತ್ತು ತನ್ನ ಸುತ್ತಲಿನ ಎಲ್ಲ ನೋವುಗಳನ್ನು ಅಕ್ಷರವಾಗಿಸುವ ತಾಕತ್ತು ಅಮೃತಾರ ಲೇಖನಿಗಿತ್ತು ಮತ್ತು ಅದೇ ಅವರನ್ನು ಪೊರೆಯುವ ಶಕ್ತಿಯಾಗಿತ್ತು. ತನ್ನ ಸುತ್ತಲೂ ಹಬ್ಬಿಕೊಂಡ ಅಸತ್ಯದ ಕಥೆಗಳ ಜಾಲವನ್ನವರು ಸತ್ಯದ ಗುರಾಣಿಯಿಂದಲೇ ನಿವಾರಿಸಿಕೊಂಡರು. ತನ್ನೊಳಗೆ ತುಂಬಿಕೊಂಡಿರುವ ಸಾಹಿತಿಯನ್ನು ಬದಿಗೆ ಸರಿಸಿ, ಕೇವಲ ಹೆಣ್ಣೊಬ್ಬಳು ಅಸ್ತಿತ್ವವನ್ನು ನೋಡಿದ ಮೂರೇ ಕ್ಷಣಗಳನ್ನವರು ಹೀಗೆ ನೆನಪಿಸಿಕೊಳ್ಳುತ್ತಾರೆ,

"ನನ್ನ ಇಪ್ಪತ್ತೈದನೆಯ ವಯಸ್ಸಿನಲ್ಲಿ ನಾನೊಂದು ಕನಸು ಕಂಡೆ. ಆಗಿನ್ನೂ ನನಗೆ ಮಕ್ಕಳಾಗಿರಲಿಲ್ಲ. ಪ್ರತಿದಿನ ಕನಸಿನಲ್ಲಿ ನಾನೊಂದು ಹೂಕುಂಡವನ್ನು ನೋಡುತ್ತಿದ್ದೆ. ಅದರಲ್ಲೊಂದು ಹೂವು ಮೆಲ್ಲನೆ ಅರಳುತ್ತಿತ್ತು. ಆದರೆ ಒಂದು ದಿನ ಇದ್ದಕ್ಕಿದ್ದಂತೆ ಆ ಹೂಕುಂಡದಲ್ಲಿ ಮಗುವೊಂದು ಅರಳಿ ನಿಂತಿತು. ಕಣ್ಣುಬಿಟ್ಟಾಗ ಮನಸ್ಸೆಲ್ಲವೂ ಖಾಲಿಯಾಗಿತ್ತು.

ಒಮ್ಮೆ ಸಾಹಿರ್ ಮನೆಗೆ ಬಂದಾಗ ಅವನ ಮೈ ಜ್ವರದಿಂದ ಸುಡುತ್ತಿತ್ತು. ನಾನವನ ಪಕ್ಕದಲ್ಲಿ ಕುಳಿತು ಅವನ ಗಂಟಲು ಮತ್ತು ಎದೆಗೆ ವಿಕ್ಸ್ ಸವರುತ್ತಿದ್ದೆ. ಅವನ ಎದೆಯನ್ನು ಮೆಲ್ಲಗೆ ಸವರುತ್ತ ಇಡಿಯ ಜೀವನವನ್ನು ಕಲಿಯಬಲ್ಲೆ ಎನಿಸಿತು. 'ಕೇವಲ ಹೆಣ್ಣಿ'ಗೆ ಆಗ ಕಾಗದ ಮತ್ತು ಲೇಖನಿಯ ಅವಶ್ಯಕತೆಯಿರಲಿಲ್ಲ.

ತನ್ನ ಸ್ಟುಡಿಯೋದಲ್ಲಿ ಕುಳಿತುಕೊಂಡಿದ್ದ ಇಮರೋಜ್ ತಮ್ಮ ತೆಳುವಾದ ಬ್ರಶ್‌ನ್ನು ಕಾಗದದಿಂದ ಮೇಲೆತ್ತಿ ಒಮ್ಮೆ ಕೆಂಪು ಬಣ್ಣದಲ್ಲಿ ಅದ್ದಿದರು. ಮತ್ತೆ ಎತ್ತಿ ನನ್ನ ಹಣೆಯ ಮೇಲೆ ಬೊಟ್ಟು ಇಟ್ಟರು. ಆಗ ನಾನು ಕೇವಲ ಹೆಣ್ಣಾಗಿದ್ದೆ."

ಹೆಣ್ಣೆಂದರೆ ಒಡವೆಗಳ ಬಯಸುವ ಗೊಂಬೆ, ಹೆಣ್ಣೆಂದರೆ ಸಂಪತ್ತನ್ನು ಆಶಿಸುವ ಆಸೆಬುರುಕಿ, ಹೆಣ್ಣೆಂದರೆ ಗಂಡನ್ನು ಆವರಿಸುವ ಮಾಯೆ ಎಂದೆಲ್ಲ ವ್ಯಾಖ್ಯಾನಿಸುವ ಸುಳ್ಳುಗಳ ಸಂಕೋಲೆಯನ್ನು ಕಳಚಿ, ಹೆಣ್ಣಿನ ಭಾವಲೋಕದೊಳಗನ್ನು ತೆರೆದಿಡುವ ಕ್ಷಣಗಳಿವು!

“ಆಡಿಸಿತು ಮತ್ತದೇ ಗಾಳಿ
ನನ್ನ ತಾಯಿಯ ತಾಯಿಯ ತಾಯಿಯಂತೆ
ಬಂತು ಧಾವಿಸುತ
ತಂದಿತು ಕೈಯಲಿ ಕೆಲ ಅಕ್ಷರಗಳನು
ಎನ್ನದಿರು ಇವುಗಳನ್ನು
ಪುಟ್ಟಪುಟ್ಟ ಕಪ್ಪು ಅಕ್ಷರಗಳೆಂದು”

ಲೇಖನಿ ಯಾವತ್ತೂ ಅವರಿಗೆ ದೇವರ ಸಮಾನವಾಗಿತ್ತು. ಅದನ್ನವರು ತನ್ನೊಳಗಿನ ಚೈತನ್ಯದಂತೆ ತಮ್ಮೊಳಗೆ ಎರಕ ಹೊಯ್ದುಕೊಂಡರು. “ದೇವರಂಥ ಆಸರೆ ನಿನ್ನದು” ಎಂದು ಎದೆಗಪ್ಪಿಕೊಂಡರು. ಹರಿತವಾದ ಮಾತುಗಳಲ್ಲಿ ವಿಭಜನೆಯ ಕರಾಳ ಮುಖವನ್ನು ತೆರೆದಿಟ್ಟರು. ಅನೇಕರ ಕಣ್ಣಲ್ಲಿ ಧರ್ಮವಿರೋಧಿ ಎನಿಸಿದರು. ಆದರೆ ಕೊನೆಯವರೆಗೂ ಅವರ ಲೇಖನಿ ತನ್ನ ಮೊನಚನ್ನು ಕಳಕೊಳ್ಳಲಿಲ್ಲ.

ಅಮೃತಾ ಟಾಲ್‌ಸ್ಟಾಯ್‌ನ ಗೋರಿಗೆ ಭೇಟಿ ಕೊಟ್ಟಾಗ ಗೋರಿಯ ಮೇಲಿಂದ ಒಂದು ಎಲೆಯನ್ನು ಎತ್ತಿಕೊಂಡು ಬಂದಿದ್ದರು. ಏಷ್ಯನ್ ಲೇಖಕರ ಸಮ್ಮೇಳನದಲ್ಲಿ ಭಾಗವಹಿಸಿದಾಗ ಸಾಹಿರ್ ಅವರ ಮತ್ತು ತನ್ನ ಬ್ಯಾಡ್ಜ್‌ನ್ನು ಬದಲಾಯಿಸಿಕೊಟ್ಟಿದ್ದರು. ಆ ಎಲೆಯೊಂದಿಗೆ ಸಾಹಿರ್ ಹೆಸರಿರುವ ಬ್ಯಾಡ್ಜ್‌ನ್ನು ಜೋಪಾನವಾಗಿಟ್ಟಿದ್ದರು. “ಅದನ್ನು ನೋಡಿದಾಗಲೆಲ್ಲ ಈ ಬ್ಯಾಡ್ಜ್ ನನ್ನ ಗೋರಿಯ ಮೇಲಿಂದ ನಾನು ಕೈಯ್ಯಾರೆ ಕಿತ್ತು ತಂದ ಎಲೆಯೇನೋ ಎನಿಸುತ್ತದೆ” ಎನ್ನುತ್ತಾರೆ ಅವರು. ಹಾಗೆಯೇ ವಿಯಟ್ನಾಂನ ಕವಯಿತ್ರಿ ಮಿಖಾರದ್ ಖಾನಂ ಕೊಟ್ಟ ಒಂದು ಬೂದಿಬಟ್ಟಲು ಅವರಲ್ಲಿದೆ. “ನಿಮ್ಮ ಅಂತಃಜ್ಞಾನದ ಹೊಗೆ ನಿಮ್ಮ ಸಿಗರೇಟಿನ ಹೊಗೆಯೊಂದಿಗೆ ಸೇರಿಕೊಂಡಾಗ ನನ್ನನ್ನು ನೆನಪಿಸಿಕೋ” ಎಂಬ ಮಾತು ಕೂಡ ನೆನಪಾಗುಳಿದಿದೆ. ಹೆಣ್ಣು ಜತನದಿಂದ ಕಾಯುವ ವಸ್ತುಗಳ ರೂಪಕದಂತಿವೆ ಇವು.

ಬದಲಾವಣೆಗೆಂದು ತನ್ನ ಜೀವನದ ಬಗೆಗೇ ಬರೆಯಬೇಕೆಂದಿರುವೆ ಎಂದು ಅಮೃತಾ ಖುಶ್ವಂತ ಸಿಂಗ್‌ರೊಂದಿಗೆ ಹೇಳಿದಾಗ ಅವರೆಂದರು, “ನಿನ್ನ ಜೀವನದಲ್ಲಿ ಅಂಥದ್ದೇನಿದೆ? ಬರೆಯತೊಡಗಿದರೆ ರಸೀದಿ ಟಿಕೇಟಿನ ಬೆನ್ನ ಹಿಂದೆ ಬರೆಯಬಹುದು.” ಅವರ ಮಾತನ್ನು ಅಮೃತಾ ಧನಾತ್ಮಕವಾಗಿ ತೆಗೆದುಕೊಂಡರು. ಯಾವಾಗಲೂ ತನ್ನ ಅಳತೆಯನ್ನು ಬದಲಾಯಿಸಿಕೊಳ್ಳದ ರಸೀದಿ ಟಿಕೇಟನ್ನು ಅವರು ತಮ್ಮ ಬದುಕಿನ ಲೇವಾದೇವಿಗೆ ಅಂಟಿಸಿದರು. ತಮ್ಮೆಲ್ಲ ಕವನಗಳು ಹಾಗೂ ಕಾದಂಬರಿಗಳ ಲೇವಾದೇವಿಯ ಕಚ್ಚಾ ರಸೀದಿಯನ್ನು ಪಕ್ಕಾ ಮಾಡಿಕೊಂಡರು.

ಮಹಿಳೆಯರೇಕೆ ಗಂಭೀರವಾದ ಸಾಹಿತ್ಯವನ್ನು ಬರೆಯುತ್ತಿಲ್ಲ ಮತ್ತು ಮಹಿಳಾ ಸಾಹಿತಿಗಳ ಸಂಖ್ಯೆಯೇಕೆ ಕಡಿಮೆ? ಎಂಬೆಲ್ಲ ಪ್ರಶ್ನೆಗಳಿಗೆ ಉತ್ತರವಾಗಿ ಅಮೃತಾ ದೃಢವಾಗಿ ನಿಲ್ಲುತ್ತಾರೆ. ಎಲ್ಲೋ ಸಾಂಪ್ರದಾಯಿಕ ಕುಟುಂಬದಲ್ಲಿ ಮನೆಗೆಲಸದಲ್ಲಿ ಕಳೆದುಹೋದ ಅಮೃತಾರೆಷ್ಟೋ ಲೆಕ್ಕ ಇಟ್ಟವರಾರು? ನಾಲ್ಕನೇ ವಯಸ್ಸಿಗೇ ಮದುವೆಯನ್ನು ನಿಗದಿಗೊಳಿಸಿ ಬದುಕನ್ನು ನಿರ್ಧರಿಸುವಾಗ ಆಯ್ಕೆಯೆಂಬುದು ಹೆಣ್ಣಿನ ಕೈಜಾರಿ ಹೋಗಿರುತ್ತದೆ. ಸುತ್ತಲಿನ ಜನರು ತಮ್ಮ ಮಾತುಗಳೆಂಬ ಈಟಿ, ಭರ್ಜಿಯೊಂದಿಗೆ ಕಾಯುತ್ತಿರುವಾಗ ಸುತ್ತ ಕೋಟೆಯ ಕಟ್ಟಿ ಕಾಯುವ ಇಮರೋಜ್ ಎಷ್ಟು ಹೆಣ್ಣುಗಳಿಗೆ ಸಿಗುತ್ತಾರೆ? ಬದುಕಿನ ಸಂಕೋಲೆಯನ್ನು ಮುರಿದೊಗೆದು ಬಯಲಾಗಿ ಸ್ವಚ್ಛಂದ ಗಾಳಿಯನ್ನು ಹೀರಿ ಸಾಹಿತ್ಯ ಬರೆಯುವ ಧೈರ್ಯ ಎಷ್ಟು ಜನರಿಗಿದ್ದೀತು? ಅಂಥದ್ದೊಂದು ಮಾದರಿಯಾಗಿ ಅಮೃತಾ, ಮತ್ತವರನ್ನು ಜತನದಿಂದ ಕಾಯ್ದ ಇಮರೋಜ್ ಎಂದೆಂದಿಗೂ ನೆನಪಾಗುಳಿಯುತ್ತಾರೆ.

ನನ್ನ ಬರಹಗಳನ್ನು ಪ್ರೀತಿಯಿಂದ ಓದುವ ಗೆಳತಿಯೊಬ್ಬಳು ಮೊನ್ನೆ ಫೋನಿನಲ್ಲಿ ಹೇಳಿದಳು, "ನನಗೂ ಬರೆಯುವುದೆಂದರೆ ಪಂಚಪ್ರಾಣ. ಆದರೆ ಇದೆಲ್ಲ ನನ್ನ ಗಂಡನಿಗೆ ಇಷ್ಟವಿಲ್ಲ. ಆಫೀಸಿನ ಕೆಲಸದ ಒತ್ತಡದಲ್ಲಿ ಬರೆಯಲಾಗುವುದಿಲ್ಲ. ನಾನು ಮನೆಗೆ ಬರುವ ಮೊದಲೇ ಗಂಡ ಮನೆಯಲ್ಲಿರುತ್ತಾರೆ. ಬರೆಯಲು ಕುಳಿತರೆ ಏನಾದರೂ ಕೆಲಸ ನೆನಪಿಸುತ್ತಲೇ ಇರುತ್ತಾರೆ. ರಾತ್ರಿಯಾದರೂ ಬರೆಯೋಣವೆಂದರೆ ಅವರು ಹೇಳಿದಷ್ಟು ಹೊತ್ತಿಗೆ ಲೈಟ್ ಆಫ್ ಆಗಲೇಬೇಕು. ಅಷ್ಟಕ್ಕೂ ಹೇಗಾದರೂ ಚಿಕ್ಕಪುಟ್ಟ ಬರಹಗಳು ಪ್ರಕಟವಾದರೆ ಆ ದಿನವೆಲ್ಲ ಅನವಶ್ಯಕವಾಗಿ ಮಕ್ಕಳಿಗೆ ಬೈಯ್ಯುತ್ತಿರುತ್ತಾರೆ. ಬರಹಕ್ಕಿಂತ ಬದುಕು ಮುಖ್ಯ ಎಂದು ಬರೆಯುತ್ತಿಲ್ಲ." ಎಂದಳು. ಒಂದು ಸಾಹಿತ್ಯ ಗೋಷ್ಠಿಯಲ್ಲಿ ಅಲ್ಲಿಯೇ ಅದ್ಭುತವಾದ ಆಶುಕವನವನ್ನು ರಚಿಸಿ, ಓದಿದ ಅವಳ ಪ್ರತಿಭೆ ಹಾಗೆಯೇ ಮಂಡಿಯೂರಿ ಕುಳಿತಿದೆ. ಅವಳು ತೆರೆದುಕೊಳ್ಳದಿದ್ದರೆ ನನಗೂ ಈ ವಿಷಯ ತಿಳಿಯುತ್ತಿರಲಿಲ್ಲ. ಎಲ್ಲರ ಹಾಗೇ ನಾನೂ ಅವಳನ್ನು ಒಬ್ಬ ಸಂತೃಪ್ತ ಗೃಹಿಣಿಯ ಪಟ್ಟದಲ್ಲಿಟ್ಟು ನೋಡುತ್ತಿದ್ದೆ.

ಇಷ್ಟೆಲ್ಲ, ಹೀಗೆಲ್ಲ ಇರುವಾಗಲೂ ತನ್ನ ಬದುಕಿನ ದಾರಿಯನ್ನು ಎಚ್ಚರದಿಂದ ಆಯ್ದುಕೊಂಡ ಅಮೃತಾ ಬಹಳ ಎತ್ತರದಲ್ಲಿ ನಿಲ್ಲುತ್ತಾರೆ, ಸಾಹಿತಿಯಾಗಿಯೂ ಮತ್ತು ಒಬ್ಬ ಅಪ್ಪಟ ಮಹಿಳೆಯಾಗಿಯೂ...

ಆ ಕಥೆಗಳಲ್ಲೆಲ್ಲ ಕೃಷ್ಣನ ಪ್ರೀತಿಯ ಆಳವಿದೆ

ಆದೊಂದು ಅಚ್ಚರಿಯ ಬೆಳಗು! ಇಡಿಯ ಮಥುರೆಯೇ ಅಂದು ಹೊಸದೊಂದು ರಂಗಿನಲ್ಲಿ ಮಿಂದೆದ್ದಂತಿತ್ತು. ವೃದ್ಧದೊರೆ ಉಗ್ರಸೇನನ ಬಂಧನದೊಂದಿಗೆ ಬಂಧಿಯಾದ ಕನಸುಗಳೆಲ್ಲ ಅಂದು ಬಿಡುಗಡೆಗೊಂಡು ಪುರದ ತುಂಬೆಲ್ಲಾ ಹಾರಾಡುತಿವೆಯೇನೋ ಎಂಬಂತೆ ಭಾಸವಾಗುತ್ತಿತ್ತು.

ಎಲ್ಲರ ಬಾಯಲ್ಲೂ ಅವನದೇ ಸುದ್ದಿ. ಆ ನೀಲ ಮೈಬಣ್ಣದ, ಕಪ್ಪು ಬಟ್ಟಲುಗಣ್ಣಿನ ಹುಡುಗನ ಆಗಮನಕ್ಕೆಂದು ಇಡಿಯ ಮಧುರೆಯೇ ಕಣ್ಣಾಗಿ ಕಾಯುವಂತಿತ್ತು. ಬೃಂದಾವನದ ಅವನ ರಾಸಲೀಲೆಯ ಕಂಪು ಮಧುರೆಯವರೆಗೂ ಹರಡಿತ್ತು. ಹಾಗಾಗಿ ಮಧುರೆಯ ಹರೆಯದ ಹುಡುಗಿಯರ ನಡಿಗೆಗೆ ಹೊಸದೊಂದು ಲಾಸ್ಯ ಬೆಸೆದುಕೊಂಡಿತ್ತು. ನಾಳೆ ತಾವು ಧರಿಸಬೇಕಾದ ಧಿರಿಸಿನ ಬಗೆಗಿನ ಚರ್ಚೆಗೆ ಕೊನೆಮೊದಲೆಂಬುದಿರಲಿಲ್ಲ. ಬರಿಯ ಹುಡುಗಿಯರಲ್ಲ. ತರುಣ ಕಣ್ಣುಗಳಲ್ಲೂ ನೂರಾರು ಕನಸುಗಳು ತುಂಬಿ ತುಳುಕುತ್ತಿದ್ದವು. ಕಣ್ಣನ ಬಾಲ್ಯದ ಸಾಹಸ ಗಾಥೆಗಳು ಅವರನ್ನು ಹುಚ್ಚೆಬ್ಬಿಸಿದ್ದವು. ನಿರ್ವೀರ್ಯರಂತೆ ಕಾಲ ತಳ್ಳುತ್ತಿದ್ದ ಅವರ ಮನಸ್ಸಿನಲ್ಲೊಂದು ಹೊಸ ಹುಮ್ಮಸ್ಸು ಮೊಳಕೆಯೊಡೆದಿತ್ತು. ಇನ್ನು ಊರಿನ ತುಂಬಿರುವ ಹೆಂಗಸರಿಗೋ ಆ ಸುಂದರ ರೂಪಿನ ಹುಡುಗನನ್ನು ಕಾಣುವ ತವಕ. ದೇವಕಿಯ ಕಷ್ಟವೆಲ್ಲ ತಮ್ಮದೇ ಎಂದುಕೊಂಡು ಮೌನವಾಗಿ ಅವಳ ನೋವಿಗೆ ಮರುಗಿದವರು ಅವರು. ಅವಳ ಪ್ರತಿಯೊಂದು ಮಗುವನ್ನು ಕಂಸ ಬಂಡೆಗಲ್ಲಿಗೆ ಅಪ್ಪಳಿಸಿದಾಗಲೂ ಅವರೆಲ್ಲರ ಎದೆ ನಡುಗಿದೆ. ಒಡಲಿನಲ್ಲಿ ಹೇಳಲಾರದ ಸಂಕಟವೊಂದು ಬೆರಳಾಡಿಸಿದೆ. ಅಷ್ಟೇ ಏಕೆ? ತೀರ ಇತ್ತೀಚಿನ ವರ್ಷಗಳಲ್ಲಿ ನಾರದರೆಂಬ ಮಹಾನ್ ನಾಟಕಕಾರ ಋಷಿಯ ಮಾತಿಗೆ ಕಿವಿಗೊಟ್ಟು ಮಧುರೆಯಲ್ಲಿರುವ ಎಲ್ಲ ಮಕ್ಕಳನ್ನೂ ಕಂಸ ಕೊಲ್ಲಿಸಿದ್ದಾನೆ. ಕರುಳಿನ ಕುಡಿಯನ್ನು ಕಳಕೊಂಡ ನೋವು ಅವರೆದೆಯಲ್ಲಿ ಹೆಪ್ಪುಗಟ್ಟಿದೆ. ತಮ್ಮ ಮಕ್ಕಳೆಲ್ಲರನ್ನೂ ಮೋಸದಿಂದ ವಿಷದ ಮೊಲೆಯುಣಿಸಿ ಕೊಂದ ಪೂತನಿಯನ್ನು ಸಂಹರಿಸಿದ ಈ ಬೆಡಗಿನ ಹುಡುಗನನ್ನು ನೋಡಲು ಅವರೆಲ್ಲರೂ ಕಾತರರಾಗಿದ್ದಾರೆ. ಅವನಲ್ಲಿ ತಮ್ಮೆಲ್ಲ ಮಕ್ಕಳ ಪ್ರತಿಬಿಂಬವನ್ನು ಕಾಣಲು ಕಾದು ಕುಳಿತಿದ್ದಾರೆ. ಅಲ್ಲಿಯ ವೃದ್ಧರಿಗಂತೂ ಉಗ್ರಸೇನ ಮಹಾರಾಜನ ಮೊಮ್ಮಗನನ್ನು ಕಣ್ಣುತುಂಬಿಸಿಕೊಳ್ಳುವ ಹಂಬಲ. ನಡುವಯದ ಗಂಡಸರಿಗೆ ಯುದ್ಧ ಮಾಡುವ ದೊರೆ ಕಂಸನಿಂದ ಎಂದು ಮುಕ್ತಿ ಪಡೆದೇವು ಎಂಬ ಚಿಂತೆ. ಎಲ್ಲರಿಗೂ ಬರಲಿರುವ ಕೃಷ್ಣ ತಮ್ಮೆಲ್ಲರ ಆಪದ್ಬಾಂಧವನೆಂಬ ಭಾವ.

ಹೀಗೆ ತೆರೆದುಕೊಂಡ ಆ ಬೆಳಗಿನಲ್ಲಿ ಕೈಕಾಲುಗಳಿಗೆ ಬಿಡುವಿಲ್ಲದಂತೆ ಗಡಿಬಿಡಿಯ ಕೆಲಸದಲ್ಲಿ ಮುಳುಗಿದ್ದಾಳೆ ಕುಬ್ಜೆ. ಕಂಸನ ಅರಮನೆಯ ಪ್ರಮುಖರೆಲ್ಲರಿಗೂ ಸುಗಂಧ ತಯಾರಿಸಿಕೊಡುವ ಗುರುತರವಾದ ಹೊಣೆ ಅವಳದ್ದು. ಆ ಕೆಲಸ ಸುಲಭವೇನೂ ಅಲ್ಲ. ಕಾಡಿನ ಮೂಲೆ ಮೂಲೆಯನ್ನು ಸುತ್ತಿ ಬೇರು ನಾರುಗಳನ್ನು ಹುಡುಕಿ ತರಬೇಕು. ಮತ್ತದನ್ನು ಅರೆದು, ಕುಟ್ಟಿ, ಪುಡಿ ಮಾಡಿ, ಬೇಯಿಸಿ, ಆರಿಸಿ ಸುಗಂಧ ದ್ರವ್ಯವನ್ನು ತಯಾರಿಸಬೇಕು. ಎಲ್ಲರಿಗೂ ಒಂದೇ ಸುಗಂಧ ದ್ರವ್ಯವನ್ನು ನೀಡಲಾಗದು. ಸುಗಂಧ ದ್ರವ್ಯದ ವಿಷಯದಲ್ಲಿ ಒಬ್ಬೊಬ್ಬರಿಗೆ ಒಂದೊಂದು ಪರಿಮಳದ ಬಯಕೆ. ಅವೆಲ್ಲವೂ ಅವಳಿಗೆ ಬಾಯಿಪಾಠವಿದೆ. ಆದರೆ ಕಂಸನ ಹೆಂಡತಿಯರ ಬಯಕೆಯನ್ನು ಮಾತ್ರ ಅವಳು ಅರ್ಥ ಮಾಡಿಕೊಳ್ಳಲಾರಳು. ಇಂದು ಒಂದು ಪರಿಮಳ ದ್ರವ್ಯ ಬಯಸಿದವರು ನಾಳೆ ಅದನ್ನೇ ಹಿಡಿದು ಹೋದರೆ ಮುಖ ಸಿಂಡರಿಸುತ್ತಾರೆ. ಇಂದು ಒಬ್ಬಳು ಬಯಸಿದ್ದನ್ನು ನಾಳೆ ಇನ್ನೊಬ್ಬಳು ಬೇಕೆನ್ನುತ್ತಾಳೆ. ಅವರಿಗೆ ಏನು ಬೇಕೆಂಬುದೇ ಇವಳಿಗೆ ಅರ್ಥವಾಗುವುದಿಲ್ಲ. ಆದರೆ ಇತ್ತೀಚೆಗೆ ಕುಬ್ಜೆಗೆ ಅನಿಸುತ್ತಿದೆ ಗಂಡನ ಪ್ರೀತಿಯ ಕೊರತೆಯನ್ನವರು ತನ್ನ ಮೇಲಿನ ಅಸಹನೆಯಾಗಿ ವ್ಯಕ್ತಪಡಿಸುತ್ತಾರೆಂದು. ಹಾಗಾಗಿ ಅವರು ಸಿಡಿಸಿಡಿ ಎನ್ನುವಾಗಲೆಲ್ಲ ಇವಳು ತನಗಲ್ಲವೆಂಬಂತೆ ಸಾಗುತ್ತಾಳೆ.

ಕೃಷ್ಣ ಬರುವನೆಂಬ ವಿಷಯ ಕುಬ್ಜೆಯನ್ನೂ ತಲುಪಿದೆ. ಹಾಗೆಂದೇ ಅವಳು ಇಂದು ಬೇಗನೆ ಕೆಲಸ ಮುಗಿಸುವ ತವಕದಲ್ಲಿದ್ದಾಳೆ. ಎಲ್ಲರ ಕೆಲಸ ಮುಗಿಸಿ ಇಂದವಳು ಒಂದು ವಿಶೇಷವಾದ ಸುಗಂಧ ದ್ರವ್ಯವನ್ನು ಕೃಷ್ಣನಿಗಾಗಿ ತಯಾರಿಸಲಿದ್ದಾಳೆ. ಮುದ್ದು ಕೃಷ್ಣ ಶಂಗಾರಪ್ರಿಯ ಎಂಬುದು ಅವಳಿಗೆ ಮನದಟ್ಟಾಗಿದೆ. ಇಲ್ಲವಾದಲ್ಲಿ ಹೊಸ ಬಟ್ಟೆಯನ್ನು ನೀಡಲು ನಿರಾಕರಿಸಿದ ಅಗಸನನ್ನು ಮುಗಿಸುತ್ತಿರಲಿಲ್ಲ. ಹಾಗಾಗಿಯೇ ಅವಳಿಂದು ಕೃಷ್ಣನಿಗಾಗಿ ವಿಶೇಷವಾದ ಸುಗಂಧ ದ್ರವ್ಯವೊಂದನ್ನು ತಯಾರಿಸಲಿದ್ದಾಳೆ.

ಸುಗಂಧ ದ್ರವ್ಯ ತಯಾರಿಸುವ ಕಲೆಯನ್ನವಳು ತನ್ನ ತಾಯಿಯಿಂದ ಕಲಿತಿದ್ದಾಳೆ. ಅವಳ ತಾಯಿಯೂ ಅರಮನೆಯ ಗಂಧವಾರಿಣಿಯೇ ಆಗಿದ್ದಳು. ಅದನ್ನೇ ತನ್ನ ಮಗಳಿಗೂ ಕಲಿಸಿದಳು. ಅಮ್ಮ ಗುಟ್ಟಿನಲ್ಲಿ ತನಗೆ ಮಾತ್ರವೇ ಹೇಳಿದ ಅತ್ಯಮೂಲ್ಯ ಪರಿಮಳವೊಂದನ್ನು ಇಂದು ತಯಾರಿಸಿ ಅಮ್ಮನ ಸುವರ್ಣ ಕರಂಡಕದಲ್ಲಿ ಹಾಕಿಡಬೇಕು. ಆ ಪೆಟ್ಟಿಗೆ ಮಹಾರಾಜ ಉಗ್ರಸೇನ ತನ್ನ ತಾಯಿಯ ಕೆಲಸವನ್ನು ಮೆಚ್ಚಿ ನೀಡಿದ ಇನಾಮಾಗಿತ್ತು. ಅಮ್ಮ ಅದನ್ನು ತನ್ನ ಜೀವದಂತೆ ಜೋಪಾನ ಮಾಡಿದ್ದಳು. ಪುಟ್ಟ

ಕನ್ನಡಿಯನ್ನು ಹೊಂದಿದ ಮುಚ್ಚಳವಿರುವ ಆ ಪೆಟ್ಟಿಗೆ ಕೈಯ್ಯಲ್ಲಿ ಹಿಡಿದವರ ಮುಖವನ್ನು ಇನ್ನಷ್ಟು ಸುಂದರವಾಗಿ ತೋರುತ್ತಿತ್ತು. ಅದರಲ್ಲಿ ಮುಖವನ್ನು ನೋಡಿದಾಗಲೆಲ್ಲ ತ್ರಿವಕ್ರೆ ತಾನೆಷ್ಟು ಸುಂದರಿ ಎಂದುಕೊಳ್ಳುತ್ತಾಳೆ.

ಸುಂದರಿ ಎಂಬ ಪದ ಮನದಲ್ಲಿ ಸುಳಿದದ್ದೇ ತಡ ಒಂದು ಕ್ಷಣ ಕುಟ್ಟುವ ಕೆಲಸವನ್ನು ನಿಲ್ಲಿಸಿದಳು ತ್ರಿವಕ್ರೆ. ಅದೇ ಕಾರಣದಿಂದಲ್ಲವೆ ಇಡಿಯ ಮಥುರೆಯ ಜನ ತನ್ನನ್ನು ಹೀಗಳೆಯುವುದು? ಇಡಿಯ ದೇಹ ಮೂರು ಕಡೆಯಲ್ಲಿ ಬಾಗಿದ್ದಕ್ಕಾಗಿಯೇ ತನ್ನನ್ನು ತ್ರಿವಕ್ರೆ ಎನ್ನುವುದು. ಬಾಗಿದ ದೇಹ ಕುಬ್ಜವಾದದ್ದಕ್ಕೆ ಕೆಲವರು ಕುಬ್ಜೆ ಎಂದೂ ಕರೆಯುತ್ತಾರೆ. ಹುಟ್ಟುವಾಗಲೇ ಹಾಗಿದ್ದರೆ ಬಹುಶಃ ಅವಳು ಈ ಅವಮಾನ, ಹೀಗಳಿಕೆಯನ್ನೆಲ್ಲ ಸ್ವೀಕರಿಸುತ್ತಿದ್ದಳೇನೋ? ಆದರೆ ಹುಟ್ಟುವಾಗ ಅವಳು ವಕ್ರೆಯಾಗಿರಲಿಲ್ಲ. ಸುಂದರ ರೂಪದ ಅವಳ ಹೆಸರು ಮಾಲಿನಿ ಎಂಬುದಾಗಿತ್ತು. ನೋಡಿದವರೆಲ್ಲ ರೂಪೆಂದರೆ ನಮ್ಮ ಮಾಲಿನಿಯದು ಎಂದು ಕೊಂಡಾಡುತ್ತಿದ್ದರು. ಎತ್ತರವಾದ ನೀಳ ಕಾಯ, ಮಂಡಿಯವರೆಗೆ ಬೆಳೆದ ಸೊಂಪಾದ ಕೂದಲ ರಾಶಿ, ಅಮ್ಮನ ಆರೈಕೆಯಲ್ಲಿ ಹೊಳೆಯುವ ಮೈಬಣ್ಣ, ದಟ್ಟವಾದ ರೆಪ್ಪೆಗಳು, ಮಿನುಗುವ ಅಗಲವಾದ ಬಟ್ಟಲುಗಣ್ಣುಗಳು... ಓಹ್! ತನ್ನ ಬಾಲ್ಯದ ರೂಪವನ್ನು ನೆನಪಿಸಿಕೊಂಡು ನಿಟ್ಟುಸಿರಿಟ್ಟಳು ತ್ರಿವಕ್ರೆ. ಅದೇ ರೂಪವನ್ನು ನೋಡಿಯೇ ಅಲ್ಲವೇನು ಸುಬಾಹು ತನ್ನ ಹಿಂದೆ ಬಿದ್ದದ್ದು, ಮದುವೆಯಾಗದೇ ಇಲ್ಲಿಂದ ಕದಲೆನೆಂದು ಬಾಗಿಲ ಬಳಿ ಹಠ ಹಿಡಿದು ಕುಳಿತದ್ದು, ಅರಮನೆಯ ಊಳಿಗದಲ್ಲಿರುವ ಅವನೊಂದಿಗೆ ಅಮ್ಮ ತನ್ನನ್ನು ಮದುವೆ ಮಾಡಿದ್ದು, ತಾವಿಬ್ಬರೂ ಆಗಸದಲ್ಲಿ ಹಾರುವ ಹಕ್ಕಿಗಳಂತೆ ವಿಹರಿಸಿದ್ದು... ಎಷ್ಟೊಂದು ಅಪ್ಯಾಯಮಾನವಾದ ನೆನಪುಗಳವು. ಆ ಕೆಟ್ಟ ಜ್ವರ ಯಾವ ಮುಹೂರ್ತದಲ್ಲಿ ಬಂದಿತೋ? ತಿಂಗಳುಗಳ ಕಾಲ ಮೇಲೇಳದಮತೆ ಮಲಗಿಸಿಬಿಟಿತ್ತು. ಮತ್ತೆ ಹಾಸಿಗೆಯಿಂದ ಏಳುವಾಗ ದೇಹ ಹೀಗೆ ಸೆಟೆದುಕೊಂಡಿತ್ತು. ಅಮ್ಮನ ಬೇರು, ನಾರುಗಳೆಲ್ಲವೂ ಜೀವ ಉಳಿಸಿದವೇ ವಿನಃ ರೂಪವನ್ನು ಮರಳಿ ತಂದುಕೊಡಲಿಲ್ಲ. ಹಾಗಾಗಿ ಚೆಂದದ ಮಾಲಿನಿ ಕುಬ್ಜೆಯಾದಳು. ಮೂರ್ಖ ಸುಬಾಹು! ಹೆಂಡತಿಯೆಂಬ ಮಮಕಾರವನ್ನೂ ತೋರದೇ ಇನ್ನೊಬ್ಬ ಚೆಂದದ ಹೆಣ್ಣಿನೊಂದಿಗೆ ಸಂಸಾರ ಆರಂಭಿಸಿದ. ಅವನು ಪ್ರೀತಿಸಿದ್ದು ಚೆಂದದ ಈ ದೇಹವನ್ನು ಎಂದು ಮೊದಲೇ ತಿಳಿದಿದ್ದರೆ...

ಭೂತವನ್ನು ಬದಿಗೊತ್ತಿ ಮತ್ತೆ ತನ್ನ ಕೆಲಸದಲ್ಲಿ ಮುಳುಗಿದಳು ತ್ರಿವಕ್ರೆ. ಕಂಸ ಮಹಾರಾಜನಿಗೆ ಸುಗಂಧ ದ್ರವ್ಯವನ್ನು ಕೊಡುವಾಗಲೆಲ್ಲ

ದೇಹ ಹಿಡಿಯಾಗುತ್ತದೆ. ತನ್ನ ಸುತ್ತಲೂ ಇರುವವರೊಂದಿಗೆ ತನ್ನ ಬಗ್ಗೆ ಏನಾದರೊಂದು ಕುಹಕವಾಡಿ ನಗದಿದ್ದರೆ ಅವನಿಗೆ ಸಮಾಧಾನವಿರಲಿಲ್ಲ. ನನ್ನ ನಡಿಗೆಯ ಬಗೆಗೋ ಗೂನಾಗಿಹೋದ ಬೆನ್ನಿನ ಬಗೆಗೋ, ಬಾಗಿ ಬಿಲ್ಲಿನಂತಾದ ಕಾಲುಗಳ ಬಗೆಗೋ ಏನಾದರೊಂದು ಕುಹಕವಾಡದೇ ಸುಮ್ಮನಿರುವವನಲ್ಲ ಅವನು. ಅಮ್ಮ ಹೇಳಿದ ಈ ಕೆಲಸವೊಂದು ಕೈಹಿಡಿಯದಿದ್ದರೆ ರಾಜಬೀದಿಯಲ್ಲಿ ಕುಳಿತು ಭಿಕ್ಷೆ ಬೇಡಬೇಕಾಗಿತ್ತು ಎಂಬುದು ನೆನಪಾದಾಗಲೆಲ್ಲ ಅವಳಿಗೆ ಈ ಕುಹಕಗಳು ದೊಡ್ಡದೆನಿಸುವುದಿಲ್ಲ. ಕೃಷ್ಣನ ಬಾಲ್ಯದ ಪವಾಡಗಳನ್ನು ಅವಳು ಕೇಳಿದ್ದಾಳೆ. ಅವನ ಬರವಿನ ಬಗೆಗೆ ಸಣ್ಣದೊಂದು ಆಸೆ ಅವಳೊಳಗೂ ಚಿಗುರೊಡೆದಿದೆ. ತನ್ನ ಕುಬ್ಜತೆಯನ್ನು ಅವನು ಕಳೆದಾನೇನೋ ಎಂಬ ಬಯಕೆ ಅವಳಲ್ಲಿ ಮೊಳೆಯುತ್ತಿದೆ. ಹಾಗಾಗಬೇಕೆಂದರೆ ಅವನನ್ನು ಭೇಟಿಯಾಗಬೇಕು. ಭೇಟಿಯಾಗಲು ಸುಗಂಧ ದ್ರವ್ಯದ ನೆವವೊಂದು ಬೇಕು. ಲಗುಬಗೆಯಿಂದ ತನ್ನ ಕೆಲಸದಲ್ಲಿ ಮುಳುಗಿಹೋದಳು ಕುಬ್ಜೆ. ಎಂದಾದರೊಂದು ದಿನ ತಾನು ಕಂಸ ಮಹಾರಾಜನೆದುರಿಗೆ ತಲೆಯೆತ್ತಿ ನಡೆಯಬೇಕು ಎಂದುಕೊಂಡಳು.

ಆ ರಾತ್ರಿ ಮಥುರೆಯ ಜನರ್‍ಯಾರೂ ಮಲಗಲಿಲ್ಲ. ಅಂತೆಯೇ ತ್ರಿವಕ್ರೆಯೂ ಕೂಡ. ತಾನು ವಿಶೇಷವಾಗಿ ತಯಾರಿಸಿದ ಸುಗಂಧ ದ್ರವ್ಯವನ್ನವಳು ಕಡಿಮೆಯೆಂದರೆ ನೂರು ಬಾರಿ ತೆಗೆದು ಆಘ್ರಾಣಿಸಿದ್ದಳು. ಯಾಕೋ ಕೃಷ್ಣ ತನ್ನನ್ನು ಉದ್ಧರಿಸಲಾರನೇನೋ ಎನಿಸಿತವಳಿಗೆ. ಇದ್ದಕ್ಕಿದ್ದಂತೆ ತನ್ನ ಗೆಳತಿ ಪೂತನಿಯ ನೆನಪಾಯಿತು. ಗಂಡ ದೂರಾದ ಬಳಿಕ ಒಂಟಿಯಾಗಿದ್ದ ತನ್ನ ಜೊತೆಯಾಗಿದ್ದಳು ಅವಳು. ವರ್ಷಕ್ಕೊಂದರಂತೆ ನಾಲ್ಕು ಮಕ್ಕಳನ್ನು ಸಾಲಾಗಿ ಹೆತ್ತಿದ್ದಳು. ಎಲ್ಲ ಮಕ್ಕಳನ್ನು ಸಾಕಿದ್ದು ಮಾತ್ರ ತ್ರಿವಕ್ರೆಯೆ. ಅವಳ ಗಂಡ ಕಂಸ ಮಹಾರಾಜನ ಅರಮನೆಯೊಳಿಗದಲ್ಲಿದ್ದ. ದೇವಕಿಯ ಎಂಟನೇ ಮಗು ಕಂಸನ ಕೈಜಾರಿ ಹೋಗಿದ್ದ. ಮೊದಲೇ ಕ್ರೂರಿಯಾಗಿದ್ದ ಕಂಸ ವ್ಯಗ್ರನಾಗಿದ್ದ. ಯಾರು ದೇವಕಿಯ ಕಂದ ಎಂಬ ವಿವೇಚನೆಯನ್ನೇ ಕಳಕೊಂಡು ಕಂಡ ಮಕ್ಕಳನ್ನೆಲ್ಲ ಕೊಲ್ಲಿಸುವ ಯೋಜನೆ ಹಾಕಿದ. ಪಾಪ ಪೂತನಿ. ಅವನ ಮೋಸದ ಬಲೆಯ ದಾಳವಾದಳು. ಅವಳ ಗಂಡ ಬಂದು ಕಂಸನ ಯೋಜನೆಯನ್ನು ಮುಂದಿಟ್ಟು ಅದರಿಂದ ತಾವು ಪಡೆಯಬಹುದಾದ ಸಂಪತ್ತಿನ ಲೆಕ್ಕವನ್ನು ಒಪ್ಪಿಸುವಾಗ ಕ್ರೋಧಗೊಂಡಿದ್ದಳು. ಮರುದಿನವೇ ಮಹಾರಾಜನನ್ನು ಭೇಟಿಯಾಗಿ ತನ್ನ ನಿರಾಕರಣೆಯನ್ನೂ ಅರುಹಿದಳು. ಕಂಸನ ಮಾತಿಗೆ ಎದುರಾಡುವುದುಂಟೆ? ಅವನು ಹೇಳಿದಂತೆ

ನಡೆದುಕೊಳ್ಳದಿದ್ದರೆ ಹುಟ್ಟಿರುವ ನಾಲ್ಕು ಮಕ್ಕಳೊಂದಿಗೆ ಹೊಟ್ಟೆಯಲ್ಲಿರುವ ಅವಳ ಐದನೆಯ ಮಗುವನ್ನು ಹೊರಗೆಳೆದು ಕೊಲ್ಲಿಸುವ ಬೆದರಿಕೆಯನ್ನ ಹಾಕಿದ್ದ. ಪಾಪ ಪೂತನಿ! ಅವನು ನೀಡಿದ ವಿಷದ ಕರಡಿಗೆಯನ್ನು ಕೈಯಲ್ಲಿ ಹಿಡಿದು ಕಂಡ ಮಕ್ಕಳಿಗೆಲ್ಲ ವಿಷಪೂರಿತ ಮೊಲೆಯುಣಿಸಿ ಸಾಯಿಸುತ್ತಾ ನಡೆದಳು.

ಮಧುರೆಯ ಎಲ್ಲ ಮಕ್ಕಳನ್ನೂ ಮುಗಿಸಿದ ಮೇಲೆ ಅವಳು ಸುಖವಾಗಿ ಬಾಳಲುಂಟೆ? ಮನೆಯ ಹೊರಬಂದರೆ ಸಾಕು, ಜನರು ಕಲ್ಲು ಎಸೆದು ಓಡಿಸುತ್ತಿದ್ದರು. ತುಂಬುಗರ್ಭಿಣಿ ಪೂತನಿ ತನ್ನ ಮನೆಯೊಳಗೆ ಕುಳಿತು ಕಣ್ಣೀರಾದದ್ದನ್ನು ತ್ರಿವಕ್ರೆಯೊಬ್ಬಳೇ ನೋಡಿದ್ದು. ತ್ರಿವಕ್ರೆಗೆ ಮೆಟ್ಟಿದಂಥದ್ದೇ ಜ್ವರ ಪೂತನಿಯ ಮಕ್ಕಳಿಗೂ ಮೆಟ್ಟಿಕೊಂಡಿತ್ತು. ಅಮ್ಮ ತನಗೆ ತಯಾರಿಸಿಕೊಟ್ಟ ಕಷಾಯವನ್ನೇ ಅವಳು ಮಕ್ಕಳಿಗೂ ತಯಾರಿಸಿಕೊಟ್ಟಿದ್ದಳು. ಪೂತನಿ ಅದನ್ನು ಕುಡಿಸಿದಳೋ ಇಲ್ಲವೋ ಯಾರಿಗೆ ಗೊತ್ತು? ಸಾಲಲ್ಲಿ ಮಲಗಿಸಿದ ನಾಲ್ಕು ಮಕ್ಕಳ ಚಿತ್ರ ಇನ್ನೂ ಅವಳ ಕಣ್ಣಿಂದ ಮಾಸಿಲ್ಲ. ಮಕ್ಕಳನ್ನು ಮಣ್ಣುಮಾಡಲೂ ಯಾರೊಬ್ಬರೂ ಮುಂದೆ ಬರಲಿಲ್ಲ. ಅವರೇ ಕೈಯ್ಯಾರೆ ಮಕ್ಕಳನ್ನು ಗುಂಡಿಯೊಳಗಿಟ್ಟು ಬಂದರು. ಅದೇ ದಿನ ಪೂತನಿ ಸತ್ತ ಮಗುವೊಂದಕ್ಕೆ ಜನ್ಮ ನೀಡಿದ್ದಳು. ಅಷ್ಟಾದರೂ ಅವಳ ಕಣ್ಣೊಳಗಿಂದ ಹನಿನೀರು ಒಸರುತ್ತಿರಲಿಲ್ಲ. ಎಲ್ಲ ಕಣ್ಣೀರು ಹಸುಗುಸುಗಳು ತನ್ನ ಮಡಿಲಿನಲ್ಲಿ ಅಸುನೀಗುವಾಗ ಸುರಿದುಹೋಯಿತು ಎನ್ನುತ್ತಿದ್ದಳು.

ಬಾಣಂತಿಗೆ ಮಗುವಿರದೇ ಎದೆಹಾಲು ಕಟ್ಟಿಹೋಗಿತ್ತು. ತ್ರಿವಕ್ರೆ ಹಾಲು ಬತ್ತಿಸಲು ತನ್ನ ಕೈಲಾದ ಪ್ರಯತ್ನ ಮಾಡುತ್ತಿದ್ದಳು. ಒಂದು ದಿನ ಎದೆಹಾಲಿನಿಂದ ತುಂಬಿದ ಎದೆಯನ್ನು ಸವರುತ್ತಾ ಪೂತನಿ ಹೇಳಿದ್ದಳಲ್ಲ. "ಮಾಲಿನಿ, ಈಗ ಸ್ವರ್ಗ ಯಾವುದೆಂದು ನನ್ನನ್ನು ಕೇಳಿದರೆ ನನ್ನ ಎದೆಗೆ ಬಾಯಿಟ್ಟು ಮಗುವೊಂದು ಹಾಲನ್ನು ಹೀರುವುದು ಅನಿಸುತ್ತದೆ. ಮಗು ಹಾಲು ಕುಡಿಯುವಾಗ ಯಾವಾಗ ಇದು ಮುಗಿಯುವುದಪ್ಪಾ ಅನಿಸುತ್ತಿತ್ತು. ಆದರೆ ಈಗ ನೋಡು. ಹಾಲು ಹೀರುವ ಹಸುಗೂಸಿನ ತುಟಿಗಳಿಗಾಗಿ ನಾನು ಹಂಬಲಿಸುವಂತಾಗಿದೆ. ಎಲ್ಲ ನಾನು ಮಾಡಿದ ಪಾಪದ ಫಲ." ಅಂಥದೊಂದು ನಿರೂಪ ಮತ್ತೆ ಕಂಸ ಮಹಾರಾಜನಿಂದ ಬಂದಿತ್ತು. ಈಗವನಿಗೆ ಅದ್ಯಾರೋ ದೂರದ ಗೋಕುಲದಲ್ಲಿ ಕೃಷ್ಣನಿದ್ದಾನೆ ಎಂದು ವರದಿ ನೀಡಿದ್ದರಂತೆ. ಹಾಗಾಗಿ ಅಲ್ಲಿಗೆ ಹೋಗಿ ಕೃಷ್ಣನ ವಯಸ್ಸಿನ ಎಲ್ಲ ಮಕ್ಕಳನ್ನು ಕೊಲ್ಲುವಂತೆ ಪೂತನಿಗೆ ಪುನಃ ಆದೇಶಿಸಿದ್ದ. ಪೂತನಿಯ

ಗಂಡನೀಗ ಅದನ್ನು ಸಾರಾಸಗಟಾಗಿ ನಿರಾಕರಿಸಿದ್ದ. ಕಂಸ ಅವನನ್ನು ಬಂಧಿಸಿಟ್ಟು ಪೂತನಿಯನ್ನು ಬರಹೇಳಿದ್ದ. ಪೂತನಿ ನಗುನಗುತ್ತಲೇ ಅವನ ಆಹ್ವಾನವನ್ನು ಸ್ವೀಕರಿಸಿದ್ದಳು. ಗೋಕುಲದಲ್ಲಿ ನೇರವಾಗಿ ಕೃಷ್ಣನ ಮನೆಯನ್ನು ಹುಡುಕಿ ಹೋಗಿದ್ದಳು. ಯಾರೂ ಕಾಣದ ಜಾಗದಲ್ಲಿ ಕೃಷ್ಣನಿಗೆ ಮೊಲೆಯೂಡಿಸುತ್ತಲೇ ಪ್ರಾಣಬಿಟ್ಟಳೆಂದು ಸುದ್ದಿಯಾಯಿತು. ವಿಷದ ಮೊಲೆಯೂಡಿಸಲು ಬಂದವಳನ್ನು ಕೃಷ್ಣ ರಕ್ತ ಹೀರಿ ಕೊಂದ ಎನ್ನುತ್ತಾರೆ ಜನ. ತ್ರಿವಕ್ರೆಗೆ ಮಾತ್ರವೇ ಗೊತ್ತಿದೆ ಪೂತನಿ ತನ್ನ ಎದೆಹಾಲಿನೊಂದಿಗೆ ಜೀವಚೈತನ್ಯವನ್ನೂ ಕೃಷ್ಣನಿಗೆ ಬಸಿದುಕೊಟ್ಟ ಸತ್ಯ.

ಇವೆಲ್ಲವೂ ನೆನಪಾಗಿ ರೋಮಾಂಚನಗೊಂಡಳು ತ್ರಿವಕ್ರೆ. ಅದ್ಯಾವ ಮಾಯಕದಲ್ಲಿ ಬೆಳಗಾಯಿತೋ ಯಾರಿಗೆ ಗೊತ್ತು. ಅರಮನೆಯಲ್ಲಿ ಬಿಲ್ಲಹಬ್ಬದ ದ್ಯೋತಕವಾಗಿ ಮಂಗಳ ವಾದ್ಯಗಳು ಮೊಳಗಿದವು.

ಕೈಯಲ್ಲಿ ಸುಗಂಧದ ಕರಂಡಕವನ್ನು ಹಿಡಿದು ಕಾದೇ ಕಾದಳು ಕುಬ್ಜೆ. ಆ ಗಲಾಟೆಯಲ್ಲಿ ಗುಂಪಿನಲ್ಲಿ ಮುನ್ನುಗ್ಗಿ ಕೃಷ್ಣನನ್ನು ಸಂಧಿಸುವುದಂತೂ ಕನಸಿನ ಮಾತು. ಇನ್ನು ಸುಗಂಧ ದ್ರವ್ಯವನ್ನು ಮುಟ್ಟಿಸುವುದು ಹೇಗೆಂಬ ಚಿಂತೆ ಅವಳ ಮನಸ್ಸನ್ನು ಕವಿಯಿತು. ನಿಧಾನವಾಗಿ ಗುಂಪು ಚದುರತೊಡಗಿತು. ನೀಲವರ್ಣದ ವಿಶಾಲ ಕಂಗಳ ಆಕೃತಿಯೊಂದು ತನ್ನೆಡೆಗೆ ಬರುತ್ತಿರುವುದನ್ನು ಕಂಡ ಕುಬ್ಜೆ ಇದು ತನ್ನ ಭ್ರಮೆಯಿರಬಹುದೆ ಎಂದು ಕಣ್ಣುಜ್ಜಿಕೊಂಡಳು. "ಮಾಲಿನಿ, ನನಗೇನೂ ತಂದಿಲ್ಲವೆ?" ಮೃದುವಾದ ಮಾತುಗಳು ಆ ದೇಹದಿಂದ ತೂರಿಬಂದವು. ಮಾಲಿನಿ ತಾನು ತಂದ ಕರಂಡಕವನ್ನು ಅವನ ಕೈಗಿತ್ತಳು, ಮಾಮೂಲಿನಂತೆ ತಲೆಯೆತ್ತದೆ. ಒಂದು ಮೃದುವಾದ ಕೈ ಅವಳ ಗಲ್ಲವನ್ನು ಹಿಡಿದೆತ್ತಿತು. "ತಲೆತಗ್ಗಿಸಿ ನಿಂತಿರುವಿಯೇಕೆ ಮಾಲಿನಿ? ಇಲ್ಲಿ ನನ್ನ ಮುಖವನ್ನೊಮ್ಮೆ ನೋಡಬಾರದೆ? ನನ್ನೊಡನೆ ಮಾತನಾಡುವುದಿಲ್ಲವೇನು?" ಉತ್ತರಕ್ಕಾಗಿ ಹಂಬಲಿಸುವ ಪ್ರಶ್ನೆಯೊಂದು ತೇಲಿಬಂತು. "ಹೇಗಿದೆ ಕೃಷ್ಣ ನಾನು ತಂದ ಉಡುಗೊರೆ?" ಮಾಲಿನಿ ತಲೆಯೆತ್ತುತ್ತಾ ಕೇಳಿದಳು. "ಸುಗಂಧಭರಿತವಾಗಿದೆ ನಿನ್ನ ಮನಸ್ಸಿನಂತೆ, ಈ ಕರಂಡಕವೋ ಎಷ್ಟು ಸುಂದರವಾಗಿದೆ ನಿನ್ನಂತೆ!" ಅವನು ನುಡಿದಾಗ ಅಚ್ಚರಿಯಿಂದ ಕಣ್ಣರಳಿಸಿದಳು ಕುಬ್ಜೆ. ಕೃಷ್ಣ ಅವಳ ವಕ್ರವಾದ ದೇಹವನ್ನು ಪ್ರೀತಿಯಿಂದ ತಡವುತ್ತಾ ನುಡಿದ, "ನಿಜಕ್ಕೂ ಮಾಲಿನಿ ನೀನು ತುಂಬ ಸುಂದರಳಾಗಿರುವೆ. ನಿನ್ನ ಈ ಹೊಳೆಯುವ ಕಣ್ಣುಗಳು, ಮಿರುಗುವ ಮೈಕಾಂತಿ, ದಟ್ಟವಾದ ಕೂದಲುಗಳು ಎಷ್ಟು ಸೊಗಸಾಗಿವೆ. ನೀನು ತಲೆಯೆತ್ತಿ ನಡೆದರೆ ನಿನ್ನ ಈ ದೇಹವೂ ಇನ್ನಷ್ಟು

ಸುಂದರವಾಗಿಯೇ ಕಾಣುತ್ತದೆ. ನೀನು ಅನುಪಮ ಸುಂದರಿ. ಇಂದಿನಿಂದ ತಲೆಯೆತ್ತಿ ನಡೆ." ಎನ್ನುತ್ತಲೇ ಅವಳ ಕೈಯ್ಯನ್ನು ತನ್ನೆರಡು ಕೈಗಳಲ್ಲಿ ಹಿಡಿದು ಅವಳನ್ನು ಗಿರಗಿರನೆ ತಿರುಗಿಸಿ ಉಯ್ಯಾಲೆಯಾಡಿಸಿ ನಡೆದ.

ಮಾಲಿನಿಯ ನಡಿಗೆಗೆ ಅಂದು ಹೊಸದೊಂದು ಗತ್ತು ಬಂದಿತ್ತು. ಕುಣಿಯುವ ನಡಿಗೆಯಲ್ಲವಳು ಕಂಸ ಮಹಾರಾಜನ ಕೊಠಡಿಯನ್ನು ಪ್ರವೇಶಿಸಿದಳು. ಕಂಸ ಅವಳನ್ನು ಕಡೆಗಣ್ಣಿನಿಂದ ನೋಡುತ್ತಲೇ ಇದ್ದ. "ಏನಿವತ್ತು, ನಡಿಗೆಯಲ್ಲಿ ಹೊಸದೊಂದು ಗತ್ತಿದೆ. ಬಾಗಿದ ಬೆನ್ನು ತುಸು ನೇರವಾಗಿದೆ. ತಗ್ಗಿರುತ್ತಿದ್ದ ತಲೆ ಮೇಲೆತ್ತಿದೆ?" ಗರ್ವದಿಂದ ಪ್ರಶ್ನಿಸಿದ ಕಂಸ. ಮಾಲಿನಿ ಹೇಳುತ್ತಲೇ ಹೋದಳು, "ಎಲ್ಲದಕ್ಕೂ ಅವನೇ ಕಾರಣ ದೊರೆ. ಅವನು ಎಲ್ಲರನ್ನೂ ಪ್ರೀತಿಸುತ್ತಾನೆ. ಎಲ್ಲರ ಬದುಕಿನ ಘನತೆಯನ್ನು ಅವರ ಅಂಗೈಯಲ್ಲಿಟ್ಟು ನಗುತ್ತಾನೆ. ದೇಹದ ವಕ್ರತೆಯನ್ನು ಬದಿಗಿಟ್ಟು ಆಂತರ್ಯದ ಸೌಂದರ್ಯವನ್ನು ತೆರೆದು ತೋರುತ್ತಾನೆ. ಅವನೆದುರು ಯಾರ ಪರಾಕ್ರಮವೂ ಗೆಲ್ಲದು, ಯಾವ ತಂತ್ರಗಳೂ ಫಲಿಸದು. ಜಾಗ್ರತೆಯಾಗಿರು, ಅವನು ನಿನಗಿಂತಲೂ ಖಂಡಿತಕ್ಕೂ ಬಲಶಾಲಿ..." ಕಂಸ ಅಸಹನೆಯಿಂದ ಕಿರುಚಿದ, "ನಿಲ್ಲಿಸು ನಿನ್ನ ಅಸಂಬದ್ಧ ಪ್ರಲಾಪವನ್ನು..." ಆದರೆ ಅದೊಂದೇ ಕೂಗು ಅವನ ಕೊನೆಯ ಕೂಗಾಗಿತ್ತು. ಅವನೊಳಗಿನ ಆತ್ಮವಿಶ್ವಾಸ ಕುಸಿದುಹೋಗಿತ್ತು. ಮರುದಿನ ಅವನು ಹೆಣವಾಗಿ ಬಿದ್ದಿದ್ದ.

ಒಂದು ಪ್ರೀತಿಯ ಸಾಂತ್ವನ ಇಡಿಯ ಬದುಕನ್ನೇ ಬೆಳಗಿದ ಕಥೆಗಳು ನಿಜಜೀವನದಲ್ಲಿ ಎಷ್ಟೊಂದಿಲ್ಲ. ಅಂದು ಕನ್ನಡ ಶಾಲೆಯ ಮಾಸ್ತರರೊಬ್ಬರು ಅನಕ್ಷರಸ್ಥನಾಗಿದ್ದ ಅಪ್ಪನನ್ನು ಕರೆದು ನಿಮ್ಮ ಮಗಳು ನೌಕರಿ ಮಾಡಲಿಕ್ಕೆಂದೇ ಹುಟ್ಟಿದ್ದಾಳೆಂದು ಹೇಳದಿದ್ದರೆ ಅಕ್ಷರಲೋಕವೊಂದು ನನ್ನೆದುರು ತೆರೆದುಕೊಳ್ಳುತ್ತಲೇ ಇರಲಿಲ್ಲ. ಇಡಿಯ ಶಾಲೆಯನ್ನೇ ಹಾಳುಮಾಡುತ್ತಿರುವಳೆಂಬ ಟೀಕೆಗೆ ಒಳಗಾಗಿದ್ದ ತುತ್ಸುಕೋ ಕುರೋಯಾನಗಿಗೆ ಅವಳ ಶಿಕ್ಷಕರು 'ನೀನೆಷ್ಟು ಒಳ್ಳೆಯ ಹುಡುಗಿ' ಎನ್ನದಿದ್ದರೆ ಅವಳು ಶಾಲೆಯಲ್ಲಿ ಉಳಿಯುತ್ತಲೇ ಇರಲಿಲ್ಲ. ಒಂದು ಆತ್ಮವಿಶ್ವಾಸದ ಕಿಡಿ ಸಾಧನೆಯ ಬೆಳಕಾಗಿ ತೆರೆದುಕೊಂಡ ಕಥೆಗಳಲೆಲ್ಲ ಕೃಷ್ಣನ ಪ್ರೀತಿಯ ಆಳವಿದೆ. ತ್ರಿವಕ್ರೆಯ ವಕ್ರತೆಯನ್ನು ಕೃಷ್ಣ ತಿದ್ದಲಿಲ್ಲ. ಕೃಷ್ಣನ ಶೌರ್ಯ ಕಂಸನನ್ನು ಕೊಲ್ಲಲೂ ಇಲ್ಲ. ಅಲ್ಲಿ ಗೆದ್ದದ್ದು ಕೃಷ್ಣನ ಪ್ರೀತಿ ಮತ್ತು ಸೋತದ್ದು ಕಂಸನ ಆತ್ಮವಿಶ್ವಾಸದ ಅಗಾಧ ಸೆಲೆ!

ಶಕುಂತಲೆ ಮತ್ತೆ ಮರಳಲಾರಳು

ಎರಡು ದಿನಗಳಿಂದ ಮಾತಂಗಾಶ್ರಮದಲ್ಲಿ ಅದೆಂತಹ ಗದ್ದಲ! ಆಶ್ರಮದ ನೀರವತೆಯನ್ನು ಕಲಕಿತ್ತು ಮಹಾರಾಜ ದುಷ್ಯಂತನ ಸೇನೆಯ ದಂಡು. ಅಲ್ಲಲ್ಲಿ ಕುಳಿತು ಚರ್ಚಿಸುವುದೇನು? ಕೇಕೆ ಹಾಕಿ ನಗುವುದೇನು? ಕಾಡಿನ ಮೃಗಗಳನ್ನು ಬೇಕಂತಲೇ ಹೆದರಿಸಿ ಓಡಿಸುವುದೇನು? ಸುಯ್ಯೆಂದು ಬಾಣವನ್ನು ಆಗಸದೆಡೆಗೆ ಬಿರುಸಾಗಿ ಹೂಡಿ ಹೊಡೆಯುವುದೇನು? ಪ್ರಶಾಂತವಾದ ಕೊಳವೊಂದರಲ್ಲಿ ಬಂಡೆಯೊಂದು ಉರುಳಿದಂತಾಗಿತ್ತು ಅಲ್ಲಿ.

ಶಕುಂತಲೆಯ ಮನದೊಳಗೂ ಅಂಥದ್ದೇ ಒಂದು ಬಿರುಗಾಳಿಯೆದ್ದಿತ್ತು. ಹೀಗೊಂದು ದಿನ ಬಂದೀತೆಂದು ಅವಳು ಕನಸಿನಲ್ಲಿಯೂ ಯೋಚಿಸಿರಲಿಲ್ಲ. ಕನಸುಗಳಿಗೆ ಅವಳ ಮನಸಸ್ಸಿನಲ್ಲಿ ಜಾಗವೂ ಇರಲಿಲ್ಲ. ಅವೆಲ್ಲವೂ ಅಂದೇ

ಆ ರಾಜಸಭೆಯಲ್ಲಿಯೇ ಸುಟ್ಟು ಕರಕಲಾಗಿದ್ದವು. ಈಗವಳು ಮಾತಂಗ ಮುನಿಯ ನೆರಳಿನಲ್ಲಿ ಸ್ಥಿತಪ್ರಜ್ಞತೆಯನ್ನು ರೂಢಿಸಿಕೊಂಡುಬಿಟ್ಟಿದ್ದಳು. ಇಡಿಯ ಆಶ್ರಮದಲ್ಲಿ ಪ್ರಿಯಂವದೆಯೊಬ್ಬಳನ್ನು ಹೊರತುಪಡಿಸಿ ಒಂದೂ ಹೆಣ್ಣು ಜೀವವಿರಲಿಲ್ಲ. ಅವಳೋ ಇಡಿ ದಿನ ಸರ್ವದಮನನ ಆರೈಕೆಯಲ್ಲಿಯೇ ಮುಳುಗಿರುತ್ತಿದ್ದರಿಂದ ಶಕುಂತಲೆಗೆ ಏನೊಂದನ್ನು ಹಂಚಿಕೊಳ್ಳಲೂ ಯಾರೂ ಇರಲಿಲ್ಲ. ಇಡಿಯ ಆಶ್ರಮದ ತುಂಬೆಲ್ಲ ಬರಿಯ ಗಂಡು ಜೀವಗಳೇ ತುಂಬಿದ್ದವು. ಮ್ಲಾನವದನಳಾಗಿ ಕುಳಿತರೆ ಸಾಕು, ಅವರೆಲ್ಲರದೂ ಒಂದೇ ಪ್ರಶ್ನೆ, "ಯಾಕೆ, ಸರ್ವದಮನ ಏನಾದರೂ ಬೇಸರಪಡುವಂಥದ್ದನ್ನು ಮಾಡಿದನೆ? ನೀವೇನೂ ಚಿಂತಿಸಬೇಡಿ. ನಾವವನಿಗೆ ಬುದ್ಧಿ ಹೇಳುತ್ತೇವೆ." ಹೆಣ್ಣೆಂದರೆ ತಾಯ್ತನ ಮಾತ್ರವೆ ಎಂದು ತಿಳಿದುಕೊಂಡಿರುವ ಬ್ರಹ್ಮಚಾರಿಗಳಲ್ಲಿ ಹೆಣ್ತನದ ಭಾವನೆಗಳನ್ನು ಹಂಚಿಕೊಳ್ಳಲುಂಟೆ? ದುಗುಡಗಳನ್ನು ಒಳಗೊಳಗೇ ನುಂಗುವುದು ರೂಢಿಯಾಗಿಬಿಟ್ಟಿದೆ ಶಕುಂತಲೆಗೆ.

ಇನ್ನು ಮಾತಂಗ ಮುನಿಗಳೋ? ಅವರ ಸ್ವಭಾವವೆಂಥದ್ದೆಂಬುದೇ ಶಕುಂತಲೆಗಿನ್ನೂ ತಿಳಿದಿಲ್ಲ. ಇಡಿಯ ಆಶ್ರಮದಲ್ಲಿ ಬರಿಯ ಬ್ರಹ್ಮಚಾರಿಗಳೇ ತುಂಬಿಕೊಂಡಿರುವುದರಿಂದ ತಮಗೆ ಆಶ್ರಯ ನೀಡಲಾರರೆಂಬ ಅಳುಕಿನಿಂದಲ್ಲವೆ ತಾನು ಮತ್ತು ಪ್ರಿಯಂವದೆ ಈ ಆಶ್ರಮವನ್ನು ಪ್ರವೇಶಿಸಿದುದು? ಆದರೆ ಅವರು ಅದರ ಬಗೆಗೆ ಚಕಾರವೆತ್ತಲಿಲ್ಲ. ನಾವು ಇಲ್ಲಿರುತ್ತೇವೆನ್ನುವಾಗ ಬೇಡವೆನ್ನಲಿಲ್ಲ. ತುಂಬಿದ ಬಸುರಿ ನಾನು. ನನ್ನ ಬಗ್ಗೆಯಾಗಲೀ, ನಾನು ಹಡೆದ ಮಗುವಿನ ಬಗೆಗಾಗಲೀ ಅತೀವ ಮಮತೆಯನ್ನೆಂದೂ ತೋರಿದವರಲ್ಲ. ಮಗು ಹುಟ್ಟಿ ತಿಂಗಳು ಆರು ಕಳೆದರೂ ಮಗುವಿಗೊಂದು ಹೆಸರಿಲ್ಲದ ಕಾರಣ ನಾನೇ ಒಂದು ದಿನ ಮಗುವನ್ನು ಅವರೆದುರಿಗೆ ಮಲಗಿಸಿ, "ಗುರುಗಳೇ, ನನ್ನ ಮಗುವಿಗೊಂದು ಹೆಸರನ್ನು ಸೂಚಿಸಿ" ಎಂದಿದ್ದೆ. ಅದಕ್ಕವರು ನಿರ್ಲಿಪ್ತರಾಗಿ, "ಹೆಸರು ಮತ್ತು ಸ್ವಭಾವಗಳು ಒಂದಕ್ಕೊಂದು ಹೊಂದಾಣಿಕೆಯಾದರೆ ಆ ಹೆಸರಿಗೊಂದು ಸಾರ್ಥಕತೆ. ಇವನಿನ್ನೂ ತೀರ ಚಿಕ್ಕವನು. ಸ್ವಲ್ಪ ದೊಡ್ಡವನಾಗಲಿ. ಅವನ ಸ್ವಭಾವವನ್ನು ನೋಡಿ ಅದಕ್ಕೆ ಹೊಂದುವ ಹೆಸರನ್ನಿಡೋಣ." ಎಂದಿದ್ದರು. ನಾನು ಅವರ ಮಾತಿನಿಂದ ಸಮಾಧಾನಗೊಳ್ಳದೇ, "ಅವನಿಗೀಗ ಆರು ತಿಂಗಳು" ಎಂದು ಮಗುವಿನ ವಯಸ್ಸನ್ನು ನೆನಪಿಸಿದ್ದೆ. ಅದಕ್ಕವರು ಒಂದಿನಿತೂ ಕೋಪಗೊಳ್ಳದೇ, "ನೋಡು ಶಕುಂತಲಾ, ಮನೆತುಂಬ ಮಕ್ಕಳಿದ್ದರೆ ಅವುಗಳನ್ನು ಕರೆಯಲೊಂದು ಹೆಸರು ತುರ್ತಾಗಿ ಬೇಕು.

ಇವನು ಇಡಿಯ ಆಶ್ರಮಕ್ಕೊಬ್ಬನೇ ಮಗು. ತುರ್ತಾಗಿ ಹೆಸರಿಡಬೇಕಾದ ಅಗತ್ಯವೇನಿಲ್ಲ ಬಿಡು." ಎಂದಿದ್ದರು. ಅವರು ಹೇಳಿದ ವಿಷಯವೇನೋ ಸತ್ಯವೆ. ಆದರೂ ನನಗದೆಂಥದ್ದೋ ವಿಷಾದ. ಬೇಡಬೇಡವೆಂದರೂ ತಂದೆ ಕಣ್ವರ ನೆನಪು ನುಗ್ಗಿಬಂದಿತ್ತು.

ಹೌದು, ಕಣ್ವ ಮಹರ್ಷಿಗಳು ಋಷಿಗಳೆಂದು ನನಗೆಂದೂ ಅನಿಸಿಯೇ ಇರಲಿಲ್ಲ. ಅದೆಂತಹ ಪಿತೃವಾತ್ಸಲ್ಯ ಅವರದು. ಇಡಿಯ ಆಶ್ರಮದ ತುಂಬೆಲ್ಲ ಗೆಳತಿಯರೇ ತುಂಬಿದ್ದರು ಅಲ್ಲಿ. ಹೆಣ್ಣುಗಳಿರುವಲ್ಲಿ ಸಂಭ್ರಮಕ್ಕೇನು ಕೊರತೆ? ಅದಕ್ಕೆಂದೇ ಇರಬೇಕು, ತಂದೆ ಕಣ್ವರು ಕೂಡ ಎಲ್ಲ ಮಹರ್ಷಿಗಳಂತೆ ಜಡದ ಮೂಟೆಯಾಗಿರಲಿಲ್ಲ. ಯಾವ ತಾಯಿಗೂ ಕಡಿಮೆಯಿಲ್ಲದ ಪ್ರೀತಿ ಅವರದ್ದು. ನನ್ನನ್ನು ತೊಡೆಯ ಮೇಲೆ ಕೂಡ್ರಿಸಿಕೊಂಡು ಲಲ್ಲೆಗರೆಯುವುದೇನು, ನನ್ನ ನೀಳ ಕೇಶರಾಶಿಯನ್ನು ಮೃದುವಾಗಿ ಬಾಚುವುದೇನು, ಕೈ ಮೈ ಕೊಳೆಯಾದರೆ ತಾನೇ ನಿಂತು ತೊಳೆಸುವುದೇನು? ಥೇಟ್ ಅಮ್ಮನ ಪ್ರತಿರೂಪ ಅವರು. ನಾನಾದರೂ ಅಷ್ಟೆ. ಪ್ರತಿಯೊಂದಕ್ಕೂ ಅವರನ್ನೇ ಅವಲಂಬಿಸಿದ್ದೆ. ಏನೊಂದು ಅಚ್ಚರಿಯ ವಿಷಯವನ್ನು ಕಂಡರೂ ಮೊದಲು ಅದನ್ನು ಅವರಿಗೇ ಹೇಳಬೇಕು, ಯಾರೊಬ್ಬರು ಹೊಸಬರು ಆಶ್ರಮದ ಸಮೀಪ ಸುಳಿದರೂ ನಾನೇ ಮೊದಲು ಓಡಿ ಬಂದು ಸುದ್ದಿಯೊಪ್ಪಿಸಬೇಕು. ಅದೊಂದು ಆಶ್ರಮ, ಅಲ್ಲಿಯ ನಿಯಮಗಳು ಕಠಿಣ ಎಂದೆಲ್ಲ ಅನಿಸಿರಲೇ ಇಲ್ಲ ನನಗೆ.

ಕಣ್ವರ ನೆನಪಾದೊಡನೇ ಅಶ್ರುಬಿಂದುವೊಂದು ಶಕುಂತಲೆಯ ಕಣ್ಣಂಚಿನಿಂದ ಜಾರಿ ನೆಲಕ್ಕುರುಳಿತು.

ಶಕುಂತಲಾ... ಎಷ್ಟು ಮಾರ್ದ್ರವತೆಯಿಂದ ಕರೆಯುತ್ತಿದ್ದರು ನನ್ನ ತಂದೆ. ನಾನೊಮ್ಮೆ ಅವರಲ್ಲಿ ಕೇಳಿದ್ದೆ, "ನನಗೆ ಯಾರು ಹೆಸರಿಟ್ಟಿದ್ದು?" ಅದಕ್ಕವರು ತಾನೇ ಇಟ್ಟಿದ್ದು ಎಂದಿದ್ದರು. ನನ್ನ ಹೆಸರಿನ ಅರ್ಥವನ್ನು ಹೇಳುವ ನೆವದಲ್ಲಿ ನನ್ನ ಹುಟ್ಟಿನ ಗುಟ್ಟನ್ನೂ ಹೇಳಿದ್ದರು. ವಿಶ್ವಾಮಿತ್ರ ಮಹರ್ಷಿಗಳ ತಪಸ್ಸನ್ನು ಕೆಡಿಸಲು ಬಂದ ಮೇನಕೆ ಅವರೊಂದಿಗೆ ವರ್ಷಗಳ ಕಾಲ ವಾಸವಿದ್ದ ಫಲವಾಗಿ ನಾನು ಜನಿಸಿದ್ದಂತೆ. ತನ್ನ ಕೆಲಸವಾದ ಮೇಲೆ ಅಮ್ಮ ಸ್ವರ್ಗದ ಕಡೆಗೆ ಮುಖಮಾಡಿದರೆ ಅಪ್ಪ ತನ್ನ ಸಾಧನೆಯೆಡೆಗೆ ತೆರಳಿದರಂತೆ. ಅಲ್ಲೇ ಹುಲ್ಲುಹಾಸಿನ ಮೇಲೆ ಮಲಗಿದ್ದ ತನ್ನನ್ನು ಶಕುಂತಗಳು (ಪಕ್ಷಿಗಳು) ಗುಟುಕು ಕೊಟ್ಟು ಸಾಕುತ್ತಿದ್ದವಂತೆ. ಕಣ್ವರು ನನ್ನನ್ನು ನೋಡಿ ಆಶ್ರಮಕ್ಕೆ ಕರೆತಂದರಂತೆ. ನನ್ನನ್ನು ನೋಡಿಕೊಳ್ಳಲೆಂದು ಅಕ್ಕಪಕ್ಕದ ಆಶ್ರಮದ ಋಷಿಕುಮಾರಿಯರೆಲ್ಲ

ಇಲ್ಲಿಗೆ ಬಂದು ಆಶ್ರಮದ ತುಂಬೆಲ್ಲ ತಪಸ್ವಿನಿಯರೇ ತುಂಬಿಹೋದರು ಎಂದು ನಕ್ಕಿದ್ದರು ಅಪ್ಪ. ಎಲ್ಲ ಹೇಳಿ ನಾನೆಲ್ಲಿಯಾದರೂ ತಂದೆ ತಾಯಿಗಳ ನೆನಪಿನಲ್ಲಿ ಬೇಸರಗೊಂಡಿರುವನೇನೋ ಎಂಬಂತೆ ನನ್ನ ಬೆನ್ನು ಸವರಿ ಹೇಳಿದ್ದರು. "ನೀನು ಯಾರಿಗೇ ಹುಟ್ಟಿದವಳಾಗಿರು. ಅಂದು ನಿನ್ನನ್ನು ಎತ್ತಿಕೊಂಡೆನಲ್ಲ, ಆ ದಿನದಿಂದ ನೀನು ನನ್ನ ಮಗಳು." ಎಂದೂ ಕಂಡಿರದ ಅ ನನ್ನ ತಂದೆ ತಾಯಿಗಳು ನನಗೆ ನೆನಪಾಗಿ ಕಾಡಲಿಲ್ಲ. ಕಣ್ವರ ಮಮತೆಯ ಕೋಟೆಯಲ್ಲಿ ಎಲ್ಲಿಯೂ ಬಿರುಕಿರಲಿಲ್ಲ. ನಾನು ಅವೆಲ್ಲವನ್ನೂ ಹೀಗೆ ಕೇಳಿ ಹಾಗೆ ಮರೆತುಬಿಟ್ಟಿದ್ದೆ. ಮಾತಂಗ ಮುನಿಗಳೇನು ಕೆಟ್ಟವರಲ್ಲ, ಆದರೆ ಕಣ್ವರ ತಾಯ್ತನದ ಒರತೆ ಇವರಲ್ಲಿಲ್ಲ ಅಷ್ಟೆ. ನಾನು ನನ್ನನ್ನು ಸಂತೈಸಿಕೊಳ್ಳುತ್ತಿದ್ದೆ.

ಇದ್ದಕ್ಕಿದ್ದಂತೆ ಆಶ್ರಮದ ಕಡೆಯಿಂದ ಜೋರಾದ ಜೈಕಾರದ ಸದ್ದು. ಶಕುಂತಲೆ ತಾನು ಕುಳಿತ ಬಂಡೆಯೇರಿ ನಿಂತು ನಿರುಕಿಸಿದಳು. ಮಾಮೂಲಿನಂತೆ ಮಗು ಸರ್ವದಮನ ಸಿಂಹಗಳ ಮರಿಯನ್ನು ಎಳೆದೆಳೆದು ಅವುಗಳ ಹಲ್ಲುಗಳನ್ನೆಣಿಸುತ್ತಿದ್ದಾನೆ. ಅಂತಹ ಸಾಹಸ ಕಾರ್ಯವೆಸಗುತ್ತಿರುವ ತಮ್ಮ ಭಾವೀ ಪ್ರಭುಗಳ ಶೌರ್ಯಕ್ಕೆ ಎಲ್ಲರೂ ಜೈಕಾರ ಹಾಕುತ್ತಿದ್ದಾರೆ. ಅವರಿಗೆ ಇದೆಲ್ಲವೂ ಹೊಸದು. ತನಗೋ ಇವನ ತುಂಟಾಟಗಳನ್ನು ಕಂಡು, ಕಂಡು ರೂಢಿಯಾಗಿಬಿಟ್ಟಿದೆ. ಚಿಕ್ಕವನಾಗಿರುವಾಗಿನಿಂದಲೂ ಹಾಗೆ. ಹರಿಯುವ ಹಾವನ್ನು ಹಿಡಿದು ಗಿರಗಿರನೆ ತಿರುಗಿಸುತ್ತಾನೆ, ಓಡುವ ಹರಿಣಗಳ ಬೆನ್ನಟ್ಟಿ ಹಿಡಿಯುತ್ತಾನೆ, ಮಲಗಿರುವ ಸಿಂಹಿಣಿಯನ್ನು ಕೆಣಕಿ ಎಬ್ಬಿಸುತ್ತಾನೆ, ಚಿಗುರು, ಹೂವು, ಹಣ್ಣು ಏನನ್ನೇ ಕಂಡರೂ ಹರಿದು ಚೆಲ್ಲುತ್ತಾನೆ. ಗಂಡಸರೇ ತುಂಬಿರುವ ಈ ಆಶ್ರಮದಲ್ಲಿ ಅವನಿಂದ ಪೆಟ್ಟು ತಿನ್ನದವರಿಲ್ಲ.

ಪ್ರಿಯಂವದೆ ಮೊದಮೊದಲು ಇವೆಲ್ಲವನ್ನೂ ಮಾಡದಂತೆ ತಡೆಯುತ್ತಿದ್ದಳು, ಬುದ್ಧಿ ಹೇಳುತ್ತಿದ್ದಳು. ಆದರೆ ಇವನು ಅವಳನ್ನೆಲ್ಲಿ ಕೇಳುತ್ತಿದ್ದ. ಒಮ್ಮೆ ಅವಳ ಜಡೆಯನ್ನೇ ಕಿತ್ತು ಬರುವಂತೆ ಎಳೆದು ಬೀಳಿಸಿಬಿಟ್ಟ. ಆಗವಳು ಕೋಪದಿಂದ ಕುದಿಯುತಾ ಬಂದು ನನ್ನಲ್ಲಿ ದೂರಿದ್ದಳು. "ಶಕೂ, ಇದ್ದೊಬ್ಬ ಮಗ ಹೀಗೆ ದಾರಿ ತಪ್ಪಿ ಹೋಗುತ್ತಿದ್ದರೂ ಇಡೀದಿನ ಬಂಡೆಯಂತೆ ಕುಳಿತಿರುವಿಯಲ್ಲ. ನಿನಗಾದರೂ ಬುದ್ಧಿ ಬೇಡವೆ?"

ಅಂದೇ ನಾನು ಇವನ ಕೈಕಾಲುಗಳನ್ನು ಹಗ್ಗದಲ್ಲಿ ಕಟ್ಟಿ ಮಾತಂಗ ಋಷಿಗಳ ಎದುರು ನಿಲ್ಲಿಸಿದ್ದೆ. ಆಗಲೂ ಸ್ಥಿತಪ್ರಜ್ಞರಾಗಿಯೇ ಗುರುಗಳು ಹೇಳಿದ್ದರು, "ಅವನ ವರ್ತನೆ ಅವನ ವಂಶಕ್ಕೆ ತಕ್ಕುದಾಗಿಯೇ ಇದೆ. ಕಾಗೆಯ ಗೂಡಿನಲ್ಲಿ ಬೆಳೆದ ಮಾತ್ರಕ್ಕೆ ಕೋಗಿಲೆ ಕಾಗೆಯಂತೆ ಕೂಗುವುದೇ? ಕ್ಷತ್ರಿಯ

ಕುಮಾರ ಅವನು. ಅವನಿಗೆ ತಕ್ಕುದಾದ ನಡತೆಯನ್ನು ತೋರುತ್ತಿದ್ದಾನೆ. ಸ್ವಲ್ಪ ದೊಡ್ಡವನಾದರೆ ಎಲ್ಲವನ್ನೂ ಅರ್ಥಮಾಡಿಕೊಳ್ಳುತ್ತಾನೆ. ಅವನನ್ನು ಅವನಂತೆ ಬೆಳೆಯಲು ಬಿಡಿ." ಎಂದು ನುಡಿದವರು ಮತ್ತೇನೋ ನೆನಪಾದವರಂತೆ, "ಹಾಂ, ಇವನಿಗೆ ಒಂದು ಚೆಂದದ ಹೆಸರನ್ನು ಈಗ ಇಡಬಹುದು. ಸರ್ವದಮನಾ..." ಎಂದವರೇ ಅವನ ಕೈಕಾಲುಗಳಿಗೆ ಕಟ್ಟಿದ ಹಗ್ಗವನ್ನು ಬಿಚ್ಚಿ ಅಲ್ಲಿಯೇ ಇದ್ದ ಗಂಧಾಕ್ಷತೆಯ ಬಟ್ಟಲಿನಲ್ಲಿ ಅವನ ಕೈಬೆರಳುಗಳಲ್ಲಿ 'ಸರ್ವದಮನ' ಎಂದು ಬರೆದು ಹರಸಿದ್ದರು. ಈಗ ಅವನ ಸಹವರ್ತಿಗಳೆಲ್ಲ ಆಶ್ರಮಕ್ಕೆ ಬಂದಮೇಲಂತೂ ಅವನು ಕಿವಿಯಲ್ಲಿ ಗಾಳಿ ಹೊಕ್ಕ ಕರುವಿನಂತಾಗಿದ್ದಾನೆ. ಅವನ ತುಂಟಾಟಕ್ಕೆ ಇವರೆಲ್ಲರೂ ಎಷ್ಟೊಂದು ರೋಮಾಂಚಿತರಾಗುತ್ತಿದ್ದಾರೆ. ಹಾಗಾದರೆ ಗುರುಗಳು ಹೇಳಿದುದು ಸರಿ, ಅವನು ಅವನಂತಿದ್ದಾನೆ. ಆದರೆ ನಾನು...?

ಕಣ್ವರ ಆರೈಕೆಯಲ್ಲಿ ನಿರಾಳವಾಗಿ ಬೆಳೆಯುತ್ತಿದ್ದೆ, ಕಾಡಿನ ಮೂಲೆಯೊಂದರಲ್ಲಿ ಬೆಳೆಯುತ್ತಿದ್ದ ಗಿಡದಂತೆ. ಅಂದು ಬೆಳಿಗ್ಗೆಯೇ ತಂದೆ ಎಲ್ಲಿಗೋ ಹೊರಡುವ ಧಾವಂತದಲ್ಲಿದ್ದರು. ನನ್ನನ್ನು ಕರೆದು ಆಶ್ರಮದ ಎಲ್ಲ ಜವಾಬ್ದಾರಿಯೂ ವಾರವೊಂದರ ಮಟ್ಟಿಗೆ ನಿನ್ನದು ಎಂದರು. "ಒಂದು ವಾರವೆ?" ಎಂದು ರಾಗವೆಳೆದ ನನ್ನ ತಲೆಗೊಂದು ಮೊಟಕಿ, "ಮಗಳೇ, ನೀನೀಗ ದೊಡ್ಡವಳಾಗಿರುವೆ. ಒಬ್ಬಳೇ ಆಶ್ರಮವನ್ನು ನಿಭಾಯಿಸುವಷ್ಟು." ಎಂದು ಎಚ್ಚರಿಸಿದರು. "ಅಪ್ಪಾ, ಎಷ್ಟು ದೂರ ಹೊರಟಿರುವಿರಿ? ಏನು ಕಾರಣ ಹೊರಟಿರಿ?" ಎಂದು ಅವರ ಧೋತರದ ತುದಿಯೊಂದಿಗೆ ಆಟವಾಡಿದವಳಲ್ಲಿ, "ಈ ನನ್ನ ಮುದ್ದಿನ ಮಗಳಿಗೊಂದು ಗಂಡು ಹುಡುಕಲು ಎಂದೇ ಇಟ್ಟುಕೋ" ಎಂದು ಛೇಡಿಸಿದರು. ನಾನು ಮೊಗವನ್ನೆಲ್ಲ ಕೆಂಪೇರಿಸಿಕೊಂಡು ಅಲ್ಲಿಂದ ಓಡಿಹೋಗಿದ್ದೆ.

ಜೀವನದಲ್ಲಿ ಮೊದಲ ಬಾರಿಗೆ ನಾನೊಬ್ಬಳು ಜವಾಬ್ದಾರಿಯುತ ವ್ಯಕ್ತಿಯೆಂಬ ಭಾವ ನನ್ನನ್ನು ಆವರಿಸಿತ್ತು. ಆಶ್ರಮದ ಪ್ರತಿಯೊಂದು ಕೆಲಸದ ಉಸ್ತುವಾರಿಯನ್ನು ನಾನೇ ಹೊತ್ತೆ. ಕಾಲಕಾಲಕ್ಕೆ ಗಿಡಮರಗಳಿಗೆ ನೀರೂಡಿಸುವುದರಿಂದ ಹಿಡಿದು ಆಶ್ರಮದ ಎಲ್ಲ ಪ್ರಾಣಿಸಂಕುಲಗಳ ಪೋಷಣೆಯ ಬಗೆಗೂ ನಿಗಾ ವಹಿಸಿದ್ದೆ. ಹೋಮ, ಹವನ, ಪೂಜೆ ಪುನಸ್ಕಾರ ಎಲ್ಲವೂ ಕಾಲಕಾಲಕ್ಕೆ ಸರಿಯಾಗಿ ನಡೆಯುವಂತೆ ನೋಡಿಕೊಳ್ಳುತ್ತಿದ್ದೆ. ಅದೊಂದು ಗೋಧೂಳಿಯ ಸಂಜೆ. ನನ್ನ ಪ್ರೀತಿಯ ಹರಿಣವೊಂದು ಇನ್ನೂ ಮನೆ ಸೇರಿರಲಿಲ್ಲ. ಅದೇ ಆತಂಕದಲ್ಲಿ ನಾನು, ಪ್ರಿಯಂವದೆ ಆಶ್ರಮದಿಂದ

ಬಹುದೂರ ಅದನ್ನು ಹುಡುಕುತ್ತ ಸಾಗಿದ್ದೆವು. ದೂರದಲ್ಲೆಲ್ಲೋ ಕುದುರೆಗಳ ಖುರಪುಟದ ಸದ್ದು ಕೇಳಿಬಂದಿತ್ತು. ಧೂಳೆಬ್ಬಿಸುತ್ತಾ ಬರುವ ಸೈನಿಕರ ದಂಡು ನಾಡ ದೊರೆಯದಿರಬಹುದೆಂದು ಪ್ರಿಯಂವದೆ ಹೇಳಿದಳು. ಆಶ್ರಮದ ಗಡಿಯ ಹೊರಗಿರುವುದು ಕ್ಷೇಮವಲ್ಲವೆಂದು ನಾವು ಲಗುಬಗೆಯಿಂದ ಹಿಂದಿರುಗಿ ಬಂದೆವು. ಆದರೂ ಕಾಣೆಯಾದ ಹರಿಣದ ಚಿಂತೆಯಿನ್ನೂ ಮನದಿಂದ ದೂರವಾಗಿರಲಿಲ್ಲ. ಸ್ವಲ್ಪ ಹೊತ್ತು ಅಲ್ಲಿಯೇ ಕುಳಿತು ಅದರ ಬರವನ್ನು ಕಾಯೋಣವೆಂದುಕೊಂಡೆ. ರಾತ್ರಿಯೂಟದ ತಯಾರಿಗೆಂದು ಪ್ರಿಯಂವದೆ ಆಶ್ರಮಕ್ಕೆ ಮರಳಿದಳು.

ಆಗಲೇ ನಾನು ಅವನನ್ನು ನೋಡಿದ್ದು. ನನ್ನ ಹರಿಣವನ್ನು ಕೈಯಲ್ಲಿ ಹಿಡಿದುಕೊಂಡು ನಾನು ಕುಳಿತಿರುವಲ್ಲಿಗೆ ಬಂದಿದ್ದ. ನನ್ನನ್ನೇ ದಿಟ್ಟಿಸಿ ನೋಡುತ್ತ, "ಇದು ನಿಮ್ಮ ಆಶ್ರಮದ್ದೇ ಇರಬೇಕು. ಕೊಟ್ಟು ಹೋಗೋಣವೆಂದು ಬಂದೆ. ನನ್ನ ಸೈನಿಕರ ಕೈಗೇನಾದರೂ ಸಿಕ್ಕರೆ ನಾಳೆಯಾಗುವುದರೊಳಗೆ ಅವರ ಹೊಟ್ಟೆಯೊಳಗಿರುತ್ತದೆ." ಎಂದ. ನಾನು ಹರಿಣದಂತೆಯೇ ಬೆದರಿ ಬೆವರಿದ್ದೆ. ಹರಿಣವನ್ನು ಅಲ್ಲಿಯೇ ಬಿಡುವಂತೆ ಹೇಳಿದೆ. ಓಡಿಹೋದೀತೆಂಬ ಆತಂಕ ಅವನದ್ದು. "ಅದಕ್ಕೆ ನನ್ನ ಪರಿಚಯವಿದೆ" ಎಂದೆ ನಾನು. ಅವನು ಬಿಡುವುದೊಂದೇ ತಡ, ನನ್ನ ಮುದ್ದು ಹರಿಣ ಓಡೋಡಿ ಬಂದು ನನ್ನ ಸೆರಗಿನಡಿಯಲ್ಲಿ ಬಚ್ಚಿಟ್ಟುಕೊಂಡಿತು. "ನಾನೂ ನಿಮ್ಮ ಪರಿಚಯ ಮಾಡಿಕೊಳ್ಳಬಹುದೆ?" ಎಂದ ದೊರೆ. ನಾನು ನನ್ನ ಪೂರ್ವಾಪರಗಳನ್ನೆಲ್ಲ ಹೇಳಿದೆ. "ಅಲ್ಲಿಗೆ ನೀನು ಕ್ಷತ್ರಿಯ ಕುವರಿ ಎಂದಾಯಿತು." ಎಂದು ನೆಮ್ಮದಿಯ ನಿಟ್ಟುಸಿರು ಬಿಟ್ಟ ದೊರೆ. ಅವನ ನಿರಾಳತೆಯ ಕಾರಣ ಮರುದಿನ ನನಗೆ ಗೊತ್ತಾಯಿತು.

ಮರುದಿನ ಬೆಳಿಗ್ಗೆ ಗುರುಪೂಜೆಯ ಸಕಲ ಸಾಮಗ್ರಿಗಳೊಂದಿಗೆ ದೊರೆಯೊಬ್ಬನೇ ಆಶ್ರಮಕ್ಕೆ ಬಂದ. ಕಣ್ವರು ಆಶ್ರಮದಲ್ಲಿಲ್ಲವೆಂಬ ಸುದ್ದಿಯನ್ನು ನಾನು ಬೇಕಂತಲೇ ಅವನಿಗೆ ಹೇಳಿರಲಿಲ್ಲ. ಎಲ್ಲ ತಪಸ್ವಿನಿಯರಿಗೆ ಒಂದು ರೀತಿಯ ದಿಗಿಲು. ದೊರೆಯನ್ನು ಸತ್ಕರಿಸುವುದು ಹೇಗೆಂಬ ಚಿಂತೆ. ಮತ್ತೆ ಆ ಜವಾಬ್ದಾರಿ ಸಹಜವಾಗಿ ನನ್ನ ಹೆಗಲಿಗೇರಿತು. ನಾನು, ಅವನು ಇಬ್ಬರೇ ಆಶ್ರಮದೊಳಗೆ. ಎಲ್ಲ ಪೂಜಾ ಪರಿಕರಗಳನ್ನು ಬದಿಗಿಟ್ಟ ದೊರೆ ಹೇಳಿದ, "ಗುರುಪೂಜೆಯ ಭಾಗ್ಯವಿಂದು ಇಲ್ಲವೆಂದಾಯಿತು. ದೇವಿಪೂಜೆಯನ್ನಾದದರೂ ನೆರವೇರಿಸುವ ಬಯಕೆ. ತಾವದಕ್ಕೆ ಅನುಮೋದಿಸಿದರೆ." ನಾನು ಏನೊಂದೂ ಅರ್ಥವಾಗದೇ

ಅವನ ಮುಖವನ್ನೇ ನೋಡಿದೆ. ತಂದೆಯನ್ನು ಬಿಟ್ಟರೆ ಅನ್ಯ ಪುರುಷರ ದರ್ಶನವಾದದ್ದೇ ಕಡಿಮೆ. ಅತೀವ ತೇಜಸ್ಸಿನಿಂದ ಕಂಗೊಳಿಸುತ್ತಿದ್ದ ಅವನ ಸನಿಹ ನನ್ನಲ್ಲಿ ಅದೆಂಥದ್ದೊ ಅಪ್ಯಾಯಮಾನತೆಯನ್ನು ಮೂಡಿಸಿತ್ತು. ದೊರೆ ನನಗೆ ಗಾಂಧರ್ವ ವಿವಾಹದ ಬಗೆಗೆ ಹೇಳಿದ. ಮೊದಮೊದಲು ಭಯವಾದರೂ ತಂದೆ ಹೋಗುವ ಮೊದಲು ಹೇಳಿದ ಮಾತುಗಳು ನೆನಪಾದವು. ತಂದೆಗೂ ನನಗೆ ಮದುವೆ ಮಾಡಿಸುವ ಹಂಬಲವಿದೆ. ಅದು ಇಂಥಹ ತೇಜಸ್ವಿಯೊಂದಿಗಾದರೆ ಅವರೂ ಖುಶಿಪಟ್ಟಾರು ಎನಿಸಿತು. ದೊರೆಗೆ ವಾಗ್ದಾನ ನೀಡಿದೆ. ಅಂದೇ ಸಂಜೆ ಆಶ್ರಮದ ಲತಾಕುಂಜದಲ್ಲಿ ನಮ್ಮ ಸಮಾಗಮವೆಂದು ಮುಹೂರ್ತವೂ ನಿಗದಿಯಾಗಿಹೋಯ್ತು.

ಪ್ರಿಯಂವದೆಯೊಬ್ಬಳಿಗೆ ವಿಷಯ ತಿಳಿಸಿದ್ದೆ. ದೊರೆಯ ಮಾತನ್ನು ತೆಗೆದುಹಾಕುವ ಧೈರ್ಯ ಅವಳಿಗೂ ಇರಲಿಲ್ಲ. ಹಾಗಾಗಿ ನನ್ನ ಮದುವೆ ನಡೆದುಹೋಯ್ತು. ಅದೆಂಥಹ ಮದುವೆ! ಗಂಡು ಬಯಸಿದಾಗಲೆಲ್ಲ ಹೆಣ್ಣನ್ನು ಹೊಂದಲು ನಡೆಸುವ ಹುನ್ನಾರವದೆಂದು ನನಗೆ ಮತ್ತೆ ಅರಿವಾದದ್ದು ತಾನೆ? ಮೂರು ದಿನಗಳ ಕಾಲ ಜೊತೆಗಿದ್ದವನು ಸ್ವರ್ಗದ ಸೀಮೆಯನ್ನೇ ತೆರೆದು ತೋರಿಸಿದ್ದ. ನಾಲ್ಕನೆಯ ದಿನ ಏನೂ ನಡೆದಿಲ್ಲವೆಂಬಂತೆ ರಾಜಪೋಷಾಕು ಧರಿಸಿ ಹೊರಟುಬಿಟ್ಟಿದ್ದ. ನನ್ನೆದೆಯೊಳಗೆ ಅದೆಂಥದ್ದೋ ಹೇಳಿಕೊಳ್ಳಲಾಗದ ತಳಮಳ! ನಾನು ನನ್ನೊಳಗಿನದೆಲ್ಲವನ್ನೂ ಅವನಿಗೆ ಬಸಿದುಕೊಟ್ಟು ಖಾಲಿಯಾಗಿಬಿಟ್ಟಿದ್ದೆ. ಅವನ ತೋಳಿಗೆ ತೆಕ್ಕೆಬಿದ್ದು ಅತ್ತೆ. ಅದಕ್ಕವನು ನನ್ನ ಬೆನ್ನು ನೇವರಿಸಿ, "ನಿನ್ನ ತಂದೆಯ ಅನುಮತಿ ಪಡೆದು ರಾಜಭವನಕ್ಕೆ ಬಾ. ಅಲ್ಲಿ ನಿನ್ನಂತೆಯೇ ಅನೇಕರಿದ್ದಾರೆ. ಅವರೊಂದಿಗೆ ಸುಖವಾಗಿರುವಿಯಂತೆ. ನೆನಪಿಗಾಗಿ ತೆಗೆದುಕೋ ಈ ಮುದ್ರೆಯುಂಗುರ." ಎಂದು ತನ್ನ ಬೆರಳಿನೊಳಗಿನ ಉಂಗುರವನ್ನು ನನ್ನ ಬೆರಳಿಗೆ ತೊಡಿಸಿದ್ದ. ನನ್ನ ಸುಕೋಮಲ ನೀಳ ಬೆರಳುಗಳಿಂದ ಆ ಉಂಗುರ ಜಾರಿ ಬೀಳದಂತೆ ನಾನು ಬೆರಳನ್ನು ಮಡಚಿ ಹಿಡಿದಿದ್ದೆ.

ತಂದೆಯ ಮುಖ ನೋಡಲು ನನಗೆಲ್ಲಿ ಧೈರ್ಯವಿತ್ತು? ಪ್ರಿಯಂವದೆಯೇ ಎಲ್ಲವನ್ನೂ ಹೇಳಿರಬೇಕು. ತಂದೆ ಎಂದೂ ಇಲ್ಲದ ಮೌನ ಧರಿಸಿ ಕುಳಿತಿದ್ದರು. ಒಂದೆರಡು ದಿನಗಳ ಮಾತಲ್ಲವದು. ನಾಲ್ಕಾರು ತಿಂಗಳುಗಳೇ ಉರುಳಿಹೋಗಿದ್ದವು. ತಂದೆಯ ಮೌನ ನನ್ನನ್ನು ಸುಡುತ್ತಿತ್ತು. ಜೊತೆಯಲ್ಲಿ ಒಡಲೊಳಗೆ ಜೀವವೊಂದು ಮಿಡುಕಿದ ಸದ್ದು. ಪ್ರಿಯಂವದೆಗೆ ಎಲ್ಲವೂ ಅರ್ಥವಾಗಿತ್ತು. ನನ್ನನ್ನು ಹೂವಿನಂತೇ ಜೋಪಾನ ಮಾಡುತ್ತಿದ್ದಳು. ಆದರೆ

ನನಗೆ ತಂದೆಯ ಸಾಂತ್ವನ ಬೇಕಿತ್ತು. ಒಂದು ದಿನ ತಾಳಲಾರದೇ ನಾನೇ ಹೋಗಿ ತಂದೆಗೆ ತೆಕ್ಕೆ ಬಿದ್ದು ಜೋರಾಗಿ ಅತ್ತೆ. ಕಣ್ವರು ಕರಗಿದರು. "ನಾನು ತಮಾಷೆಗೆಂದು ನುಡಿದುದನ್ನು ನೀನು ಮಾಡಿಯೇ ತೋರಿಸಿದೆ. ಆದರೆ ಅವಸರ ಮಾಡಿದೆ ಮಗಳೇ. ಒಡಲ ಕುಡಿ ಧರೆಗಿಳಿವ ಮುನ್ನ ದೊರೆಯನ್ನು ಸೇರಿಕೊಳ್ಳುವುದೊಳಿತು" ಎಂದರು. ದುಷ್ಯಂತನ ರಾಜಸಭೆಗೆ ಹೋಗುವ ತಯಾರಿಗಳು ನಡೆದವು.

ನಾನು ತಂದೆಯೂ ನನ್ನೊಂದಿಗೆ ಬರುವವರೆಂಬ ಭರವಸೆಯಲ್ಲಿದ್ದೆ. ಆದರೆ ಪ್ರಿಯಂವದೆ ಮಾತ್ರವೇ ನನ್ನೊಂದಿಗೆ ಹೊರಟಳು. ಅವಳಿಗೆ ಮಾತ್ರವಲ್ಲವೇ ನಾನು ನನ್ನ ವಿವಾಹದ ವಿಷಯವನ್ನು ಮುಂಚಿತವಾಗಿ ತಿಳಿಸಿದ್ದು? ಶಚೀತೀರ್ಥವನ್ನು ನಾವೆಯ ನೆರವಿನಿಂದ ದಾಟಿ ನಾವು ದುಷ್ಯಂತನ ಅರಮನೆಯನ್ನು ಸೇರಿದೆವು. ಅರಮನೆಯಲ್ಲಿ ಕಾಡಿನ ನಿರಾಳತೆಯಿರಲಿಲ್ಲ. ಹೆಜ್ಜೆಹೆಜ್ಜೆಗೂ ಪಹರೆಯವರ ವಿಚಾರಣೆಗಳು, ಇಲ್ಲಸಲ್ಲದ ನಾನಾ ತರಹದ ಪ್ರಶ್ನಾವಳಿಗಳು. ಇವೆಲ್ಲದರ ಪರಿಚಯವಿಲ್ಲದ ನಾನು ದೈಹಿಕವಾಗಿಯಷ್ಟೇ ಅಲ್ಲ, ಮಾನಸಿಕವಾಗಿಯು ದಣಿದಿದ್ದೆ. ಪ್ರಿಯಂವದೆಯ ನೆರವಿಲ್ಲದಿದ್ದರೆ, ಗುರು ಕಣ್ವರ ಹೆಸರಿನ ಮಹಿಮೆಯಲ್ಲದಿದ್ದರೆ ನಾನು ರಾಜಸಭೆಯನ್ನು ಪ್ರವೇಶಿಸಲೂ ಸಾಧ್ಯವಿರಲಿಲ್ಲ. ಅಂತೂ ಮಹಾರಾಜನೆದುರು ನಿಂತಾಗ ಗುರಿ ಸೇರಿದ ನಿರಾಳತೆ!

ಆದರೆ ಆ ಖುಶಿಯು ಅಲ್ಪಕಾಲದ್ದಾಗಿತ್ತು. ಮಹಾರಾಜ ನನ್ನನ್ನು ಗುರುತಿಸಲೇ ಇಲ್ಲ. ಪ್ರಿಯಂವದೆ ತೀರ ಹತಾಶಳಾಗಿದ್ದಳು. ತುಂಬಿದ ಸಭೆಯೆದುರಿಗೆ ನನ್ನ ಮೋರೆಯ ಮುಸುಕನ್ನು ತೆರೆದು ತೋರುತ್ತಿದ್ದಳು. ಶಚೀತೀರ್ಥದ ದಂಡೆಯಲ್ಲಿ ಮೀನು ಮಾರುವ ಮಹಿಳೆಯರು ತಮ್ಮ ಮೀನು ಬುಟ್ಟಿಯಲ್ಲಿರುವ ಮೀನನ್ನು ನೆಗೆನಗೆದು ಗ್ರಾಹಕರಿಗೆ ತೋರಿಸುತ್ತಿದ್ದ ದೃಶ್ಯ ನೆನಪಾಯಿತು ನನಗೆ. ಸತ್ತ ಮೀನಿನ ಬಾಳುವೆಗಿಂತ ದುರ್ಭರವಾಗಿತ್ತು ನನ್ನ ಬದುಕು. ಕ್ರೂರತನವೆಂಬದು ಅರಮನೆಯ ಮೂಲಗುಣವೋ ಏನೊ? ಅಲ್ಲಿದ್ದವರೆಲ್ಲರೂ ನನ್ನ ತುಂಬಿದ ಹೊಟ್ಟೆಯನ್ನೇ ದಿಟ್ಟಿಸುತ್ತ ಕುಹಕವಾಡುತ್ತಿದ್ದರು. ಪ್ರಿಯಂವದೆಗೆ ತಕ್ಷಣ ನನ್ನ ಬೆರಳಿನಲ್ಲಿರುವ ಉಂಗುರದ ನೆನಪಾಗಿರಬೇಕು. "ಇಗೋ, ನೋಡು ದೊರೆ, ನೀನೇ ಬೆರಳಿಗಿಟ್ಟ ಮುದ್ರೆಯುಂಗುರ." ಎಂದು ಆಕ್ರೋಶದಿಂದ ನುಡಿದು ನನ್ನ ಅಂಗೈಯನ್ನು ಎತ್ತಿದಳು. ಇಡಿಯ ಸಭೆ ಗಹಗಹಿಸಿ ನಕ್ಕಿತು. ಬೆರಳಿನಲ್ಲಿ ಉಂಗುರವಿರಲಿಲ್ಲ. ಬೆರಳಿನಿಂದ ಜಾರುವ ಉಂಗುರವನ್ನು ಬೆರಳಿಗೆ ತೊಡಿಸಿ

ದೊರೆ ಜಾರಿಕೊಂಡಿದ್ದ. ಉಂಗುರದೊಂದಿಗೆ ನನ್ನ ಮದುವೆಯ ಭಾಗ್ಯವೂ ಜಾರಿಹೋಗಿತ್ತು.

"ಶಕೂ, ಇಲ್ಲೇನು ಮಾಡುತ್ತಿರುವೆ? ಅಲ್ಲಿ ಎಲ್ಲರೂ ಆಮೋದದಲ್ಲಿರುವಾಗ ನೀನೊಬ್ಬಳೇ ಏಕಾಂಗಿಯಾಗಿ ಇಲ್ಲಿ ಕುಳಿತುರುವಿಯಲ್ಲ. ದೊರೆಯ ಕಣ್ಣುಗಳು ನಿನ್ನನ್ನೇ ಹುಡುಕುತ್ತಿದ್ದವು. ಬರಬಾರದೇನು?" ಎಂದು ಕರೆದಳು ಪ್ರಿಯಂವದೆ. ನನ್ನ ಮೌನ ಅವಳಿಗೆ ಅದೇನನ್ನು ಹೇಳಿತೋ ತಿಳಿಯದು. ಬಂದಂತೆ ಮರಳಿ ಹೋದಳು. ಬದುಕಿನದು ಎಂಥ ವಿಪರ್ಯಾಸ! ದೊರೆಯ ಒಂದು ಪ್ರೀತಿಯ ನೋಟಕ್ಕಾಗಿ ಎಷ್ಟೊಂದು ಹಂಬಲಿಸಿದ್ದೆ ನಾನು. ಅಂದು ರಾಜಸಭೆಯಿಂದ ಹೊರಬರುವಾಗ ಕೇಳಿತಲ್ಲ ಒಂದು ದನಿ, "ಯಾರದೋ ಗರ್ಭಕ್ಕೆ ರಾಜಮುದ್ರೆಯೊತ್ತುವ ಹುನ್ನಾರ!" ಅಂದೇ ಸತ್ತು ಹೋಗಿದ್ದವು ನನ್ನೆಲ್ಲ ಕನಸುಗಳು. ನಾನು ನನ್ನೊಳಗಿನ ಗರ್ಭವನ್ನು ವಿರೋಧಿಸುತ್ತಿದ್ದೆ. ಅದಕ್ಕೆಂದೇ ಇರಬೇಕು, ಮಗು ಸರ್ವದಮನ ಎಲ್ಲವನ್ನೂ ಧಮನಿಸುವ ಗುಣವುಳ್ಳವನಾಗಿ ಹುಟ್ಟಿದ್ದು. ಅದು ನನಗೆ ಚಿಂತೆಯ ವಿಷಯವಾದರೆ ಇವರಿಗೆ ಹೆಮ್ಮೆ ತರುವ ವಿಷಯ. ಇರಲಿ, ಅವರವರ ಭಾವಕ್ಕೆ.

ಇಂದು ದೊರೆಯ ಕಣ್ಣುಗಳು ನನ್ನನ್ನು ಹುಡುಕುತ್ತಿವೆಯೆಂದರೆ ವಿಷಯ ಗಂಭಿರವೇ ಇರಬೇಕು. ಅದೇನೋ ಕಥೆಯನ್ನು ಹೇಳಿದಳಲ್ಲ ಪ್ರಿಯಂವದೆ. ಮೀನಿನ ಹೊಟ್ಟೆಯಲ್ಲಿ ಆ ಉಂಗುರ ಸಿಕ್ಕಿತಂತೆ, ಆಗ ಮಹಾರಾಜನಿಗೆ ಎಲ್ಲವೂ ನೆನಪಾಯಿತಂತೆ, ನನ್ನನ್ನು, ಮಗನನ್ನು ಹುಡುಕಿಸುವಲ್ಲಿ ಹತ್ತು ಸಂವತ್ಸರಗಳು ಕಳೆದುಹೋದವಂತೆ. ಅದೇ ಚಿಂತೆಯಲ್ಲಿಯೇ ದೊರೆ ಮುಪ್ಪಡರಿದಂತೆ ಕಾಣುವುದಂತೆ. ಎಷ್ಟು ನಿಜವೋ, ಎಷ್ಟು ಸುಳ್ಳೋ ಯಾರಿಗೆ ಗೊತ್ತು?

ಸಣ್ಣವಳಿರುವಾಗ ತಂದೆ ನನ್ನನ್ನು ಕಾಲಮೇಲೆ ಮಲಗಿಸಿ ಅದೆಷ್ಟು ರಾಜಕುಮಾರರ ಕಥೆಗಳನ್ನು ಹೇಳುತ್ತಿದ್ದರಲ್ಲ. ಆಗೆಲ್ಲ ನಾನು ಕೇಳುತ್ತಿದ್ದೆ, ಇಷ್ಟೆಲ್ಲ ಕಥೆಗಳು ಹೇಗೆ ಹುಟ್ಟುತ್ತವೆಯೆಂದು? ಅದಕ್ಕೆ ತಂದೆ ಹೇಳಿದ್ದರು, ರಾಜನ ಆಸ್ಥಾನದಲ್ಲಿ ಸ್ಥಳಪುರಾಣ ಮತ್ತು ವಂಶಪುರಾಣಗಳನ್ನು ಬರೆಯುವವರಿರುತ್ತಾರೆಂದು. ನನಗೇಕೋ ಇವೆಲ್ಲ ಹಾಗೆ ಯಾರೋ ಚತುರಮತಿಗಳು ಬರೆದ ಪುರಾಣದಂತೆ ಕಾಣುತ್ತಿವೆ.

ಕಥೆಯಾಗಲೀ, ಚರಿತ್ರೆಯಾಗಲೀ ನನಗೇನೂ ಬೇಧವಿಲ್ಲ ಎಂದುಕೊಂಡಳು ಅವಳು. ಅದರಾಚೆಯ ಸತ್ಯವೊಂದರ ಅನ್ವೇಷಣೆಯಲ್ಲಿ ಕಳೆದುಹೋದಳು.

ಕಲ್ಲಾಗಿ ಬಂಡೆಯೊಂದರ ಮೇಲೆ ಹಾಗೆಯೇ ಕುಳಿತಿದ್ದಳು. "ಶಕುಂತಲಾ, ಇಲ್ಲಿರುವೆಯೇನು? ಯಾಕೆ ನನ್ನೊಂದಿಗೆ ಮಾತನಾಡುವುದಿಲ್ಲವೆ?" ದುಷ್ಯಂತ ಅವಳಿಗೆ ತೀರ ಹತ್ತಿರದಲ್ಲಿ ಕುಳಿತು ಕೇಳಿದ. "ಹೇಳಿ." ತಲೆಯೆತ್ತದೇ ನುಡಿದಳು ಶಕುಂತಲೆ. "ಕ್ಷಮಿಸು ನನ್ನನ್ನು. ಮರಳಿ ಬಾ ನನ್ನ ಜೊತೆ. ಇಡಿಯ ಅಯೋಧ್ಯೆ ನಿನ್ನ ಬರವಿಗೆ ಕಾದಿದೆ. ಪಟ್ಟದರಸಿಯ ಪಟ್ಟ ಖಾಲಿಯಾಗುಳಿದಿದೆ." ಅಚ್ಚರಿಗೊಳ್ಳುವ ಸರದಿ ಶಕುಂತಲೆಯದು. "ಇಲ್ಲೇ ಹಾಯಾಗಿದೆ ಮಹಾರಾಜ. ಅರಮನೆಯಲ್ಲಿ ಉಸಿರುಗಟ್ಟುತ್ತದೆ. ಆಶ್ರಮದ ತಂಗಾಳಿಯಲ್ಲಿ ಉಸಿರಾಡಿದವರಿಗೆ ಅರಮನೆ ಬಂಧನವೇ ಸರಿ" ತಣ್ಣಗೆ ನಿರಾಕರಿಸಿದಳು ಶಕುಂತಲೆ. "ಹಾಗೆನ್ನದಿರು. ಅರಮನೆಯ ಸಿಂಹಾಸನ ಬರಿದಾಗುತ್ತದೆ. ಸರ್ವದಮನನೊಬ್ಬನೇ ಇಡಿಯ ರಾಜ್ಯಕ್ಕೆ ವಾರಸುದಾರ. ಗಂಡು ಸಂತಾನವಿಲ್ಲ ನನಗೆ."

ಇದು ಅಸಲಿ ವಿಷಯ! ಸತ್ಯ ಎಷ್ಟೊಂದು ಸುಳ್ಳುಗಳ ಆಳದಲ್ಲಿ ಹುದುಗಿರುತ್ತದೆ! ಮುದಿದೊರೆಗೆ ಮುಂದಿನ ರಾಜ್ಯದ ವಾರಸುದಾರನ ಚಿಂತೆ ಕಾಡಿದೆ. ಆಗ ನನ್ನ ನೆನಪಾಗಿದೆ. ಮನದಲ್ಲೇ ನಕ್ಕಳು ಶಕುಂತಲೆ. ಅಂದು ಆಶ್ರಮದ ಲತಾಕುಂಜದಲ್ಲಿ ಕಳೆದ ಮೂರು ದಿನಗಳು ಮಾತ್ರವೇ ಅವಳ ದಾಂಪತ್ಯದ ದಿನಗಳು. ಮತ್ತುಳಿದ ಯೌವ್ವನವನ್ನೆಲ್ಲ ಅವಳು ಕಲ್ಲುಬಂಡೆಯ ಮೇಲೆ ಕುಳಿತು ಮನಸ್ಸನ್ನು ಕಲ್ಲಾಗಿಸುತ್ತಲೇ ಕಳೆದಿದ್ದಾಳೆ. ಬಂಡೆಯ ಮೇಲೆ ಒಲವಿನ ಮಳೆ ಸುರಿಸಿದರೂ ಅದು ಜಾರಿಹೋಗುತ್ತದೆ ಅಷ್ಟೆ. ಮಾತು ಬೇಕೆನಿಸಲಿಲ್ಲ ಅವಳಿಗೆ. "ನಾಳೆ ಹೊರಡುವ ತಯಾರಿ ನಡೆಸಲೆ?" ಆತಂಕದಿಂದ ಕೇಳಿದ ದೊರೆ. "ಸರ್ವದಮನ ಏನೆನ್ನುತ್ತಾನೆ?" ಶಕುಂತಲೆ ಪ್ರಶ್ನಿಸಿದಳು. "ಅವನು ನನ್ನೊಂದಿಗೆ ಬರಲು ತುದಿಗಾಲಲ್ಲಿ ನಿಂತಿದ್ದಾನೆ. ಅವನನ್ನು ಈ ಆಶ್ರಮದಲ್ಲಿಯೂ ಇಷ್ಟು ವೀರನಾಗಿ ಬೆಳೆಸಿದ ನಿನಗೆ ಹೇಗೆ ಧನ್ಯವಾದಗಳನ್ನು ಹೇಳಲಿ? ಇಡಿಯ ರಾಜ್ಯವನ್ನು ಆಳುವ ಶೌರ್ಯ, ಧೈರ್ಯ ಅವನಲ್ಲಿ ಈಗಲೇ ಮೇಳೈಸಿದೆ. ಅವನೇ ನಮ್ಮ ಮುಂದಿನ ಮಹಾರಾಜ." ದುಷ್ಯಂತ ಮಾತಿನಲ್ಲೇ ಪಟ್ಟಾಭಿಷೇಕವನ್ನೂ ಮುಗಿಸಿದ್ದ. "ಅಂತೂ ನೀವು ನಿಮ್ಮ ಮಗನನ್ನು ಭರಿಸಿಕೊಂಡಿರಿ." ಎಂದಳು ಶಕುಂತಲೆ. "ಹಾಂ, ಹೌದು ಭರಿಸಿಕೊಂಡೆ." ಎಂದವನು ಏನೋ ನೆನಪಾದವನಂತೆ, "ಭರಿಸಿಕೊಂಡವನು.. ಅವನಿಗೊಂದು ಹೊಸ ನಾಮಕರಣ ಮಾಡೋಣವೆಂದುಕೊಂಡಿದ್ದೆ. ನಿನ್ನ ಮಾತಿನಲ್ಲಿ ಅದರ ಹೊಳಹು ಸಿಕ್ಕಿತು. ಭರಿಸಿದವನು... ಭರತ... ಭರತ.., ಮುದ್ದಾದ ಹೆಸರು." ಎನ್ನುತ್ತಾ ಅಲ್ಲಿಂದ ಹೊರಟ.

ಮರುದಿನ ಪ್ರಯಾಣಕ್ಕೆ ಎಲ್ಲವೂ ಸಜ್ಜುಗೊಂಡಿತ್ತು. ರಾಜ ಪರಿವಾರದವರೆಲ್ಲ ತಮ್ಮ ತಮ್ಮ ರಥವೇರಿದ್ದರು. ಸರ್ವದಮನ ತನ್ನ ತಂದೆಯೊಂದಿಗೆ ರಥವೇರಲು ಕಾತರನಾಗಿದ್ದ. ತಾಯಿಯ ಆಶೀರ್ವಾದಕ್ಕಾಗಿ ಕಾಯುತ್ತಿದ್ದ. ಶಕುಂತಲೆ ಮಾತಂಗ ಮುನಿಯ ಪಾದಕ್ಕೆರಗಿದಳು. "ಹೋಗಿ ಬಾ ಮಗು, ಶುಭವಾಗಲಿ" ಎಂದು ಹರಸಿದರು ಅವರು. ಶಕುಂತಲೆ ಅವರಲ್ಲಿ ಕೇಳಿದಳು, "ನಾನು ಆಶ್ರಮಕ್ಕೆ ಮತ್ತೆ ಮರಳಬಹುದೆ?" ಗುರುಗಳು ಮೊದಲ ಬಾರಿಗೆ ನಸುನಗುತ್ತ ನುಡಿದರು, "ನಿನಗೆ ಆಶ್ರಮದ ಬಾಗಿಲು ಸದಾ ತೆರೆದಿರುವುದು ಮಗಳೆ" ಮೊದಲ ಬಾರಿಗೆ ಅವರ ಬಾಯಲ್ಲಿ ಮಗಳೇ ಎಂಬ ಪದವನ್ನು ಕೇಳಿ ಶಕುಂತಲೆ ಮುದಗೊಂಡಳು. ಗಟ್ಟಿ ನಿರ್ಧಾರದೊಂದಿಗೆ ದೊರೆಯೆದುರು ನಿಂತಳು.

"ದೊರೆಯೆ, ನಾನು ನಿನ್ನೊಂದಿಗೆ ಮರಳಲಾರೆ. ನಿನಗೆ ನಿನ್ನ ರಾಜಕಾರ್ಯವಿರುವಂತೆಯೇ ನನಗೆ ನನ್ನ ಸಾಧನೆಯ ದಾರಿಯಿದೆ. ಮುಂದೆಂದಾದರೂ ನಿನ್ನಲ್ಲಿಗೆ ಬಂದರೂ ಬಂದೇನು. ಅಲ್ಲಿಯವರೆಗೆ ನನ್ನ ಗುರುತಿಗಾಗಿ ಇಗೋ ಈ ಅಭಿಜ್ಞಾನವನ್ನು." ಸರ್ವದಮನನ್ನು ಎತ್ತಿ ದೊರೆಯ ಮಡಿಲಿಗಿತ್ತಳು.

ಮರಳಿಹೋಗುವ ಮಹಾರಾಜನ ರಥವು ಭಾರವಾದಂತಿತ್ತು. ಚಕ್ರಗಳು ನಿಧಾನಗತಿಯಲ್ಲಿ ಉರುಳುತ್ತಿದ್ದವು. ದೊರೆಯ ಹೃದಯವೂ ಭಾರವಾಗಿರಬೇಕು. ಅಲ್ಲಿಯವರೆಗಿನ ಶಕುಂತಲೆಯ ಬೇಗೆಯೆಲ್ಲ ಅವನೆದೆಗೆ ಇಂದು ವರ್ಗಾವಣೆಯಾಗಿದ್ದವು. ಅವರ ನಿರ್ಗಮನದ ಮರುಗಳಿಗೆಯೇ ಶಕುಂತಲೆ ಆಶ್ರಮಕ್ಕೆ ಹಿಂದಿರುಗಿದಳು.

ಸ್ವೀಕಾರಕ್ಕೂ, ನಿರಾಕರಣೆಗೂ ಒಂದು ಅದ್ಭುತವಾದ ಶಕ್ತಿ ಬೇಕು. ಅವೆರಡರ ಸಂಗಮವಾಗಿ ಶಕುಂತಲೆ ನಿಂತಿದ್ದಾಳೆ.

ಈಗ ಕಳಚಿಕೊಳ್ಳಲೇನಿದೆ? ವಿಷಾದದ ನಗೆ ನಕ್ಕಳು ದ್ರೌಪದಿ

"ನಾಳೆ ಹೊರಡುವ ತಯಾರಿಗಳೆಲ್ಲವೂ ನಡೆದಿದೆಯಲ್ಲವೆ ದೇವಿ?" ಹೀಗೊಂದು ಪ್ರಶ್ನೆಯನ್ನು ಬಾಗಿಲಿನಲ್ಲಿ ನಿಂತೇ ಕೇಳಿ, ಅದೇನೋ ಮಹತ್ಕಾರ್ಯವಿರುವಂತೆ ನಿರ್ಗಮಿಸಿದ್ದಾನೆ ಧರ್ಮರಾಜ. ಉತ್ತರವನ್ನು ಬಯಸದ ಇಂತಹ ಪ್ರಶ್ನೆಗಳನ್ನು ಕೇಳಿ, ಕೇಳಿ ಆಕೆಗೆ ರೂಢಿಯಾಗಿಹೋಗಿದೆ. ಅಷ್ಟಕ್ಕೂ ನಾಳಿನ ಪ್ರಯಾಣಕ್ಕೆ ತಯಾರಿ ಮಾಡಿಕೊಳ್ಳುವಂಥದ್ದೇನಿದೆ? ಎಲ್ಲ ಮುಗಿದು ಹೊರಡುವ ಗಳಿಗೆ

ಕೂಡಿಸಿಕೊಳ್ಳುವುದೇನೂ ಇಲ್ಲ. ನಿಜ, ತಯಾರಿ ಬೇಕಿದೆ, ಕಳಚಿಕೊಳ್ಳಲು..

ಕಳಚಿಕೊಳ್ಳುವುದು ಎಂದು ನೆನಪಾದೊಡನೆ ಅವಳ ಮನದಲ್ಲೆಲ್ಲಾ ಶೂನ್ಯಭಾವ ತುಂಬಿಹೋಯಿತು. ಏನಿದೆ ನನಗೆ ಕಳಚಿಕೊಳ್ಳಲು? ಎಲ್ಲವೂ ಒಡಲೊಳಗೆ ತುಂಬುವ ಮೊದಲೇ ಖಾಲಿಯಾಗಿಹೋಗಿವೆ. ಯಾವುದನ್ನು ನಾನು ತುಂಬಿಕೊಂಡಿರುವೆ? ಒಂದು ಅಖಂಡ ಪ್ರೀತಿಯನ್ನು ನನ್ನೊಳಗೆ ಕಾಪಿಟ್ಟುಕೊಳ್ಳುವ ಬಯಕೆ ಚಿಗುರೊಡೆಯುವ ಮುನ್ನವೇ ಕಮರಿಹೋಯಿತು. ಪಾರ್ಥನನ್ನು ಪತಿಯಾಗಿ ಪಡೆದ ಹೆಮ್ಮೆ ಪಾಂಡವರೈವರ ಪತ್ನಿಯಾಗುವ ನಿಯಮದೊಂದಿಗೆ ಮುರುಟಿಕೊಂಡಿತು. ಸಾಮ್ರಾಜ್ಞಿಯಾಗುವ ಕನಸು ಧರ್ಮಜನ ಜೂಜಿನಲ್ಲಿ ಕೊನೆಗೊಂಡಿತು. ಪುಟ್ಟ ಮಕ್ಕಳನ್ನು ಎತ್ತಿ ಆಡಿಸುವ ಸುಖ ವನವಾಸದಲ್ಲಿ ಮರೆಯಾಯಿತು. ಬೆಳೆದ ಮಕ್ಕಳ ಅಭ್ಯುದಯವನ್ನು ನೋಡುವ ಭಾಗ್ಯವೂ ಅಶ್ವತ್ಥಾಮನಿಂದಾಗಿ ನಾಶವಾಯಿತು. ಮತ್ತೆ ಈ ಸಾಮ್ರಾಜ್ಯ? ಇದು ಎಂದಿಗೂ ನನ್ನದು ಅನಿಸಲೇ ಇಲ್ಲ. "ಧರ್ಮಜನಿಗೆ ಅನ್ಯಪತ್ನಿಯರಿಲ್ಲ. ನೀನೇ ಅವನೊಂದಿಗೆ ಪಟ್ಟವೇರಬೇಕು." ಅತ್ತೆಯ ಕೊನೆಯ ಆಸೆಗೆ ಅಸ್ತು ಎನ್ನಲೇಬೇಕಿತ್ತು. ಅದೂ ಆಗಿಹೋಯಿತು.

ಈಗ ಕಳಚಿಕೊಳ್ಳಲೇನಿದೆ? ವಿಷಾದದ ನಗೆ ನಕ್ಕಳು ದ್ರೌಪದಿ.

ನಾಳೆ ಮಹಾಪ್ರಸ್ಥಾನ, ಅಂದರೆ ಜೀವಂತವಾಗಿ ಸ್ವರ್ಗಾರೋಹಣ ಮಾಡುವ ಪಯಣ. ಈ ಧರ್ಮರಾಜನಿಗೆ ಮೊದಲಿನಿಂದಲೂ ಇಂಥದ್ದೇ ತೆವಲು. ತಾನು ಧರ್ಮಾತ್ಮ, ತಾನು ವೈರಾಗ್ಯ ಮೂರುತಿ ಎಂದೆಲ್ಲ ಜನರೆದುರು ತನ್ನನ್ನು ಪ್ರತಿಷ್ಠಾಪಿಸಿಕೊಳ್ಳುವ ಹುಚ್ಚು ಬಯಕೆ. 'ಎಲ್ಲ ಥೇಟ್ ಆ ಮಂತ್ರಿ ವಿದುರನದೇ ಪಡಿಯಚ್ಚು. ತಾನಿವನನ್ನು ವಿದುರನೊಂದಿಗೆ ಬೆಳೆಯಲು ಬಿಟ್ಟದ್ದೇ ತಪ್ಪಾಯ್ತು' ಎಂದು ಅತ್ತೆ ಕುಂತಿದೇವಿ ಅದೆಷ್ಟು ಬಾರಿ ಅಲವತ್ತುಕೊಂಡಿದ್ದರೋ ತಿಳಿಯದು.

ದ್ರೌಪದಿ ಏನೊಂದೂ ತಯಾರಿ ನಡೆಸದೇ ಹಾಸಿಗೆಗೆ ಜಾರಿದಳು. ನಾಳೆಯ ಪ್ರಸ್ಥಾನದೊಂದಿಗೆ ಬದುಕೊಂದು ಅಂತ್ಯವನ್ನು ಕಾಣುತ್ತದೆಯೆಂದು ನಿರುಮ್ಮಳವಾಗಿ ಕಣ್ಮುಚ್ಚಿದಳೇನೋ ಸತ್ಯ. ಆದರೆ ಅವಳ ಮನಸ್ಸು ಮಾತ್ರ ಮಹಾಪ್ರಸ್ಥಾನದ ವಿರುದ್ಧ ದಿಕ್ಕಿನಲ್ಲಿ ಮರುಪ್ರಯಾಣಕ್ಕೆ ಹೊರಟಿತ್ತು. ಅದು ಅವಳ ಬದುಕಿನ ಪ್ರಸ್ಥಾನವಾಗಿತ್ತು.

ಮುಕ್ತಿ ಪಥವಲ್ಲ, ಸತ್ಯದಾ ನಡಿಗೆ
ಈ ಮರುಪ್ರಯಾಣ
ಬರಿಯ ಮಾತಲ್ಲ, ಹೃದಯ ಭಾಷೆಯನು
ಅರಿವ ಅರಿವಿನಾ ಯಾನ
ಮಿಥ್ಯೆ ಸರಿಸಿ, ಸತ್ಯವನು ಅರಸುವಾ
ನಿಜದ ಈ ಪ್ರಯಾಣ
ಸಾರ್ಥ ಬದುಕಿನಾ, ಸೂತ್ರ ಅರಿಯುವಾ
ನವ ಅನ್ವೇಷಣ ಯಾನ
ಮನಕೆ ಮುಸುಕಿದಾ, ತೆರೆಯ ಸರಿಸುವ
ನಿಜದ ಈ ಪ್ರಯಾಣ
ಮನವ ಅರಿಯುವಾ, ಮನುಜನಾಗುವ
ಮನುಕುಲದ ಮಹಾಯಾನ
ಇದು...
ನಿಜದಭಿಯಾನ.. ಈ ಪ್ರಸ್ಥಾನ...
ಪರದ ಪದವನು, ಇಹದಿ ಹೊಂದುವಾ
ನವಮನ್ವಂತರ ಗಾನ...

ಅಂದು ಪಾಂಚಾಲದ ತವರಿನ ಹಸಿರಿನಲ್ಲಿ ಕೃಷ್ಣನನ್ನು ಮೊದಲ ಬಾರಿಗೆ ಭೇಟಿಯಾದ ಗಳಿಗೆ ತೇಲಿ ಬಂದಿತ್ತು ಅವಳೊಳಗೆ.

"ಅಗೋ, ಅಲ್ಲಿ ದೂರದಲ್ಲಿ ಕುಳಿತಿದ್ದಾನೆ ನೋಡು. ಅವನೆ ಕೃಷ್ಣ. ನಿನಗೇನು ಕೇಳಲಿಕ್ಕಿದೆಯೋ ಅವನನ್ನೇ ಕೇಳಿಕೊ." ಸಖಿಯರು ನನ್ನನ್ನು ಅಲ್ಲಿಯೇ ಬಿಟ್ಟು ತೆರಳಿದ್ದರು. ನಾನು ಸರಭರನೆ ನಡೆಯುತ್ತಾ ಕೃಷ್ಣನ ಬಳಿಗೆ ಬಂದಿದ್ದೆ. ಅವನೋ ನನ್ನನ್ನೇ ಕಾಯುತ್ತಿರುವವನಂತೆ ಪರಿಚಿತ ನಗುವನ್ನು ಬೀರಿ, ಕೈ ಹಿಡಿದು ಸ್ವಾಗತಿಸಿದ್ದ. ಅವನ ಒಂದೇ ಒಂದು ಸ್ಪರ್ಶಕ್ಕೆ ಅದೆಂಥಹ ಭರವಸೆಯ ಬಿಸುಪಿತ್ತು. ನಾನು ಮದುವೆಯಾದರೆ ಇವನನ್ನೆ ಎಂದು ಆ ಕ್ಷಣದಲ್ಲಿಯೇ ನಿರ್ಧರಿಸಿಯಾಗಿತ್ತು. ಕಾಟಾಚಾರಕ್ಕೆ ಅದೂ, ಇದೂ ಮಾತನಾಡಿಯಾಯಿತು. ಮನಸ್ಸು ಮಾತ್ರ ಬೇರೆಯೇ ಲೆಕ್ಕಾಚಾರದಲ್ಲಿ ಮುಳುಗಿತ್ತು. ಅಪ್ಪನಿಗೆ ವಿಷಯ ತಿಳಿಸುವ ಮೊದಲು ಇವನನ್ನೇ ಕೇಳುವುದೊಳಿತು ಎನಿಸಿತು. ರಾಜಕುಮಾರಿಯರಿಗಿರುವ ಹುಸಿಲಜ್ಜೆಯನ್ನು ಎಂದೋ ಮೀರಿಯಾಗಿತ್ತು. ನೇರವಾಗಿ ಅವನನ್ನೇ ಕೇಳಿದ್ದೆ, "ನನ್ನನ್ನು ಮದುವೆಯಾಗುತ್ತೀಯೇನು?" ಅವನು ನನ್ನ ಪ್ರಶ್ನೆಗೆ

ನಕ್ಕುಬಿಟ್ಟಿದ್ದ. "ಖಂಡಿತ ಸಾಧ್ಯವಿಲ್ಲ." ನನಗಿದು ಅನಿರೀಕ್ಷಿತವಾಗಿತ್ತು. ವಾದಕ್ಕೆ ನಿಂತಿದ್ದೆ, "ಯಾಕೆ ಸಾಧ್ಯವಿಲ್ಲ?" ಅವನು ಅಷ್ಟೇ ಶಾಂತವಾಗಿ ಉತ್ತರಿಸಿದ್ದ. "ಈ ಪ್ರಶ್ನೆಗೆ ನಿನ್ನ ತಂದೆ ಮಾತ್ರ ಉತ್ತರಿಸಬಲ್ಲರು." ಮಾತು ಒಗಟಿನಂತಿತ್ತು. ನಾನು ದಾಪುಗಾಲು ಹಾಕುತ್ತಾ ತಂದೆಯಿರುವಲ್ಲಿಗೆ ನಡೆದಿದ್ದೆ.

ಪ್ರೀತಿಗಾಗಿ ಮಕ್ಕಳನ್ನು ಹಡೆಯುತ್ತಾರೆ ಎಂದುಕೊಂಡಿದ್ದೆ. ಆದರೆ ದ್ವೇಷಕ್ಕಾಗಿ ಮಕ್ಕಳನ್ನು ಪಡೆದ ಕಥೆಯನ್ನು ತಂದೆ ನನಗೆ ಹೇಳಿದರು. ಮಗನಂತೆಯೇ ನನ್ನನ್ನು ಬೆಳೆಸಿದ್ದಾರೆಂಬ ಹೆಮ್ಮೆ ಆ ದಿನದಿಂದ ಸ್ವಾರ್ಥವಾಗಿ ಕಾಣತೊಡಗಿತು. ತಂದೆಯೆಂದರು, "ಮಗಳೇ, ಆ ಗೋವಳನಿಗೆ ಮನಸೋಲಬೇಡ, ದ್ರೋಣನನ್ನು ಸೋಲಿಸುವ ಬಿಲ್ಗಾರನಲ್ಲ ಅವನು. ಅಸಲಿಗೆ ಅವನಿಗೆ ಶಸ್ತ್ರಾಸ್ತ್ರಗಳ ವಿದ್ಯೆಯ ಉಪದೇಶವೇ ಆಗಿರಲಿಲ್ಲ. ತೀರ ಇತ್ತೀಚೆಗೆ ಅವನು ಕ್ಷತ್ರಿಯನೆಂದು ಸಾಬೀತಾದ ಮೇಲೆ ಅವನಜ್ಜ ಉಗ್ರಸೇನ ಸಾಂದೀಪನಿ ಗುರುಗಳಿಂದ ವಿದ್ಯೆಯ ಉಪದೇಶ ಕೊಡಿಸಿದ್ದಾರೆ. ಅವನು ನನ್ನ ಪ್ರತಿಜ್ಞೆಯನ್ನು ಎಂದಿಗೂ ಈಡೇರಿಸಲಾರ." ನಾನು ತಂದೆಯ ಪ್ರತಿಜ್ಞೆಯ ಪಣವಾಗಿದ್ದ ಸತ್ಯವನ್ನು ಕೃಷ್ಣ ನನ್ನೆದುರು ತೆರೆದಿಟ್ಟ ಪರಿಯಿದು.

ನನಗೀಗ ಎಲ್ಲವೂ ಅರ್ಥವಾಗತೊಡಗಿತ್ತು, ಸತ್ಯ ಎಷ್ಟೊಂದು ಕಠಿಣವಾಗಿತ್ತು! ತಂದೆ ತನ್ನ ಮಗಳು ಮಗನಿಗೆ ಸಮಾನವೆಂಬ ಹೆಮ್ಮೆಯಿಂದಲ್ಲ ನನಗೆ ಬಿಲ್ವಿದ್ಯೆಯನ್ನು ಕಲಿಸಿದ್ದು. ಶೂರನನ್ನು ಕೈಹಿಡಿಯಲು ಅದೊಂದು ಪೂರ್ವತಯಾರಿಯಾಗಿತ್ತಷ್ಟೆ. ಅಥವಾ ಎಲ್ಲಿಯಾದರೂ ಸಮಯ ಬಂದರೆ ನನ್ನಿಂದಲೇ ತಮ್ಮ ಪ್ರತಿಜ್ಞೆಯನ್ನು ಈಡೇರಿಸಿಕೊಳ್ಳುವ ಮಹದಾಸೆಯೂ ಇದ್ದೀತು. ಅದಕ್ಕೇ ಇರಬೇಕು, ಅಪ್ಪನಿಗೆ ಅಸಹಾಯಕನಾದ ದೊಡ್ಡಣ್ಣನೆಂದರೆ ಅದೆಷ್ಟು ಅಸಹನೆ? ಯಾಕಾದರೂ ಹುಟ್ಟಿದನೋ ಎಂಬಷ್ಟು ತಾತ್ಸಾರ! ನನ್ನ ಮನಸ್ಸೀಗ ಗೊಂದಲದ ಗೂಡಾಗಿತ್ತು. ಓಡೋಡಿ ಕೃಷ್ಣನಲ್ಲಿಗೆ ಹೋದೆ. ಅವನು ಮತ್ತದೇ ಶಾಂತ ನಗೆ ನಕ್ಕ. ನನ್ನ ಸಹನೆಯ ಮಿತಿ ಮೀರಿತ್ತು. ಅವನ ಭುಜಹಿಡಿದು ಅಲ್ಲಾಡಿಸಿ ಕೇಳಿದೆ, "ಹೇಳು, ನಿನಗೆ ನಾನು ಏನೂ ಅಲ್ಲವೆ?" ಕೋಪದಿಂದ ಅದುರುತ್ತಿರುವ ನನ್ನ ತಲೆಯನ್ನು ಅದೆಷ್ಟು ಪ್ರೀತಿಯಿಂದ ನೇವರಿಸಿ ನುಡಿದ, "ಕೃಷ್ಣೆ, ನೀನು ನನ್ನ ಪ್ರಾಣ!" ಜಗತ್ತು ಹೇಳುತ್ತದೆ, ಕೃಷ್ಣ 'ಮಮ ಪ್ರಾಣಾಯ ಪಾಂಡವಾಃ' ಎಂದು ನುಡಿದನೆಂದು. ಸತ್ಯ ನಮ್ಮಿಬ್ಬರೆದೆಯಲ್ಲಿ ಶಾಸನವಾಗಿದೆ.

ಪ್ರೀತಿಯೆಂದು ಹುಟ್ಟಿದ್ದು ಒಮ್ಮೆ ಮಾತ್ರ. ಮತ್ತೆಲ್ಲವೂ ಯೋಜಿತವಾಗಿ ನಡೆದವು ಬದುಕಿನಲ್ಲಿ. ನಾನು ಯಾರೋ ನಡೆಸುವ ಪಗಡೆಯ ದಾಳವಾಗಿಬಿಟ್ಟೆ.

ಎಷ್ಟೊಂದು ಕೈಗಳು ನಡೆಸಿದವು ನನ್ನನ್ನು. ಅತ್ತೆ ಕುಂತಿಯಲ್ಲಿ ಅತ್ತು ಕೇಳಿದ್ದೆ ಅಂದು. ಐವರ ಪತ್ನಿಯಾಗಿಸಿದ ಸಂದಿಗ್ಧತೆಯ ಬಗ್ಗೆ. ಅವರೂ ಕಣ್ಣೀರಾಗಿ ತನ್ನ ಬದುಕಿನ ಬೇಗೆಯನ್ನು ನನ್ನೆದುರು ಎಳೆಎಳೆಯಾಗಿ ತೆರೆದಿಟ್ಟಿದ್ದರು. ಸಾವಿರ ಹೆಣ್ಣುಗಳನ್ನು ಭೋಗಿಸಿ ನಪುಂಸಕನಾದ ಗಂಡನ ದುರ್ಬರ ಬದುಕು ಅವರನ್ನು ಕಲ್ಲಾಗಿಸಿತ್ತು. ಐವರನ್ನೂ ಒಗ್ಗೂಡಿಸುವ ದಾರವಾಗಿ ಅವರು ನನ್ನನ್ನು ನೋಡಿದ್ದರು. "ನಿನಗೆ ಆ ಶಕ್ತಿಯಿದೆ. ನಿನಗೆ ಅಂತಲ್ಲ, ಎಲ್ಲ ಹೆಣ್ಣುಗಳಿಗೂ ಇದೆ ದ್ರೌಪದಿ. ಆದರೆ ತಾನೇ ವಿಜಯಿಯೆಂಬ ಗಂಡಿನ ಹುಸಿ ಉನ್ಮಾದವನ್ನು ಹೆಣ್ಣು ಸುಮ್ಮನೆ ನಕ್ಕು ಆನಂದಿಸುತ್ತಾಳೆ ಅಷ್ಟೆ. ನಿನ್ನಿಂದ ಮಾತ್ರವೇ ಪಾಂಡವರ ಉದ್ಧಾರ ಸಾಧ್ಯ. ಅದನ್ನು ಸಾಧಿಸುತ್ತೇನೆಂದು ಮಾತುಕೊಡು" ಎಂದರು. ಅಲ್ಲಿಗೆ ಭವದ ಒಂದು ಗಂಟು ನನ್ನ ಸುತ್ತಲೂ ಬಿಗಿಗೊಂಡಿತ್ತು.

ಕೆಲವೊಮ್ಮೆ ನನ್ನ ಅಪ್ಪನ ದಡ್ಡತನದ ಬಗ್ಗೆ ನನಗೇ ನಗು ಬರುವುದುಂಟು. ದ್ರೋಣನನ್ನು ಸೋಲಿಸಲು ಅವನ ಶಿಷ್ಯನನ್ನೇ ಅಳಿಯನೆಂದು ಸ್ವೀಕರಿಸಿದ ಅವನ ವರಸೆಯೇ ನನಗೆ ಅರ್ಥವಾಗದು. ಎಲ್ಲವೂ ಹರಿಯ ಮಹಿಮೆ! ನನಗೋ ಹರಿಯೊಂದಿಗೆ ಇರುವೆನೆಂಬ ತಾತ್ಕಾಲಿಕ ಸಂತಸ. ಮದುವೆ ಮಾಡಿಕೊಟ್ಟ ಅಪ್ಪ ಕಾದದ್ದು ಅದೆಷ್ಟು ವರ್ಷ? ಮಹಾಭಾರತ ಯುದ್ಧವಾಗುವವರೆಗೂ ಬರಿಯ ಕಾಯುವಿಕೆಯೇ ಆಯಿತು. ಅಂತೂ ಅಪ್ಪನ ಆಸೆಯಂತೆ ಪಾರ್ಥನ ಕೈಯ್ಯಿಂದಲೇ ದ್ರೋಣರು ಸತ್ತರು. ಆದರೆ ಅದನ್ನು ನೋಡಲು ಅಪ್ಪ ಜೀವಂತ ಇರಲೇ ಇಲ್ಲ. ಅಪ್ಪ ಅಣ್ಣಂದಿರ ನೆನಪಾದೊಡನೇ ದ್ರೌಪದಿ ಹನಿಗಣ್ಣಾಗಿ ಮಗ್ಗುಲು ಬದಲಾಯಿಸಿದಳು. ಮತ್ತೆ ನಾಳೆಯ ಪಯಣದ ನೆನಪಾಯಿತು. ಕಣ್ಮುಚ್ಚಿ ನಿದ್ರಿಸುವ ಪ್ರಯತ್ನ ಮಾಡಿದಳು.

ಮುಂಜಾನೆಯೇ ಪ್ರಯಾಣಕ್ಕೆ ಎಲ್ಲವೂ ಸಜ್ಜುಗೊಂಡಿತ್ತು. ಉತ್ತರೆಯ ಮಗುವನ್ನು ಪಟ್ಟದಲ್ಲಿ ಕೂರಿಸಿ ರಾಜನೆಂದು ಸಾರಲಾಗಿತ್ತು. ಪ್ರಜಾಜನರೆಲ್ಲ ಸೇರಿ ವಿದಾಯದ ಕಣ್ಣೀರು ಸುರಿಸಿದ್ದರು. ಅದಕುತ್ತರವೆಂಬಂತೆ ಧರ್ಮರಾಜ ತಾವೆಲ್ಲರೂ ಪಾಲಿಸುತ್ತಿರುವ ರಾಜಧರ್ಮದ ಬಗ್ಗೆ ತುಸು ಹೆಚ್ಚೇ ಮಾತನಾಡಿದ್ದ. ಮಾಮೂಲಿಯಂತೆ ನಾಲ್ವರೂ ತಲೆಬಗ್ಗಿಸಿ ಕುಳಿತು ಅಣ್ಣನ ಮಾತಿಗೆ ತಲೆದೂಗಿದ್ದರು. ಅವರು ಕುಳಿತ ಭಂಗಿಯನ್ನು ಕಂಡಾಗ ದ್ರೌಪದಿಗೆ ಬೇಡವೆಂದರೂ ಆ ದಿನದ ನೆನಪಾಗಿತ್ತು.

ದುಶ್ಯಾಸನ ನನ್ನ ಮುಡಿಗೆ ಕೈಯ್ಯಿಟ್ಟು ಎಳೆದಾಗ ಅಂಥ ಅವಮಾನವೇನೂ ಆಗಿರಲಿಲ್ಲ. ಸಭೆಯಲ್ಲಿ ಹೇಗೂ ನನ್ನ ಗಂಡಂದಿರಿದ್ದಾರೆ, ಈ ದುಷ್ಟನಿಗೊಂದು ಗತಿಕಾಣಿಸುತ್ತಾರೆಂದು ಎಷ್ಟು ಧೈರ್ಯದಲ್ಲಿದ್ದೆ ನಾನು. ಆದರೆ ನಡೆದದ್ದು ಎಲ್ಲವೂ ವ್ಯತಿರಿಕ್ತವೇ ಆಗಿತ್ತು. ಹೀಗೆ ಅಣ್ಣನ ಆಣತಿಗೆ ಕಾಯುತ್ತಾ, ತಲೆಬಗ್ಗಿಸಿ ಕುಳಿತಿದ್ದರು ನಾಲ್ವರೂ. ನಿಜಕ್ಕೂ ನನ್ನ ಮನಸ್ಸು ಕಲ್ಲಾಗಿ ಹೋಗಿತ್ತು. ಅತ್ತೆಗೆ ಮಾತು ಕೊಟ್ಟಿಲ್ಲದಿದ್ದರೆ ಅಂದೇ ಪಾಂಚಾಲಕ್ಕೆ ಮರಳಿಬಿಡುತ್ತಿದ್ದೆನೋ ಏನೋ? ಯಾರನ್ನು ಏನೆಂದು ಕೇಳುವುದು? ಧರ್ಮಸೂಕ್ಷ್ಮದ ಮಾತುಗಳನ್ನಾಡಿ ತಾತ ಭೀಷ್ಮ, ಮಂತ್ರಿ ವಿದುರನ ಗಮನ ಸೆಳೆಯುವ ತಂತ್ರ ಮಾಡಿದೆ. ಅವರೂ ಆ ದುರ್ಯೋಧನನ ಯಂತ್ರವಾಗಿದ್ದರೆಂಬ ಸತ್ಯದ ಅರಿವಾಯಿತಷ್ಟೆ. ಹೇಡಿ ದುಶ್ಯಾಸನ! ಸೀರೆಯನ್ನು ಹಿಡಿದು ಎಳೆಯತೊಡಗಿದ. ತಲೆತಗ್ಗಿಸಿ ಕುಳಿತವರನ್ನು ನೋಡಲಾಗದೇ ತಲೆಯೆತ್ತಿ ನೋಡಿದರೆ ನಗುವ ಕೃಷ್ಣ ಕಾಣಿಸಿದ. ಮನಸ್ಸಿಗೊಂದು ಭರವಸೆ ಸಿಕ್ಕಿತು. ಸೆರಗು ಜಾರದಂತೆ ಗಟ್ಟಿಯಾಗಿ ಹಿಡಿದು ನಿಂತೆ. ಸಲೀಸಾಗಿ ಸೀರೆಯೆಳೆಯುತ್ತಿದ್ದ ದುಷ್ಟ ಜಾರಿ ಬಿದ್ದ. ಇಡೀ ಸಭೆ ಗೊಳ್ಳನೆ ನಕ್ಕಿತು. ಅವಮಾನಗೊಂಡು ಶಪಿಸುತ್ತಾ ಒಳಗೋಡಿ ಹೋದ. ಕೃಷ್ಣ ಮತ್ತೆ ನುಡಿದಂತಾಯ್ತು, 'ನೀನು ನನ್ನ ಪ್ರಾಣ'

ಈಗ ಪ್ರಯಾಣ ಆರಂಭಗೊಂಡಿದೆ. ಧರ್ಮರಾಯ ನಮ್ಮ ಪಯಣದ ನಿಯಮಗಳನ್ನು ಹೇಳುತ್ತಿದ್ದಾನೆ. ಮುಂದೆ ಹಿರಿಯರು, ಹಿಂದೆ ಕಿರಿಯರು, ಕೊನೆಯಲ್ಲಿ ನಾನು. ಯಾರೊಬ್ಬರೂ ಎಂದಿಗೂ ಹಿಂದಿರುಗಿ ನೋಡುವಂತಿಲ್ಲ. ಯಾರೇ ಬಿದ್ದರೂ ಎತ್ತುವಂತಿಲ್ಲ. ಅದು ಅವರ ಪ್ರಾರಬ್ಧಕರ್ಮವೆಂದು ಮುಂದೆ ಸಾಗುತ್ತಿರಬೇಕು ಅಷ್ಟೆ. ಶುರುವಾಯಿತು ನಮ್ಮ ಪಯಣ. ಪ್ರಯಾಣಕ್ಕೆ ಅನವಶ್ಯಕ ಮಾತುಗಳು ನಿಷಿದ್ಧ. ಮಾತಿಲ್ಲದಿದ್ದಾಗ ಮನಸ್ಸು ಮಾತಾಗುತ್ತದೆ.

ಸಾಮಾನ್ಯರ ಪಾಡೇ ಎಷ್ಟು ಒಳ್ಳೆಯದು? ವೃದ್ಧರಾದರೆ ಮನೆಯಲ್ಲಿ ಮಲಗಿ ಸಾಯುತ್ತಾರೆ. ಮಕ್ಕಳು, ಬಂಧುಗಳು ಅವರ ಕಾರ್ಯಗಳನ್ನು ಮಾಡುತ್ತಾರೆ. ಆದರೆ ಈ ರಾಜರದು ಎಲ್ಲವೂ ವಿಪರೀತ ನಡೆಗಳೇ. ವಾನಪ್ರಸ್ಥವೆಂದು ಕಾಡಿಗೆ ಹೊರಡುವುದು, ಅಲ್ಲಿ ಪ್ರಾಣಿಗಳ ಬಾಯಿಗೋ, ಕಾಳ್ಗಿಚ್ಚಿನ ಬೆಂಕಿಗೋ ಬಿದ್ದು ಪ್ರಾಣ ಬಿಡುವುದು. ಸುದ್ದಿ ತಿಳಿದ ನಂತರ ಅವರ ಪ್ರತಿಕೃತಿಗಳನ್ನಿಟ್ಟು ಅರಮನೆಯಲ್ಲಿ ಮತ್ತೆ ಕ್ರಿಯಾವಿಧಿಗಳನ್ನು ನಡೆಸುವುದು... ಕುಂತಿ, ವಿದುರ, ಗಾಂಧಾರಿ, ದೃತರಾಷ್ಟ್ರರು ಕಾಳ್ಗಿಚ್ಚಿನಲ್ಲಿ ಬೆಂದುಹೋದ ನೆನಪಾಯಿತು ಅವಳಿಗೆ. ಯೋಚಿಸುತ್ತಿರುವಂತೆ ದ್ರೌಪದಿಗೆ ಮತ್ತೇನೋ ಹೊಳೆಯಿತು. ಓಹೋ! ಇದಕ್ಕೇ ಇರಬೇಕು, ಧರ್ಮರಾಜ

ಜೀವಂತವಾಗಿ ಸ್ವರ್ಗಾರೋಹಣಕ್ಕೆ ಮನಮಾಡಿರುವುದು. ಸತ್ತರೆ ಕ್ರಿಯಾವಿಧಿ ನಡೆಸಲೂ ಸಂತಾನವಿಲ್ಲದ ನತದೃಷ್ಟರು ನಾವಾದೆವೆಂದು ಪ್ರಜೆಗಳೆಲ್ಲ ತಿಳಿಯದಿರಲೆಂಬುದು ಇವನ ಹುನ್ನಾರವಿದ್ದೀತು!

ಒಂದಲ್ಲ, ಎರಡಲ್ಲ, ಐದು ಮಕ್ಕಳನ್ನು ಹಡೆದಿದ್ದೆ. ವರ್ಷಕ್ಕೊಂದರಂತೆ ತಪತಪನೆ ಮಡಿಲು ತುಂಬಿದ ಮಕ್ಕಳನ್ನು ನೋಡಿ ಅತ್ತೆಗೆ ಅದೆಂತಹ ಸಂತೋಷ. ನನ್ನನ್ನು ತವರಿಗೂ ಹೋಗಲು ಬಿಡದೇ ತಾನೇ ನಿಂತು ಆರೈಕೆ ಮಾಡಿದ್ದಳು. ಹೆತ್ತರೆ ಸಾಕೇನು? ಮಕ್ಕಳಿಗೆ ಶಿಕ್ಷಣವನ್ನೂ ನೀಡಬೇಕಲ್ಲವೆ? ಸರಿಯಾಗಿ ಅವರೆಲ್ಲರೂ ಮಾತು ಕಲಿಯುವ ಹೊತ್ತಿಗೆ ನಾವೆಲ್ಲರೂ ವನವಾಸಕ್ಕೆ ಹೊರಟಾಗಿತ್ತು. ನಾನು ಐವರನ್ನೂ ಎದೆಗವಚಿಕೊಂಡೇ ಹೊರಟಿದ್ದೆ. ಅತ್ತೆ ತಡೆದಳು. ಕಾಡಿನ ದಾರಿ ಕಠಿಣವೆಂದಲ್ಲ, ತನ್ನ ಮಕ್ಕಳಲ್ಲಿಯಾದರೂ ದಾರಿ ತಪ್ಪಬಹುದೆಂದು. ಹಿಡಿಂಬೆಯ ಮೋಹಕ್ಕೆ ಸಿಲುಕಿದ ಭೀಮನ ಕಥೆ ಹೇಳಿದರು ಅತ್ತೆ. ನಾನು ಆಗ ನಿಜಕ್ಕೂ ಅತ್ತೆ. ಮಕ್ಕಳನ್ನು ತವರಿಗೆ ಕಳುಹಿಸಿ ಗಂಡಂದಿರ ದಾರಿ ಹಿಡಿದೆ. ಅಜ್ಜನ ಮನೆಯನ್ನೇ ನೋಡದೇ ಬೆಳೆದ ಮಕ್ಕಳವು. ಅಪರಿಚಿತ ಪರಿಸರದಲ್ಲಿ ಅದೆಷ್ಟು ನೊಂದುಕೊಂಡವೋ ಬಲ್ಲವರ್‍ಯಾರು? ವಿದ್ಯೆ ಕಲಿತರೇನೋ ನಿಜ. ಏನು ಕಲಿತರು, ಎಷ್ಟು ಕಲಿತರು ಯಾರೊಬ್ಬರೂ ತಲೆಕೆಡಿಸಿಕೊಳ್ಳಲಿಲ್ಲ. ಒಬ್ಬನಿಗೆ ಧರ್ಮದ ಚಿಂತೆ, ಇನ್ನೊಬ್ಬನಿಗೆ ಹೊಟ್ಟೆಯದ್ದೇ ಚಿಂತೆ, ಮತ್ತೊಬ್ಬನಿಗೆ ತನ್ನ ಪತ್ನಿಯಲ್ಲಿ ಜನಿಸಿದ ವೀರಪುತ್ರನೊಬ್ಬನದೇ ಚಿಂತೆಯಾದರೆ ಇನ್ನಿಬ್ಬರು ಅವರೇ ಮಗುವಿನಂತಿರುವ ಮುಗ್ಧರು. ಕಾಲ ಹೀಗೆ ಸರಿದುಹೋಗಿತ್ತು. ಹದಿನೈದು ವರ್ಷಗಳ ನಂತರ ಮಕ್ಕಳನ್ನು ಕರೆತರಲು ನಾನೇ ಪಾಂಚಾಲಕ್ಕೆ ಹೋಗಿದ್ದೆ. ಮಕ್ಕಳಿಗೆ ನನ್ನ ಗುರುತೇ ಹತ್ತಲಿಲ್ಲ. ಉಕ್ಕಿಬರುವ ಅಳುವನ್ನು ಹತ್ತಿಕ್ಕುತ್ತಾ ಒಬ್ಬೊಬ್ಬರನ್ನೇ ತಲೆನೇವರಿಸಿ ಮುತ್ತಿಕ್ಕಿದ್ದೆ. ಮತ್ತೆ ಅವರೆಲ್ಲರೂ ನನ್ನ ಕಾಲಿಗೆರಗಿದರು. ಮುತ್ತಿನಂತಹ ಮಕ್ಕಳು! ಒಂದು ತಂಟೆಯಿಲ್ಲ, ತಕರಾರಿಲ್ಲ, ಜಗಳವಿಲ್ಲ, ಸುಳ್ಳುಪೊಳ್ಳುಗಳಿಲ್ಲ, ಜಂಭವಿಲ್ಲ... ಇವೆಲ್ಲದದರ ಜೊತೆಗೆ ಆತ್ಮವಿಶ್ವಾಸದ ಸೆಲೆಯೂ ಅವರಲ್ಲಿ ಬತ್ತಿಹೋಗಿತ್ತು. ನನ್ನೊಳಗಿನ ತಾಯಿ ಜಾಗೃತಳಾದಳು. ಗಂಡಂದಿರೆಲ್ಲ ಯುದ್ಧಕಾರ್ಯದಲ್ಲಿ ಮಗ್ನರಾದರೆ ನಾನು ಮಕ್ಕಳ ಪಾಲನೆ, ಪೋಷಣೆಯಲ್ಲಿ ಮುಳುಗಿಹೋದೆ. ಎಷ್ಟು ಪ್ರೀತಿ ತೋರಿಸಿದರು ನನ್ನ ಮೇಲೆ. ನಾನೇ ಮುಂದೆ ನಿಂತು ಅವರಿಗೆ ಬಿಲ್ವಿದ್ಯೆಯನ್ನು ಹೇಳಿಕೊಡುತ್ತಿದ್ದೆ. ಕೈತುತ್ತನ್ನಿಟ್ಟು ಲಾಲಿಸುತ್ತಿದ್ದೆ. ಅಷ್ಟುದ್ದ ಬೆಳೆದ ಮಕ್ಕಳು ತಮ್ಮ ವಯಸ್ಸನ್ನೇ ಮರೆತು ನನ್ನ ಹಾಸಿಗೆಯಲ್ಲೇ ಮಲಗಿಬಿಡುತ್ತಿದ್ದರು.

ಅಮ್ಮನ ಹಸಿವು ಅವರಲ್ಲಿ ಅಷ್ಟು ತೀವ್ರವಾಗಿತ್ತು. ಅತಿಯಾದರೆ.. ಅದೇ ಅವರ ಪ್ರಾಣಕ್ಕೆ ಕುತ್ತಾಗಿ ಬಂತು. ಪಾಪಿ, ಅಶ್ವತ್ಥಾಮ! ಪಾಂಡವರೆಂದು ಬಗೆದು ಅವರೆಲ್ಲರ ತಲೆಯನ್ನು ಕತ್ತರಿಸಿದ. ನನ್ನ ಕಣ್ಣೀರ ಕಡಲು ಅಂದು ಬತ್ತಿಹೋಗಿತ್ತು. ಇವರೆಲ್ಲರ ಗಮನ ಅಂದು ಕೇವಲ ಉತ್ತರೆಯ ಗರ್ಭದ ಮೇಲಿತ್ತು!

"ದ್ರೌಪದೀ, ನಿನಗೆ ಆಯಾಸವಾಗುತ್ತಿದೆಯೆ?" ಧರ್ಮಜನ ಧ್ವನಿ ದೂರದಿಂದ ತೇಲಿಬಂದಿತ್ತು. ತಕ್ಷಣವೇ ಭೀಮನೆಂದಿದ್ದ, "ಅಣ್ಣಾ, ನಾನವಳನ್ನು ಎತ್ತಿಕೊಳ್ಳಲೆ?" ಧರ್ಮಜ ಅದನ್ನು ಧರ್ಮದ ವಿವರಣೆ ನೀಡಿ ನಿರಾಕರಿಸಿದ. ದ್ರೌಪದಿಗೆ ಕಣ್ತುಂಬಿ ಬಂತು. ಬದುಕಿನ ಬಂಜರು ಭೂಮಿಯಲ್ಲಿ ಎಲ್ಲಾದರೂ ನೀರಿನ ಪಸೆಯೆಂಬುದಿದ್ದರೆ ಅದು ಇವನೊಬ್ಬನೆ. ಧರ್ಮ ಅಧರ್ಮಗಳ ನಡುವಿನ ಗೋಡೆಯನ್ನು ಕೆಡವಿ ಅದೆಷ್ಟು ಬಾರಿ ನನ್ನನ್ನು ರಕ್ಷಿಸಿಲ್ಲ? ದುಶ್ಯಾಸನನ ಕರುಳಮಾಲೆಯನ್ನು ನನ್ನ ಮುಡಿಗೇರಿಸಿದ ಆ ಕ್ಷಣದಲ್ಲಿ ನಾನು ನನ್ನ ಮದುವೆಯನ್ನು ಗೌರವಿಸಿದ್ದೆ. ಇವನಿಲ್ಲವೆಂದರೆ ಬದುಕು ಇನ್ನಷ್ಟು ನೀರಸವಾಗಿ ಮುಗಿದುಹೋಗುತ್ತಿತ್ತು. ಭೀಮನನ್ನೊಮ್ಮೆ ಮುದ್ದಿಸುವ ಆಸೆಯಾಯಿತು. ಧರ್ಮ ಅದಕ್ಕೂ ತಡೆಗೋಡೆ ಹಾಕಿತು.

ಅವನ ಕೊಳಲಗಾನಕ್ಕೆ ಮನಸೋತರು ಎಲ್ಲ ಹುಡುಗಿಯರು ಎನ್ನುತ್ತಾರೆ. ನಾನೇನೂ ಅವನ ಕೊಳಲಗಾನ ಕೇಳಿಲ್ಲ. ಆದರ ಅವನ ಮನಸ್ಸು ಮಾತ್ರ ಅದೆಷ್ಟು ಕೋಮಲ. ಮಾತನಾಡದೆಯೂ ಮನದೊಳಗನ್ನು ಅರಿಯುವ ಅವನ ಜಾಣ್ಮೆ ಎಲ್ಲ ಗಂಡಸರಲ್ಲಿದ್ದರೆ ಎಷ್ಟು ಚೆನ್ನಿತ್ತು? ಹೆಣ್ಣಿಗೆ ಕಷ್ಟಗಳ ಸರಮಾಲೆಯೇ ಇರುತ್ತಿರಲಿಲ್ಲ. ವನವಾಸದಲ್ಲಿ ಅದೆಷ್ಟು ಅಡುಗೆ ಮಾಡಬೇಕಿತ್ತು. ಕಂಡವರನ್ನೆಲ್ಲ ಊಟಕ್ಕೆ ಕರೆಯುವ ಚಾಳಿ ಈ ಧರ್ಮರಾಜನಿಗೆ. ಕಟ್ಟಿಗೆಗೇನೂ ತೊಂದರೆಯಿರಲಿಲ್ಲ. ಭೀಮ ಒಮ್ಮೆ ಹೊತ್ತು ತಂದರೆ ವಾರಗಳಿಗೆ ಸಾಕಾಗುತ್ತಿತ್ತು. ಪಾತ್ರೆಯದ್ದೇ ಕೊರತೆ. ಆರು ಜನರಿಗಾಗುವ ಪಾತ್ರೆಯಲ್ಲಿ ಹದಿನಾರು ಜನರಿಗೆ ಎಷ್ಟು ಸಲವೆಂದು ಬೇಯಿಸುವುದು? ಇಡೀ ದಿನ ನನಗೆ ಅದೇ ಕೆಲಸವಾಗುತ್ತಿತ್ತು. ಒಮ್ಮೆ ಕೃಷ್ಣ ನಮ್ಮ ಭೇಟಿಗೆಂದು ಬಂದ. ಅವನು ಬಂದಾಗಲೆಲ್ಲ ನಾವಿಬ್ಬರೂ ಹುಲ್ಲುಹಾಸಿನ ಮೇಲೆ ಕುಳಿತು ತಾಸುಗಟ್ಟಲೆ ಹರಟುವುದು ಸಾಮಾನ್ಯವಾಗಿತ್ತು. ಆದರೆ ಈಗ ಸಮಯವೇ ಇರಲಿಲ್ಲ. ಅತಿಥಿಗಳಿಗೆಲ್ಲ ಅಡುಗೆ ಬೇಯಿಸುವುದರಲ್ಲೇ ನನ್ನ ಸಮಯವೆಲ್ಲ ಕಳೆದುಹೋಗಿತ್ತು. ತಡರಾತ್ರಿ ಮಲಗಿದ ನಾನು ಮರುದಿನ

ಎದ್ದು ನೋಡಿದರೆ ಕೃಷ್ಣನಿರಲಿಲ್ಲ. ಒಂದೂ ಮಾತನಾಡದೇ ಹೋದ ಅವನ ಬಗ್ಗೆ ಎಷ್ಟು ಸಿಟ್ಟು ಬಂದಿತ್ತು? ಸ್ನಾನ, ಪೂಜೆಗಳನ್ನೆಲ್ಲ ಮುಗಿಸಿ, ಅಡುಗೆ ಕೆಲಸಕ್ಕೆ ಹೊರಡುವ ಹೊತ್ತಿಗೆ ಕೃಷ್ಣ ಪ್ರತ್ಯಕ್ಷನಾಗಿದ್ದ. ಅವನ ಕೈಯಲ್ಲಿ ಇಷ್ಟೆತ್ತರದ ಪಾತ್ರೆಗಳಿದ್ದವು. "ಒಲೆಯೂ ದೊಡ್ಡದಿದೆ, ಕಟ್ಟಿಗೆ ಬೇಕಾದಷ್ಟಿದೆ, ಒಡಲುಗಳೂ ಬಹಳಷ್ಟಿವೆ. ಮತ್ತೆ ಪಾತ್ರೆಗಳೇಕೆ ಚಿಕ್ಕವು? ನೋಡು, ಇವು ಅಕ್ಷಯ ಪಾತ್ರೆಗಳು. ಇವುಗಳಲ್ಲಿ ಅಡುಗೆ ಮಾಡಿಟ್ಟರೆ ಮುಗಿಯುವುದೇ ಇಲ್ಲ." ಎಂದು ನಗುತ್ತಾ ತಾನೇ ಪಾತ್ರೆಗಳನ್ನು ಒಲೆಯ ಮೇಲಿಟ್ಟು ಅಡುಗೆ ಮಾಡಲು ಸಹಕರಿಸಿದ್ದ. ಅಕ್ಷಯಪಾತ್ರೆಗಳು ಬಂದಮೇಲೆ ನಾನೂ ಕೊಂಚ ಬಿಡುವಾಗಿದ್ದೆ. ಎಷ್ಟು ಸಣ್ಣ ವಿಷಯ! ಆದರೆ ಎಷ್ಟು ಮುಖ್ಯ ವಿಷಯ! ಇವುಗಳೆಲ್ಲ ಅವನಿಗೆ ಹೇಗೆ ತಿಳಿಯುವವೋ ಕಾಣೆ?

ಯಾರೊಬ್ಬರೂ ತಿರುಗಿ ನೋಡದೇ ಅಣ್ಣನ ಹಿಂದೆ ಏಕತಾನವಾಗಿ ನಡೆಯುತ್ತಿದ್ದಾರೆ. ನನಗೇನೋ ನನ್ನನ್ನು ಒಂದು ಕಪ್ಪು ನೆರಳು ಹಿಂಬಾಲಿಸುತಿರುವಂತೆ ಅನಿಸುತಿದೆ. ಮೊದಮೊದಲು ನನ್ನ ಭ್ರಮೆಯಿರಬಹುದು ಅಂದುಕೊಂಡೆ. ಆದರೀಗ ಅದು ನಿಜವೇನೋ ಅನಿಸುತ್ತಿದೆ. ನಾನು ಅಲ್ಲಿಯೇ ಕೊಂಚ ನಿಂತೆ. ಮನಸ್ಸು ನನ್ನ ಮಾತನ್ನು ಕೇಳುತ್ತಿರಲಿಲ್ಲ. ಹಿಂದಿರುಗಿ ನೋಡಲೇಬೇಕೆಂದು ಹಠ ಹಿಡಿಯುತ್ತಿತ್ತು. ನಾನು ತಿರುಗಿದೆ. ಅಲ್ಲಿ ನಿಜಕ್ಕೂ ಕಪ್ಪು ನೆರಳಿತ್ತು, ಮತ್ತದು ನವಿಲುಗರಿಯನ್ನು ಹೋಲುತ್ತಿತ್ತು! ನನಗೆ ಎಲ್ಲವೂ ನೆನಪಾಗಿತ್ತು.

ವರ್ಷದ ಹಿಂದೆಯಷ್ಟೇ ಕೃಷ್ಣ ಮರೆಯಾಗಿದ್ದಾನೆ. ಜಗವೆಲ್ಲ ಅವನನ್ನು ದೇವನೆಂದು ಕರೆಯುತ್ತದೆ. ಆದರ ಅವನು ಅಪ್ಪಟ ಮನುಷ್ಯನಂತೆ ಸತ್ತು ಮಲಗಿದ್ದಾನೆ. ಅವನ ಮರಣ ವಾರ್ತೆ ಕೇಳಿದಾಗಿನಿಂದಲೂ ನನಗೆ ಸಾವಿನ ಭಯ ದೂರಾಗಿದೆ. ಸಾವು ಅಪ್ಯಾಯಮಾನವಾಗಿ ಕಾಣುತ್ತಿದೆ. ಅದೇ ನಿರಾಳತೆಯಿಂದಲ್ಲವೆ ನಾನು ಕೊನೆಯ ಪ್ರಯಾಣಕ್ಕೆ ಹೊರಟದ್ದು? ಆದರೆ ಜೀವಂತವಾಗಿ ಸ್ವರ್ಗವೇರುವ ಧರ್ಮಜನ ಆಸೆಯೊಂದಿಗೆ ನನ್ನ ಸಾವನ್ನು ಬೆಸೆದುಕೊಂಡು ಹೆಜ್ಜೆ ಹಾಕುತ್ತಿದ್ದೇನೆ. ನನ್ನ ಕೃಷ್ಣ ನನ್ನನ್ನು ಕರೆಯುತ್ತಿದ್ದಾನೆ. ಮಣ್ಣ ಮೋಹ ಅವನಿಗೆ. ಹಾಗಾಗಿ ಮಣ್ಣಲ್ಲಿ ಮಣ್ಣಾಗಿ ಮಾನವನಾಗಿದ್ದಾನೆ. ನಾನು ಹುಚ್ಚು ಹುಡುಗಿ, ಯಾರದೋ ಆಸೆಗೆ ಸ್ವರ್ಗವೇರಲು ಹೋಗುತ್ತಿದ್ದೇನೆ. ಕಪ್ಪು ನೆರಳು ನನಗೆ ನೆರಳಾಯಿತು. ನಾನು ನೆರಳಿನಲ್ಲಿ ಕುಳಿತೆ. ನೆರಳನ್ನು ನೇವರಿಸಿದೆ. ಅದೇ ಭರವಸೆಯ ಮುಗುಳುನಗು ಕಣ್ಮುಂದೆ

ಹಾದುಹೋಯಿತು. ಅದೇ ನೆರಳಲ್ಲಿ ತಲೆಯಿಟ್ಟು ಮಲಗಿದೆ, ಪಿಸುಮಾತಲ್ಲಿ ನುಡಿದೆ, "ನೀನಿಲ್ಲದ ಸ್ವರ್ಗ ನನಗೆ ಬೇಡ, ಇಲ್ಲೇ ಹಾಯಾಗಿದೆ." ನೆರಳು ನಿಧಾನವಾಗಿ ನನ್ನನ್ನು ಆವರಿಸಿತು.

ನಾನು ಮೆಲ್ಲನೆ ಗುನುಗತೊಡಗಿದೆ,

ಯಾರು ನೀನು ಹೇಳು?
ಬಂಧುವೆ? ತಂದೆಯೆ?
ಗೆಳೆಯನೆ? ಭಾತೃವೆ?
ಗುರುವೆ? ಗುರಿಯ ತೋರುವ ಅರಿವೆ?
ನನ್ನಾತ್ಮದ ಸಂಗಾತಕ್ಕೊದಗಿದೆ ಸಖ್ಯವೆ?

ಏನೊಂದೂ ನುಡಿಯದೇ ನೆರಳು ನನ್ನನ್ನು ಪೂರ್ಣವಾಗಿ ಆವರಿಸಿತು.

ಬದುಕಿನ ಎಲ್ಲ ಬಂಧಗಳನ್ನೂ ಹೆಸರಿಸಲಾಗದು. ನಮ್ಮ ವ್ಯಾಖ್ಯಾನವನ್ನು ಮೀರುವ ಶಕ್ತಿ ಸಂಬಂಧಗಳಿಗಿವೆಯೆಂದೇ ಅವು ಇನ್ನೂ ನಿಗೂಢವಾಗಿವೆ.

ಹೀಗೆ ಅಂಬೆ ನನ್ನೊಳಗೆ ಅಂಬೆಗಾಲಿಟ್ಟಳು

ಜೀಂ .... ಎಂದು ಕೂಗುವ ಜೀರುಂಡೆಗಳ ಸದ್ದು ಮಾತ್ರವೇ ತುಂಬಿರುವ ನನ್ನೂರಿನ ನೀರವ ರಾತ್ರಿ ಮೆಲ್ಲಗೆ ತೆರೆದುಕೊಳ್ಳುತ್ತಿರುವಂತೆ ನಮ್ಮನೆಯೊಳಗೊಂದು ಚಿಕ್ಕ ಪೌರಾಣಿಕ ಜಗತ್ತು ತೆರೆದುಕೊಳ್ಳುತ್ತಿತ್ತು. ಮಬ್ಬುಗತ್ತಲು ಕವಿಯುತ್ತಿರುವಂತೆ ಊಟ ಮುಗಿಸುವ ಅಪ್ಪ, ಮಂಚದ ಮೇಲೆ ಹಾಸಿಗೆಯಲ್ಲಿ ಕುಳಿತು

ಒಂದು ರಸಗವಳ ತಿಂದನೆಂದರೆ ಎದುರಿಗೆ ನೇತುಹಾಕಿರುವ ಮದ್ದಲೆ ತನ್ನನ್ನು ಬಾರಿಸೆಂದು ಕರೆಯುತ್ತಿತ್ತು. ಮದ್ದಲೆಯನ್ನು ಮಡಚಿದ ತನ್ನ ಕಾಲಮೇಲಿಟ್ಟು ಬಾರಿಸುತ್ತಾ ಯಕ್ಷಗಾನದ ಹಾಡೊಂದನ್ನು ಗುನುಗುವ ವೇಳೆಗೆ ನಾವು ಮಕ್ಕಳೆಲ್ಲರೂ ನಮ್ಮ ಆಟಗಳನ್ನು ಮರೆತು ಅಪ್ಪನ ಹಾಸಿಗೆಗೆ ದಾಂಗುಡಿಯಿಡುತ್ತಿದ್ದೆವು. “ಸರಿ, ಹೇಳಿ. ಇವತ್ತು ಯಾವ ಪ್ರಸಂಗ?” ಎಂಬ ಅಪ್ಪನ ಪ್ರಶ್ನೆಗೆ ನಾವು ನೆನಪಾದುದೊಂದು ಪ್ರಸಂಗದ ಹೆಸರು ಹೇಳುತ್ತಿದ್ದೆವು. ಆದರೆ ಅಪ್ಪ ಮಾತ್ರ, “ಹೆದರು ಪುಕ್ಕಲರು. ಮಾಡೋದಿದ್ದರೆ ಅಂಬೆ ಮಾಡಿ ನನ್ನೆದುರು ಗೆಲ್ಲಿ ನೋಡುವ?” ಎನ್ನುತ್ತಿದ್ದರು. ಯಾವಾಗಲೂ ನಮ್ಮನ್ನು ಸೋಲಿಸುವ ‘ಅಂಬೆ’ ನಮ್ಮೆದುರು ನಿಂತು ನಗುತ್ತಿದ್ದಳು.

ಇಂದಾದರೂ ಅಂಬೆಯಾಗಿ ಅಪ್ಪನನ್ನು ಸೋಲಿಸಲೇಬೇಕೆಂಬ ಹಠ ಮತ್ತೆ ನನ್ನಲ್ಲಿ ಚಿಗುರಿ, “ ಸರಿ ಹಾಗಾದರೆ, ನೋಡಿಯೇಬಿಡುವ. ಭೀಷ್ಮವಿಜಯವೇ ಇರಲಿ” ಎನ್ನುತ್ತಿದ್ದೆ. ಪಾತ್ರವರ್ಗವೂ ಅಲ್ಲಿಯೇ ಹಂಚಿಕೆಯಾಗುತ್ತಿರಲಾಗಿ, ಅಕ್ಕ, ತಂಗಿಯರು ಅಂಬಿಕೆ, ಅಂಬಾಲಿಕೆಯರು ತಾವೆಂದು ನುಣುಚಿಕೊಳ್ಳುವಾಗ ನನ್ನೊಳಗಿನ ಅಂಬೆ ಮತ್ತೆ ಮಾತಾಗುತ್ತಿದ್ದಳು. ಹೇಳಿಕೇಳಿ ತಾಳಮದ್ದಳೆಯಲ್ಲಿ ಪ್ರವೀಣನಾದ ಅಪ್ಪ ಭೀಷ್ಮನ ಅರ್ಥ ಹೇಳುತ್ತಾ ನನ್ನ ಜನ್ಮವನ್ನು ಜಾಲಾಡುತ್ತಿದ್ದ.

“ಎಲಾ ಕಾಶಿ ರಾಜಕುಮಾರಿಯರೇ,

ನಿಮ್ಮನ್ನು ನಿಮ್ಮಪ್ಪ ಒಡ್ಡಿದ ಪಣದಲ್ಲಿ ನಾನು ಗೆದ್ದು ತಂದಿದ್ದೇನೆ. ಎಲ್ಲ ರಾಜರನ್ನೂ ಸೋಲಿಸಿ, ನಿಮ್ಮನ್ನು ಗೆದ್ದು ತಂದಿದ್ಯಾಕೆ ಬಲ್ಲಿರಾ? ನನ್ನ ತಮ್ಮನಾದ ವಿಚಿತ್ರವೀರ್ಯನಿಗೆ ನಿಮ್ಮನ್ನು ಮದುವೆ ಮಾಡಲೆಂದು. ನಾಳೆಯೇ ಮದುವೆಯ ಏರ್ಪಾಡುಗಳು ನಡೆಯಲಿವೆ. ಕುರುವಂಶದ ಚಕ್ರವರ್ತಿಯಾದ ನನ್ನ ತಮ್ಮನನ್ನು ವರಿಸಿ, ನೂರುಕಾಲ ಸುಖವಾಗಿರಿ.”

ಭೀಷ್ಮನ ಮಾತುಗಳು ಮುಗಿಯುತ್ತಿರುವಂತೆಯೇ ಅಂಬಿಕೆ

ಅಂಬಾಲಿಕೆಯರಿಬ್ಬರೂ ತಲೆಯಲ್ಲಾಡಿಸಿ ಒಪ್ಪಿಗೆ ಸೂಚಿಸುತ್ತ, ಕುಲೀನ ಮನೆತನದ ಹೆಣ್ಣುಮಕ್ಕಳಂತೆ, "ನಿಮ್ಮಿಚ್ಛೆಯಂತೆ ಆಗಲಿ" ಎಂದು ಬದಿಗೆ ಸರಿಯುತ್ತಿದ್ದರು. ಅಂಬೆ ಮಾತ್ರವೇ ಭೀಷ್ಮನ ಮಾತುಗಳನ್ನು ಒಪ್ಪದೇ ಪಣವನ್ನು ಗೆದ್ದ ನೀನೇ ನನ್ನನ್ನು ಮದುವೆಯಾಗೆಂದು ಹಠಹಿಡಿಯತೊಡಗುತ್ತಿದ್ದಳು. ಮೊದಲಿನ ದಿನಗಳ ಸೋಲಿನಿಂದ ಪಾಠ ಕಲಿತಿದ್ದ ನನ್ನೊಳಗಿನ ಅಂಬೆ ಭದ್ರವಾದ ನೆಲೆಗಟ್ಟಿನ ಮೇಲೆ ತನ್ನನ್ನು ಪ್ರತಿಷ್ಠಾಪಿಸಿಕೊಳ್ಳಲು ತವಕಿಸುತ್ತಿದ್ದಳು.

"ಅಯ್ಯಾ ಭೀಷ್ಮಾ,

ನೀನು ನನ್ನ ತಂದೆ ಒಡ್ಡಿದ ಪಣದಲ್ಲಿ ನಮ್ಮನ್ನು ಗೆದ್ದು ತಂದೆಯೇನೋ ನಿಜ. ಆದರೆ ಅದಕ್ಕೂ ಮುಂಚೆ ಪಣದ ನಿಯಮವನ್ನು ತಿಳಿಯೆ ಎನಿಸುತ್ತದೆ. ಪಣದಲ್ಲಿ ಯಾರು ಗೆದ್ದಿರುವರೋ ಅವರೇ ನಮ್ಮ ವರ ಎಂಬುದು ಪಣ. ನೀನು ಗೆದ್ದಿರುವೆಯೆಂದಮೇಲೆ ನೀನೇ ನಮ್ಮ ವರ. ಆದ್ದರಿಂದ ನೀನೇ ನಮ್ಮೆಲ್ಲರನ್ನು ವರಿಸುವುದು ನ್ಯಾಯ."

ಅಂಬೆಯ ವಾದಕ್ಕೆ ಎದುರೆಂಬುದಿರಲಿಲ್ಲ. ಆದರೆ ಭೀಷ್ಮನೇನು ಸಾಮಾನ್ಯನೆ? ಅವಳ ಮಾತುಗಳು ಬಾಲಿಶ ಎಂಬಂತೆ ನಕ್ಕುಬಿಡುತಿದ್ದ.

"ಅಯ್ಯಾ ಅಂಬೆ,

ನೀನು ಅರಮನೆಯೊಳಗೆ ಬೆಳೆದ ಗೊಂಬೆ. ನಿನಗೆ ನನ್ನ ಪೂರ್ವಜೀವನದ ಅರಿವಿಲ್ಲವೆನಿಸುತ್ತದೆ. ಆದರೆ ನಿನ್ನ ತಂದೆಗೆ ಎಲ್ಲವೂ ತಿಳಿದಿದೆ. ನಾನು ಈ ಜನ್ಮದಲ್ಲಿ ಮದುವೆಯಾಗುವುದಿಲ್ಲ ಮತ್ತು ಪಟ್ಟವೇರುವುದಿಲ್ಲವೆಂದು ನನ್ನ ತಂದೆಗೆ ಮಾತು ಕೊಟ್ಟಿರುವೆ. ಹಾಗಾಗಿ ನಿನ್ನನ್ನು ವರಿಸಲಾಗದು. ಅದು ನಿನ್ನ ತಂದೆಗೂ ಗೊತ್ತು. ಸುಮ್ಮನೆ ತಂಗಿಯರಂತೆ ನನ್ನ ತಮ್ಮನನ್ನು ವಿವಾಹವಾಗಲು ಸಮ್ಮತಿಸು."

ಅಂಬೆಗೆ ಅದು ನ್ಯಾಯವೆನಿಸುವುದಿಲ್ಲ. ತಂಗಿಯರು ಒಪ್ಪಿದರೆಂದು ಅವಳೊಪ್ಪಲು ಸಿದ್ಧಳಿಲ್ಲ. ಒಬ್ಬರಂತೆ ಇನ್ನೊಬ್ಬರಿರಬೇಕೆಂಬ ನಿಯಮವೇನಿಲ್ಲವೆಂಬುದು ಅವಳ ನಂಬುಗೆ. ಅವಳೀಗ ಹಠ ಹಿಡಿಯುತ್ತಾಳೆ.

"ಅಯ್ಯಾ ಭೀಷ್ಮಾ,

ಮದುವೆಯಾಗೆನೆಂದು ಶಪಥ ಮಾಡಿದ ನೀನು ಸ್ವಯಂವರಕ್ಕೆ ಬಂದುದಾದರೂ ಏಕೆ? ಬ್ರಹ್ಮಚಾರಿಯರಿಗೆಂದು ಇಟ್ಟ ಪಣವಲ್ಲವದು. ನನ್ನ ತಂದೆಗೆ ತಿಳಿದಿರಬಹುದು ನಿನ್ನ ಪ್ರತಿಜ್ಞೆಗಳೆಲ್ಲ. ಆದರವನು ನಿನ್ನನ್ನು

ತಡೆಯಲಾರ. ಏಕೆಂದರೆ ನೀನು ಬಲಶಾಲಿಯೆಂಬುದು ಅವನಿಗೆ ಗೊತ್ತು. ನನಗೆ ಅದೆಲ್ಲ ವಿಷಯವೇ ಅಲ್ಲ. ನೀನು ಪಣವನ್ನು ಗೆದ್ದಿರುವೆ, ನನ್ನನ್ನು ಮದುವೆಯಾಗು ಅಷ್ಟೆ."

ಭೀಷ್ಮ ಅಂಬೆಯ ಮಾತಿಗೆ ಕಿಡಿಕಿಡಿಯಾಗುತ್ತಾನೆ.

"ನಿನ್ನ ತಂದೆಯ ಉದ್ಧಟತನವನ್ನು ತಿಳಿಸಲೆಂದೇ ನಾನಲ್ಲಿಗೆ ಬಂದೆ. ಎಲ್ಲ ರಾಜರಿಗೆ ಆಮಂತ್ರಣ ಕಳಿಸಿದ ಆ ನಿನ್ನ ತಂದೆ ನಮ್ಮ ರಾಜ್ಯವನ್ನು ಮರೆತುದಾದರೂ ಹೇಗೆ? ನಮ್ಮದೂ ಒಂದು ರಾಜ್ಯವಿದೆ, ನಮಗೂ ಪಣವನ್ನು ಗೆಲ್ಲುವ ಶಕ್ತಿಯಿದೆಯೆಂದು ತೋರಿಸಲೆಂದೇ ನಾನಲ್ಲಿಗೆ ಬರಬೇಕಾಯಿತು. ಬಂದು ನಿಮ್ಮನ್ನು ಗೆದ್ದು ತಂದಿದ್ದೇನೆ, ನನ್ನ ತಮ್ಮನಿಗೆ ಮದುವೆ ಮಾಡುತ್ತೇನೆ. ತಪ್ಪೇನಿದೆ ಇದರಲ್ಲಿ ಎಂದು ಕೇಳುತ್ತೇನೆ."

ಅಂಬೆಗೀಗ ಕೋಪ ಬರುತ್ತಿದೆ. ಅವಳಿಗೂ ಅವನ ಅಹಂಕಾರದ ಬಗ್ಗೆ ತಾತ್ಸಾರವೆನಿಸುತ್ತಿದೆ. ಅವಳ ವಾದವನ್ನು ಮುಂದಿಡುತ್ತಿದ್ದಾಳೆ.

"ಅಯ್ಯಾ ಶೂರ,

ನಿನ್ನ ಮಾತನ್ನು ಒಪ್ಪುತ್ತೇನೆ. ನನ್ನ ತಂದೆ ನಿಮ್ಮ ರಾಜ್ಯಕ್ಕೆ ಓಲೆ ಕಳಿಸದಿದ್ದುದು ತಪ್ಪೇ ಇರಬಹುದು. ಆದರೆ ಅದನ್ನು ತೋರಿಸಿಕೊಡಲು ನಿನ್ನ ವೀರನಾದ ತಮ್ಮ ಸ್ವಯಂವರಕ್ಕೆ ಬರಬೇಕಲ್ಲದೇ, ಮದುವೆಯಾಗದಿರುವ ನೀನು ಬಂದುದಾದರೂ ಏಕೆ? ಒಂದುವೇಳೆ ನಿನ್ನ ತಮ್ಮನೇ ಬಂದು ಪಣದಲ್ಲಿ ಗೆದ್ದಿದ್ದರೆ ನಾನು ಒಂದಿನಿತೂ ಬೇಸರವಿಲ್ಲದೇ ಅವನನ್ನು ವರಿಸುತ್ತಿದ್ದೆ. ಅದನ್ನು ಬಿಟ್ಟು ಯಾರೋ ಗೆದ್ದು ತಂದ ಹೆಣ್ಣನ್ನು ಮದುವೆಯಾಗುವ..."

ಭೀಷ್ಮನ ಸಹನೆಯಿಂದು ಮೀರಿದೆ. ಅವಳ ಮಾತನ್ನು ತುಂಡರಿಸಿದ್ದಾನೆ.

"ಬಾಯಿಮುಚ್ಚು ಮನೆಹಾಳಿ. ಯಾರೋ ಗೆದ್ದುತಂದ... ಎಂದೆಲ್ಲ ಅವಹೇಳನ ಮಾಡಬೇಡ. ನಾನು ಪಟ್ಟವೇರಿಲ್ಲದಿರಬಹದು. ಆದರೆ ಈ ಹಸ್ತಿನಾಪುರದ ಪಟ್ಟದ ರಕ್ಷಕ ನಾನು. ಆ ನೆಲೆಯಲ್ಲಿ ಕಾರ್ಯವೆಸಗಿದ್ದೇನೆ. ನನ್ನ ತಮ್ಮನನ್ನು ಈ ಪರಿಯಲ್ಲಿ ಹೀಗಳೆಯುವ ನೀನು ಅವನನ್ನು ಮದುವೆಯಾಗಲೂ ಯೋಗ್ಯಳಲ್ಲ. ಕೂಡಲೇ ಬಂದ ಜಾಗಕ್ಕೆ ಹೊರಡು. ನಿನ್ನನ್ನು ಕಾಶಿರಾಜ್ಯಕ್ಕೆ ಮುಟ್ಟಿಸುವ ವ್ಯವಸ್ಥೆ ಮಾಡುತ್ತೇನೆ."

ಅಂಬೆಯೀಗ ಸ್ವಲ್ಪ ಶಾಂತಳಾಗಿದ್ದಾಳೆ. ಮತ್ತೆ ತವರಿಗೆ ಮರಳುವುದೆಂದರೆ ಅದು ಪ್ರಾಣ ಕಳಕೊಂಡಂತೆ. ಸ್ವಯಂವರದಲ್ಲಿ ಪಣವಾದ ಹೆಣ್ಣು

ಮತ್ತೆ ತಂದೆಯ ಮನೆಗೆ ಕಾಲಿಡಲಾರಳು. ಇದಕ್ಕೇನಾದರೂ ಪರಿಹಾರ ಕಂಡುಕೊಳ್ಳಲೇಬೇಕು. ಅವಳ ಮನಸ್ಸೀಗ ನ್ಯಾಯಾನ್ಯಾಯದ ಯೋಚನೆಯಲ್ಲಿ ಮುಳುಗಿದೆ. ಹೌದು, ಈ ಭೀಷ್ಮ ಬರುವ ಮೊದಲು ಎಲ್ಲ ರಾಜರನ್ನೂ ಗೆದ್ದವನು ಸಾಲ್ವ. ಇವನು ಬಾರದಿರುತ್ತಿದ್ದರೆ ಅವನೇ ವಿಜಯಿಯಾಗುತ್ತಿದ್ದ. ಆದ್ದರಿಂದ ನಿಜವಾಗಿಯೂ ಪಣವನ್ನು ಗೆದ್ದವನು ಅವನೇ. ತಾನು ಅವನನನ್ನೇ ಮದುವೆಯಾಗುವುದು ಸರಿ. ಎಲ್ಲವನ್ನೂ ಅಳೆದುಸುರಿದು ಮಾತಾಗುತ್ತಾಳೆ.

"ಅಯ್ಯಾ ಭೀಷ್ಮಾ,

ಸುಮ್ಮನೆ ಒಬ್ಬರನ್ನೊಬ್ಬರು ದೂಷಿಸಿ ಫಲವೇನು? ನಿನ್ನ ನ್ಯಾಯ ನಿನಗೆ. ನನ್ನ ನ್ಯಾಯ ನನಗೆ. ನನ್ನ ಪ್ರಕಾರ ಪಣವನ್ನು ಗೆದ್ದವನು ಸಾಲ್ವದೇಶದ ದೊರೆ. ಅವನಲ್ಲಿಗೆ ನನ್ನನ್ನು ಕಳಿಸಿಬಿಡು. ನಾನವನನ್ನೇ ವರಿಸುತ್ತೇನೆ."

ಇಲ್ಲಿಗೆ ನಮ್ಮ ಒಂದು ಅಂಕ ಮುಗಿದು ಅಪ್ಪ ಮುದಿ ಬ್ರಾಹ್ಮಣನೊಬ್ಬನನ್ನು ಅಂಬೆಯ ರಕ್ಷಣೆಗೆ ಕಳಿಸುವ ಹಾಸ್ಯದ ಸನ್ನಿವೇಶದ ಬ್ರಾಹ್ಮಣನಾಗಿ ಅಂಬೆಯಾಗಿರುವ ನನ್ನನ್ನು ಪರಿಪರಿಯಾಗಿ ಕಾಡುತ್ತಿದ್ದ. ಕೈಹಿಡಿಯಲೊಲ್ಲೆನೆಂದರೆ ಕೋಲನ್ನಾದರೂ ಹಿಡಿಯೆಂದು, ಅಂಬೇ ಎಂದು ಕರೆಯುವುದನ್ನು ಬೇಕಂತಲೇ ದೀರ್ಘಗೊಳಿಸಿ ಅಂಬೇ... ಎಂದು ದನದ ಕರುವನ್ನು ಕರೆಯುವಂತೆ ಛೇಡಿಸುತ್ತಾ ನನ್ನ ಸಹನೆಯೊಂದಿಗೆ ಆಟವಾಡುತ್ತಿದ್ದ. ಉಳಿದವರೆಲ್ಲ ಅವನ ಈ ಆಟದ ತಮಾಷೆಯನ್ನು ಆನಂದಿಸುತ್ತಿದ್ದರೆ, ನಾನು ಮಾತ್ರ ಅಂಬೆಯಂತೆಯೇ ಉರಿಯುತ್ತಿದ್ದೆ.

ಸಾಲ್ವ ಒಲಿದು ಬಂದ ಹೆಣ್ಣಿಗೆ ಒಂದಿನಿತೂ ಕರುಣೆ ತೋರದೇ ಹೊರಗಟ್ಟಿದ. ಅಂಬೆಗೀಗ ಎರಡೂ ದಾರಿಗಳು ಮುಚ್ಚಿಹೋಗಿವೆ. ಅವಳ ಹೃದಯವೀಗ ಕುದಿಯುತ್ತಿದೆ. ಜೊತೆಯಲ್ಲಿ ಬಂದ ಬ್ರಾಹ್ಮಣನ ಚಿನ್ನದ ಬೇಡಿಕೆ ಜೋರಾಗಿದೆ. ಸಾಲ್ವನಿಗೆ ತನ್ನ ಸೋಲಿನದೇ ಚಿಂತೆ. ನೀನೇ ನನ್ನ ಪಾಲಿಗೆ ವಿಜಯಿ ಎಂಬ ಅವಳ ನಿವೇದನೆ ಅವನನ್ನು ತಟ್ಟುತ್ತಿಲ್ಲ. ಅವನಿಗೆ ಲೋಕದ ಕಣ್ಣಿಗೆ ವಿಜಯಿಯಾಗುವ ಬಯಕೆ. ಅಲ್ಲೇ ಸೋಲಾದ ಮೇಲೆ ಇವಳ ದೃಷ್ಟಿಯಲ್ಲಿ ವಿಜಯಿಯಾದದರೆಷ್ಟು, ಬಿಟ್ಟರೆಷ್ಟು ಎಂದವನ ಆಲೋಚನೆ. ಇಷ್ಟೆಲ್ಲ ದಿನ ಭೀಷ್ಮನ ಅರಮನೆಯಲ್ಲಿದ್ದ ಅಂಬೆಯನ್ನು ಸ್ವೀಕರಿಸಿದರೆ ಜನರೆಲ್ಲ ಭೀಷ್ಮನ ಸೊತ್ತನ್ನು ಇವನು ಅನುಭವಿಸುತ್ತಿದ್ದಾನೆ ಎಂದು ನಗುವರೇನೋ ಎಂಬ ಅಂಜಿಕೆ. ಇವೆಲ್ಲವೂ ಸೇರಿ ಅಂಬೆಯನ್ನವನು

ಅಕ್ಷರಶಃ ತನ್ನ ಆಸ್ಥಾನದಿಂದ ಅಟ್ಟಿದ್ದಾನೆ. ಅವಳೀಗ ನಿಜವಾದ ಅರ್ಥದಲ್ಲಿ ಏಕಾಂಗಿ.

ಈ ಸನ್ನಿವೇಶದಲ್ಲಿಯಾದರೂ ಅಪ್ಪನನ್ನು ಸೋಲಿಸಬೇಕೆಂಬ ಬಯಕೆ ಉಕ್ಕುಕ್ಕಿ ಬರುತ್ತಿತ್ತು. ಮರಳಿ ಬಂದು ಭೀಷ್ಮನಲ್ಲಿಗೆ ನಿಲ್ಲುತ್ತಾಳೆ ಅಂಬೆ.

'ಎಲವೋ ಭೀಷ್ಮಾ,

ನನ್ನೆಲ್ಲ ವಿಪತ್ತುಗಳಿಗೆ ನೀನೇ ಕಾರಣ. ಸಾಲ್ವನೂ ನನ್ನನ್ನು ತಿರಸ್ಕರಿಸಿದ್ದಾನೆ. ಈಗ ನೀನೇ ನನ್ನನ್ನು ಮದುವೆಯಾಗು. ಅಂದು ತಂದೆಗಾಗಿ ಒಂದು ಪ್ರತಿಜ್ಞೆ ಮಾಡಿದೆ ಎಂದೆಯಲ್ಲ. ಇಂದು ನನಗಾಗಿ ಇನ್ನೊಂದು ಪ್ರತಿಜ್ಞೆ ಮಾಡಿ ಅದನ್ನು ಮುರಿದುಬಿಡು. ನಾನು ನಿನ್ನನ್ನು ಮದುವೆಯಾಗದೇ ಇಲ್ಲಿಂದ ಕದಲಲಾರೆ."

ಭೀಷ್ಮನ ಬಾಯಲ್ಲೀಗ ಅವಾಚ್ಯ ಶಬ್ದಗಳು ಉರುಳುತ್ತಿವೆ.

"ಎಲಾ ಜಾರಿಣಿ,

ಅಂದು ಸಾಲ್ವನ ಹೆಸರು ಹೇಳಿಕೊಂಡು ಅವನಲ್ಲಿಗೆ ಓಡಿದೆ. ಸಾಲ್ವ ನನ್ನನ್ನು ಮದುವೆಯಾಗುತ್ತಾನೆ ಎಂದೆಲ್ಲ ಹೇಳಿದೆ. ಬಹುಶಃ ಸಾಲ್ವ ನಿನಗೆ ಮೊದಲೇ ಪರಿಚಿತನಿರಬೇಕೆಂದು ನಾನು ಬಗೆದೆ. ಅವನೇ ನಿನ್ನನ್ನು ತಿರಸ್ಕರಿಸಿದ್ದಾನೆಂದ ಮೇಲೆ ನಿನ್ನಲ್ಲೇ ಏನೋ ಕೊರತೆಯಿರಬೇಕು. ನೀನು ನನ್ನ ತಮ್ಮನಿಗಲ್ಲ, ನಮ್ಮ ದೇಶದ ಯಾವೊಬ್ಬ ಯುವಕನಿಗೂ ಬೇಡ. ಮೊದಲು ಇಲ್ಲಿಂದ ಹೊರಡು. ಇಲ್ಲವಾದಲ್ಲಿ ಸೇವಕರಿಂದ ನಿನ್ನನ್ನು ಎಳೆದುಹಾಕಿಸುತ್ತೇನೆ."

ತನ್ನ ವಿಧಿಯನ್ನು ಶಪಿಸುವುದಲ್ಲದೆ ಈಗ ಬೇರೆ ವಿಧಿಯಿಲ್ಲ ಅಂಬೆಗೆ. ನಿರಾಶಳಾಗಿ ಅಲ್ಲಿಂದ ಹೊರಟಿದ್ದಾಳೆ. ಕಾಡು ಮೇಡೆನ್ನದೇ ಅಲೆಯುತ್ತಾಳೆ. ತನ್ನ ರೂಪನ್ನು ಕಂಡು ಒಲಿದುಬಂದ ಬೇಡನಿಗೆ ಭೀಷ್ಮನನ್ನು ಸೋಲಿಸೆಂದು ಪಂಥವೊಡ್ಡುತ್ತಾಳೆ. ಹೆದರುವನೇ ಭೀಷ್ಮ? ಅವನನ್ನು ಗಳಿಗೆಯೊಂದರಲ್ಲಿ ಬಡಿದುರುಳಿಸುತ್ತಾನೆ. ಮತ್ತೆ ಅಂಬೆಯ ಅಲೆದಾಟ ಶುರು. ಈ ಸಲ ಸಿಕ್ಕವರು ಮಹಿಮಾನ್ವಿತರೆ. ಭೀಷ್ಮನ ಪರಮಗುರು ಪರಶುರಾಮನಿಗೆ ವಿಷಯವೆಲ್ಲವನ್ನೂ ಹೇಳುತ್ತಾಳೆ ಅಂಬೆ. ಅವರಿಗೂ ಭೀಷ್ಮನದ್ದು ತಪ್ಪೆಂದು ಮನವರಿಕೆಯಾಗುತ್ತದೆ. ಅವನಿಗೆ ಬುದ್ಧಿಹೇಳಿ ಮದುವೆ ಮಾಡುವುದಾಗಿ ಮಾತುಕೊಡುತ್ತಾರೆ. ಭೀಷ್ಮ ಗುರುಗಳ ಮಾತಿಗೂ ಕ್ಯಾರೆ ಎನ್ನುವುದಿಲ್ಲ. ಯುದ್ಧಕ್ಕೆ ಆಹ್ವಾನಿಸಿದಾಗಲೂ ತನಗೆ ಜಯವಾಗುವಂತೆ ಹರಸಿ ಗುರುವೆ ಎಂದು ವಿನಯವಂಕೆಯನ್ನು ತೋರಿಸಿ ಯುದ್ಧಕ್ಕೆ ಸಿದ್ಧನಾಗುತ್ತಾನೆ.

ಸೋಲದಿದ್ದರೂ ಗೆಲುವಂತೂ ಗುರುವಿಗೆ ಸಿಗುವುದಿಲ್ಲ. ಅವರೂ ಹಾಗೆಯೇ ಹೊರಟರು. "ನಿನ್ನ ಪ್ರಾರಬ್ಧವದು ಮಗಳೆ. ನೀನೇ ಅನುಭವಿಸಬೇಕು. ಹೋಗು ಎಲ್ಲಿಯಾದರೂ ಹೋಗಿ ತಪಸ್ಸು ಮಾಡುತ್ತಾ ಉಳಿದ ಆಯುಷ್ಯವನ್ನು ಕಳೆ" ಎಂದು ಉಪದೇಶಿಸುತ್ತಾರೆ.

ಬಹುಶಃ ಜಗತ್ತಿನಲ್ಲಿ ಸುಲಭವಾಗಿ ಮಾಡಲಾಗುವುದೆಂದರೆ ಉಪದೇಶ ಮಾತ್ರವೆನಿಸುತ್ತದೆ. ಮದುವೆಯ ಕನಸು ಹೊತ್ತ ಜೀವವದು. ಎಲ್ಲರಿಂದಲೂ ತಿರಸ್ಕರಿಸಲ್ಪಟ್ಟ ನೋವು ಎದೆಯೊಳಗೆ ಹೆಪ್ಪುಗಟ್ಟಿದೆ. ತನ್ನದು ಸರಿಯೆಂಬ ಭಾವ ಇಂದಿಗೂ ಮನದೊಳಗೆ ಗಟ್ಟಿಯಾಗಿದೆ. ತಪ್ಪಿಲ್ಲದ ತನ್ನ ಜೀವನ ಹೀಗಾಯಿತಲ್ಲ ಎಂಬ ಕೊರಗು ಕಾಡುತ್ತಿದೆ. ಇನ್ನೊಬ್ಬರು ಹೇಳಿದಂತೆ ಕೇಳುವ ಯಂತ್ರವಾಗಿ ಬದುಕಲಾರೆನೆಂದು ಮನಸ್ಸು ರಚ್ಚೆ ಹಿಡಿದಿದೆ. ಮುಂದಿನ ದಾರಿ ಕಾಣುತ್ತಿಲ್ಲ. ಇಷ್ಟೆಲ್ಲ ಸಂಘರ್ಷಗಳ ನಡುವೆ ತಣ್ಣಗೆ ಕುಳಿತು ತಪಸ್ಸನ್ನು ಮಾಡಲಾರಳು ಅವಳು. ಬೆಂಕಿಯ ಜ್ವಾಲೆಯಂತೆ ಉರಿದಳು. ಬೆಂಕಿಗೇ ತನ್ನ ಜೀವವನ್ನು ಸಮರ್ಪಿಸಿದಳು. ಬೇಡದವನೊಂದಿಗೆ ಮದುವೆಯಾಗಿ ಬದುಕನ್ನು ಕಾಲದ ಪ್ರವಾಹಕ್ಕೆ ಒಪ್ಪಿಸಲಿಲ್ಲ. ಪ್ರವಾಹದ ವಿರುದ್ಧವಾಗಿ ಈಜುತ್ತ ಸಾಗಿದಳು. ಕೊನೆಯ ಕ್ಷಣದವರೆಗೂ ಜೀವಂತವಾಗುಳಿದಳು.

ನಾನು ಬೆಂಕಿಯಲ್ಲಿ ಹಾರುತ್ತೇನೆಂದು ಪ್ರತಿಜ್ಞೆಗೈದು, ನನ್ನ ದಟ್ಟ ಕೂದಲನ್ನು ಮುಖದ ತುಂಬೆಲ್ಲ ಹರಡಿ, ಆವೇಶ ಬಂದವಳಂತೆ ಗರಗರನೆ ತಿರುಗುತ್ತಾ, "ಭೀಷ್ಮಾ, ನಿನ್ನನ್ನು ಬಿಡಲಾರೆ, ಈ ಜನ್ಮದಲ್ಲಲ್ಲದಿದ್ದರೂ ಇನ್ನೊಂದು ಜನ್ಮವೆತ್ತಿಯಾದರೂ ನಿನ್ನನ್ನು ಕೊಲ್ಲುತ್ತೇನೆ" ಎಂದು ಅಬ್ಬರಿಸಿ ತಣ್ಣಗಾದಮೇಲೆ ಅಪ್ಪ ನಗುತ್ತ ಹೇಳುತ್ತಿದ್ದರು, "ಅಂತೂ ಒಂದು ಪೀಡೆ ತೊಲಗಿತು." ಆಗ ನನಗೆಷ್ಟು ಕೋಪ ಬರುತ್ತಿತ್ತೆಂದರೆ ಒಂದಲ್ಲ ಒಂದು ದಿನ ಅಂಬೆಯನ್ನು ಗೆಲ್ಲಿಸಲೇಬೇಕೆಂಬುದು ಹಠವಾಗಿ ಬೆಳೆಯುತ್ತಿತ್ತು. ಹೀಗೆ ಅಂದು ಆ ನೀರವ ರಾತ್ರಿಗಳಲ್ಲಿ ನನ್ನೊಳಗೆ ತುಂಬಿಕೊಂಡ ಅಂಬೆ ಇಂದಿನವರೆಗೂ ತನ್ನ ಗೆಲುವಿಗಾಗಿ ನನ್ನನ್ನು ಕಾಡುತ್ತಲೇ ಇರುತ್ತಾಳೆ. ವಿನಾಕಾರಣ ಜಾರಿಣಿಯೆಂದು ತನ್ನನ್ನು ಮೂದಲಿಸಿದ ಭೀಷ್ಮನನ್ನು ಕಂಡಾಗಲೆಲ್ಲ ಕಿಡಿಕಾರುತ್ತಾಳೆ. ತನ್ನನ್ನು ಆಶಿಸಿಯೂ ಭೀಷ್ಮನನ್ನು ಗೆಲ್ಲಲಾರದ ಬೇಡನ ಅಸಹಾಯಕತೆಗೆ ಮರುಗುತ್ತಾಳೆ. ಮದುವೆಯಾಗುವ ಪ್ರಾಯದ ಹೆಣ್ಣಿಗೆ ತಪಸ್ಸನ್ನಾಚರಿಸುವಂತೆ ಸಲಹೆ ನೀಡಿದ ಪರಮಗುರುಗಳನ್ನು ತಿರಸ್ಕರಿಸುತ್ತಾಳೆ. ಬೆಂಕಿಯಲ್ಲಿ ಬೇಯುತ್ತಲೇ ಮತ್ತೆ ತಣ್ಣಗಾಗಿ ಮಾತನಾಡುತ್ತಾಳೆ.

ನಿಜಕ್ಕೂ ಅಂಬೆಯ ಬದುಕು ಸಮಾಜದ ಕಟ್ಟುಪಾಡುಗಳನ್ನು ಪ್ರಶ್ನಿಸುವ ಎಲ್ಲ ಮಹಿಳೆಯರ ಬದುಕೂ ಹೌದು. ಅಂಬಿಕೆ, ಅಂಬಾಲಿಕೆಯರಂತೆ ಪ್ರವಾಹದಗುಂಟ ಸಾಗುವ ಮಹಿಳೆಯರೆಲ್ಲ ನಮಗೆ ಸಂಸ್ಕೃತಿಯ ವಕ್ತಾರರಂತೆ, ಪರಂಪರೆಯ ವಾಹಕರಂತೆ ಕಾಣಿಸುತ್ತಿರುತ್ತಾರೆ. ಆದರೆ ವ್ಯವಸ್ಥೆಯನ್ನು ಪ್ರಶ್ನಿಸುವ ಅಂಬೆಯಂಥವರ ಬದುಕು ಅಪವಿತ್ರವೆನಿಸುತ್ತದೆ, ಪೀಡೆಯೆನಿಸುತ್ತದೆ.

ಒಂದು ದಿನವಾದರೂ ಅಂಬೆಯನ್ನು ಗೆಲ್ಲಿಸಬೇಕಿತ್ತು ನಾನು ಅನಿಸುತ್ತದೆ. ನನ್ನೊಳಗಿನ ಅಂಬೆ ಆ ದಿನಕ್ಕೆಂದು ಕಾಯುತ್ತಾಳೆ.

ಕಣ್ಣರಿಯದಿದ್ದರೇನು, ಕರುಳು ಅರಿವುದು ಎಲ್ಲವನ್ನೂ...

ಕುಮುದಿನಿ ಒತ್ತಾಯಿಸುತ್ತಿದ್ದಾಳೆ, "ದೇವಿ ಒಮ್ಮೆ ನಿನ್ನ ಕಣ್ಣ ಪಟ್ಟಿಯನ್ನು ತೆರೆದುಬಿಡು. ಸಾಲಾಗಿ ಮಲಗಿರುವ ನಿನ್ನ ಮಕ್ಕಳನ್ನೊಮ್ಮೆ ನೋಡಿಬಿಡು. ಇನ್ನು ನಿನಗೆ ಎಂದಿಗೂ ಆ ಭಾಗ್ಯ ಸಿಗದು. ಒಡಲೊಳಗೆ ಒಡಮೂಡಿ ಬಂದ ಕುಡಿಗಳು ಮಣ್ಣ ಸೇರುವ ಗಳಿಗೆ ಸನಿಹವಾಗುತ್ತಿದೆ. ಒಮ್ಮೆ ಕಣ್ತೆರೆದು ನೋಡಬಾರದೆ?" ಗಾಂಧಾರಿ ಯಾವೊಂದು ಬಗೆಯ ಉನ್ಮಾದವನ್ನೂ ತೋರದೇ ತಣ್ಣಗೆ ನುಡಿಯುತ್ತಾಳೆ, "ಕಣ್ಣರಿಯದಿದ್ದರೇನು ಕುಮುದಿನಿ. ಎಲ್ಲವನ್ನೂ ಕರುಳು ಅರಿಯುತ್ತದೆ. ಕಣ್ಣ ಪಟ್ಟಿಯ ಸರಿಸುವ ಅಗತ್ಯವಿಲ್ಲ ಬಿಡು."

> ಕುಮುದಿನಿಯೀಗ ಹನಿಗಣ್ಣಾಗಿ ಹೇಳುತ್ತಾಳೆ, "ನಿನ್ನ ಈ ಹಠವೇ ಇಷ್ಟೆಲ್ಲಕ್ಕೂ ಕಾರಣವಾಯಿತಲ್ಲವೆ ದೇವಿ? ಕೊನೆಗೂ ನೀನು ಸೋತೆ, ನಿನ್ನ ಹಠವೇ ಗೆದ್ದಿತು ಬಿಡು." ಗಾಂಧಾರಿ ಈಗಲೂ ಅದೇ ತಣ್ಣಗಿನ ದನಿಯಲ್ಲಿ ಹೇಳುತ್ತಾಳೆ, "ನನ್ನ ಸೋಲು ಕಣ್ಣಿಗೆ ಬಟ್ಟೆ ಕಟ್ಟಿದ ಆ ದಿನವೇ ನಿಗದಿಯಾಗಿದೆ ಬಿಡು." ಅವಳ ಮೆಲುದನಿಯೊಳಗೆ ಅಡಗಿದ ನೋವಿನ ಭಾರಕ್ಕೆ ಕುಮುದಿನಿ ನಲುಗಿದಳು. ಗಾಂಧಾರಿಯನ್ನು ಏಕಾಂತದ ಗಳಿಗೆಗಳಿಗೆ ಬಿಟ್ಟುಕೊಟ್ಟು ಅಲ್ಲಿಂದ ಒಳನಡೆದಳು. ಸಾಲಾಗಿ ಹುಟ್ಟಿದ ನೂರು ಮಕ್ಕಳು ಶವವಾಗಿ ಕಣ್ಣೆದುರು ಮಲಗಿದ ದೃಶ್ಯವನ್ನು ಗಾಂಧಾರಿ ನೋಡದಿರುವುದೂ ಒಂದು ಲೆಕ್ಕದಲ್ಲಿ ಸರಿಯೇ. ಆದರೂ ಕೊನೆಯ ಬಾರಿಯಾದರೂ ತನ್ನ ಮಕ್ಕಳನ್ನು ನೋಡಲೆಂದು ಕುಮುದಿನಿಯ ಒಳಮನಸ್ಸು ಬಯಸುತ್ತಿತ್ತು. ಯೋಚನೆಗಳ ಸಂದಿಗ್ಧತೆಯಲ್ಲಿ ಕಳೆದುಹೋದಳು ಕುಮುದಿನಿ.

ಹೌದು, ಕುಮುದಿನಿ ಗಾಂಧಾರಿಯ ಜೀವದ ಗೆಳತಿ. ಬಾಲ್ಯದಿಂದಲೂ ಅವಳೊಂದಿಗೇ ಬೆಳೆದವಳು. ಜೀವಕ್ಕೆ ಜೀವವಾಗಿ ಜೊತೆಗೆ ನಿಂತವಳು. ಅವಳ ಜೀವನದ ದುರಂತದ ಮಜಲುಗಳಿಗೆಲ್ಲ ಸಾಕ್ಷಿಯಾದವಳು. ಗಾಂಧಾರಿ ಯಾವಾಗಲಾದರೊಮ್ಮೆ ಹೇಳುವುದಿತ್ತು, "ದೇವರು ಎಲ್ಲ ಬಾಗಿಲುಗಳನ್ನು ಒಟ್ಟಿಗೆ ಮುಚ್ಚುವುದಿಲ್ಲ. ನೀನೆಂಬ ಹೊರ ಹರಿವೊಂದನ್ನು ನನಗಾಗಿ ಸದಾ ತೆರೆದಿಟ್ಟಿದ್ದಾನೆ ನೋಡು." ಕುಮುದಿನಿ ನೆನಪುಗಳ ಅಲೆಯಲ್ಲಿ ತೇಲಿಹೋದಳು. ಗಾಂಧಾರದ ನೆಲದ ನೆನಪುಗಳು ಅವಳೊಳಗೆ ಲಗ್ಗೆಯಿಟ್ಟವು.

ಬಾಲ್ಯದ ಸುಖದ ತೊರೆಯೊಂದು ಅದೆಷ್ಟು ಬೇಗ ಮರುಭೂಮಿಯೊಳಗೆ ಜಾರಿದ ನೀರ ಸೆಲೆಯಂತೆ ಇಂಗಿಹೋಯಿತು? ಎಷ್ಟು ಚೆಂದದ ಹುಡುಗಿ ನಮ್ಮ ಗಾಂಧಾರಿ! ಸುಬಲ ಮಹಾರಾಜ ಅವಳನ್ನು ತನ್ನ 'ಭಾಗ್ಯದ ಬಾಗಿಲು' ಎಂದೇ ಪರಿಗಣಿಸಿದ್ದ. ಕಣ್ಣೊಳಗಿನ ಪಾಪೆಯಂತೆ ಪ್ರೀತಿಯಿಂದ ಜೋಪಾನ ಮಾಡಿದ್ದ. ಯಾವ ಕೆಲಸಕ್ಕೂ ಬಾರದೇ, ಊರಿನ ಪುಂಡ ಹುಡುಗರ ಗುಂಪು ಕಟ್ಟಿಕೊಂಡು ತಿರುಗುವ ಮಗ ಶಕುನಿಗಿಂತ ಮಗಳ ಮೇಲೆಯೇ ಅವನಿಗೆ ಆಸ್ಥೆ ಹೆಚ್ಚು. ಮುಟ್ಟಿದರೆ ಮಾಸುವಂತಿದ್ದ ಅವಳ ನಾಜೂಕಿಗೆ ಸರಿಹೊಂದುವ ವರನೊಬ್ಬ ಸಿಕ್ಕಿದರೆ ಸಾಕೆಂದು ಅವಳಮ್ಮ ಪ್ರತಿದಿನವೂ ದೇವರನ್ನು ಪ್ರಾರ್ಥಿಸುತ್ತಿದ್ದಳು. ಅವರೆಲ್ಲರ ಹರಕೆ ಫಲಿಸಿತೇನೋ

ಎಂಬಂತೆ ದೂರದ ಹಸ್ತಿನಾಪುರದಿಂದ ಒಸಗೆಯೊಂದು ಗಾಂಧಾರದ ಅರಮನೆಯಂಗಳಕ್ಕೆ ಬಂದುಬಿಟ್ಟಿತ್ತು.

ಅಂದು ಗಾಂಧಾರದ ಗಿರಿಶಿಖರಗಳಿಗೆಲ್ಲ ಮಾತು ಬಂದಂತಿತ್ತು. ವನರಾಶಿಗಳೆಲ್ಲ ರೆಕ್ಕೆಮೂಡಿ ಹಾರುತ್ತಿವೆಯೇನೋ ಎಂಬಂತೆ ಭಾಸವಾಗುತ್ತಿತ್ತು. ಇಡಿಯ ನಾಡಿನ ಪ್ರಜೆಗಳೆಲ್ಲರ ಬಾಯಲ್ಲೂ ಒಂದೇ ಮಾತು. ನಮ್ಮ ರಾಜಕುಮಾರಿ ಹಸ್ತಿನಾವತಿಯ ಹಿರಿಯ ರಾಜಕುಮಾರನನ್ನು ವರಿಸುತ್ತಿದ್ದಾಳೆ, ಅಂದರೆ ಮಹಾನ್ ಸಾಮ್ರಾಜ್ಯವೊಂದರ ಮಹಾರಾಣಿಯಾಗುತ್ತಿದ್ದಾಳೆ. ಪುಟ್ಟ ಸಾಮಂತ ರಾಜ್ಯದ ರಾಜಕುವರಿಯೊಬ್ಬಳು ಇಡಿಯ ಭೂಮಂಡಲವನ್ನೇ ನಡುಗಿಸಬಲ್ಲ ಕುರುವಂಶದ ಸಾಮ್ರಾಜ್ಞಿಯಾಗುವುದೇನು ಸಣ್ಣ ವಿಷಯವೆ? ಹಿಗ್ಗಿನ ಸೂರೆ ಇಡಿಯ ರಾಜ್ಯದಲ್ಲಿ ಹರಡಿತ್ತು. ಗಾಂಧಾರಿ ಸಣ್ಣ ಆತಂಕದಿಂದಲೇ ನನ್ನನ್ನು ಕೇಳಿದ್ದಳು, "ಕುಮುದಾ, ಅಷ್ಟು ದೂರದಿಂದ ಹೆಣ್ಣನ್ನು ಹುಡುಕಿಕೊಂಡು ಇಲ್ಲಿಯವರೆಗೆ ಬರುವರೆಂಬುದನ್ನು ಹೇಗೆ ನಂಬುವುದು?" ನಾನು ಅವಳ ತಲೆನೇವರಿಸುತ್ತಾ ಹೇಳಿದ್ದೆ, "ನಿನ್ನ ಚೆಲುವಿನ ಪರಿಮಳ ಅಲ್ಲಿಯವರೆಗೂ ಪಸರಿಸಿದೆ ಗೊತ್ತೇನು? ಮತ್ತೆ ನಮ್ಮ ರಾಜಕುಮಾರಿಯೆಂದರೆ ಸಾಮಾನ್ಯಳೆ?" ಏನು ಯೋಚಿಸುವುದಕ್ಕೂ ಸಮಯವಿರಲಿಲ್ಲ. ನೂರಾರು ಗಾವುದ ದೂರದ ದಾರಿಯನ್ನು ಮುಹೂರ್ತದ ದಿನದೊಳಗಾಗಿ ಕ್ರಮಿಸಬೇಕಿತ್ತು. ಗಾಂಧಾರಿಯ ತಾಯಿ ತನ್ನ ವಯೋಸಹಜವಾದ ಆಯಾಸದಿಂದಾಗಿ ಹೊರಡಲಾರೆನೆಂದುಬಿಟ್ಟಳು. ಜೊತೆಗೆ ನಾನಿರುವೆನೆಂಬ ಧೈರ್ಯ ಅವಳಿಗೆ. ನಾನು, ಇನ್ನೂ ಅನೇಕ ಸಖಿಯರೊಂದಿಗೆ ಗಾಂಧಾರಿಯನ್ನು ಹಿಂಬಾಲಿಸಿ ಇಲ್ಲಿಯವವರೆಗೂ ಬಂದೆ. ನಡುನಡುವೆ ರಾಜಕುಮಾರ ಶಕುನಿ ಹಸ್ತಿನಾಪುರದ ಸೇನಾನಿಗಳೊಂದಿಗೆ ಏನೋ ಗುಟ್ಟಾಗಿ ಮಾತನಾಡುತ್ತಲೇ ಸಾಗಿದ್ದ. ನನಗೇಕೋ ಎಲ್ಲವೂ ಸರಿಯಿಲ್ಲ ಎನಿಸತೊಡಗಿತು.

ಹಸ್ತಿನಾವತಿಯ ವೈಭವ ಇಂದ್ರಲೋಕದ ಚೆಲುವನ್ನೂ ನಾಚಿಸುವಂತಿತ್ತು. ಬಂಗಾರದ ಗೋಡೆಗಳಿಂದ ಆವೃತವಾದ ಅರಮನೆಯೊಳಗೆ ನಮಗೆ ಎಲ್ಲವನ್ನೂ ಅಣಿಗೊಳಿಸಲಾಗಿತ್ತು. ಪ್ರಯಾಣದ ಬಳಲಿಕೆಯಿಂದ ಆಯಾಸಗೊಂಡಿದ್ದ ಗಾಂಧಾರಿ ಬೇಗನೆ ನಿದ್ದೆಗೆ ಜಾರಿದ್ದಳು. ಅದೇನೋ ಚೆಂದದ ಕನಸು ಬಿದ್ದಿರಬೇಕು. ನಿದ್ದೆಯಲ್ಲಿಯೇ ನಗುತ್ತಿದ್ದಳು. ನಿಮೀಲಿತವಾದ ಅವಳ ನಯನಗಳು ವಿಶ್ರಾಂತಿಯಲ್ಲಿದ್ದ ಭ್ರಮರದಂತೆ ಕಂಗೊಳಿಸುತ್ತಿದ್ದವು. ಕೆಂಪೇರಿದ ಅವಳ ಕೆನ್ನೆ ಅವಳ ಕನಸಿನ ಕಥೆ

ಹೇಳುತ್ತಿತ್ತು. ನನಗೇಕೋ ನಿದ್ದೆ ಹತ್ತಿರವೂ ಸುಳಿಯಲಿಲ್ಲ. ಪಕ್ಕದಲ್ಲೇ ಹಸ್ತಿನಾವತಿಯ ರಾಣಿವಾಸದ ಸಖಿಯರು ಏನೇನೋ ಕೆಲಸದ ತುರ್ತಿನಲ್ಲಿ ಓಡಾಡುತ್ತಿರುವುದು ಕಣ್ಣಿಗೆ ಬಿತ್ತು. ನಾನೂ ಅವರೊಂದಿಗೆ ಸೇರಿ ಅವರನ್ನು ಪರಿಚಯಿಸಿಕೊಂಡೆ. ರಾತ್ರಿ ವರಪೂಜೆಗೆಂದು ಭರದ ತಯಾರಿ ನಡೆದಿತ್ತು. ಬೆಳಗಾದರೆ ಮದುವೆಯ ಸಂಭ್ರಮ. ಮದುವೆಗೆ ಮೊದಲೇ ವರನನ್ನೊಮ್ಮೆ ನೋಡಿಬಿಡೋಣವೆಂದು ಅವರ ಗುಂಪಿನಲ್ಲಿ ಸೇರಿಕೊಂಡೆ. ಅಬ್ಬಾ! ಅದೆಂತಹ ವೈಭವ ಅರಮನೆಯದ್ದು! ಕಣ್ಣು ಹಾಯಿಸಿದಷ್ಟೂ ದೂರ ಮುತ್ತು ಮಾಣಿಕ್ಯಗಳಿಂದ ಅಲಂಕರಿಸಿದ ಚಪ್ಪರವೇ ಹಬ್ಬಿತ್ತು. ಕಣ್ಣು ಕೋರೈಸುವ ಬೆಳಕಿನ ಅಲಂಕಾರ ರಾತ್ರಿಯನ್ನು ಹಗಲಾಗಿಸಿತ್ತು. ಹೀಗೆ ಸಖಿಯರ ನಡುವೆ ತೂರಿಕೊಂಡು ವರನ ಕೋಣೆಯವರೆಗೂ ಸಾಗಿದೆ. ಒಂದರೆಗಳಿಗೆ ದಂಗಾಗಿ ನಿಂತೆ! ಗಾಂಧಾರಿಯನ್ನು ವರಿಸುವ ವರನಿಗೆ ಕಣ್ಣುಗಳೇ ಇರಲಿಲ್ಲ. ಕಣ್ಣುಗಳಿರುವ ಜಾಗದಲ್ಲಿ ಬಿಳಿಯ ಗೊಂಬೆಗಳೆರಡನ್ನು ಅಂಟಿಸಿದಂತಿತ್ತು. ಒಂದರೆಕ್ಷಣವೂ ಅಲ್ಲಿ ನಿಲ್ಲಲಾಗಲಿಲ್ಲ. ಸತ್ಯ ನನ್ನೆದೆಯನ್ನು ಸುಡುತ್ತಿತ್ತು. ಮೈಮೇಲಿನ ಪರಿವೆಯಿಲ್ಲದೇ ಓಡೋಡುತ್ತಾ ನಮ್ಮ ನಿವಾಸಕ್ಕೆ ಬಂದೆ. ಪಾಪ ಗಾಂಧಾರಿ! ಏನೊಂದನ್ನೂ ಅರಿಯದೇ ನಿರಾಳವಾಗಿ ಮಲಗಿದ್ದಳು. ಅವಳನ್ನು ಎಬ್ಬಿಸಲೇಬೇಕಿತ್ತು. ಬೆಳಗಾದರೆ ಎಲ್ಲವೂ ಮುಗಿದುಹೋಗುತ್ತಿತ್ತು. ಸುಬಲ ಮಹಾರಾಜ ಮಗನಾದ ಶಕುನಿಯನ್ನು ವರಪೂಜೆಗೆ ನಿಯೋಜಿಸಿ ಪ್ರಯಾಣದಾಯಾಸದ ನಿವಾರಣೆಗೆಂದು ತನ್ನ ಬಿಡಾರದಲ್ಲಿಯೇ ಮಲಗಿದ್ದ. ಅವನಿಗೂ ವಿಷಯ ತಿಳಿದಿದೆಯೋ ಇಲ್ಲವೋ ತಿಳಿಯದು. ಇದು ವೇಳೆಗಳೆಯುವ ಹೊತ್ತಲ್ಲವೆಂದು ಗಾಂಧಾರಿಯನ್ನು ಲಗುಬಗೆಯಿಂದ ಎಬ್ಬಿಸಿದೆ. “ಇಷ್ಟು ಬೇಗ ಬೆಳಗಾಯಿತೆ?” ಎಂದು ಅಲವತ್ತುಗೊಳ್ಳುತ್ತಲೇ ಎದ್ದಳು ರಾಜಕುಮಾರಿ. “ಇನ್ನು ಬರಿಯ ಕತ್ತಲೆ ಕವಿಯುವಂತೆ ಕಾಣುತ್ತಿದೆ. ಬೆಳಗಾಗುವ ಯಾವ ಲಕ್ಷಣವೂ ಕಾಣುತ್ತಿಲ್ಲ.” ಮಾತು ನನ್ನ ತುಟಿಜಾರಿ ಬಂದಿತ್ತು. ಗಾಂಧಾರಿಗೆ ನಾನು ಕಂಡುದೆಲ್ಲವನ್ನೂ ಹೇಳಿದೆ. ನಿದ್ದೆಯ ಮಂಪರು ಇಳಿದಿತ್ತು. ಸರಸರನೆ ತಂದೆಯ ಬಿಡಾರಕ್ಕೆ ಬಂದೆವು. ಸುಬಲ ಮಘಾರಾಜನಿಗೂ ದಿಗ್ಭ್ರಮೆ! ಕೂಡಲೇ ಮಗನನ್ನು ಕರೆಸಿದ. ಶಕುನಿ ತಡವರೆಸುತ್ತಾ ನುಡಿದ, “ಕುರುಡನಾದರೆ ಏನೀಗ? ಮನೆಯ ಹಿರಿಯ ಮಗ. ರಾಜ್ಯ ಎಂದಿದ್ದರೂ ಅವನದೆ.” ಸುಬಲ ಮಹಾರಾಜ ಕೋಪಗೊಂಡಿದ್ದ, “ಮುಚ್ಚುಬಾಯಿ ನೀತಿಗೆಟ್ಟವನೆ. ನಿನಗೇನು ಗೊತ್ತು ರಾಜಧರ್ಮ? ಅಂಗವಿಹೀನನಾದವನು ಎಂದಿಗೂ ಪಟ್ಟವೇರಲಾಗದು ಎನ್ನುತ್ತವೆ ಶಾಸ್ತ್ರಗಳು. ಇಷ್ಟೂ ತಿಳಿಯದೇನು ನಿನಗೆ? ತಂಗಿಯ ಬದುಕನ್ನು

ಬಲಿಗೊಡಲು ಬಗೆದಿರುವೆಯೇನು?" ಶಕುನಿ ತಂದೆಗೂ ಹೆದರುವವನಲ್ಲ. ಮರುನುಡಿದ, "ನನಗೂ ತಂಗಿಯ ಬಗ್ಗೆ ಅತೀವ ಕಾಳಜಿಯಿದೆ. ಮಗಳನ್ನು ಕೇಳಿಕೊಂಡು ರಾಜದೂತರು ಬಂದುದು ನಿಮ್ಮಲ್ಲಿಗೆ. ವಿಚಾರಿಸಬೇಕಾದವರು ಹಿರಿಯರಾದ ನೀವು. ಅದೆಲ್ಲ ಬಿಟ್ಟು ಇಂದೀಗ ಇಲ್ಲಿಗೆ ಬಂದಮೇಲೆ ನಿರಾಕರಿಸಿದರೆ ಪರಿಣಾಮ ತಿಳಿದಿದೆಯೇನು ನಿಮಗೆ? ಇಡಿಯ ನಾಡು ಮದುವೆಯ ಸಡಗರದಲ್ಲಿದೆ. ಈಗ ನಾವು ನಿರಾಕರಣೆಯನ್ನು ಸೂಚಿಸಿದರೆ, ನಾವು ಉಳಿಯೆವು, ನಮ್ಮ ರಾಜ್ಯವೂ ಉಳಿಯದು. ಸ್ವಲ್ಪ ಯೋಚಿಸಿ ವ್ಯವಹರಿಸಿ ತಂದೆ. ನನಗೂ ರಾಜಧರ್ಮ ತಿಳಿದಿದೆ. ಹಿರಿಯನಾದವನು ಅಂಗಹೀನನಾದಲ್ಲಿ ಕಿರಿಯನಿಗೆ ಪಟ್ಟವೆಂಬುದೇನೋ ನಿಜ. ಆದರೆ ಅವನ ನಂತರ ಹಿರಿಯವನ ಮಗನಿಗೆ ಪಟ್ಟವೆಂದೂ ಶಾಸ್ತ್ರದಲ್ಲಿ ಹೇಳಿದೆಯಲ್ಲವೆ?" ಸಬಲ ಮಹಾರಾಜನೀಗ ಸಂದಿಗ್ಧದಲ್ಲಿ ಸಿಲುಕಿದ್ದ ಅಸಹಾಯಕತೆಯಿಂದ ನುಡಿದ, "ಅವೆಲ್ಲವೂ ದೂರದ ಮಾತುಗಳು. ಅಲ್ಲಿಯವರೆಗೆ ಏನಾಗುವುದೋ ಬಲ್ಲವರಾರು?" ಶಕುನಿಗೀಗ ಒಂದಷ್ಟು ನಿರಾಳವಾಗಿತ್ತು, "ಅದರ ಜವಾಬ್ದಾರಿ ನನಗಿರಲಿ. ನಾನಿನ್ನು ಇಲ್ಲಿಯೇ ಇದ್ದು ತಂಗಿಯ ಪರಿವಾರದ ಯೋಗಕ್ಷೇಮವನ್ನು ನೋಡಿಕೊಳ್ಳುತ್ತೇನೆ." ಎನ್ನುತ್ತಲೇ ತಂಗಿಯ ಮುಖವನ್ನು ನೋಡಿದ. ಗಾಂಧಾರಿ ಕೋಪದಿಂದ ಉರಿಯುತ್ತಿದ್ದಳು, "ಅಪ್ಪಾ, ನನಗೆ ಈ ಮದುವೆ ಬೇಡ." ತೀರ್ಮಾನವೆಂಬಂತೆ ನುಡಿದಳು. ಸುಬಲ ಮಹಾರಾಜ ಅವಳೆದುರು ಕುಸಿದು ಕುಳಿತ, "ಮಗಳೇ, ಹಿಂದಿರುಗಲಾಗದಷ್ಟು ದೂರ ಬಂದಿದ್ದೇವೆ. ಇನ್ನು ತಿರುಗಿ ಹೋಗಲಾಗದು. ಪಾಲಿಗೆ ಬಂದದ್ದು ಪಂಚಾಮೃತ. ನಾಳೆಯ ವಿವಾಹಕ್ಕೆ ಸಿದ್ಧಳಾಗು. ಎಲ್ಲವೂ ಮಂಗಳವಾಗುವುದು." ಗಾಂಧಾರಿ ಹೋದ ವೇಗದಲ್ಲಿಯೇ ತಿರುಗಿ ಬಂದಳು.

ಕುಮುದೆ ಎಲ್ಲವನ್ನೂ ನೆನಪಿಸಿಕೊಂಡು ಹನಿಗಣ್ಣಾಗುತ್ತಾಳೆ. ಮುಂದಿನ ದೃಶ್ಯಗಳನ್ನವಳು ನೆನಪಿಸಿಕೊಳ್ಳಲಾರಳು. ನೆನಪುಗಳ ತೆರೆಗೆ ಬೀಗ ಜಡಿದು ಕಣ್ಣು ಮುಚ್ಚುತ್ತಾಳೆ.

ಯುದ್ಧದಲ್ಲಿ ಮಡಿದ ರಾಜಬಂಧುಗಳೆಲ್ಲರ ಸಾಮೂಹಿಕ ಅಂತ್ಯಕ್ರಿಯೆಗೆ ಹಸ್ತಿನಾವತಿ ತಯಾರಾಗುತ್ತಿದೆ. ಮಂತ್ರಘೋಷಗಳ ನಂತರ ನೀರವ ಮೌನ. ಬಹುಶಃ ಎಲ್ಲರ ಶವವನ್ನೂ ಒಟ್ಟಿಗೆ ಕೊಂಡೊಯ್ದಿರಬೇಕು. ಆದರೆ ಗಾಂಧಾರಿಯ ಮನವೆಂಬ ಕೊಳ ಮಾತ್ರ ಎಂದಿಗೂ ಶಾಂತವಾಗದು. ಅಂದು

ಬಿದ್ದ ಬಂಡೆಗಲ್ಲಿನ ಹೊಡೆತಕ್ಕೆ ಇಂದಿಗೂ ಅಲ್ಲಿ ಅಲೆಗಳೇಳುತ್ತಲೇ ಇವೆ. ಮುಚ್ಚಿದ ಕಣ್ಣುಗಳೊಳಗೆ ಗತದ ಚಿತ್ರಗಳು ಬೇಡವೆಂದರೂ ತೇಲಿಬರುತ್ತಿವೆ.

ಬದುಕು ಬಿರುಗಾಳಿಗೆ ಸಿಕ್ಕ ಹಡಗಿನಂತಾಗಿತ್ತು. ನೀರಿಗೆ ಜಿಗಿದರೆ ಅಲ್ಲಿಗೇ ಕಥೆ ಮುಗಿಯುತ್ತಿತ್ತು. ಯಾಕೋ ಹಾಗೆ ಮಾಡಬೇಕೆನಿಸಲಿಲ್ಲ. ಆದರೆ ಮುಂದಿನ ದಾರಿ ಮಸುಕಾಯಿತು, ಕಣ್ಣಿದ್ದರೂ ನೋಡಲಾಗದಷ್ಟು. ತಕ್ಷಣ ಅದೇನೋ ಹೊಳೆಯಿತು, ಕಪ್ಪು ಬಟ್ಟೆಯೊಂದನ್ನು ಹರಿದು ಕಣ್ಣಿಗೆ ಕಟ್ಟಿಬಿಟ್ಟೆ. ಇನ್ನು ನನಗೇನೂ ಕಾಣಿಸದು. ನನ್ನ ಪಾಲಿಗಿನ್ನು ದೃಷ್ಟಿಯಿದ್ದವರೂ, ಇಲ್ಲದವರೂ ಎಲ್ಲರೂ ಒಂದೆ. ಈ ರಾತ್ರಿಯೇ ಇನ್ನು ಬದುಕಿರುವಷ್ಟು ಕಾಲವೂ ಮುಂದುವರೆಯುವುದು. ಕುಮುದಾ ಅದೆಷ್ಟು ಪರಿಯಲ್ಲಿ ನನಗೆ ತಿಳುವಳಿಕೆ ಹೇಳಿದಳು. ಬೆಳಗಿನವರೆಗೂ ನನ್ನ ನಿರ್ಧಾರವನ್ನು ಬದಲಿಸುವಂತೆ ಗೋಗರೆದಳು. ಕೊನೆಗೊಮ್ಮೆ ನಾನವಳ ತೊಡೆಯ ಮೇಲೆ ಮಲಗಿ ಅತ್ತುಬಿಟ್ಟೆ, "ನೀನೇ ನನ್ನ ಕಣ್ಣು ಕುಮುದಾ. ನಿನ್ನಂತಹ ಗೆಳತಿಯಿರುವವರೆಗೆ ನನಗ್ಯಾವ ಕಣ್ಣೂ ಬೇಡ." ಕರಗಿಹೋದಳು ಕುಮುದಾ. ಎಂಥಹ ಪ್ರೀತಿ ಅವಳದ್ದು. ಮದುವೆಯ ಮಂಟಪಕ್ಕೆ ನನ್ನನ್ನು ಕೈಹಿಡಿದು ಕರೆತಂದಳು. ನಾನು ಮಂಟಪವೇರಿದ್ದೇ ತಡ, ಅಣ್ಣ ಶಕುನಿ ಸಭೇಯನ್ನುದ್ಧೇಶಿಸಿ ನುಡಿದ, "ಇವಳು ನನ್ನ ತಂಗಿ ಗಾಂಧಾರಿ. ಮಹಾನ್ ಸಾಧ್ವಿ. ತನ್ನ ಗಂಡನಿಗಿಲ್ಲದ ದೃಷ್ಟಿ ತನಗೂ ಬೇಡವೆಂದು ಜೀವನಪೂರ್ತಿ ಕತ್ತಲೆಯಲ್ಲಿಯೇ ಕಳೆಯುವ ನಿರ್ಧಾರ ಮಾಡಿದ್ದಾಳೆ. ತನ್ನ ಕಣ್ಣಿಗೂ ಪಟ್ಟಿಯನ್ನು ಕಟ್ಟಿಕೊಂಡು ಗಂಡನೊಂದಿಗೆ ಸಹಭಾಗಿಯಾಗಿದ್ದಾಳೆ." ಇಡಿಯ ಸಭೆ ನನ್ನ ಹೆಸರು ಹೇಳಿ ಜೈಕಾರ ಹಾಕಿತು. ನಾನೊಂದರೆಗಳಿಗೆ ಸ್ತಂಭೀಭೂತಳಾದೆ. ಅಲ್ಲಿಗೆ ನಾನು ಶಾಶ್ವತವಾಗಿ ಕತ್ತಲೆಗೆ ಜಾರಿದೆ. ಇಲ್ಲವಾದಲ್ಲಿ ನೆನಪುಗಳು ಮಾಸಿದಂತೆ ನನ್ನ ನಿರ್ಧಾರ ಸಡಿಲವಾಗುತ್ತಿತ್ತೆ? ಗೊತ್ತಿಲ್ಲ.

ಧೃತರಾಷ್ಟ್ರ ಹೇಗಿದ್ದ? ಯಾರಿಗೆ ಗೊತ್ತು? ರಾಣಿವಾಸದಲ್ಲಂತೂ ಸಾಮಾನ್ಯ ರಾಜನಂತೇ ಇದ್ದ. ಮೊದಲಿನಿಂದಲೂ ಮಾತು ಕಡಿಮೆ. ಆಗೀಗೊಮ್ಮೆ ಕೇಳುತ್ತಿದ್ದ, "ದೇವೀ, ನಿನಗೆ ನನ್ನ ಕುರುಡತನದ ಬಗ್ಗೆ ಬೇಸರವಿದೆಯೇನು?" ನಾನು ಉತ್ತರಿಸುವ ಗೋಜಿಗೆ ಹೋಗುತ್ತಿರಲಿಲ್ಲ. ಕುರುಡನಿರಬಹುದು, ದುಷ್ಟನಂತೂ ಆಗಿರಲಿಲ್ಲ. ನನ್ನನ್ನೆಷ್ಟು ಗೌರವದಿಂದ ನೋಡುತ್ತಿದ್ದ. ಮನೆಯ ಎಲ್ಲರ ಮೇಲೂ ತುಂಬ ಪ್ರೀತಿ ಅವನಿಗೆ. ತಮ್ಮ ಪಾಂಡುವೆಂದರಂತೂ ಪ್ರಾಣ. ಅವನಿಗೂ ಅಷ್ಟೆ. ತಾನು ರಾಜನಾದರೂ ಎಲ್ಲದಕ್ಕೂ ಅಣ್ಣನ ಅಭಿಪ್ರಾಯವನ್ನು ಕೇಳಿಯೇ ಮುಂದುವರೆಯುತ್ತಿದ್ದ.

ನನ್ನನ್ನು ಕಂಡರೂ ಅಷ್ಟೇ ಗೌರವ. ತಾಯ ಮೇಲಿನ ಅಕ್ಕರೆಯನ್ನು ನನಗೆ ತೋರುತ್ತಿದ್ದ. ಪ್ರತಿಷ್ಠಿತ ಮನೆತನದ ಕುಂತಿಭೋಜನ ಮಗಳೊಂದಿಗೆ ಅವನ ವಿವಾಹವೂ ಅಷ್ಟೇ ಅದ್ದೂರಿಯಾಗಿ ನಡೆಯಿತು. ನಾನೇ ನಿಂತು ಅವಳನ್ನು ಮನೆತುಂಬಿಸಿಕೊಂಡದ್ದೂ ಆಯಿತು. ಅದೇಕೋ ಕುಂತಿಗೆ ಯಾವುದರಲ್ಲೂ ಸಮಾಧಾನವಿರಲಿಲ್ಲ. ಅವರಿಬ್ಬರ ದಾಂಪತ್ಯವೂ ಅನ್ಯೋನ್ಯವಾಗಿರಲಿಲ್ಲ. ಕೆಲವೊಮ್ಮೆ ಅತ್ತೆಯಂದಿರು ಅವಳೊಂದಿಗೆ ಮಾತನಾಡುವಂತೆ ನನಗೆ ಹೇಳಿದ್ದೂ ಇದೆ. ಆದರೆ ಅವಳು ಬಿಗುಮಾನ ಬಿಟ್ಟು ನನ್ನೊಂದಿಗೂ ಮಾತನಾಡುತ್ತಿರಲಿಲ್ಲ. ದಿನಗಳು ಹೀಗೆ ಕಳೆಯುತ್ತಿದ್ದವು. ಪಾಂಡು ಇನ್ನೋರ್ವಳನ್ನು ಮದುವೆಯಾಗಿ ಬಂದ ಮೇಲೆಯೇ ತಿಳಿದದ್ದು ಅವನು ತನ್ನ ಗಂಡಸುತನವನ್ನು ಕಳಕೊಂಡಿರುವನೆಂದು. ಮೊದಲಬಾರಿಗೆ ನನಗನಿಸಿತ್ತು ಎಲ್ಲವೂ ವಿಧಿಯ ಲೀಲೆ ಎಂದು.

ಕುಂತಿ, ಮಾದ್ರಿಯರ ನಿಟ್ಟುಸಿರು ಪಾಂಡುವನ್ನು ಸುಡುತ್ತಿತ್ತು. ರಾಜ್ಯಾಡಳಿತದಿಂದ ವಿಮುಖನಾದ ಅವನು ಹಿಮಾಲಯದತ್ತ ಹೊರಟ. ಪತ್ನಿಯರೂ ಅವನನ್ನು ಹಿಂಬಾಲಿಸಿದರು. ಧೃತರಾಷ್ಟ್ರನೀಗ ಅನಿವಾರ್ಯವಾಗಿ ಸಿಂಹಾಸನದ ವಾರಸುದಾರನಾದ. ಅಷ್ಟರಲ್ಲಿಯೇ ನಾನು ತಾಯಿಯಾಗುವ ಸೂಚನೆಗಳು ಕಂಡುಬರತೊಡಗಿದವು. ಕುಮುದಿನಿಯ ಸಂತೋಷಕ್ಕೆ ಪಾರವೇ ಇರಲಿಲ್ಲ. ನಡೆದರೆಲ್ಲಿ ಕಾಲುಗಳು ಸವೆಯುವವೇನೋ ಎಂಬಷ್ಟು ಪ್ರೀತಿಯಿಂದ ನನ್ನನ್ನು ಆರೈಕೆ ಮಾಡತೊಡಗಿದಳು. ಎಲ್ಲವೂ ಸರಿಯಾಗಿತ್ತು, ಆ ರಾತ್ರಿಯವರೆಗೆ. ಅಂದು ಅದೆಷ್ಟೋ ಹೊತ್ತಿನವರೆಗೆ ಶಕುನಿ ಮತ್ತು ಇವರು ಮಾತನಾಡುತ್ತಿದ್ದರು. ಏನೋ ಗಹನವಾದ ಚರ್ಚೆಯಲ್ಲಿ ಮುಳುಗಿದ್ದರು. ಮಾತುಕತೆಯ ನಂತರ ನನ್ನಲ್ಲಿಗೆ ಬಂದ ಇವರು ಹೇಳಿದರು, "ಗಾಂಧಾರಿ, ನಾಳೆಯೇ ನಿನ್ನ ಹೆರಿಗೆಯಾಗಬೇಕು. ನಾನೆಲ್ಲವನ್ನೂ ವ್ಯವಸ್ಥೆ ಮಾಡುತ್ತೇನೆ." ಆಗಿನ್ನೂ ಏಳು ತಿಂಗಳು ನಡೆಯುತ್ತಿತ್ತಷ್ಟೆ. ನನಗೋ ಸಖೇದಾಶ್ಚರ್ಯ! ದೊರೆಯನ್ನು ಪ್ರಶ್ನಿಸಿದೆ. ಅದಕ್ಕೆ ಅವನು ನೀಡಿದ ಉತ್ತರ ನನ್ನನ್ನು ದಿಗ್ಭ್ರಮೆಗೊಳಿಸಿತು. ಕುಂತಿ ಕಾಡಿನಲ್ಲಿ ನಿಯೋಗದ ಮೂಲಕ ಮಗುವನ್ನು ಹೆತ್ತಳೆಂಬ ಸುದ್ದಿಯನ್ನು ಗೂಢಚರರು ಹೊತ್ತು ತಂದಿದ್ದರು. ಅಧಿಕೃತ ಸುದ್ದಿಯಿನ್ನೂ ಅರಮನೆಯನ್ನು ತಲುಪಿರಲಿಲ್ಲ. ಸುದ್ದಿ ತಲುಪುವ ಮೊದಲೇ ನಾನು ಮಗುವನ್ನು ಹೆತ್ತರೆ, ನನ್ನ ಮಗುವೇ ದೊಡ್ಡದೆಂದಾಗುವುದೆಂಬುದು ಇವರ ಯೋಚನೆ. ಮಾತು ಹೊರಡಲಿಲ್ಲ ನನ್ನ ಬಾಯಲ್ಲಿ. ತುಟಿ ಕಚ್ಚಿ ಅಳುವನ್ನು ನುಂಗಿದೆ. "ಹೇಳಿದಾಗಲೆಲ್ಲ ಹಡೆಯಲು ಯಂತ್ರವಲ್ಲ ನಾನು!"

ಅಬ್ಬರಿಸಿದೆ. ದೊರೆ ಈಗ ತಣ್ಣಗಾದ. ನನ್ನ ಮಡಿಲಿನಲ್ಲಿ ತಲೆಯಿಟ್ಟು ಅಳತೊಡಗಿದ, "ದೇವಿ, ಇದನ್ನು ದುರಾಸೆಯೆಂದುಕೊಳ್ಳಬೇಡ. ಹಿರಿಯನಾಗಿಯೂ ಪಟ್ಟವೇರಲಾರದ ಅಸಹಾಯಕತೆ ನನ್ನದು. ನನ್ನ ಮಕ್ಕಳನ್ನಾದರೂ ದೊರೆಯಾಗಿ ನೋಡಬೇಕೆಂಬ ಆಸೆ ತಪ್ಪೆ? ಹೋಗಲಿ, ನನ್ನ ತಮ್ಮ ಪಾಂಡುವಿನ ಮಕ್ಕಳೇ ಆದರೆ ಅವರಿಗೆ ರಾಜ್ಯ ಕೊಡಲು ನನ್ನದೇನೂ ಅಭ್ಯಂತರವಿರಲಿಲ್ಲ. ಹೋಗಿ, ಹೋಗಿ ಅದ್ಯಾರೋ ಅಪರಿಚಿತರಿಗೆ ಹುಟ್ಟಿದವರಿಗೆ ರಾಜ್ಯವಾಳಲು ಬಿಡುವುದು ನ್ಯಾಯವೆ? ತಾತ, ಗುರುಗಳೆಲ್ಲ ಎಂದಿದ್ದರೂ ಪಾಂಡುವಿನ ಪಕ್ಷವೆ. ನನ್ನ ಮಕ್ಕಳೂ ನನ್ನಂತೆಯೇ ರಾಜ್ಯಹೀನರಾಗುವುದನ್ನು ನಾನು ಸಹಿಸಲಾರೆ." ತಾನೂ ನಿಯೋಗದಿಂದಲೇ ಹುಟ್ಟಿದವನೆಂಬ ಸತ್ಯ ಮರೆತುಹೋಗಿತ್ತು ದೊರೆಗೆ. ನಾನು ಕರಗಿದೆ. ಬೆಳಗಾಗುವ ಮುನ್ನವೇ ನನ್ನ ಗರ್ಭ ನೂರೊಂದು ಚೂರಾಗಿ ಹೊರಬಂದಿತ್ತು. ಅದರ ಸಂರಕ್ಷಣೆಯೂ ನಡೆಯಿತು. ನಾನು ನೂರು ಮಕ್ಕಳ ತಾಯಿಯಾಗಿದ್ದೆ.

ಪಾಂಡು, ಮಾದ್ರಿಯೊಂದಿಗೆ ಕಾಡಿಗೆ ಹೋದ ಕುಂತಿ ಐವರು ಮಕ್ಕಳೊಂದಿಗೆ ಮರಳಿ ಬಂದಳು. ಅವಳೊಂದಿಗೆ ಇಡಿಯ ಪರಿವಾರವೇ ಇತ್ತು. ನನ್ನ ಮಕ್ಕಳೊಂದಿಗೆ ಯಾರೊಬ್ಬರೂ ಇರಲಿಲ್ಲ. ಕಾರಣ ನನಗೂ ತಿಳಿದಿತ್ತು. ಅವರೊಂದಿಗೆ ಸದಾ ಅಣ್ಣ ಶಕುನಿಯಿದ್ದ. ಆದರೆ ಅವನೀಗ ದೊರೆಯನ್ನೂ ಬದಲಾಯಿಸಿಬಿಟ್ಟಿದ್ದ. ಮಕ್ಕಳಿಗೀಗ ಅಮ್ಮನ ಮಾತಿಗಿಂತಲೂ ಅಪ್ಪ ಮತ್ತು ಮಾವನ ಮಾತಿನಲ್ಲಿಯೇ ಹೆಚ್ಚು ಆಸಕ್ತಿಯಿತ್ತು. ದಾರಿ ತಪ್ಪಿದ ಮಕ್ಕಳ ತಾಯಿ ನಾನಾಗಿದ್ದೆ. ಸರಿದಾರಿಯಲ್ಲಿ ತರುವ ಎಲ್ಲ ಮಾರ್ಗಗಳೂ ಮುಚ್ಚಿಹೋಗಿದ್ದವು. ಸಾರಿ ಹೇಳಿದೆ ದುರ್ಯೋಧನನಿಗೆ, ಮಾನಿನಿಯನ್ನು ಕೆಣಕಬೇಡವೆಂದು. ಅವನೆಲ್ಲಿ ಕೇಳುತ್ತಾನೆ? ಗೆಳೆಯ ಕರ್ಣನ ಮಾತಿಗೆ ಕಿವಿಯಾದ. ತುಂಬಿದ ಸಭೆಯಲ್ಲಿ ದ್ರೌಪದಿಯ ಸೀರೆಯನ್ನು ಸೆಳೆಸಿದ. ಅಂದು ಮೊಳಗಿದ ಭೀಮನ ಘರ್ಜನೆ ಇಂದೂ ನನ್ನ ಕಿವಿಯಲ್ಲಿ ಗುಂಯ್‌ಗುಡುತ್ತಿದೆ.

ಒಂದು ಪರಿಹಾರವಿತ್ತು ಎಲ್ಲ ಸಮಸ್ಯೆಗಳಿಗೆ. ಮಗನಾದ ದುರ್ಯೋದನನನ್ನು ಅದಕ್ಕೆ ಹರಸಾಹಸಪಟ್ಟು ಒಪ್ಪಿಸಿದ್ದೆ. ಕರಿಯ ಮೈಯ್ಯಿಯವನ ಅಭಯಹಸ್ತವನ್ನು ಪಡೆದುಕೋ ಎಂದು. ಅದಕ್ಕೆಂದೇ ಮಧುರೆಗೆ ಹೊರಟಿದ್ದೂ ಆಗಿತ್ತು. ಆದರೆ ವಿಧಿಬರಹ ಬೇರೆಯೇ ಇತ್ತು. ಮತ್ತೆ ಶಕುನಿ ಅವನ ದಾರಿಯ ದಿಕ್ಕನ್ನೇ ಬದಲಿಸಿದ್ದ. ಕೃಷ್ಣನ ಮನೆಯ ದಾರಿಯನ್ನು ಬಿಟ್ಟು ಗುರುವಾದ ಬಲಭದ್ರನ ಮನೆಯ ಬಾಗಿಲನ್ನು

ತಟ್ಟಿದ್ದ ದುರ್ಯೋಧನ. ಕೇಳಿದ್ದಕ್ಕೆ ಯುದ್ಧಕ್ಕೆ ಬೇಕಾದದ್ದು ಸೈನ್ಯವಲ್ಲದೇ ಕೊಳಲಲ್ಲ ಅಮ್ಮ ಎಂದು ನಕ್ಕಿದ್ದ. ಅದೇ ನಗುವೇ ಕೊನೆ. ಮತ್ತೆಂದೂ ಅವನು ನಕ್ಕಿದ್ದನ್ನು ಕೇಳಿಲ್ಲ. ಇಡಿಯ ದಿನ ದೊರೆ ಸಂಜಯನೊಂದಿಗೆ ಕುಳಿತು ಯುದ್ಧದ ಮಾಹಿತಿಯನ್ನು ಕೇಳುತ್ತಿದ್ದ. ನನಗೋ ಒಬ್ಬೊಬ್ಬ ಮಗನನ್ನು ಕಳಕೊಂಡಾಗಲೂ ಕರುಳು ಕತ್ತರಿಸಿದ ನೋವು. ಬಲವಂತವಾಗಿ ಗರ್ಭವನ್ನು ಎಳೆದು ತೆಗೆಯುವಾಗಲೂ ಅದೇ ನೋವನ್ನು ಅನುಭವಿಸಿದ್ದೆ. ಭೀಮನ ಪ್ರತಿಜ್ಞೆಯ ಈಡೇರಿಕೆಯೊಂದಿಗೆ ಎಲ್ಲವೂ ಮುಗಿದುಹೋಗಿತ್ತು. ಆದರೆ ದುರ್ಯೋಧನ ಕೊನೆಯುಸಿರೆಳೆವ ಮುನ್ನ ಸಂಜಯ ಅವನನ್ನು ಮಾತನಾಡಿಸಲು ಹೋದ ಕ್ಷಣದಲ್ಲಿ ನನ್ನ ಮಗ ಸತ್ಯವನ್ನು ಹೇಳಿದ್ದ, "ಸಂಜಯಾ, ನಾನು ನನ್ನ ಅಮ್ಮನ ಮಾತನ್ನು ಕೇಳಬೇಕಿತ್ತು. ಮಾವನ ಮಾತಿಗೆ ಕಿವಿಗೊಟ್ಟು ಯದ್ಧಕ್ಕೆ ಬೇಕಾದ್ದು ಸೈನ್ಯ ಮಾತ್ರವೇ ಎಂಬ ಭ್ರಮೆಯಲ್ಲಿದ್ದೆ. ಈಗ ತಿಳಿಯುತ್ತಿದೆ ಯುದ್ಧ ಗೆಲ್ಲಲು ಸತ್ಯವೂ ಬೇಕು. ಅದು ಪಾಂಡವರಲ್ಲಿತ್ತು. ಅಮ್ಮನಿಗೆ ಹೇಳು, ಈಗ ಎಲ್ಲವೂ ಅರ್ಥವಾಯಿತು." ಆದರೆ ಅರ್ಥವಾಗುವಾಗ ತುಂಬಾ ತಡವಾಗಿತ್ತು!

ಗಾಂಧಾರಿ ಕಣ್ಣಿನ ಪಟ್ಟಿಯನ್ನು ಬಿಡಿಸಲೇ ಇಲ್ಲ. ಅದು ಅವಳ ದೃಷ್ಟಿಗೆ ಮಾತ್ರ ಕಟ್ಟಿಕೊಂಡ ಪಟ್ಟಿಯೂ ಆಗಿರಲಿಲ್ಲ. ಹೊರನೋಟವನ್ನು ಕಸಿದಿಟ್ಟ ಯಾವ ತಾಯಿಯೂ ಅನಾಹುತವನ್ನು ತಡೆಯಲಾರಳು, ತನ್ನ ಮಕ್ಕಳನ್ನು ಪೊರೆಯಲಾರಳು. ಹೆಣ್ಣನೋಟಕ್ಕೆ ಪಟ್ಟಿ ಕಟ್ಟದಿರೋಣ, ಮಕ್ಕಳ ಬದುಕನ್ನು ಹಸನುಗೊಳಿಸೋಣ.

ಪತ್ರದೊಳಗೊಂದು ಉತ್ತರ

ತೌರ ಸುಖದೊಳಗೆನ್ನ ಮರೆತಿಹಳು ಎನ್ನದಿರಿ
ನಿಮ್ಮ ಪ್ರೇಮವ ನೀವೆ ಒರೆಯನಿಟ್ಟು
ನಿಮ್ಮ ನೆನಪೇ ನನ್ನ ಕಾಡುವುದು ಹಗಲಿನಲಿ
ಇರುಳಿನಲಿ ಕಾಣುವುದು ನಿಮ್ಮ ಕನಸು

ಅಮ್ಮ ಪಾತ್ರೆಯನ್ನು ಬೆಳಗುತ್ತಾ ಈ ಹಾಡು ಹೇಳುತ್ತಿದ್ದರೆ ಕಣ್ಣೆದುರು ಒಂದು ತವರಿನ ಲೋಕ ನಮ್ಮೆದುರು ತೆರೆದುಕೊಳ್ಳುತ್ತಿತ್ತು. ತಂಪಾದ ಚೆಂದದ ತವರು, ಮನೆಯ ಮುಂದೊಂದು ತುಳಸಿಯ ಬೃಂದಾವನ, ಅದರೆದುರು ಬೆಳಗುವ ಪುಟ್ಟ ಹಣತೆ, ಕೈಯಲ್ಲಿ ಬೆರಳು ಚೀಪುತ್ತ ಕುಳಿತ ಒಂದು ಪುಟಾಣಿಕೂಸು, ಮದುವೆಯ ಕನಸಲ್ಲಿ ಕೆನ್ನೆ ಕೆಂಪೇರಿಸಿಕೊಂಡ ತಂಗಿ, ಮದುವೆಯ ಜವಾಬ್ದಾರಿಯ ಒತ್ತಡದಲ್ಲಿ

ಒಂದಿನಿತು ಸೊರಗಿದಂತೆ ಕಾಣುವ ಅಪ್ಪ, ಮಗಳನ್ನು ಮನೆಗೆ ಕಳಿಸುವ ಗಳಿಗೆ ಹತ್ತಿರವಾದುದಕ್ಕೆ ನಿಡುಸುಯ್ಯುತ್ತಿರುವ ಅಮ್ಮ— ಹೀಗೆ ಒಂದು ಇಡಿಯಾದ ದೃಶ್ಯವನ್ನು ಈ ಕವಿತೆ ಕಣ್ಣೆದುರು ಕಡೆದು ನಿಲ್ಲಿಸುತ್ತಿತ್ತು. ಆಗೆಲ್ಲ ಅಮ್ಮ ಈ ಪದ್ಯಗಳನ್ನೆಲ್ಲ ಬರೆದವರು ನಾಜಗಾರ ಗಂಗಾಧರ ಶಾಸ್ತ್ರಿಗಳು ಎಂದೇ ಹೇಳುತ್ತಿದ್ದಳು. ಅವರು ಪ್ರಕಟಿಸುತ್ತಿರುವ 'ಶೃಂಗಾರ' ಮಾಸಪತ್ರಿಕೆಯಲ್ಲಿ ಈ ಹಾಡುಗಳೆಲ್ಲ ಪ್ರಕಟವಾಗುತ್ತಿದ್ದುದರಿಂದ ಇವೆಲ್ಲವನ್ನೂ ಅವರೇ ಬರೆದಿರುವರೆಂಬುದು ಅಮ್ಮನ ನಂಬಿಕೆಯಾಗಿತ್ತು. ಮುಂದೆ ನಾನು ಪದವಿ ವ್ಯಾಸಂಗ ಮಾಡುವಾಗ ಕೆ.ಎಸ್.ನರಸಿಂಹಸ್ವಾಮಿಯವರ 'ಮೈಸೂರು ಮಲ್ಲಿಗೆ' ನಮಗೆ ಪಠ್ಯವಾಗಿ ಒದಗಿದಾಗಲೇ ಇವೆಲ್ಲವೂ ಅವರ ರಚನೆಗಳೆಂದು ತಿಳಿದದ್ದು. ಸಂಸಾರದ ಪರಿಧಿಯೊಳಗೆ ನಿಂತು ಪತಿಗೆ ಬರೆದ ಪತ್ರದ ಪರಿಯಿದು. ಆದರೂ "ತಂದೆಯವರೇ ಬಂದು ತಪ್ಪಾಯಿತೆನ್ನುವರು, ಹೆಣ್ಣುಹೆತ್ತವರನ್ನು ದೂರಬೇಡಿ" ಎಂಬ ಸಾಲುಗಳು ಅದೇಕೋ ನನಗೆ ಇಷ್ಟವಾಗುತ್ತಿರಲಿಲ್ಲ. ಆದಾಗ್ಯೂ ಹೆಂಡತಿಯೊಬ್ಬಳು ತನ್ನ ಗಂಡನಿಗೆ ಪತ್ರ ಬರೆಯುವ ಪರಿಕಲ್ಪನೆಯೇ ಒಂದು ಬಗೆಯ ಬಿಡುಗಡೆಯೆಂದು ಅನಿಸುತ್ತಿತ್ತು. ನೇರವಾಗಿ ಹೇಳಲಾರದ್ದನ್ನು ಹೊತ್ತೊಯ್ಯುವ ಪತ್ರ ನಿಜಕ್ಕೂ ಬಿಡುಗಡೆಯ ದಾರಿಯೇ ಸರಿ.

ಇಲ್ಲೊಬ್ಬಳು ಹೆಂಡತಿ ಗಂಡನಿಗೆ ಪತ್ರ ಬರೆಯುತ್ತಿದ್ದಾಳೆ. ಮರಳಿ ತಾನು ಗಂಡನಲ್ಲಿಗೆ ಹೋಗಲಾರೆನೆಂದು ಅವಳು ಅದಾಗಲೇ ನಿರ್ಣಯಿಸಿಯಾಗಿದೆ. ತೀರ್ಥಯಾತ್ರೆಯ ನೆಪವೊಡ್ಡಿ, ಮನೆಯಿಂದ ಬಹುದೂರ ಬಂದ ಆ ಹೆಂಡತಿ ನದಿಯ ತಟದಲ್ಲಿ ಕುಳಿತು ಇನ್ನೆಂದಿಗೂ ತಾನು ನೋಡಬಯಸದ ಗಂಡನಿಗೆ ಪತ್ರವೊಂದನ್ನು ಬರೆಯುತ್ತಾಳೆ. ಅದು ಕೇವಲ ಪತ್ರವಲ್ಲ, ಅವಳ ಜೀವನದ ಪುನರಾವಲೋಕನವೂ ಹೌದು. ಅವಳು ಪಟ್ಟ ಯಾತನೆಗಳ ಸರಮಾಲೆಯನ್ನೇ ಅದರಲ್ಲವಳು ಬಿಚ್ಚಿಡುತ್ತಾಳೆ. ಯಾತನೆಗಳೆಂದರೆ ಅವು ತೀರ ಹಿಂಸಾತ್ಮಕವಾಗಿ ಇರಬಹುದೇನೋ ಎಂಬ ನಮ್ಮೆಲ್ಲ ಮಿಥ್‌ಗಳನ್ನು ಅವಳ ಪತ್ರದ ಸಾಲುಗಳು ಮುರಿಯುತ್ತಲೇ ಹೋಗುತ್ತವೆ. ಅವಳು ಹೇಳುತ್ತಾಳೆ, "ಖಂಡಿತಕ್ಕೂ ನೀವು ತುಂಬ ದಯಾಳುಗಳು. ಬಂಗಾಲದ ಎಲ್ಲ ಗಂಡಸರಂತೆ ಹೆಂಡತಿಯನ್ನು ಸುಡುವಷ್ಟು ಕ್ರೂರಿಗಳೇನೂ ಅಲ್ಲ. ಆದರೆ ದೈಹಿಕ ಹಿಂಸೆಯೊಂದೇ ಅಲ್ಲ ಮೈಮನಸ್ಸುಗಳನ್ನು ಘಾಸಿಗೊಳಿಸುವುದು!"

ಅವಳು ಆ ಮನೆಯ ಎರಡನೆಯ ಸೊಸೆ. ಮೊದಲ ಸೊಸೆಯ ರೂಪ ಮತ್ತು ಶ್ರೀಮಂತಿಕೆಯ ಕೊರೆಯನ್ನು ನೀಗಿಸಿಕೊಳ್ಳಲೆಂದೇ

ಇವಳನ್ನು ಸೊಸೆಯಾಗಿ ಆ ಮನೆಗೆ ಕರೆತಂದಿರುತ್ತಾರೆ. ಇಲ್ಲವಾದಲ್ಲಿ ಕೊಲ್ಕತ್ತಾದ ಪೇಟೆಯಿಂದ ಹೆಣ್ಣೊಬ್ಬಳನ್ನು ಅರಸಿಕೊಂಡು ರಸ್ತೆಯಿರದ ಅವಳ ಹಳ್ಳಿಗೆ ಕಾಲ್ನಡಿಗೆಯಲ್ಲಿ ಸಾಗಬೇಕಾದ ಅನಿವಾರ್ಯತೆಯೇನೂ ಅವರಿಗಿರಲಿಲ್ಲವೆಂಬುದು ಆ ಹೆಂಡತಿಗೆ ಗೊತ್ತು. ವಿಶೇಷವೆಂದರೆ ಅವಳ ಸೌಂದರ್ಯದ ಬಗ್ಗೆ ಅವಳಿಗಾಗಲೀ, ಅವಳ ಮನೆಯವರಿಗಾಗಲೀ, ಊರಿನವರಿಗಾಗಲೀ ಯಾವ ಹೆಮ್ಮೆಯೂ ಇಲ್ಲ. ತೀರ ಸಣ್ಣವಳಿದ್ದಾಗಿನ ಒಂದು ಘಟನೆ ಇನ್ನೂ ಅವಳ ಕಣ್ಣಿಗೆ ಕಟ್ಟಿದಂತಿದೆ. ಅವಳ ತಮ್ಮನಿಗೂ, ಅವಳಿಗೂ ತೀರ ಖಾಯಿಲೆಯಾಗಿ ತಮ್ಮ ಸಾವನ್ನಪ್ಪುತ್ತಾನೆ, ಆದರೆ ಇವಳು ಬದುಕುಳಿಯುತ್ತಾಳೆ. ಆಗ ಎಲ್ಲರೂ ಹೇಳುತ್ತಾರೆ, "ಮೃಣಾಲ್ ಹೆಣ್ಣಾದ್ದರಿಂದ ಬದುಕುಳಿದಳು. ಸಾವಿಗೂ ಹೆಣ್ಣೆಂದರೆ ಹೇಸಿಗೆ!" ಆ ಮಾತು ಅವಳೆದೆಯೊಳಗೆ ಭದ್ರವಾಗಿದೆ. ಹೀಗೆ ಅತ್ತೆಯ ಮನೆಯವರ ಆಸೆಗೆ ಆಸರೆಯಾಗಿ ಗಂಡನ ಮನೆಗೆ ಬಂದಿದ್ದಾಳೆ ಮೃಣಾಲ್. ಗಂಡನಿಗೋ ಸದಾ ಅವನ ಕಛೇರಿಯ ಕೆಲಸಗಳದೇ ಚಿಂತೆ. ಹಳ್ಳಿಯಿಂದ ಬಂದ ಅವಳಿಗೆ ಮನೆಯಲ್ಲಿರುವ ಹಸುಗಳದೇ ಸಂಗಾತ. ಅವುಗಳ ಆರೈಕೆ ಮಾಡುತ್ತಾ, ಅವುಗಳೊಂದಿಗೇ ಮಾತನಾಡುತ್ತ ದಿನಕಳೆಯುತ್ತಾಳೆ.

ಅವಳಿಗೂ ಒಮ್ಮೆ ಒಳ್ಳೆಯ ಸಮಯ ಬರುತ್ತದೆ. ಇದ್ದಕ್ಕಿದ್ದಂತೆ ಎರಡನೆಯ ಸೊಸೆ ಎಂಬ ಪದವಿಯಿಂದ ಅಮ್ಮನೆಂಬ ಪೂಜನೀಯ ಸ್ಥಾನಕ್ಕೆ ಭಡ್ತಿಯಾಗುವ ಅವಕಾಶ ಒದಗುತ್ತದೆ. ಆದರೆ ವಿಧಿಯ ಆಲೋಚನೆಯೇ ಬೇರೆ. ಅವಳ ಮಗಳು ಸತ್ತು ಹುಟ್ಟುತ್ತಾಳೆ. ಇವಳೇನೂ ಸಾವಿಗೆ ಹೆದರುವವಳಲ್ಲ, ಆದರೆ ಸಾವು ಇವಳನ್ನು ಮುಟ್ಟುವುದಿಲ್ಲ. ಏಕೆಂದರೆ ಇವಳ ಸಾವು ಅಂತಹ ಘನತೆಯ ವಿಚಾರವೇನೂ ಆಗಿರುವುದಿಲ್ಲ. ಆದರೆ ಹೆರಿಗೆಗೆಂದು ಬಂದ ವೈದ್ಯರು ಮಾತ್ರ ಹೆರಿಗೆ ಕೋಣೆಯ ದುರವಸ್ಥೆಯ ಬಗ್ಗೆ ಮನೆಯವರೆಲ್ಲರನ್ನೂ ದೂರುತ್ತಾರೆ. ಆದರೆ ಇದರಿಂದ ಅವರ ಅಭಿಪ್ರಾಯವೇನೂ ಬದಲಾಗದು, ಏಕೆಂದರೆ ಹೆರಿಗೆಯಂತಹ ಮೈಲಿಗೆಯ ಕ್ರಿಯೆ ಅಂತಹ ಪರಿಸರದಲ್ಲಿ ತಾನೇ ನಡೆಯಬೇಕಾಗಿದ್ದು?

ಇಷ್ಟೇ ಕಥೆಯನ್ನವಳು ಪತ್ರದಲ್ಲಿ ಬರೆದಿದ್ದರೆ ಅದೊಂದು ಮಾಮೂಲಿಯಾದ ಬರವಣಿಗೆಯಾಗುತ್ತಿತ್ತೇನೊ. ಆದರೆ ಮೃಣಾಲ್ ತುಂಬ ಸೂಕ್ಷ್ಮ ಪ್ರವೃತ್ತಿಯವಳು. ಅವಳು ತನ್ನ ನೋವನ್ನು ಮಾತ್ರವೇ ತನ್ನದು ಅಂದುಕೊಂಡವಳಲ್ಲ. ಬೇರೆಯವರ ನೋವನ್ನು ತಾನು ಅನುಭವಿಸುವಷ್ಟು ಉದಾರ ಹೃದಯದವಳು. ಹಾಗಾಗಿಯೇ ಅನಾಥೆಯಾಗಿ

ಅವರ ಮನೆಯನ್ನು ಸೇರುವ ಬಿಂದುವಿನ ಮೂಲಕ ಅವಳು ಅಲ್ಲಿರುವ ಪ್ರತಿಯೊಬ್ಬರ ಮೂಲಪ್ರವೃತ್ತಿಯನ್ನು ಅರಿಯಲು ಸಾಧ್ಯವಾಗುತ್ತದೆ . ನಿಜವಾಗಿಯಾದರೆ ಬಿಂದು ಮೃಣಾಲ್‌ಗೆ ಸಂಬಂಧಿಸಿದವಳೇ ಅಲ್ಲ. ಅವಳ ಓರಗಿತ್ತಿಯ ಸ್ವಂತ ತಂಗಿ. ಆದರೆ ಒಬ್ಬ ಪರಿಪೂರ್ಣ ಸೊಸೆಯಾಗುವ ತುಡಿತದಲ್ಲಿರುವ ಆಕೆ ತನ್ನ ಸ್ವಂತ ತಂಗಿಯನ್ನೂ ಹತ್ತಿರ ಸೇರಿಸುವುದಿಲ್ಲ. ಉಳಿದವರೆಲ್ಲ ಅವಳನ್ನೊಂದು ಕಾಲಕಸದಂತೆ ನೋಡುತ್ತಿದ್ದರೂ ಅದು ಅವಳ ಹಣೆಯ ಬರಹವೆಂದು ಸುಮ್ಮನಿರುತ್ತಾಳೆ. ಮನೆಯ ಹೊರಗಿನ ಕೋಣೆಯಲ್ಲಿರುವ ಬಿಂದು ಅನಾರೋಗ್ಯದಿಂದ ಬಳಲುತ್ತಿದ್ದರೂ ಯಾರೂ ಅವಳನ್ನು ಲೆಕ್ಕಿಸುವುದಿಲ್ಲ. ಮೃಣಾಲ್‌ನೊಳಗಿರುವ ತಾಯಿ ಎಚ್ಚರಗೊಳ್ಳುತ್ತಾಳೆ. ಅವಳು ಬಿಂದುವನ್ನು ತನ್ನ ಕೋಣೆಯೊಳಗೆ ತಂದು ಆರೈಕೆ ಮಾಡುತ್ತಾಳೆ. ಮನೆಯವರೆಲ್ಲರ ವಿರೋಧವನ್ನು ಲೆಕ್ಕಿಸದೇ ಅವಳನ್ನು ಅಪರಿಮಿತವಾಗಿ ಪ್ರೀತಿಸುತ್ತಾಳೆ. ಅವಳ ಎಲ್ಲ ಸೌಲಭ್ಯವನ್ನು ಕಸಿದುಕೊಂಡಾಗಲೂ ಅವಳ ಪ್ರೀತಿಯ ತೊರೆ ಮಾತ್ರ ಬತ್ತುವುದಿಲ್ಲ. ಬಿಂದುವಿಗೆ ಮೊದಲ ಬಾರಿಗೆ ತನ್ನನ್ನು ಪ್ರೀತಿಸುವ ಹೃದಯವೊಂದು ಇದೆಯೆಂಬ ಬೆಚ್ಚನೆಯ ಭಾವವೊಂದನ್ನು ಅವಳು ಮೂಡಿಸುತ್ತಾಳೆ. ಹೆಣ್ಣಿನ ಬಗೆಗೆ ಮನೆಯವರೆಲ್ಲರಿಗಿರುವ ಭಾವನೆಯೇನೆಂಬುದನ್ನವಳು ಬಿಂದುವಿನ ಮೂಲಕ ಅರಿಯುತ್ತಾಳೆ.

ಬಿಂದುವನ್ನು ಮನೆಯಿಂದ ಹೊರಹಾಕಲು ಮದುವೆಯೆಂಬ ಹೊಸ ಅಸ್ತ್ರವೊಂದನ್ನು ಮನೆಯವರು ಉಪಯೋಗಿಸುತ್ತಾರೆ. ಈಗ ಅವಳನ್ನು ಕಾಪಿಟ್ಟುಕೊಳ್ಳಲು ಮೃಣಾಲ್‌ಗೆ ಸಾಧ್ಯವಾಗುವುದಿಲ್ಲ. ಬಿಂದು ಮಾತ್ರ ಮದುವೆಯ ಬಗ್ಗೆ ಬಹಳ ಭಯಪಡುತ್ತಲೇ ಹಸೆಮಣೆಯೇರುತ್ತಾಳೆ. ಅವಳ ಭಯವು ಸತ್ಯವಾಗುವ ದಿನ ಸನ್ನಿಹಿತವಾಗುತ್ತದೆ. ಬಿಂದುವಿನ ಗಂಡನೊಬ್ಬ ಹುಚ್ಚನಾಗಿರುತ್ತಾನೆ ಮತ್ತು ಅವಳ ಅತ್ತೆ ಅವನೊಂದಿಗೆ ಮಲಗುವಂತೆ ಇವಳನ್ನು ಒತ್ತಾಯಿಸುತ್ತಾಳೆ. ಮದುವೆ ಮಾಡಿಸಿರುವುದೇ ಅವನ ಹುಚ್ಚು ಬಿಡಿಸಲೆಂದು. ಬಿಂದು ಪುನಃ ಮೃಣಾಲ್ ಇರುವಲ್ಲಿಗೆ ಓಡಿ ಬರುವಳಾದರೂ ಅವಳನ್ನು ತನ್ನೊಂದಿಗೆ ಇಟ್ಟುಕೊಳ್ಳಲು ಮೃಣಾಲ್‌ಗೆ ಸಾಧ್ಯವಾಗುವುದಿಲ್ಲ. ತನ್ನ ತವರಿನಿಂದ ತಂದ ಒಡವೆಗಳನ್ನು ಗಿರವಿಯಿಟ್ಟಾದರೂ ಸರಿಯೆ, ಬಿಂದುವನ್ನು ಕಾಪಾಡುವೆನೆಂಬ ಅವಳ ಮಾತನ್ನು ಇಡಿಯ ಕುಟುಂಬ ಒಟ್ಟಾಗಿ ವಿರೋಧಿಸುತ್ತದೆ. ಈ ಗಲಾಟೆಯನ್ನು ನೋಡಿದ ಬಿಂದು ಏನಾದರಾಗಲಿ ಎಂದು ಪುನಃ ಗಂಡನ ಮನೆಗೆ ನಡೆದುಬಿಡುತ್ತಾಳೆ. ಅಲ್ಲಿಂದ ತನ್ನ ತವರಿಗೆ ಓಡಿಹೋದಾಗ ಅವರೂ

ಅಲ್ಲಿಂದ ಕರುಣೆಯಿಲ್ಲದೇ ಓಡಿಸಿದರೆಂಬ ಸುದ್ದಿ ಮೃಣಾಲ್‌ಗೆ ತಿಳಿದು ಚಿಂತಿತಳಾಗುತ್ತಾಳೆ. ಶತಾಯಗತಾಯ ಅವಳನ್ನು ಉಳಿಸಲೇಬೇಕೆಂದು ತೀರ್ಥಯಾತ್ರೆಯ ನೆಪಮಾಡಿ ಗಂಡನ ಚಿಕ್ಕಮ್ಮನೊಂದಿಗೆ ಹೊರಡುತ್ತಾಳೆ. ಹೊರಡುವ ಮುಂಜಾನೆಯೇ ರೇಲ್ವೇನಿಲ್ದಾಣಕ್ಕೆ ಬಿಂದುವನ್ನು ಕರೆತರುವಂತೆ ತನ್ನ ತಮ್ಮನಿಗೆ ಹೇಳಿರುತ್ತಾಳೆ. ಎಲ್ಲವೂ ಸುಖಾಂತವಾಗುವುದೆಂಬಲ್ಲಿಗೆ ಬಿಂದುವಿನ ಸಾವಿನ ಸುದ್ದಿ ಅವಳ ಕಿವಿಗೆ ಅಪ್ಪಳಿಸುತ್ತದೆ. ಅದೂ ಎಲ್ಲ ಬಂಗಾಳಿ ಸ್ತ್ರೀಯರು ಮಾಡುವಂತೆ ಅವಳು ಮೈಗೆ ಬೆಂಕಿ ಹಚ್ಚಿಕೊಂಡು ಸಾಯುತ್ತಾಳೆ ಮತ್ತು ಅವಳ ಮಾಮೂಲಿ ರೀತಿಯ ಸಾವಿನ ಬಗ್ಗೆ ಇಡಿಯ ಊರು ಬೇಸರಗೊಂಡಿರುತ್ತದೆ! ಸಾವಿನಲ್ಲಿ ನಾವೀನ್ಯತೆಯನ್ನು ಸಮಾಜ ಬಯಸುತ್ತಿದೆಯೇ ವಿನಃ ಅವಳ ಬದುಕಿನಲ್ಲಿ ನಾವೀನ್ಯತೆ ತರುವ ಯಾವ ಪ್ರಯತ್ನವೂ ನಡೆಯುವುದಿಲ್ಲ.

ಮೃಣಾಲ್ ತಲ್ಲಣಿಸಿ ಹೋಗಿದ್ದಾಳೆ. ಮತ್ತದೇ ಮನೆಗೆ ಅವಳು ಮರಳಲಾರಳು. ಹಾಗೆಂದು ತನ್ನನ್ನು ತಾನೇ ಮುಗಿಸಿಕೊಂಡು ಎಲ್ಲದಕ್ಕೂ ಮಂಗಲ ಹಾಡುವ ಅಂಜುಬುರುಕಿಯೂ ಅವಳಲ್ಲ. ಅವಳೆದುರು ಹರಿವ ನದಿ ಅವಳಿಗೆ ಬದುಕಿನ ಚಲನಶೀಲತೆಯ ಪಾಠ ಹೇಳುತ್ತಿರುತ್ತದೆ. ಸುತ್ತ ಹರಡಿರುವ ವಿಶಾಲ ಬಾನು ಬದುಕಿನ ಅಗಾಧತೆಯನ್ನು ತೆರೆದು ತೋರುತ್ತದೆ. ಹಾಗಾಗಿ ಅವಳು ನದಿಯ ದಡದಲ್ಲಿ ಕುಳಿತು ತನ್ನ ಪತಿಗೊಂದು ಪತ್ರವನ್ನು ಬರೆಯುತ್ತಾಳೆ ಮತ್ತು ಆ ಪತ್ರದಲ್ಲಿ ಇವುಗಳೆಲ್ಲವನ್ನೂ ವಿವರಿಸುತ್ತಾಳೆ. ಗಂಡನೊಂದಿಗೆ ದಶಕಗಳ ಕಾಲ ಸಂಸಾರ ನಡೆಸಿದರೂ ಎದುರು ಬದುರಲ್ಲಿ ಕುಳಿತು ಮಾತನಾಡಿದ ನೆನಪಿಲ್ಲ ಅವಳಿಗೆ. ತನ್ನ ಕಾಗದದಲ್ಲಿ ಅವಳು ಹೇಳುತ್ತಾಳೆ, "ಧರ್ಮೇಚ, ಅರ್ಥೇಚ. ಕಾಮೇಚ... ಮದುವೆಯಲ್ಲಿ ಮೊಳಗಿದ ಮಂತ್ರಗಳನ್ನು ಮರೆಯುವುದಾದರೂ ಹೇಗೆ? ಅಷ್ಟಕ್ಕೂ ಹೆಣ್ಣಾದವಳು ತನ್ನ ಗಂಡನನ್ನು ಕಟ್ಟಿಹಾಕಲು ಇದೊಂದೇ ಮಂತ್ರ ಸಾಕು. ಆದರೆ ಇವುಗಳೆಲ್ಲದರ ಅನ್ವಯ ಹೆಣ್ಣಿಗೆ ಮಾತ್ರವೆಂಬುದು ಅಲಿಖಿತ ನಿಯಮವಾಗಿರುವಾಗ ಅವಳು ತಾನೇ ಬಂಧಿಯಾಗುವುದು ಅನಿವಾರ್ಯವಲ್ಲವೇನು? ನಿಮ್ಮಲ್ಲಿ ಬಹುತೇಕ ಗಂಡಂದಿರಿಗೆ ತಾವು ಮದುವೆಯಲ್ಲಿ ಪಡೆದ ಭಾಗ್ಯದ ಅರಿವೇ ಇರುವುದಿಲ್ಲ. ಹೆಣ್ಣಿನ ಆಂತರ್ಯವನ್ನರಿಯದೇ ಅವಳನ್ನು ದಕ್ಕಿಸಿಕೊಂಡೀರಿ ಹೇಗೆ?" ಇದು ಇಂದಿಗೂ ಹೆಣ್ಣುಗಳು ಕೇಳುತ್ತಿರುವ ಪ್ರಶ್ನೆಯೇ ಆಗಿದೆ.

ಮೃಣಾಲ್ ಆ ಕಾಲದ ಬುದ್ಧಿವಂತ ಹೆಣ್ಣು. ಅವಳ ಅಮ್ಮನಿಗೆ ಯಾವಾಗಲೂ ಮಗಳ ಬುದ್ಧಿವಂತಿಕೆಯ ಬಗೆಗೇ ಚಿಂತೆ. ಅಮ್ಮನ ಪ್ರಕಾರ

ಹೆಣ್ಣೆಂದರೆ ಹಾಕಲಾದ ನಿಯಮಗಳಿಗನುಸಾರವಾಗಿ ಬಾಳಬೇಕಾದ ಒಂದು ಸಾಮಾನ್ಯ ಜೀವಿ. ಹೆಂಗಸಿಗೆ ಜಾಣತನವೇ ಶಾಪ! ಈ ಜಾಣತನವೇ ಅವಳು ಜೀವನವನ್ನು ಚಿಕಿತ್ಸಕ ದೃಷ್ಟಿಯಿಂದ ನೋಡುವಂತೆ ಮಾಡುತ್ತದೆ. ಎಷ್ಟೋ ಸಲ ಹೀಗಾಗುತ್ತದೆ. ಎಂಥಹ ಭದ್ರವಾದ ಕಟ್ಟಡ ನಮ್ಮದು ಎಂಬ ಭ್ರಮೆಯಲ್ಲಿ ನಾವಿರುತ್ತೇವೆ. ಎಲ್ಲಿಂದಲೋ ಹಾರಿಬಂದ ಪುಟ್ಟ ಬೀಜವೊಂದಕ್ಕೆ ಆ ಕಟ್ಟಡದಲ್ಲಿರುವ ಸಣ್ಣ ಬಿರುಕು ಅದು ಹೇಗೆ ಕಾಣುವುದೊ ತಿಳಿಯದು. ಅಲ್ಲಿ ಕುಳಿತು ಮೆಲ್ಲನೆ ಕುಡಿಯೊಡೆದು ದಾಂಗುಡಿಯಿಟ್ಟಾಗಲೇ ಬಿರುಕಿನ ಅರಿವು ಮೂಡುವುದು. ಅಂಥದೊಂದು ಬೀಜವಾಗಿ ತೇಲಿಬಂದವಳು ಬಿಂದು. ಬಿಂದು ಅವಳ ಬದುಕೇ ಆಗಿಹೋಗಿದ್ದಳು. ಅವಳೊಂದಿಗೆ ತನ್ನ ಬದುಕನ್ನು ಜೋಡಿಸಿಕೊಳ್ಳಬೇಕೆಂಬ ತಹತಹಿಕೆಯಲ್ಲಿರುವಾಗಲೇ ಅವಳ ತಮ್ಮ ಅವಳಿಗೆ ಹೇಳಿದ್ದ, ಬಿಂದು ಕಳೆದ ರಾತ್ರಿ ತನ್ನ ಸೀರೆಗೆ ಬೆಂಕಿಯಿಟ್ಟುಕೊಂಡು ಸತ್ತಳು, ಸಾಯುವ ಮುನ್ನ ನಿನಗೊಂದು ಚೀಟಿ ಬರೆದಿಟ್ಟಿದ್ದಳಂತೆ ಮತ್ತು ಅದನ್ನು ಅವಳೊಂದಿಗೆ ಚಿತೆಗಿಟ್ಟರೆಂದು ಅವಳ ಮನೆಯ ಕೆಲಸಗಾರ ಹೇಳಿದ"

"ಎಲ್ಲ ಅವಳ ನಾಟಕ" ಅವಳ ಮನೆಯವರು ಹೇಳಿದರು.

ಈ ಬಂಗಾಳಿ ಸ್ತ್ರೀಯರು ತಮ್ಮ ಸೀರೆಗೆ ಬೆಂಕಿಯಿಡುವ ನಾಟಕವನ್ನು ಮಾತ್ರ ಯಾಕೆ ಆಡುತ್ತಾರೋ ತಿಳಿಯದು. ಬಂಗಾಳದ ಪುರುಷಸಿಂಹಗಳ ದೋತಿಗಳಿಗೂ ಬೆಂಕಿಯಿಡುವ ದೃಶ್ಯಗಳನ್ನೇಕೆ ಸಂಯೋಜಿಸುವುದಿಲ್ಲ? ಇದು ಪರ್ಯಾಯೋಚಿಸಬೇಕಾದ ವಿಷಯ! ಅವಳದು ಅದೆಂತಹ ನೀರಸವಾದ ನಾಟಕ! ಸಾಯುವಾಗಲಾದರೂ ಬಂಗಾಲದ ಪುರುಷ ಪುಂಗವರು ಆನಂದಿಸಬೇಕಾದ ಒಂದು ಹೊಸಮಾರ್ಗವೂ ಆಕೆಗೆ ಗೋಚರಿಸಲಿಲ್ಲ! ಮನೆಯವರ ದೃಷ್ಟಿಯಲ್ಲಿ ಬಿಂದು ಅಮರಳಾದಳು. .

ಶತಶತಮಾನಗಳಿಂದ ಆತ್ಮಬಲಿ, ಆತ್ಮಾಹುತಿಗಳನ್ನು ಹಾಡಿಹೊಗಳಿ ದವರಲ್ಲವೇ ನಾವು? ಸೀತೆಯ ಅಗ್ನಿದಿವ್ಯಕ್ಕೆ ಅಯೋಧ್ಯೆಯ ಜನ ಆಗ್ರಹಪಡಿಸುತ್ತಾರೆ. ಈ ಅನಂತವಿಶ್ವ ಯಾವತ್ತೂ ಹಿಂದಿರುಗಿ ನೋಡಲಾರದು, ಆದರೆ ಮಾನವನ ಹೃದಯ ಹಿಂದಿರುಗಿ ನೋಡುತ್ತದೆ. ಬಿಂದುವಿನ ಮರಣದ ಮುರಳಿಯ ಶೋಕರಾಗದ ಮುಂದೆ ಮಹಲುಗಳ ಇಟ್ಟಿಗೆ, ಗಾರೆ, ಸಿಮೆಂಟುಗಳ ಗೋಡೆಗಳೆಲ್ಲ ಪುಡಿಪುಡಿಯಾದವು. ಕಂದಾಚಾರಗಳ ಕಪ್ಪು ಹೊಗೆ ಬಿಂದುವನ್ನು ಆವರಿಸಿತ್ತು. ಬಿಂದು ಬಂದು ಆ ಹೊಗೆಯ ಪರದೆಯೊಳಗಿನ ರಂಧ್ರದಿಂದ ಮೃಣಾಲ್‌ಳನ್ನು ನೋಡಿದಳು. ಅವಳು ಸತ್ತು ಆ ಧೂಮಪಟಲವನ್ನು ಹರಿದು ಚಿಂದಿ ಮಾಡಿದಳು. ಈಗ ಹೊರಗೆ

ಬಂದಮೇಲೆ, ಬಯಲಾದ ಮೇಲೆ, ಮೃಣಾಲ್‌ಗೆ ಅನಿಸುತ್ತದೆ ತನ್ನ ಭವ್ಯ ದಿವ್ಯಗಳಿಗೆ ಕೊನೆಯೇ ಇಲ್ಲ ಎಂದು. ಅವಳೀಗ ಆ ಪರಮ ದಿವ್ಯಾನುಭೂತಿಗೆ ಕೈ ಚಾಚಿ ನಿಂತವಳು. ವಿಶಾಲವಾದ ಭವ್ಯ ನೀಲ ನಭದ ಮೂಲಕ ಆ ಪರಮದಿವ್ಯ ಅವಳನ್ನೇ ಎವೆಯಿಕ್ಕದೇ ನೋಡುತ್ತಿದೆ. ಈಗ ಜಮೀನುದಾರರ ಮನೆಯ ಎರಡನೆಯ ಸೊಸೆ ನಿಜವಾಗಿ ನಾಮಾವಶೇಷವಾಗಿ ಹೋಗಿದ್ದಾಳೆ. ಅವಳೀಗ ಹೊಸಬೆಳಕನ್ನು ಹುಡುಕಿ ವಿಶಾಲ ಗಗನದಡಿಯಲ್ಲಿ ಗುರಿಯಿರದೇ ಹೊರಟಿದ್ದಾಳೆ.

ತಾಯಿ ನನ್ನ ಕೈಬಿಟ್ಟರೂ
ತಂದೆ ನನ್ನ ಕೈಬಿಟ್ಟರೂ
ಪ್ರಭೂ, ಮೀರಾಳ ಪಯಣ ನಿಲ್ಲದು.
ಅವಳಿಗೆ ಏನೆಲ್ಲ ಆಗಬೇಕೋ ಅವೆಲ್ಲ ಆಗಲಿ
ಏನೆಲ್ಲ ಬರಬೇಕೋ ಅವುಗಳೆಲ್ಲ ಬರಲಿ
ಮೀರಾ ಅಂಜುವುದಿಲ್ಲ
ಮೀರಾ ಅಳುಕುವುದಿಲ್ಲ
ಅವಳು ಸಹಿಷ್ಣು
ಮತ್ತವಳು ಹೆಣ್ಣು
ಮೀರಾಳ ಈ ಭಜನ್ ಅವಳ ದಾರಿಗೆ ಬೆಳಕಾಗಿದೆ.

ಈಗ್ಗೆ ಒಂದು ಶತಮಾನಗಳ ಹಿಂದೆ ಗುರುದೇವ ರವೀಂದ್ರನಾಥರು ಕಟ್ಟಿಕೊಟ್ಟ ಹೆಣ್ಣೊಬ್ಬಳ ಕಥೆಯಿದು. ಇಂದಿಗೂ ಪ್ರಸ್ತುತವೆನಿಸುವಷ್ಟು ತಾಜಾತನವನ್ನು ಉಳಿಸಿಕೊಂಡಿರುವುದೇ ಅದರ ಗಟ್ಟಿತನಕ್ಕೆ ಸಾಕ್ಷಿಯಾಗಿದೆ. ನೋವು ತನ್ನದೇ ಆಗಬೇಕೆಂದೇನೂ ಇಲ್ಲ, ಬೇರೆಯವರ ನೋವಿನಿಂದಲೂ ಬದುಕಿನ ಮಜಲುಗಳನ್ನು ಅರಿಯುವ ಜೀವಪರ ನಿಲುವು ಸಾರ್ವಕಾಲಿಕವೂ ಹೌದು. ಎಲ್ಲದರ ಕೊನೆಯಲ್ಲೊಂದು ಬಿಡುಗಡೆಯ ಕಿಂಡಿಯನ್ನು ತೆರೆದಿಡುವ ಗುರುದೇವರ ಲೋಕದೃಷ್ಟಿ ಇಂದು ನಿಂತು ನೋಡಿದಾಗಲೂ ಅಚ್ಚರಿ ಹುಟ್ಟಿಸುತ್ತದೆ. ಅನೇಕ ಬಿಂದುಗಳು ನಮ್ಮೆದುರು ಬಿಡಿಬಿಡಿಯಾಗಿ ಮೂಡಿ ಆತಂಕಗೊಳಿಸುತ್ತಿರುವಂತೆಯೇ ಅವರೆಲ್ಲರನ್ನು ಒಗ್ಗೂಡಿಸಿ ಚೆಂದದ ರಂಗವಲ್ಲಿಯನ್ನು ಅರಳಿಸುವ ಮೃಣಾಲ್‌ಗಳು ಮುಂದೆ ನಿಂತು ನಮ್ಮನ್ನು ಸಂತೈಸುತ್ತಾರೆ. ಮೃಣಾಲ್‌ನ ಕರುಣೆಯ ತೊರೆ ಎಂದೆಂದಿಗೂ ಬತ್ತದಿರಲಿ, ಮತ್ತದು ಬಿಂದುವನ್ನು ಬದುಕಿಸಲಿ.

ನುಡಿಯಲಾಗದ ಒಡಲ ಸತ್ಯಗಳು

ಅದೊಂದಿಷ್ಟು ನೆನಪುಗಳಿಗೆ ಭದ್ರವಾಗಿ ಬೀಗ ಹಾಕಿ ಎದೆಯಾಳದಲ್ಲಿ ಬಚ್ಚಿಟ್ಟಿದ್ದೆ. ಹೇಳಲೂ ಹೆದರುವಂತಹ ಸಂಗತಿಗಳವು. ನೆನಪಿಸಿಕೊಂಡಾಗಲೆಲ್ಲ ಮತ್ತೆ ಅನುಭವಿಸುತ್ತಿರುವನೇನೋ ಎಂಬಂತೆ ಭಾಸವಾಗುವ ನೆನಪುಗಳನ್ನು ಯಾರು ತಾನೆ ಕೆದಕಬಯಸುತ್ತಾರೆ? ಹೆಪ್ಪುಗೆಟ್ಟಿದ್ದ ಅಂತಹ ಅನುಭವವನ್ನು ಮತ್ತೆ ಕೆದಕಿದ್ದು ಆ ಅವಳ ಜೀವನಗಾಥೆ. ಇಥಿಯೋಪಿಯಾದ ಮರಳುಗಾಡಿನಲ್ಲಿ ಹೂವಂತೆ ಅರಳಿದ ವಾರಿಸ್ ಡೆರಿಸ್ ಎಂಬ ರೂಪದರ್ಶಿಯ ಕಥೆಯನ್ನು ಓದುತ್ತಿರುವಂತೆಯೇ ನಾನು ಅನುಭವಿಸಿದ ನೋವುಗಳೆಲ್ಲ ಅದೆಷ್ಟು ಗೌಣ ಎಂದೆನಿಸಿ ಆ ಕ್ಷಣಕ್ಕೆ ಒಂದಿನಿತು ನಿರಾಳವಾದುದಂತೂ ಸತ್ಯ.

ಋತುಮಾನಕ್ಕನುಗುಣವಾಗಿ ಮೈದುಂಬಿ ಹೂದಳೆದು ಕಂಗೊಳಿಸುವ ಭೂದೇವಿಯೇ ಹೆಣ್ಣೆಂದು ಸಂಭ್ರಮಿಸುವ ನಮ್ಮ ಸಂಸ್ಕೃತಿಯಲ್ಲಿ ಹೆಣ್ಣು ಮೈನೆರೆಯುವ ಕ್ರಿಯೆಯೊಂದು ಮೈಲಿಗೆಯೆಂಬ ನಂಬಿಕೆ ಅದು ಹೇಗೆ ಅಂಕುರಿಸಿತೋ ತಿಳಿಯದು. ಕೆಲವು ಸಂಪ್ರದಾಯಗಳಲ್ಲಿ ಮೂರು ದಿನಗಳು, ಇನ್ನು ಕೆಲವರಲ್ಲಿ ನಾಲ್ಕು ದಿನಗಳು ಮೈಲಿಗೆಯ ದಿನಗಳೆಂದು ನಿಗದಿಯಾಗಿ ಹೆಣ್ಣುಗಳನ್ನು ಬದಿಗಿರಿಸಿದ್ದಂತೂ ಸತ್ಯ. ಮೈಥುನಾದಿ ಕ್ರಿಯೆಗಳಿಂದ ಹಿಡಿದು ಅಡುಗೆಯೇ ಇತ್ಯಾದಿ ಎಲ್ಲ ಕೆಲಸಗಳಿಂದ ಹೆಂಗಸರಿಗೆ ವಿಶ್ರಾಂತಿ ಸಿಗಲೆಂದು ಈ ಏರ್ಪಾಡು ಎಂಬುದನ್ನು ನಾವೆಲ್ಲರೂ ಕೇಳಿದ್ದೇವಾದರೂ, ಆಚರಣೆಯನ್ನು ಕಂಡುದಿಲ್ಲ. ನಮ್ಮ ಊರಿನಲ್ಲಿಯಂತೂ ಹೆಂಗಸರು ಆ ದಿನಗಳಲ್ಲಿ ಗಳಿಗೆಯಾದರೂ ವಿಶ್ರಾಂತಿ ಪಡೆದುದನ್ನು ನಾನು ಕಂಡಿಲ್ಲ. ಸೊಪ್ಪು, ಸೌದೆ ಎಂದು ಕಾಡಿಗೆ ಹೋಗುವುದು, ದನಕರುಗಳನ್ನು ಮೇಯಿಸುವುದು, ಹುಲ್ಲು ಹೊರೆಗಳನ್ನು ತರುವುದು, ಅಂಗಳ ಗುಡಿಸಿ, ಸಾರಿಸುವುದು, ತೋಟ, ಹೊಲಗಳಿಗೆ ನೀರೂಡಿಸುವುದು, ಪಾತ್ರೆಗಳನ್ನು ತೊಳೆದುಕೊಡುವುದು ಹೀಗೆ ಅವರ ಕೆಲಸಕ್ಕೆ ಕೊನೆಯೆಂಬುದಿರಲಿಲ್ಲ. ಆದಾಗ್ಯೂ ದೊಡ್ಡ ಮಹಡಿ ಮನೆಗಳಿರುವವರಿಗೆ ಎಲ್ಲರೆದುರು ಕುಳಿತು ಮೈಲಿಗೆಯೆಂದು ತಲೆತಗ್ಗಿಸುವ ಸನ್ನಿವೇಶಗಳಾದರೂ ಇರಲಿಲ್ಲ. ಕೆಲವು ಶ್ರೀಮಂತರ ಮನೆಗಳಲ್ಲಿ ಮುಟ್ಟಾದವರಿಗೆಂದೇ ಬೇರೆ ಕೋಣೆಗಳಿರುತ್ತಿರಲಾಗಿ ಆ ಮಟ್ಟಿಗೆ ಅವರಿಗೊಂದು ಪ್ರತ್ಯೇಕ ವ್ಯವಸ್ಥೆಯಿತ್ತು. ಆದರೆ ನಮ್ಮೆಲ್ಲರ ಬಾಲ್ಯದ ಸಂಗತಿಗಳು ಮಾತ್ರ ಭಿನ್ನವೇ ಆಗಿದ್ದವು.

ಇಡಿಯ ಮನೆಯಲ್ಲಿ ಅಡುಗೆ ಮನೆಯೊಂದನ್ನು ಹೊರತುಪಡಿಸಿ ಬೇರೆ ಕೋಣೆಯೇ ಇರದ್ದರಿಂದ ಆ ನಾಲ್ಕು ದಿನಗಳು ಹೊರಗಿನ ಚಾವಡಿಯ ಮೂಲೆಯಲ್ಲಿ ಒಂದು ಚಾಪೆ ಮತ್ತು ಬಿಂದಿಗೆಯನ್ನಿಟ್ಟುಕೊಂಡು ಕುಳಿತುಕೊಳ್ಳಬೇಕಿತ್ತು. ಬಂದವರಿಗೆಲ್ಲ ಚಾಪೆಯನ್ನು ಮುಟ್ಟದಿರುವಂತೆ ಹೇಳುತ್ತ ಇರುವುದೇ ಒಂದು ಕೆಲಸ. ತಪ್ಪಿ ಅವರೆಲ್ಲಿಯಾದರೂ ಮುಟ್ಟಿದರೆಂದರೆ ಅವರ ಎಲ್ಲ ಬಟ್ಟೆಯನ್ನೂ ಒಗೆಯುವ ಕೆಲಸ ನಮ್ಮದೆ. ಊಟ, ತಿಂಡಿ ಎಲ್ಲವನ್ನೂ ಬಂದ ಅತಿಥಿಗಳ ಎದುರಿನಲ್ಲಿಯೇ ಮಾಡಬೇಕು. ತೀರ ಹಳ್ಳಿಯಾದ್ದರಿಂದ ಮನೆಗೆ ಬಂದವರೆಲ್ಲ ರಾತ್ರಿ ಉಳಿಯುವವರೆ. ಎಲ್ಲರಿಗೂ ಮಲಗಲು ಇರುವುದು ಚಾವಡಿ ಮಾತ್ರವೆ. ಆದ್ದರಿಂದ ಎಷ್ಟೋ ಸಲ ಮಲಗಲು ಜಾಗವಿಲ್ಲದೇ ಅಡಿಕೆ ಒಣಗಿಸಲೆಂದು ಮಾಡಿದ ಮಾಡಿನಡಿಯಲ್ಲಿ ಮಲಗಬೇಕು. ಅತ್ತಿತ್ತ ಹುಳು ಹುಪ್ಪಟೆಗಳ ಕಾಟ.

ಹಾವು ಹಾಸಿಗೆಗೆ ಬಂದದೆಷ್ಟೋ ಸಲ! ಹೆಣ್ಣಿಗೆ ಇದೊಂದು ಜೀವಕ್ಕಂಟಿದ ಶಾಪ! ಎಂಬ ಉಪದೇಶವನ್ನು ಮಾತ್ರವೇ ಹಿರಿಯರಿಂದ ಪರಿಹಾರವಾಗಿ ಕೇಳಬಹುದಿತ್ತು.

ಆ ದಿನಗಳಲ್ಲಿ ಸ್ನಾನವಿಲ್ಲ. ಬಟ್ಟೆಯನ್ನು ಬದಲಾಯಿಸುವಂತೆಯೂ ಇಲ್ಲ. ಶಾಲೆಗೆ ಹೋಗುವವರಿಗೆ ಮಾತ್ರ ಕೊಂಚ ರಿಯಾಯಿತಿ. ಯುನಿಫಾರಂ ಅನ್ನು ಬದಲಾಯಿಸಬಹುದು. ಆದರೆ ಉಪಯೋಗಿಸಿದ ಎಲ್ಲ ಬಟ್ಟೆಯನ್ನೂ ನಾಲ್ಕನೇ ದಿನ ಸ್ನಾನ ಮಾಡುವಾಗ ಸೆಗಣಿ ನೀರಿನೊಂದಿಗೆ ಶುದ್ಧಗೊಳಿಸಿ ತೊಳೆಯಬೇಕು. ಅದೂ ಸ್ನಾನದ ಮನೆಗೆ ಪ್ರವೇಶವಿಲ್ಲ, ಹತ್ತಿರದಲ್ಲಿರುವ ಹೊಳೆಗೆ ಹೋಗಿ ಎಲ್ಲವನ್ನೂ ಒದ್ದೆಮಾಡಿ, ತಣ್ಣೀರಿನಲ್ಲಿ ಮುಳುಗು ಹಾಕಿ ಗಡಗಡನೆ ನಡುಗುತ್ತಾ ಬಂದ ಮೇಲಷ್ಟೇ ಸ್ನಾನದ ಮನೆಗೆ ಪ್ರವೇಶ. ಆಗಿನ್ನೂ ಶೌಚಗೃಹಗಳೆಂಬ ಕಲ್ಪನೆಯೂ ಸುಳಿಯದ ಕಾಲ. ಇನ್ನು ನ್ಯಾಪಕಿನ್ನು ಅದೂ ಇದೂ ಅಂತೂ ದೂರವೇ ಉಳಿಯಿತು. ಮೆದುವಾದ ಕಾಟನ್ ಬಟ್ಟೆ ಸಿಕ್ಕಿದರೆ ಅದೇ ಪುಣ್ಯ. ಅದನ್ನು ತೊಳೆಯಲೂ ನೀರಿಗಾಗಿ ಇತರರನ್ನು ಬೇಡಬೇಕು. ಅವರು ಕೊಡುವ ಒಂದೋ, ಎರಡೋ ಬಿಂದಿಗೆ ನೀರಿನಲ್ಲಿ ಎಲ್ಲವೂ ಮುಗಿಯಬೇಕು. ಬೆಳಕು ಹರಿಯುವ ಮೊದಲೇ ಅದನ್ನೆಲ್ಲ ಮುಗಿಸಿ, ಮುಗ್ಗಲು ಬಟ್ಟೆಯನ್ನು ಹಾಸಿಗೆಯಡಿಯಲ್ಲೇ ಒಣಗಿಸಿಕೊಳ್ಳಬೇಕು. ಹೊರಗೆಲ್ಲಾದರೂ ಒಣಗಿಸಿ ಅದನ್ನು ಹಾವುಗಳೇನಾದರೂ ಮೂಸಿದರೆ ಸರ್ಪಶಾಪ ತಟ್ಟುವುದೆಂಬ ಭೀತಿ! ಕೊನೆಯ ದಿನದ ಬೆಳಿಗ್ಗೆ ಸ್ನಾನ ಮಾಡುವ ಮೊದಲು ಆ ಬಟ್ಟೆಗಳನ್ನೆಲ್ಲ ಮಣ್ಣಿನಲ್ಲಿ ಗುಂಡಿ ತೋಡಿ ಹೂಳಬೇಕು. ಮುಂದಿನ ತಿಂಗಳಿಗೆ ಬೇರೆಯೇ ಬಟ್ಟೆ. ಎರಡು, ಮೂರು ಹೆಣ್ಣುಮಕ್ಕಳಿರುವ ಮನೆಗಳಲ್ಲಂತೂ ಬಟ್ಟೆಯನ್ನು ಪೂರೈಸುವುದೇ ಅಮ್ಮಂದಿರಿಗೊಂದು ಸವಾಲು.

ಹೀಗೆ ಬೆಳಗಿನ ಜಾವ ತೊಟ್ಟ ಬಟ್ಟೆಯಲ್ಲಿ ಶಾಲೆ, ಓದು ಎಲ್ಲವನ್ನೂ ಮುಗಿಸಿ ರಾತ್ರೆಯವರೆಗೂ ಇರಬೇಕು. ಹಾಗಾಗಿಯೇ ಬೊಂತೆಗಟ್ಟಲೆ ಬಟ್ಟೆಯನ್ನು ತೊಡೆಯ ನಡುವೆ ತುರುಕಿಕೊಳ್ಳಬೇಕು. ಒದ್ದೆಯಾದ ಬಟ್ಟೆಯನ್ನಿಟ್ಟುಕೊಂಡು ನಾಲ್ಕಾರು ಮೈಲು ನಡೆದು ಶಾಲೆಯಿಂದ ಮನೆ ತಲುಪುವಾಗ ತೊಡೆಗಳ ನಡುವೆ ಆಳವಾದ ಗಾಯಗಳು. ದಿನಕಳೆದಂತೆ ಇನ್ನಷ್ಟು ಆಳವಾಗುತ್ತಾ ನಡೆಯುವ ರೀತಿಯನ್ನು ನೋಡಿಯೇ ತರಗತಿಯ ಹುಡುಗರೆಲ್ಲ ಗುಸುಗುಸು ಮಾಡಿ ನಗುತ್ತಿದ್ದರು. ಇವರಿಗೆಲ್ಲ ಗೊತ್ತಾಯಿತೆ ಎಂಬ ಮುಜುಗರ. ಶಾಲೆಗಳಲ್ಲಂತೂ ಮರದಡಿಯಲ್ಲೇ ಶೌಚಕ್ರಿಯೆ

ನಡೆಸುವ ಸಂಭ್ರಮವಾದ್ದರಿಂದ ಆ ದಿನಗಳಲ್ಲಿ ಮೂತ್ರ ಬಂದು ಜೀವಹೋಗುವಂತಾದರೂ ಮಾಡಲಾಗದು. ಅದಕ್ಕೆ ಕಂಡುಕೊಳ್ಳುವ ಸುಲಭದ ಉಪಾಯವೆಂದರೆ ನೀರನ್ನೇ ಕುಡಿಯದೇ ದಿನಗಳೆಯುವುದು. ಒಂದು ತಿಂಗಳ ಗಾಯ ಇನ್ನೇನು ಮಾಸುತ್ತದೆಯೆನ್ನುವಾಗ ಇನ್ನೊಮ್ಮೆ ಎಲ್ಲದರ ಪುನರಾವರ್ತನೆ. ಇವೆಲ್ಲವೂ ನೂರಾರು ವರ್ಷಗಳ ಹಿಂದಿನ ವಿವರಗಳೇನಲ್ಲ. ಪೂರ್ವಜನ್ಮವೋ ಎಂಬಂತೆ ದಾಖಲಾದ ಇದೇ ಜೀವನದ ಸ್ವಯಂ ಅನುಭವದ ಸಾಲುಗಳು.

ಮೈಲಿಗೆಯೆಂಬ ಈ ಸ್ವರೂಪದ ಆಚರಣೆ ಊರಿಗೆ ಬಸ್ಸು ಬರುವುದರೊಂದಿಗೆ ಒಂದಿಷ್ಟು ಅಲ್ಲಾಡಿದ್ದಂತೂ ಸತ್ಯ. ಬಸ್ಸಿನಲ್ಲಿ ಮನೆಯವರೆಲ್ಲ ಒಟ್ಟಿಗೆ ಬಂದಾಗ ಮನೆಗೆ ಬಂದು ಮೈಲಿಗೆ ತೆಗೆಯುವುದೋ ಬೇಡವೋ ಎಂಬುದೊಂದು ಮಹತ್ತರ ಚರ್ಚೆಯಾಗಿ ಆ ಕಾಲದಲ್ಲಿ ಹೊರಹೊಮ್ಮಿತು. ಸ್ವಲ್ಪ ವಿತಂಡವಾದವನ್ನು ಮೈಗೂಡಿಸಿಕೊಂಡ ನಾವೆಲ್ಲರೂ, "ಅದೆಲ್ಲ ಸರಿ, ಬಸ್ಸಿನಲ್ಲಿ ಯಾರ್‍ಯಾರು ಮೈಲಿಗೆಯಾಗಿದ್ದರೋ ಯಾರಿಗೆ ಗೊತ್ತು?" ಎಂದು ಸಂಶಯದ ಗುಂಗಿಹುಳವನ್ನು ದೊಡ್ಡವರ ತಲೆಯೊಳಗೆ ಬಿಟ್ಟು ಕಾಡುತ್ತಿದ್ದೆವು. ಕೆಲವು ದಿನ ನಮಗೆ ಗೊತ್ತಾದರೆ ಮಾತ್ರ ಮೈಲಿಗೆ ಎನ್ನುತ್ತಾ ಮೈಲಿಗೆ ತೆಗೆಯುತ್ತಿದ್ದವರು ನಿಧಾನಕ್ಕೆ ಒಂದೇ ಸೀಟಿನಲ್ಲಿ ಕುಳಿತರೆ ಮಾತ್ರ ಮೈಲಿಗೆ ಎಂಬ ನಿರ್ಧಾರಕ್ಕೆ ಬಂದರು. ಹೆಂಗಸರಿಗಾದರೆ ಚಿಂತೆಯಿರಲಿಲ್ಲ, ಈ ಗಂಡಸರದೇ ಕಷ್ಟ. ಬರಿಯ ಬಟ್ಟೆಯನ್ನು ಒದ್ದೆಮಾಡಿದರಾಗಲಿಲ್ಲ, ಅವರ ಜನಿವಾರವನ್ನೂ ಬದಲಾಯಿಸಬೇಕು. ಇಲ್ಲವಾದಲ್ಲಿ ಊಟ ಮಾಡಲು ಅವಕಾಶವಿಲ್ಲದಂತಾಗಿ ಒಂದು ಬಗೆಯಲ್ಲಿ ಪೆಚ್ಚಾದರು. ಕೊನೆಗೊಮ್ಮೆ ಪದೇ ಪದೇ ಜನಿವಾರ ಬದಲಾಯಿಸುವ ಗೋಜು ಬೇಡವೆಂದು ಬಸ್ಸಿಗೆ ಮೈಲಿಗೆಯಿಲ್ಲ ಎಂದು ಸಾರಿದರು.

ಆದರೂ ಕೆಲವೊಮ್ಮೆ ತೀವ್ರ ಮುಜುಗರದ ಸಂದರ್ಭಗಳೂ ಒದಗಿಬರುತ್ತಿದ್ದವು. ಊರಿನಲ್ಲಿ ಯಾರ ಮನೆಗೇ ಆಗಲಿ ಪೂಜೆಗೆ ಬರುವ ಪುರೋಹಿತರು ಮೊದಲ ದಿನವೇ ನಮ್ಮ ಮನೆಗೆ ಬರುವದು ವಾಡಿಕೆ. ಊರಿಗೆ ಒಂದೇ ಬಸ್ ಇರುವುದರಿಂದ ಮೈಲಿಗೆಯ ಆ ದಿನಗಳಲ್ಲಿ ಅವರೊಂದಿಗೆ ನಾವೂ ಬರಲೇಬೇಕು. ಹಾಗೆ ಒಟ್ಟಿಗೆ ಮನೆಗೆ ಬಂದವರು ಅವರೆದುರು ಹೊರಗೆ ಚಾಪೆಯಿಟ್ಟು ಕುಳಿತರೆ ಅವರ ಮೈಲಿಗೆ ತೆಗೆಯದೇ ಆದೀತೆ? ಅವರಿಗೆ ಶಾಸ್ತ್ರೋಕ್ತ ಜನಿವಾರ, ಹೋಮ ಎಲ್ಲ ವ್ಯವಸ್ಥೆ ಮಾಡುವುದಾದರೂ ಹೇಗೆ? ಅದಕ್ಕೆಂದೇ ಅಮ್ಮ ಉಪಾಯವೊಂದನ್ನು ಹೆಣೆದಿದ್ದರು. ಅವರೊಂದಿಗೆ ಬಂದ

ನಾವು ಮನೆಯ ಹಿಂದೆ ಮಾಡಿನಡಿಯಲ್ಲಿ ರಾತ್ರಿಯವರೆಗೂ ಕುಳಿತಿರುವುದು, ರಾತ್ರಿ ಅವರು ಊಟಕ್ಕೆ ಹೋದ ಸಮಯ ನೋಡಿ ಅಮ್ಮ ತಂದಿಡುವ ಅವಲಕ್ಕಿಯನ್ನೋ, ದೋಸೆಯನ್ನೋ ಗಬಗಬನೆ ತಿಂದು ಹಾಸಿಗೆಯಲ್ಲಿ ಮುಸುಕು ಹಾಕಿ ಮಲಗಿಬಿಡುವುದು. ಬೆಳಿಗ್ಗೆ ಅವರು ಏಳುವ ಮುನ್ನವೇ ಹಾಸಿಗೆಯೊಂದಿಗೆ ಮಾಯವಾಗಿಬಿಡುವುದು. ಕೆಲವು ಮನೆಗಳಲ್ಲಂತೂ ಹೆಂಗಸರು ಹೊರಗಾದರೆಂದರೆ ಅಡುಗೆ ಮಾಡುವವರಿಲ್ಲದೇ ಪುಟ್ಟ ಪುಟ್ಟ ಮಕ್ಕಳು ಪರದಾಡುವುದನ್ನು ನೋಡಲಾಗುತ್ತಿರಲಿಲ್ಲ. ಒಂಟಿ ಹೆಂಗಸರಿರುವ ಮನೆಗಳಾದರೆ ಮುಗಿಯಿತು, ಅವರಿಗೆ ಮೈಲಿಗೆಯ ದಿನಗಳಲ್ಲಿ ಊಟ ಹಾಕುವುದನ್ನೇ ಮುಂದಿಟ್ಟುಕೊಂಡು ತಿಂಗಳಿಡೀ ಅವರಿಂದ ಬಿಟ್ಟಿಕೆಲಸ ಮಾಡಿಸಿಕೊಳ್ಳುತ್ತಿದ್ದರು.

ಬಾಂಬೆ, ಬೆಂಗಳೂರಿನಂತಹ ನಗರಗಳಿಗೆ ಹೋಗಿಬಂದ ಕೆಲವು ಹುಡುಗಿಯರು ಅಲ್ಲಿ ಮನೆಗಳಲ್ಲಿಯೂ ಈ ರೀತಿಯ ಆಚರಣೆಯನ್ನು ಮಾಡಬೇಕಿಲ್ಲ ಎಂಬುದನ್ನು ಹೇಳಿದಾಗಲೆಲ್ಲ ಆ ಊರುಗಳು ಸ್ವರ್ಗವೆಂಬಂತೆ ಭಾಸವಾಗುತ್ತಿದ್ದವು. ಋತುಸ್ರಾವದ ತೀರ ಮೊದಲಿನ ವರ್ಷಗಳಲ್ಲಿ ಇನ್ನು ನಮ್ಮ ಓರಗೆಯ ಹುಡುಗರಿಗೆ ಯಾವುದರಲ್ಲೂ ನಾವು ಸ್ಪರ್ಧೆಯೊಡ್ಡಲು ಸಾಧ್ಯವಿಲ್ಲವೆಂಬ ನಿರಾಶ ಭಾವ ಅನೇಕ ಸಲ ಕಾಡಿದ್ದಿದೆ. ಅಮ್ಮನನ್ನೋ ಅಥವಾ ಇತರ ಹಿರಿಯರನ್ನೋ ಈ ಬಗ್ಗೆ ಪ್ರಶ್ನಿಸಿದಾಗಲೆಲ್ಲ "ಅದು ಹಾಗೆಯೇ, ಮೈನೆರೆದ ಮೇಲೆ ಮುಗಿಯಿತು. ಹೆಣ್ಣು ಜನ್ಮವೇ ಶಾಪ" ಎಂಬ ಹತಾಶೆಯ ಮಾತುಗಳೇ ಕೇಳಿಬರುತ್ತಿದ್ದವು. ಇದರೊಂದಿಗೆ ಊರಿನಲ್ಲಿ ಮಾಡಲು ಕೆಲಸವಿಲ್ಲದ ಕೆಲವರಿಗಂತೂ ಹೆಣ್ಣುಮಕ್ಕಳ ತಿಂಗಳ ದಿನವನ್ನು ಲೆಕ್ಕ ಇಡುವುದೇ ಕೆಲಸವಾಗಿತ್ತು. ಹೊರಗೆ ಕುಳಿತುಕೊಳ್ಳಲು ಒಂದೆರಡು ದಿನ ತಡವಾದರೂ ವಿಚಾರಿಸಿ, ಲೇವಡಿ ಮಾಡುತ್ತಿದ್ದರು. ಹಾಗೆ ಮನೆಯಲ್ಲಿ ಅಮ್ಮಂದಿರಿಂದ ಸಣ್ಣ ವಿಚಾರಣೆಯೂ ನಡೆಯುತ್ತಿತ್ತು. ಬಿಡದೇ ಕಾಡುವ ಹೊಟ್ಟೆನೋವಿನ ಆ ದಿನಗಳಲ್ಲಿ ತೋಟದ ಮೂಲೆಯಲ್ಲೆಲ್ಲೋ ಅಡಿಕೆ ಹಾಳೆಯನ್ನೇ ಹಾಸಿಗೆಯಾಗಿಸಿಕೊಂಡು ಕಳೆದ ಗಳಿಗೆಗಳು ಅದೆಷ್ಟೋ?

ಮುಂದೆ ಕಾಲೇಜಿನ ದಿನಗಳಲ್ಲಿ ದೇಹಪ್ರಕೃತಿಗೆ ಸಂಬಂಧಿಸಿದ ಹತ್ತಾರು ಪುಸ್ತಕಗಳನ್ನು ಓದಿ, ತಿಳುವಳಿಕೆ ಪಡೆದುದಲ್ಲದೇ ಅವೆಲ್ಲವನ್ನೂ ಹತ್ತಿರದವರಿಗೆ ದಾಟಿಸಿದ್ದಾಯ್ತು. ಬದುಕಿನ ಸೂತ್ರ ನಮ್ಮ ಕೈಗೆ ಬಂದಾಗ ಮೊದಲು ಮಾಡಿದ ಕೆಲಸವೇ ಮೈಲಿಗೆಯ ಆ ದಿನಗಳನ್ನು ತೊಡೆದುಹಾಕಿದ್ದು. ಮುಂದೆ ಶಿಕ್ಷಕಿಯಾಗಿಯೂ ಎಲ್ಲ ವಿದ್ಯಾರ್ಥಿನಿಯರಿಗೆ

ಸಾಧ್ಯವಾದಾಗಲೆಲ್ಲ ಈ ಬಗ್ಗೆ ವೈಜ್ಞಾನಿಕ ಮಾಹಿತಿಗಳನ್ನು ನೀಡುವುದು ನನ್ನ ನೆಚ್ಚಿನ ಕೆಲಸವಾಗಿತ್ತು. ರಾಜ್ಯ ಸರ್ಕಾರದ ಕಿಶೋರಿಯರ ತರಬೇತಿ ಕಾರ್ಯಕ್ರಮದಲ್ಲಿ ಇಡಿಯ ರಾಜ್ಯದ ಸಾವಿರಾರು ವಿದ್ಯಾರ್ಥಿಗಳಿಗೆ ಅರಿವು ಕಾರ್ಯಕ್ರಮ ನಡೆಸುವಾಗಲೆಲ್ಲ ಅದೆಂಥದ್ದೋ ಒಂದು ಧನ್ಯತಾಭಾವ! ಇಂದಿಗೂ ಕೂಡ ಹದಿಹರೆಯದ ವಿದ್ಯಾರ್ಥಿಗಳೊಂದಿಗೆ ಆಪ್ತ ಸಂವಾದ ನಡೆಸುವುದು ನನ್ನ ನೆಚ್ಚಿನ ಕಾರ್ಯಕ್ರಮವಾಗಿದೆ. ನನ್ನ ಮೊದಲ ಪುಸ್ತಕ "ಹದಿಹರೆಯದ ಕನಸುಗಳೊಂದಿಗೆ" ಇದೇ ಕಥೆಯನ್ನು ಹೇಳುತ್ತದೆ. ಆ ದಿನಗಳನ್ನು ನನ್ನಷ್ಟಕ್ಕೇ ಗೌಪ್ಯವಾಗಿಡುವ ಮತ್ತು ಎಲ್ಲ ದಿನಗಳಂತೆ ಕಳೆಯುವ ಅಹ್ಲಾದತೆಯೇ ನನ್ನ ಮಟ್ಟಿಗಂತೂ ಒಂದು ದೊಡ್ಡ ಬಿಡುಗಡೆ. ಅದನ್ನು ಬಹಿರಂಗಗೊಳಿಸುವಂತೆ ಆಗ್ರಹಿಸುವ ಯಾವ ದೈವದರ್ಶನವೂ, ಮಂಗಲ ಕಾರ್ಯವೂ ನನಗೆ ಬೇಡ.

ವಿಶ್ರಾಂತಿಯೆಂಬ ವಿಶಾಲ ಪರಿಕಲ್ಪನೆಯಡಿಯಲ್ಲಿ ಆಚರಿಸುವ ಒಂದು ಸಣ್ಣ ಸಂಪ್ರದಾಯದ ಕೆಲವು ಆಯಾಮಗಳನ್ನಷ್ಟೆ ನಾನಿಲ್ಲಿ ತೆರೆದಿಟ್ಟಿರುವೆ. 'ಯೆಸ್, ಐ ಬ್ಲೀಡ್' ಆಂದೋಲನ ಶುರುವಾದಾಗ ಕೆಲವರೆಲ್ಲ ಮುಟ್ಟಿನ ಕಾರಣಕ್ಕೆ ಕೆಲವು ವಿಶೇಷ ಕಾರ್ಯಕ್ರಮಗಳನ್ನು ತಪ್ಪಿಸಿಕೊಂಡದ್ದನ್ನೋ ಅಥವಾ ನ್ಯಾಪ್ಕಿನ್‌ಗಳನ್ನು ಮರೆತುಹೋಗಿ ಒದ್ದಾಡಿದ್ದನ್ನೋ, ಬಟ್ಟೆಯ ಮೇಲೆ ಕಲೆ ಕಂಡು ಅವಮಾನ ಅನುಭವಿಸಿದ್ದನ್ನೋ ಬರೆದುಕೊಳ್ಳುವಾಗಲೂ ನನ್ನೊಡಲಿನ ಬೆಂಕಿಯಂತಹ ಈ ನೆನಪುಗಳನ್ನು ಹಂಚಿಕೊಳ್ಳಬೇಕೆಂದು ಅನಿಸಿರಲೇ ಇಲ್ಲ. ಆದರೆ ವಾರಿಸ್‌ಳ ಕಥೆಯನ್ನು ಓದಿದಾಗ ವಿಶ್ವದಾದ್ಯಂತ ಇರುವ ಹೆಣ್ಣಿನ ಕುರಿತಾಗಿನ ಆಚರಣೆಗಳ ಕ್ರೌರ್ಯ ನನ್ನನ್ನು ನಿಬ್ಬೆರಗಾಗಿಸಿತು. ಜಗತ್ತಿನ ಮೂಲೆ ಮೂಲೆಯಲ್ಲಿಯೂ ಹೆಣ್ಣುಗಳ ಮೇಲೆ ಮೈಲಿಗೆ, ಚಾರಿತ್ರ್ಯಗಳ ನೆಪದಲ್ಲಿ ರೂಪಿತವಾದ ಆಚರಣೆಗಳು ನಮ್ಮನ್ನೆಲ್ಲ ಒಗ್ಗೂಡಿಸಿವೆಯಲ್ಲ ಎನಿಸಿತು.

ವಾರಿಸ್ ಕಳೆದ ಶತಮಾನದ ತೊಂಬತ್ತರ ದಶಕದ ಬಹುಪ್ರಸಿದ್ಧ ರೂಪದರ್ಶಿ. ಆದರೆ ಅದಕ್ಕಿಂತ ಮೊದಲು ಅವಳೊಬ್ಬ ಸಾಮಾನ್ಯ ಅಲೆಮಾರಿ ಜನಾಂಗದ ಕೂಸು. ಕುರಿ ಸಾಕಣಿಕೆ ಅವರ ಕುಲಕಸುಬು. ಸಾಲಲ್ಲಿ ಹನ್ನೆರಡು ಮಕ್ಕಳ ನಡುವೆ ಹುಟ್ಟಿದವಳು ವಾರಿಸ್. ಇಥಿಯೋಪಿಯಾದ ಮರಳುಗಾಡಿನಲ್ಲಿ ನೀರನ್ನರಸಿ ಅವಳ ಕುಟುಂಬ ಅಲೆಯುತ್ತಾ ಸಾಗುತ್ತಿತ್ತು. ಶಿಕ್ಷಣವೆಂಬದು ಅವಳ ಬದುಕಿನಲ್ಲಿ ಕನಸಿನ ಮಾತು. ಆದರೆ ಅಮ್ಮನ ತುಂಬು ಪ್ರೀತಿಯೇ ಅವರಿಗೆಲ್ಲರಿಗೂ ಸ್ವರ್ಗದಂತಹ ಆಸರೆ. ಅವಳ

ಅಪ್ಪನಿಗೋ ತನ್ನ ಹೆಣ್ಣುಮಕ್ಕಳು ಅಪ್ಪಟ ಕನ್ಯೆಯರೆಂದು ಸಾಬೀತುಪಡಿಸುವ ಹಂಬಲ. ಅದಕ್ಕೆ ಸಾಕ್ಷಿಯಾಗಿರಬೇಕಾದದ್ದೇ ಯೋನಿ ಛೇದನವೆಂಬ ಕರಾಳ ಆಚರಣೆ. ಏನೇನೂ ವೈದ್ಯಕೀಯ ಜ್ಞಾನವಿಲ್ಲದ ಹೆಂಗಸೊಬ್ಬಳು, ಯಾವುದೇ ಅರವಳಿಕೆಯ ನೆರವಿಲ್ಲದೇ ಹೆಣ್ಣಿನ ಯೋನಿಯ ಹೊರ ಅಂಗಗಳನ್ನೆಲ್ಲ ಕತ್ತರಿಸಿ, ಯೋನಿ ದ್ವಾರವನ್ನು ಒಂದು ರಂಧ್ರವನ್ನು ಮಾತ್ರ ಬಿಟ್ಟು ಹೊಲಿಯುವ ಕ್ರಿಯೆಯೇ ಯೋನಿ ಛೇದನ! ಮೂತ್ರ, ಋತುಸ್ರಾವ ಎಲ್ಲವೂ ಆ ರಂಧ್ರದ ಮೂಲಕವೇ ನಿಧಾನವಾಗಿ ಹೊರಬರಬೇಕು ಮತ್ತು ಅದೊಂದು ಅತ್ಯಂತ ಯಾತನಾಮಯ ಗಳಿಗೆ ಕೂಡ. ಇದೊಂದು ಹೆಣ್ಣಿನ ಪಾವಿತ್ರ್ಯವನ್ನು ಸಾರುವ ಕ್ರಿಯೆ. ಮದುವೆಯ ನಂತರವಷ್ಟೇ ಅವಳ ಯೋನಿಗೆ ಹಾಕಿದ ಹೊಲಿಗೆಗಳನ್ನು ಬಿಚ್ಚಿ, ಸಂಭೋಗಕ್ಕೆ ಅವಕಾಶ ನೀಡಲಾಗುತ್ತಿತ್ತು. ವಾರಿಸ್‌ನ ಅಕ್ಕ ಅದಾಗಲೇ ಈ ಕ್ರಿಯೆಗೆ ಒಳಪಟ್ಟಿದ್ದರಿಂದ ಎಲ್ಲರೂ ಅವಳ ಗುಣಗಾನ ಮಾಡುತ್ತಿದ್ದರು. ಅವಳನ್ನು ಹೆಚ್ಚಿನ ಬೆಲೆ ಕೊಟ್ಟು ಶ್ರೀಮಂತ ವ್ಯಕ್ತಿಯೊಬ್ಬರು ಮದುವೆಯನ್ನೂ ಆಗಿದ್ದರು. ಹಾಗಾಗಿ ವಾರಿಸ್‌ಗೆ ಐದರ ಹರೆಯದಲ್ಲೇ ತಾನೂ ಅಪ್ಪಟ ಕನ್ಯೆಯಾಗುವ ಹಂಬಲ. ಅದನ್ನವಳು ತನ್ನ ಅಮ್ಮನೊಂದಿಗೆ ಕೇಳುತ್ತಿದ್ದಳು ಕೂಡ.

ಆ ಕರಾಳ ದಿನ ದೂರವೇನೂ ಇರಲಿಲ್ಲ. ಒಂದು ದಿನ ಬೆಳಿಗ್ಗೆ ಅಮ್ಮ ವಾರಿಸ್‌ಳಿಗೆ ಕುಡಿಯಲು ನೀರನ್ನೂ ಕೊಡದೇ ಊರ ಹೊರಗಿನ ಮರದ ನೆರಳಿರುವ ಜಾಗಕ್ಕೆ ಕರೆದುಕೊಂಡು ಹೋದಳು. ಅಲ್ಲಿ ಒಬ್ಬಳು ವಿಚಿತ್ರ ಹೆಂಗಸು ಒಂದು ಪೆಟ್ಟಿಗೆಯೊಂದಿಗೆ ಇವಳಿಗಾಗಿ ಕಾಯುತ್ತಿದ್ದಳು. ವಾರಿಸ್‌ನ ಅಮ್ಮ ಮಗಳಿಗೆ ಹೇಳಿದಳು, "ಮಗು, ನೀನು ತುಂಬ ಧೈರ್ಯಶಾಲಿ ತಾನೆ? ಎಷ್ಟು ನೋವಾದದರೂ ಈ ಅಮ್ಮನಿಗಾಗಿ ತಡೆದುಕೊಳ್ಳುವಿಯಲ್ಲ?" ವಾರಿಸ್ ಹೌದೆಂಬಂತೆ ತಲೆಯಲ್ಲಾಡಿಸಿದಳು. ಅಮ್ಮ ಅವಳ ಕಾಲುಗಳನ್ನು ಅಗಲಿಸಿ ಗಟ್ಟಿಯಾಗಿ ಹಿಡಿದುಕೊಂಡಳು. ಆ ಹೆಂಗಸು ಕತ್ತಿಯಂಥದ್ದೇನೋ ಆಯುಧದಿಂದ ವಾರಿಸ್‌ಳ ಯೋನಿ ಛೇದನವನ್ನು ಮಾಡಿದಳು. ರಕ್ತ ಸೋರುತ್ತಿದ್ದ ತೊಡೆಯ ನಡುವೆಯೊಂದಿಷ್ಟು ಹಳೆಯ ಬಟ್ಟೆಯನ್ನು ತುರುಕಿ ಮಾಯವಾದಳು ಆ ಹೆಂಗಸು. ಛಿದ್ರವಾದ ಅವಳ ಅಂಗಗಳೆಲ್ಲ ಅಲ್ಲಿಯೇ ಚೆಲ್ಲಾಡಿದ್ದವು. ಅಮ್ಮ ಅವಳನ್ನೊಮ್ಮೆ ಮುದ್ದಿಸಿ, ಅಳುತ್ತಿರುವ ಅವಳನ್ನು ಅಲ್ಲಿಯೇ ಬಿಟ್ಟು ಬಿರಬಿರನೆ ಮನೆಯಕಡೆ ನಡೆದಳು!

ಸಂಜೆ ಅಮ್ಮ ತಿರುಗಿ ಅಲ್ಲಿಗೆ ಬರುವಾಗ ವಾರಿಸ್ ಬದುಕಿದ್ದುದೇ ಒಂದು ಪವಾಡ. ಅಮ್ಮನ ಸಂತೋಷಕ್ಕೆ ಪಾರವಿರಲಿಲ್ಲ. ಅವಳನ್ನೆತ್ತಿಕೊಂಡು ಮನೆಗೆ

ಬಂದಳು. ತಿಂಗಳಿನವರೆಗೂ ಅವಳಿಗೆ ಸ್ವಲ್ಪವೇ ನೀರನ್ನು ಕೊಡುತ್ತಿದ್ದಳು. ಪ್ರತಿಸಲ ಅವಳು ಮೂತ್ರ ಮಾಡುವಾಗಲೂ ಜೀವ ಹೋಗುವಂತಹ ನೋವಾಗುತ್ತಿತ್ತು. ಇವೆಲ್ಲವೂ ನಿನ್ನ ಒಳ್ಳೆಯದಕ್ಕೇ, ಇದರಿಂದ ನಿನಗೆ ಒಳ್ಳೆಯ ಗಂಡ ಸಿಗುತ್ತಾನೆ ಎಂದು ಭರವಸೆ ತುಂಬುತ್ತಿದ್ದಳು. ಆದರೆ ಆ ಭರವಸೆ ಹುಸಿಯಾಗುವ ದಿನಗಳು ದೂರವಿರಲಿಲ್ಲ. ಒಳ್ಳೆಯ ಜಾತಿಯ ಕುರಿಗಳ ಆಸೆಗಾಗಿ ಅವಳ ತಂದೆ ಅವಳನ್ನು ನಡುವಯಸ್ಸು ಮೀರಿದ ವ್ಯಕ್ತಿಯೊಬ್ಬನಿಗೆ ಮದುವೆ ಮಾಡಿಕೊಡಲು ತುದಿಗಾಲಲ್ಲಿ ನಿಂತಿದ್ದರು.

ವಾರಿಸ್‌ಳ ಒಳಗೊಂದು ಸುಪ್ತಚೈತನ್ಯ ಗುಪ್ತಗಾಮಿನಿಯಾಗಿ ಹರಿಯುತ್ತಿತ್ತೆಂದು ಕಾಣುತ್ತದೆ. ನಡುವಯಸ್ಸು ಮೀರಿದ ಅವನೊಂದಿಗೆ ಮದುವೆಯಾಗಿ, ಮತ್ತದೇ ಯಾತನಾಮಯ ಬದುಕನ್ನು ಒಪ್ಪಿಕೊಳ್ಳಲು ಹನ್ನೆರಡು ವರ್ಷದ ವಾರಿಸ್ ಸಿದ್ಧಳಿರಲಿಲ್ಲ. ಅಮ್ಮನೂ ಅವಳ ಬೆಂಬಲಕ್ಕೆ ನಿಲ್ಲಲಿಲ್ಲ. ದೂರದ ಮೊಗದಿಶುವಿನಲ್ಲಿ ತನ್ನ ಚಿಕ್ಕಮ್ಮನೊಬ್ಬಳಿದ್ದಾಳೆ ಎಂಬ ವಿಷಯವನ್ನವಳು ಅಮ್ಮನಿಂದ ತಿಳಿದಿದ್ದಳು. ಹೇಗಾದರೂ ಮಾಡಿ ಮೊಗದಿಶುವನ್ನು ತಲುಪಬೇಕು ಎಂಬುದಷ್ಟೇ ಅವಳ ಮುಂದಿನ ಗುರಿಯಾಯಿತು. ಅಸಾಧ್ಯವಾದ ಆ ಮರಳುಗಾಡಿನಲ್ಲವಳು ಬರಿಗಾಲಿನಲ್ಲಿ ಓಡತೊಡಗಿದಳು. ಅವಳ ಅಪ್ಪನಿಗಿಂತ ಜೋರಾಗಿ ಓಡಬೇಕು ಎಂಬುದು ಮಾತ್ರ ಅವಳಿಗೆ ತಿಳಿದಿತ್ತು. ಅನ್ನಾಹಾರಗಳ ಪರಿವೆಯಿಲ್ಲದ ಓಟವದು. ಮಾರ್ಗಮಧ್ಯದಲ್ಲಿ ಸಿಂಹದ ಬಾಯಿಯವರೆಗೂ ಅವಳು ಹೋಗಿಬಂದಳು. ಸಿಂಹ ಅವಳನ್ನು ಮೂಸಿ ಅಲ್ಲಿಂದ ಮಾಯವಾಯಿತು. ಗುರುತು ಪರಿಚಯವಿಲ್ಲದ ವ್ಯಕ್ತಿಗಳ ಟ್ರಕ್ ಏರಿ, ಅವರ ಆಕ್ರಮಣದಿಂದ ಉಪಾಯವಾಗಿ ತಪ್ಪಿಸಿಕೊಂಡು ಅವಳು ಮೊಗದಿಶುವನ್ನು ತಲುಪಿದ್ದೇ ಒಂದು ಪವಾಡ!

ಅಲ್ಲಿಗೇ ನಿಲ್ಲಲಿಲ್ಲ ಅವಳ ಪಯಣ. ಕೆಲಸದ ಆಯಾ ಆಗಿ ಇಂಗ್ಲೆಂಡಿಗೂ ಹೋದಳು. ದಿನವಿಡೀ ದುಡಿತ, ಭಾಷೆ ಬಾರದ ದೇಶ, ತನ್ನವರಿಲ್ಲದ ಪರಿಸ್ಥಿತಿ. ಎಲ್ಲವನ್ನೂ ಮೀರಿನಿಂತ ಅವಳೊಳಗಿನ ಜೀವಚೈತನ್ಯ ಅದೆಲ್ಲಿಂದ ಬಂತೊ? ಅವಳನ್ನು ಕೆಲಸಕ್ಕೆ ಕರೆದುಕೊಂಡು ಹೋದವರು ಪುನಃ ಇಥಿಯೋಪಿಯಾಕ್ಕೆ ಹೊರಟಾಗ ವಾರಿಸ್ ಮಾತ್ರ ಹಿಂದಿರುಗಲಿಲ್ಲ. ವಿದೇಶದಲ್ಲಿ ವಾಸಿಸಲು ಅನುಮತಿ ಪತ್ರವಿಲ್ಲದೆಯೂ ಅಲ್ಲಿಯೇ ಉಳಿಯುವ ತೀರ್ಮಾನ ಮಾಡಿದಳು. ಪರಿಚಯದವರೊಬ್ಬರ ಕ್ಯಾಂಟೀನಿನಲ್ಲಿ ಕೆಲಸ ಮಾಡತೊಡಗಿದಳು. ಅಲ್ಲವಳು ಆಕಸ್ಮಿಕವಾಗಿ ಪ್ರಸಿದ್ಧ ಛಾಯಾಗ್ರಾಹಕರಾದ ಟೆರೆನ್ಸ್ ಡೊನೋವಾನ್‌ರ ಕಣ್ಣಿಗೆ ಬಿದ್ದಳು. ಇದೊಂದು ಪವಾಡದ

ಗಳಿಗೆಯಾಗಿ ಹೊರಹೊಮ್ಮಿತು. ದಿನಕಳೆಯುವುದರೊಳಗಾಗಿ ವಾರಿಸ್ 'ಪಿರೆಲಿ ಕ್ಯಾಲೆಂಡರ್' ಎಂಬ ಪತ್ರಿಕೆಯ ಮುಖಪುಟದಲ್ಲಿ ದಾಖಲಾದಳು. ಜೊತೆಯಲ್ಲಿಯೇ ಜೇಮ್ಸ್ ಬಾಂಡ್ ಚಲನಚಿತ್ರದಲ್ಲಿ ನಟಿಸುವ ಅವಕಾಶವೂ ಅವಳಿಗೆ ಒದಗಿಬಂತು. ಇಷ್ಟೆಲ್ಲ ಆದಾಗಲೂ ಅವಳನ್ನು ಸಂಪರ್ಕಿಸುವವರಿಗೆ ನೀಡಲು ಅವಳಿಗೊಂದು ಖಾಯಂ ವಿಳಾಸವೂ ಇರಲಿಲ್ಲ!

ರೂಪದರ್ಶಿಯಾಗಿ, ನಟಿಯಾಗಿ ವಾರಿಸ್‌ಳ ಕಲಾ ಬದುಕಿನ ಗ್ರಾಫ್ ಏರುತ್ತಲೇಹೋಯಿತು. ಅಂದು ಜಗತ್ತಿನ ಪ್ರಸಿದ್ಧ ಸೌಂದರ್ಯ ಪ್ರಸಾದನ ಕಂಪನಿಗಳಾದ ರೆವ್ಲಾನ್ ಮತ್ತು ಚಾನೆಲ್ ಉತ್ಪನ್ನಗಳಿಗೆ ಅವಳು ರೂಪದರ್ಶಿಯಾದಳು. ಆಗ ಅವಳಿಗೆ ಕೇವಲ ಇಪ್ಪತ್ತರ ಹರೆಯ. ಆದರೆ ಅವಳೊಳಗೆ ತಾನು ಓಡಿಬಂದ ಮರಳುಗಾಡಿನ ಚಿತ್ರಣವೇ ನೆನಪಾಗಿ ಕಾಡುತ್ತಿತ್ತು. ಹೇಳಿಕೇಳಿ ಅವರ ಕುಟುಂಬದ್ದು ಅಲೆಮಾರಿ ಬದುಕು. ಅವಳಿಗೆ ತಾಯಿಯನ್ನು ನೋಡುವ ಹಂಬಲ ಎಡೆಬಿಡದೇ ಕಾಡತೊಡಗಿತು. ತಾಯಿಯನ್ನು ಅರಸಿಕೊಂಡು ಮರಳುಗಾಡಿನಲ್ಲಿ ಅವಳು ಅಲೆದಳು. ಕೊನೆಗೂ ಪತ್ತೆಹಚ್ಚುವಲ್ಲಿ ಯಶಸ್ವಿಯೂ ಆದಳು. ಅದೊಂದು ಅಪೂರ್ವವಾದ ಗಳಿಗೆ. ಮರಳುಗಾಡಿನಲ್ಲಿ ಕಳೆದುಹೋದ ಮಗಳು ಇಡಿಯ ಜಗತ್ತಿನ ಗಮನವನ್ನು ಸೆಳೆಯುತ್ತಿರುವ ವಿಷಯ ಆ ತಾಯಿಗೆ ಅರ್ಥವಾಗುವುದಾದರೂ ಹೇಗೆ? ಅಮ್ಮನನ್ನು ತನ್ನೊಡನೆ ಕರೆಯುತ್ತಾಳೆ ವಾರಿಸ್. ಆದರೆ ಅಮ್ಮ ಅಪ್ಪನ ಎರಡನೆಯ ಹೆಂಡತಿಗೆ ಹುಟ್ಟಿದ ಐದು ಮಕ್ಕಳ ಪಾಲನೆ ಪೋಷಣೆಯ ಹೊಣೆಯಿಂದ ಹಿಂದೆ ಸರಿಯಲಾರೆ ಎಂದು ನಿರಾಕರಿಸುತ್ತಾಳೆ. ತಾಯಿಯ ಆರ್ದ್ರ ಹೃದಯದ ಮಾತು ವಾರಿಸ್‌ಳನ್ನು ಕಣ್ಣೀರಾಗಿಸುತ್ತದೆ. ಅವಳು ಒಂದಿಷ್ಟು ಹಣವನ್ನು ಅವರಿಗಾಗಿ ನೀಡಿ ಮರಳುತ್ತಾಳೆ.

ಇಷ್ಟಾಗಿಯೂ ವಾರಿಸ್ ಯಾವುದೇ ಗಂಡಸರೊಂದಿಗೆ ಬೆರೆಯುವುದಿಲ್ಲ. ಅವಳ ತೊಡೆಯ ನಡುವಿನ ಗುಟ್ಟು ಹಾಗೆಯೇ ಉಳಿಯುತ್ತದೆ, ಬಾಲ್ಯದ ನೋವಿನ ನೆನಪಾಗಿ. ಗೆಳತಿಯೊಬ್ಬಳಿಗೆ ಒಮ್ಮೆ ವಿಷಯ ತಿಳಿದು ಇವಳನ್ನು ಆಸ್ಪತ್ರೆಗೆ ಕರೆದುಕೊಂಡು ಹೋಗಿ ಪುನಃ ಶಸ್ತ್ರಚಿಕಿತ್ಸೆ ಮಾಡಿಸುತ್ತಾಳೆ. ಸುದೀರ್ಘ ಎರಡು ದಶಕಗಳ ನೋವಿನ ಯಾತ್ರೆಯೊಂದು ಹೀಗೆ ಕೊನೆಗೊಳ್ಳುತ್ತದೆ. ಮುಂದೆ ಹೆರಾಲ್ಡ್ ಜಾಕ್ಸನ್‌ನನ್ನು ಮದುವೆಯಾಗುವ ಡೆರಿಸ್ ಅಲೀಕೆ ಎಂಬ ಮುದ್ದುಮಗುವಿನ ತಾಯಿಯೂ ಆಗುತ್ತಾಳೆ.

ಇಷ್ಟೇ ಆಗಿದ್ದರೆ ವಾರಿಸ್‌ಳ ಹೋರಾಟ ಒಂದು ಚೆಂದದ ಸಿನೆಮಾ ಕಥೆಯಾಗಿಯಷ್ಟೇ ಉಳಿಯುತ್ತಿತ್ತು. ಆದರೆ ಅವಳು ಮುಂದೆ ಒಬ್ಬ ಸಾಮಾಜಿಕ

ಕಾರ್ಯಕರ್ತೆಯಾಗಿ ಬದಲಾಗುತ್ತಾಳೆ. ತಮ್ಮ ಜನಾಂಗದಲ್ಲಿ ಪ್ರಚಲಿತವಿರುವ ಯೋನಿ ಛೇದನವೆಂಬ ಅನಿಷ್ಟ ಪದ್ಧತಿಯನ್ನು ತೊಡೆದುಹಾಕಲು ಕಟಿಬದ್ಧಳಾಗುತ್ತಾಳೆ. ಅನೇಕ ಮೂಲಭೂತವಾದಿಗಳ ಕೆಂಗಣ್ಣಿಗೆ ಗುರಿಯಾದರೂ, ಅನೇಕ ಸಲ ಅವಳ ಮೇಲೆ ಆಕ್ರಮಣಗಳು ನಡೆದರೂ ಎದೆಗುಂದದೇ ಅಭಿಯಾನವನ್ನು ಮುನ್ನಡೆಸುತ್ತಾಳೆ. ತನ್ನ ಆತ್ಮಚರಿತ್ರೆ 'ಡೆಸರ್ಟ್ ಫ್ಲವರ್' ಅನ್ನು ಪ್ರಕಟಿಸಿ ಇಡಿಯ ಜಗತ್ತಿನೆದುರು ಸ್ತ್ರೀಯರಿಗಾಗುತ್ತಿರುವ ದೌರ್ಜನ್ಯದ ಅರಿವನ್ನು ಮೂಡಿಸುತ್ತಾಳೆ. 'ಡೆಸರ್ಟ್ ಫ್ಲವರ್ ಫೌಂಡೇಶನ್' ಸ್ಥಾಪಿಸುತ್ತಾಳೆ. ಅವಳ ಜೀವನಗಾಥೆ 'ಡೆಸರ್ಟ್ ಫ್ಲವರ್' ಚಲನಚಿತ್ರವಾಗಿಯೂ ಪ್ರಸಿದ್ಧಿಯಾಗಿದೆ. ವಿಶ್ವಸಂಸ್ಥೆಯ ಶಾಂತಿ ರಾಯಭಾರಿಯಾಗಿಯೂ ಅವಳು ಕೆಲಸ ನಿರ್ವಹಿಸಿದ್ದಾಳೆ. ಸೋಮಾಲಿಯ, ಇಥಿಯೋಪಿಯಾ ಮೊದಲಾದ ಆಫ್ರಿಕನ್ ಬುಡಕಟ್ಟು ಜನಾಂಗದಲ್ಲಿ ತೊಂಭತ್ತರ ದಶಕದಲ್ಲಿ 130 ಮಿಲಿಯನ್‌ಗಿಂತಲೂ ಹೆಚ್ಚು ಜನ ಮಹಿಳೆಯರು ಈ ಕ್ರೂರವಾದ ಆಚರಣೆಗೆ ಒಳಗಾಗಿದ್ದರೆಂದು ವಿಶ್ವ ಆರೋಗ್ಯ ಸಂಸ್ಥೆಯ ವರದಿಯೇ ಬಹಿರಂಗಪಡಿಸಿದೆ. ಅವರೆಲ್ಲರ ನೋವಿಗೆ ದನಿಯಾಗಿ ಮತ್ತು ಪರಿಹಾರ ರೂಪವಾಗಿ ಒದಗಿಬಂದವಳು ಡೆರಿಸ್ ವಾರಿಸ್. 2000ನೇ ಇಸವಿಯಲ್ಲಿ ವರ್ಷದ ಮಹಿಳೆಯಾಗಿ ಆಯ್ಕೆಯಾದ ಡೆರಿಸ್‌ಗೆ ಅನೇಕ ಅಂತರಾಷ್ಟ್ರೀಯ ಪ್ರಶಸ್ತಿಗಳು ದಕ್ಕಿವೆ. ಮರಳುಗಾಡಿನಲ್ಲಿ ಮರೆಯಾಗಿಹೋಗಬೇಕಿದ್ದ ಕಪ್ಪು ಹುಡುಗಿಯೊಬ್ಬಳ ಜಗದ ಅನೇಕ ಹೆಣ್ಣುಗಳ ನೋವಿಗೆ ದನಿಯಾದ ಪವಾಡಸದೃಶ ಕಥೆಯಿದು.

ಕ್ರೌರ್ಯಗಳೆಲ್ಲ ಹೆಣ್ಣುಗಳಿಗೇ ಯಾಕೆ ಅಂಟಿಕೊಳ್ಳುತ್ತವೆಯೋ ತಿಳಿಯದು. ತಾಯಿಯೊಬ್ಬಳು ಮಗುವನ್ನು ಹೆತ್ತು ಮಲಗಿದರೂ ಮೈಲಿಗೆಯೆಂದು ದೂರವಿಡುವ ಕಾಲವೂ ಇತ್ತಲ್ಲ. ನಾನು ಮಗುವನ್ನು ಹೆತ್ತ ಆ ವರ್ಷ ನಮ್ಮ ಹಳ್ಳಿಯಲ್ಲಿ ಅದೆಂತಹ ಚಳಿಯೆಂದರೆ ಅಪ್ಪ ಹೀಗೆ ನೆನಪಿಸಿಕೊಳ್ಳುತ್ತಿದ್ದರು. "ಇಂಥದ್ದೇ ಚಳಿಗಾಲದಲ್ಲಿ ನನ್ನ ಚಿಕ್ಕಮ್ಮ ತನ್ನ ಹತ್ತನೇ ಮಗುವನ್ನು ಹೆತ್ತಳು. ಆಗೆಲ್ಲ ಬಾಣಂತಿ ಮೈಲಿಗೆಯೆಂದು ಹನ್ನೆರಡು ದಿನ ಬಚ್ಚಲಿನಲ್ಲಿಯೇ ಮಲಗಬೇಕಿತ್ತು. ಹತ್ತನೇ ದಿನ ಬೆಳಗಾಗುವಾಗ ಅವಳ ಮೈ ಕೊರಡಾಗಿತ್ತು." ಮತ್ತೆ ಮದುವೆಯಾದ ಅಪ್ಪನ ಚಿಕ್ಕಪ್ಪನಿಗೆ ಇನ್ನೂ ಐದು ಮಕ್ಕಳು ಹುಟ್ಟಿದವು! ಹಾಗೆಂದು ನೆನಪಿಸಿಕೊಂಡ ಅಪ್ಪ ನನ್ನನ್ನು ಎಲ್ಲ ಮೈಲಿಗೆಯ ಹಂಗು ತೊರೆದು ಬೆಚ್ಚಗಿರುವ ಅಡುಗೆ ಮನೆಯಲ್ಲೇ ಮಲಗಲು ಬಿಟ್ಟಿದ್ದರು. ಅದೆಷ್ಟೋ ಮಹಿಳೆಯರು ಸರಿಯಾಗಿ ಮಾತು ಬರುವ ಮೊದಲೇ

ನಡುವಯಸ್ಕರನ್ನು ಮದುವೆಯಾಗಿ ಬಹುಬೇಗ ವಿಧವೆಯರಾಗಿದ್ದರು. ತಲೆಯನ್ನು ಬೋಳಿಸಿಕೊಂಡು ಕೆಂಪು ಸೀರೆಯನ್ನುಟ್ಟು, ಅವರಿವರ ಸೇವೆ ಮಾಡುತ್ತಾ, ಬತ್ತಿ ಹೊಸೆಯುತ್ತಾ ತಮ್ಮ ಇಡಿಯ ಬದುಕನ್ನು ಸವೆಸಿದರು. ಕದ್ದು ಬಸಿರಾದವರನ್ನಂತೂ ಊರು ಬಹಿಷ್ಕಾರದ ಶಿಕ್ಷೆ ವಿಧಿಸಿ ಹೊರಗಟ್ಟುತ್ತಿತ್ತು. ಇಂದಿಗೂ ಮನೆಯ ಹಬ್ಬ, ಹರಿದಿನಗಳ ಆಚರಣೆಗೆಂದು, ಶುಭಕಾರ್ಯಗಳ ಪೂರೈಕೆಗೆಂದು ತಮ್ಮ ಮುಟ್ಟನ್ನು ಮಾತ್ರೆಗಳಿಂದ ಮುಂದೂಡುತ್ತಲೇ ಇದ್ದಾರೆ ನನ್ನೂರಿನ ಅದೆಷ್ಟೋ ಮಹಿಳೆಯರು. ಕನ್ಯಾಪೊರೆಯೇ ಹೆಣ್ಣಿನ ಪಾವಿತ್ರ್ಯತೆಯ ಗುರುತೆಂದು ಭಾವಿಸಿ ಹೆಂಡತಿಯರ ಮೇಲೆ ಸಂಶಯಿಸುವ ಗಂಡಂದಿರು ಇಂದಿಗೂ ಇದ್ದಾರೆ. ಅದಕ್ಕೆಂದೇ ಕೃತಕ ಕನ್ಯಾಪೊರೆಯನ್ನು ಹೊಲಿಯುವ ಶಸ್ತ್ರಕ್ರಿಯೆ ಇಂದಿಗೂ ಧಾರಾಳವಾಗಿ ನಡೆಯುತ್ತಿದೆ ಎಂದರೆ ನೀವು ನಂಬಲೇಬೇಕು. ಇವೆಲ್ಲವೂ ಹೆಣ್ಣಿನ ನಿಗೂಢಲೋಕದ ಭಾಗಗಳು.

"ಹಾದೀಲಿ ಹೋಗ್ವೋರೆ। ಹಾಡೆಂದು ಹೇಳಬೇಡಿ।

ಹಾಡೆಲ್ಲ ನನ್ನ ಒಡಲುರಿ" ಎನ್ನುತ್ತಾಳೆ ಹಳ್ಳಿಯ ಗರತಿಯೊಬ್ಬಳು. ಒಡಲೊಳಗೆ ಬೆಂಕಿಯಂತೆ ಸುಡುತ್ತಾ, ಮಾತಾಗದ ಇನ್ನದೆಷ್ಟು ಆಚರಣೆಗಳು ಸಂಸ್ಕೃತಿ, ಸಂಪ್ರದಾಯಗಳ ಹೆಸರಿನಲ್ಲಿ ನಡೆಯುತ್ತಿವೆಯೋ ಬಲ್ಲವರಾರು? ಮುಟ್ಟಾಗುವವರನ್ನು ಮುಟ್ಟೆನೆಂದು ಬೆಟ್ಟವೇರಿ ಕುಳಿತ ದೇವನೇ ಬಲ್ಲ.

ಅವಳು ಬಿಡುಗಡೆಯ ಕನಸು

ಅವಳು ಎಲ್ಲರೆದೆಯ ಬಿಡುಗಡೆಯ ಕನಸು. ಧೂಳು ಮುಸುಕಿದ ಯಕ್ಷನಗರಿಯಲ್ಲಿಯೂ ರೆಕ್ಕೆಯ ನವಿರನ್ನು ಉಳಿಸಿಕೊಂಡು ಹಾರಾಡುವ ಚಿಟ್ಟೆಯ ಸೊಗಸು. ಬರಡಾಗಿ ಬಾಯಾರಿದ ಮರಳುಗಾಡಿನಲ್ಲಿ ನೀರುಣಿಸುವ ಓಯಾಸಿಸ್ಸು. ಎಂಥದ್ದೇ ವಿಷಮ ಸನ್ನಿವೇಶದಲ್ಲಿಯೂ ಬಿಡುಗಡೆಯ ಬಯಕೆಯನ್ನು ಬಿಟ್ಟುಕೊಡದ ಹೆಂಗೂಸು. ನೋಡಲು ಹೂವಿನಂತೆ ಕೋಮಲವಾಗಿದ್ದರೂ, ಸಂಕೋಲೆಗಳ ತೊಡಿಸುವ ಕೈಗಳಿಗೆ ಎಂದಿಗೂ ಸೆರೆಯಾಗದು ಅವಳ ಕಸುವು. ಅಸಲಿಗೆ ಹೆಣ್ಣೆಂದರೆ ಒಂದು ಬಿಡುಗಡೆ. ಅಂಥದೊಂದು ಬಿಡುಗಡೆಯ ಸಂಕೇತವಾಗಿ ಹೆಣ್ಣನ್ನು ತಮ್ಮ ಎಲ್ಲ ಕೃತಿಗಳಲ್ಲಿ ಸಶಕ್ತವಾಗಿ ಕಟ್ಟಿಕೊಟ್ಟವರು

ಗುರುದೇವ ರವೀಂದ್ರರು. ಅಂಥದೊಂದು ಉತ್ಕೃಷ್ಟ ಹೆಣ್ಣಿನ ಚಿತ್ರಣವೇ 'ಕೆಂಪು ಕಣಗಿಲೆ'

ಅವಳ ಹೆಸರು ನಂದಿನಿ. ಖಂಡಿತಕ್ಕೂ ಅದೊಂದು ಅನ್ವರ್ಥನಾಮವೆ. ಯಾರಿಗೆ ಯಾವ ರೂಪದಲ್ಲಿ ಬೇಕೋ ಆ ರೂಪದಲ್ಲಿ ದಕ್ಕುವವಳು ಅವಳು. ಹಾಗಾಗಿಯೇ ಅವಳು ಬಿಷುವಿನ ಗೆಳತಿ, ಫಗುವಿಗೆ ಒಂದು ನಮೂನಿ ಬೆಳಕು, ಚಂದ್ರಳ ದೃಷ್ಟಿಯಲ್ಲಿ ಎಲ್ಲರನ್ನೂ ಮರುಳುಮಾಡುವ ಮಾಟಗಾತಿ, ಕಿಶೋರನಿಗೆ ಅವನು ಮೆಚ್ಚಿ ಆರಾಧಿಸುವ ಶಕ್ತಿ, ಗೋಕುಲನಿಗೆ ಹೆದರಿಸುವ ದೆವ್ವ, ಆ ರಾಜ್ಯದ ಪ್ರೊಫೆಸರ್‌ಗೂ ಕೂಡ ಅವಳೊಂದು ಬಗೆಹರಿಸಲಾಗದ ಒಗಟು, ಇನ್ನು ಎಲ್ಲರನ್ನು ತಮ್ಮ ಹದ್ದುಬಸ್ತಿನಲ್ಲಿಟ್ಟುಕೊಳ್ಳಲು ಹೆಣಗಾಡುವ ಗೌರ್ನರ್ ಸಾಹೇಬರಿಗವಳು ಬಂಧಿಸಲಾಗದ ಖೈದಿ, ಧರ್ಮದ ವಿಷಬೀಜ ಬಿತ್ತುವ ಪುರಾಣಿಕನಿಗೆ ಶಾಂತಿ ಕಲಕುವ ಕ್ರಾಂತಿಕಾರಿ... ಹೀಗೆ ಒಬ್ಬೊಬ್ಬರಿಗೆ ಒಂದೊಂದು ರೂಪದಲ್ಲಿ ದಕ್ಕುವ ಅವಳೊಂದು ವಿಶೇಷ. ಯಾಕೆಂದರೆ ಅವಳೊಂದು ಹೆಣ್ಣು. ಹೆಣ್ಣಿನ ವ್ಯಕ್ತಿತ್ವದ ವಿವಿಧ ಆಯಾಮಗಳನ್ನು ರವೀಂದ್ರರು ಅಚ್ಚರಿಯಿಂದ ತೆರೆದಿಡುವ ಬಗೆಯಿದು!

ಅದು ಯಕ್ಷನಗರಿಯೆಂಬ ರಾಜ್ಯ. ಅಲ್ಲಿಗೊಬ್ಬ ಭಯಂಕರ ರಾಜ! ಅವನ ಸುತ್ತಲೂ ಸದಾ ಬೇಧಿಸಲಾಗದ ಪರದೆ. ಅವನನ್ನು ಇಡಿಯಾಗಿ ಕಂಡವರಿಲ್ಲ. ಆಗೀಗ ಅವರಿವರಿಂದ ಕೇಳಿದ ಕಥೆಗಳೇ ಅವನ ರೂಪವನ್ನು ಚಿತ್ರಿಸಿವೆ. ಅಲ್ಲಿ ಯಾವುದೂ ನೈಸರ್ಗಿಕವಾಗಿಲ್ಲ. ಭೂಮಿಯೊಡಲನ್ನು ಬಗೆದು ಅಪಾರ ಚಿನ್ನದ ರಾಶಿಯನ್ನು ಸಂಗ್ರಹಿಸುವ ಹುಚ್ಚು ಆ ರಾಜನಿಗೆ. ಅವನಿಗೆ ಬೆಂಗಾವಲಾಗಿ ನಿಂತವರು ಜ್ಞಾನಿಯಾದ ಪ್ರೊಫೆಸರ್, ಧರ್ಮಬೀರುಗಳಾದ ಪುರಾಣಿಕರು, ಕೊತ್ವಾಲ ಮತ್ತು ಗೌರ್ನರ್ ಸಾಹೇಬರು. ಚಿನ್ನದಾಸೆಯಿಂದ ಆ ರಾಜ್ಯಕ್ಕೆ ಹೊದವರೆಲ್ಲರೂ ಅಲ್ಲಿ ಕೂಲಿಯಾಳುಗಳಾಗಿ ಬಂಧಿಯಾಗಿದ್ದಾರೆ. ನಿರಂತರವಾಗಿ ಸುರಂಗವನ್ನು ಅಗೆಯುತ್ತಲೇ ಒಂದು ದಿನ ಅಲ್ಲಿಯೇ ಸಮಾಧಿಯಾಗುತ್ತಾರೆ. ವಿರೋಧಿಸಿದವರೆಲ್ಲರೂ ಸೈನಿಕರಿಂದ ಬಂಧಿಸಲ್ಪಡುತ್ತಾರೆ ಮತ್ತು ಶಿಕ್ಷೆಯಿಂದ ನರಳುವ ಅವರ ಆರ್ತನಾದ ಉಳಿದವರಿಗೆ ಎಚ್ಚರಿಕೆಯ ಕರೆಗಂಟೆಯಾಗಿ ಕೆಲಸ ಮಾಡುತ್ತದೆ. ಅಲ್ಲಿ ಹಸಿರಿಲ್ಲ, ಜೀವಸೆಲೆಯಿಲ್ಲ, ಜೋಳದ ತೆನೆಗಳಿಲ್ಲ, ಜೀವಂತಿಕೆಯ ಯಾವ ಕಳೆಯೂ ಇಲ್ಲ. ಹೋಗಲಿ ಅಲ್ಲಿಯ ಕೆಲಸಗಾರರಿಗೆ ಒಂದು ಹೆಸರೂ ಇಲ್ಲ. ಎಲ್ಲರಿಗೂ ಒಂದೊಂದು ಸಂಖ್ಯೆಯನ್ನು ನೀಡಲಾಗಿದೆ. ಅವರನ್ನೆಲ್ಲ ಆ ಸಂಖ್ಯೆಯಿಂದಲೇ ಗುರುತಿಸಲಾಗುತ್ತದೆ. ಅಂತಹ ಊರಿಗೆ ರಾಜನ

ಸೆರೆಯಾಳಾಗಿ ಬರುವ ನಂದಿನಿ ಎಲ್ಲರ ಬಿಡುಗಡೆಯ ಕನಸಾಗುತ್ತಾಳೆ. ಅವಳ ವ್ಯಕ್ತಿತ್ವವೇ ಅಂಥದ್ದು. ಯಾರೂ ಸೆರೆಹಿಡಿಯಲಾಗದಂಥದ್ದು. ಅವಳು ಅಂಥಹ ನರಕದಲ್ಲೂ ತನ್ನನ್ನು ತಾನು ಕಳಕೊಳ್ಳಲಾರಳು. ಅವಳೆದೆಯ ಭಾವಗಳು ಆ ಮರುಭೂಮಿಯಲ್ಲೂ ಜೀವತೊರೆಯಾಗಿ ಹರಿಯುತ್ತಲೇ ಇರುತ್ತವೆ.

ಅವಳ ಹಾಡಿನ ಜೊತೆಗಾರ ಬಿಷು. ಅವನು ಬೇರೊಂದು ಹೆಣ್ಣಿನ ಮೋಹಜಾಲದಲ್ಲಿ ಸಿಲುಕಿಯೇ ಇಲ್ಲಿಗೆ ಬಂದವನು. ಎದೆಯ ಹಾಡನ್ನು ಕಾಪಿಟ್ಟುಕೊಂಡ ಅವನಿಗೆ ಈ ಮೋಸದ ಜಾಲವನ್ನು ಬೇಧಿಸುವ ಬಯಕೆ. ಅದೇ ಅವನ ಹಾದಿಗೆ ಮುಳ್ಳಾಯಿತು. ಉನ್ನತ ಹುದ್ದೆಯನ್ನು ಕಳಕೊಂಡು ಸಾಮಾನ್ಯ ನೌಕರನಂತೆ ದುಡಿಯುತ್ತಿದ್ದಾನೆ ಅವನು. ಎಷ್ಟೇ ಪ್ರಯತ್ನಿಸಿದರೂ ತಪ್ಪಿಸಿಕೊಳ್ಳಲಾಗದ ಕೋಟೆಯಲ್ಲಿ ಅವನೂ ಬಂಧಿ. ಎದೆಯ ಹಾಡನ್ನು ಕಳಕೊಳ್ಳುವ ಹಂತದಲ್ಲಿ ಅಲ್ಲಿಗೆ ಬಂದಿಳಿವ ನಂದಿನಿ ಅವನ ಕ್ಷೀಣ ದನಿಗೆ ತನ್ನ ಕಂಠವನ್ನು ಸೇರಿಸುತ್ತಾಳೆ. ಅವಳಿಗೆ ಆ ಕೋಟೆಯಾಚೆಗಿನ ಸುಗ್ಗಿಯ ಹಾಡು ಸದಾ ಕೇಳುತ್ತದೆ.

ಮಬ್ಬು ಕವಿದ ಹಾದಿಯಲ್ಲಿ
ಸುಗ್ಗಿ ಹಾಡು ತೇಲಿಬಂದು
ಹಿಗ್ಗು ಧರೆಗೆ ಸುರಿದ ಹಾಗೆ
ಸುಗ್ಗಿ ಬರುತಿದೆ । ಹಿಗ್ಗು ತರುತಿದೆ
ಹಸಿರನುಟ್ಟ ಹೆಂಗಳೆಯರ
ಕುಸುರಿಯಿಟ್ಟ ಬುಟ್ಟಿಯೊಳಗೆ
ಜೋಳತೆನೆಯ ರಾಶಿ ತುಳುಕಿಸಿ
ಸುಗ್ಗಿ ಬರುತಿದೆ । ಹಿಗ್ಗು ತರುತಿದೆ

ಹೀಗೆ ಸುಗ್ಗಿಯ ಹಾಡನ್ನು ಹಾಡುವುದರೊಂದಿಗೆ ಎಲ್ಲರೆದೆಯಲ್ಲೊಂದು ಜೀವಂತಿಕೆಯ ಕನಸನ್ನು ಬಿತ್ತುತ್ತಾಳೆ ಅವಳು. ದೂರದೂರಿನಿಂದ ಕೆಲಸಕ್ಕೆಂದು ಬಂದು ಬಂಧಿಯಾದ ಚಂದ್ರಾಳಿಗೀಗ ತನ್ನೂರಿನ ಸುಗ್ಗಿಯ ಕನಸು ಬೀಳುತ್ತಿದೆ. ಅವಳ ಗಂಡ ಬಿಷುವಿಗೂ ಬಿಡುಗಡೆಯ ಬಯಕೆ. ಕಿಶೋರನಿಗೆ ತನ್ನೂರನ್ನೊಮ್ಮೆ ನೋಡಬೇಕೆಂಬ ಆಶೆ. ರಾಜನ ನಿಷ್ಠರಿಗೆಂದೇ ತನ್ನ ಜ್ಞಾನವನ್ನೆಲ್ಲ ಮುಡಿಪಾಗಿಟ್ಟ ಪ್ರೊಫೆಸರ್ ಸಾಹೇಬರಿಗೂ ಈಗ ನಂದಿನಿಯೊಂದಿಗೆ ಮಾತನಾಡುತ್ತಿದ್ದರೆ ಅದೆಂಥದ್ದೋ ಜೀವಂತಿಕೆಯನ್ನು ಅನುಭವಿಸುತ್ತಿರುವ ಧನ್ಯತೆ. ಹೀಗೆ ಎಲ್ಲರೆದೆಯ ಬಿಡುಗಡೆಯ ಕನಸಾಗಿ

ಒದಗುವವಳು ನಂದಿನಿ. ಸುಗ್ಗಿಯೆಂಬುದು ಇಲ್ಲಿ ಒಂದು ಜೀವಂತಿಕೆಯ ಕನಸು ಅಷ್ಟೆ.

ಹೀಗೆ ನಿರ್ಜೀವವಾಗಿ ಬಿದ್ದಿರುವ ರಾಜ್ಯವೊಂದರಲ್ಲಿ ಮೊಳೆಯುವ ಜೀವಂತಿಕೆಯ ಕನಸು ಸುಗ್ಗಿಯ ಹಾಡಿನ ಗುನುಗುವಿಕೆಯಾಗಿ ರಾಜನವರೆಗೂ ತಲುಪುತ್ತದೆ. ಕಲ್ಲುಬಂಡೆಯಂತಹ ಅವನ ಮನಸ್ಸಿನಲ್ಲಿಯೂ ಈಗ ಸಣ್ಣದೊಂದು ಬಿರುಕು. ಆ ಗುನುಗುವಿಕೆ ಅವನನ್ನು ಕೆರಳಿಸುತ್ತದೆ. ನಂದಿನಿ ಅವನನ್ನು ಪರದೆಯ ಈಚೆಯಿಂದಲೇ ನಿರ್ಭಯವಾಗಿ ನಿಂತು ಮಾತನಾಡಿಸುತ್ತಾಳೆ. ತನ್ನನ್ನು ಕಂಡರೆ ಭಯದಿಂದ ನಡುಗುವ ಎಲ್ಲರ ಜನರ ನಡುವೆ ಇವಳೊಂದು ಅಚ್ಚರಿಯ ಪರ್ವತದಂತೆ ಕಾಣುತ್ತಾಳೆ ಅವನಿಗೆ. ಕುತೂಹಲಕ್ಕೆಂದು ಅವಳನ್ನು ತನ್ನ ಪರದೆಯ ಈಚೆಗೆ ಬಿಟ್ಟುಕೊಳ್ಳುತ್ತಾನೆ. ಅವಳೋ ಅಷ್ಟೇ ನಿರಾಳತೆಯಿಂದ ಅವನ ಕೋಣೆಯೊಳಗೆ ಹೋಗುತ್ತಾಳೆ. ಮನುಷ್ಯರೊಬ್ಬರನ್ನು ನೋಡದೇ ಯುಗಗಳೇ ಕಳೆದಿತ್ತೆಂಬಂತೆ ಅವಳ ಹೆರಳ ರಾಶಿಯಲ್ಲಿ ಬೆರಳನ್ನಿಟ್ಟು ತೀಡುತ್ತಾನೆ ರಾಜ. ಕಿಲಕಿಲನೆ ನಕ್ಕುಬಿಡುತ್ತಾಳೆ ನಂದಿನಿ. ಅವಳ ನಗುವಿನ ಮೋಡಿಗೆ ಅವನೆದೆಯಲ್ಲಿ ಹೆಪ್ಪುಗಟ್ಟಿದ್ದ ಭಾವನೆಗಳೆಂಬ ಹಕ್ಕಿಗಳು ಚಲನೆ ಬಂದಂತೆ ಚಿಲಿಪಿಲಿಗುಡತೊಡಗುತ್ತವೆ. ಅವನಿಗೋ ಎಲ್ಲವನ್ನೂ 'ಅರ್ಥ' ಮಾಡಿಕೊಳ್ಳುವ ದುರಾಸೆ. ಆದರೆ ಹಾಗೆ ಸುಲಭಕ್ಕೆ 'ಅರ್ಥ'ವಾಗದವಳು ಈ ನಂದಿನಿ.

"ನನಗೆ ನಿನ್ನನ್ನು ಓದಬೇಕಿದೆ"

"ಓದಲು ನಾನೇನು ಪುಸ್ತಕವಲ್ಲ, ತಿಳಿದುಕೋ"

"ಪುಸ್ತಕವನ್ನು ನಾನು ಓದಬಲ್ಲೆ, ನಿನ್ನನ್ನು 'ಅರ್ಥ' ಮಾಡಿಕೊಳ್ಳಲು ಕಲಿಯಬೇಕಿದೆ"

"ಎಲ್ಲವನ್ನೂ 'ಅರ್ಥ' ಮಾಡಿಕೊಳ್ಳಲಾಗದು. ಕೆಲವನ್ನು ಸುಮ್ಮನೆ ಅನುಭವಿಸಬೇಕಷ್ಟೆ"

"ನನ್ನನ್ನು ಪ್ರೀತಿಸುತ್ತೀಯೇನು?"

"ಖಂಡಿತ. ಯಾಕಿಲ್ಲ? ನಾನು ಎಲ್ಲರನ್ನೂ ಪ್ರೀತಿಸಬಲ್ಲೆ"

"ಆ ನಿನ್ನ ರಂಜನನನ್ನು ಪ್ರೀತಿಸುವಷ್ಟು...?"

"ಅವನನ್ನು ನಾನು ತುಂಬಾ ಪ್ರೀತಿಸುತ್ತೇನೆ. ಎಲ್ಲರಿಗಿಂತಲೂ ಮಿಗಿಲು"

"ಎಷ್ಟು ಪ್ರೀತಿಸ್ತೀಯಾ ಅವನನ್ನು?"

“ವಿವರಿಸಲಾರದಷ್ಟು. ದೋಣಿಯ ಹರಿಗೋಲು ಹಾಯಿಯನ್ನು ಪ್ರೀತಿಸುತ್ತದಲ್ಲ ಅಷ್ಟು. ನೀರಿನ ಅಲೆಯ ಲಾಸ್ಯ ಗಾಳಿಯನ್ನು ಪ್ರೀತಿಸುತ್ತದಲ್ಲ ಹಾಗೆ”

“ಮತ್ತೆ ಅವನಿಗಾಗಿ ಪ್ರಾಣ ಬೇಕಾದರೂ ಕೊಡ್ತೀಯಾ?”

“ಈ ಕ್ಷಣದಲ್ಲಿಯೇ ಕೊಡಬಲ್ಲೆ”

ನಂದಿನಿಯ ಮಾತು ಅವನನ್ನು ತುಂಬಾ ತಲ್ಲಣಕ್ಕೀಡುಮಾಡುತ್ತದೆ. ಅವಳನ್ನು ತಟ್ಟನೆ ಅಲ್ಲಿಂದ ಹೊರದಬ್ಬುತ್ತಾನೆ. ಆದರೆ ಇದರಿಂದ ಅವಳಿಗೆ ಒಂದು ವಿಷಯ ಮನದಟ್ಟಾಗುತ್ತದೆ. ‘ಅವನೊಳಗೂ ಒಬ್ಬ ಮನುಷ್ಯನಿದ್ದಾನೆ!’

ಭಯಂಕರ ವೇಷ ಧರಿಸಿ ಎಲ್ಲರನ್ನೂ ಬೆದರಿಸುತ್ತಿದ್ದ ಅವನೀಗ ಅವಳಿಗೆ ಬಯಲಾಟದಲ್ಲಿ ಬರುವ ಬಣ್ಣದ ವೇಷದಂತೆ ಕಾಣುತ್ತಾನೆ. ತಾನೇ ಕಟ್ಟಿಕೊಂಡ ಕೋಟೆ ಮತ್ತು ವೇಷಗಳು ಅವನನ್ನೇ ಉಸಿರುಗಟ್ಟಿಸುತ್ತಿರುವ ವಿಷಯ ಅವಳಿಗೆ ತಿಳಿಯುತ್ತದೆ. ನೆಮ್ಮದಿಯಾಗಿ ನಿದ್ರಿಸದೇ ಅದೆಷ್ಟೋ ವರ್ಷಗಳನ್ನು ಕಳೆದ ರಾಜ ರಕ್ಕಸನಂತಾಗಿದ್ದಾನೆ ಎಂಬುದು ಅವಳಿಗೆ ಅರ್ಥವಾಗಿದೆ ಈಗ. ಹಾಗಾಗಿ ಅವಳೀಗ ಅವನಿಗಾಗಿಯೇ ಲಾಲಿಹಾಡನ್ನೂ ಹಾಡುತ್ತಾಳೆ.

ಜೋ... ಜೋ... ಜೋ...
ಜೋ... ಜೋ... ಜೋ...
ಭೂಮಿಯೊಡಲ ಆಳದಿಂದ
ತಾನೇ ಹರಿವ ಜೀವಸೆಲೆಯೆ
ಮೇಲೆ ಉಕ್ಕಿ ತೇಲಿ ಬಾ
ದೊರೆಯ ಬೇನೆ ಕಳೆಯ ಬಾ
ಜೋ... ಜೋ... ಜೋ...
ಜೋ... ಜೋ... ಜೋ...
ಬಾನಿನಲ್ಲಿ ಓಡುತಿರುವ
ಕಪ್ಪುಬಿಳಿಯ ಮೋಡಗಳೆ
ಸುರಿಸಿ ಪ್ರೀತಿ ಮಳೆಯನೆಲ್ಲ
ನೀಗಿ ದೊರೆಯ ದಣ ವನೆಲ್ಲ
ಜೋ... ಜೋ... ಜೋ...
ಜೋ... ಜೋ... ಜೋ...

ಅವಳು ಹೀಗೆ ಅಪ್ಪಟ ತಾಯಿಯಾಗಿ ಲಾಲಿಹಾಡುವಾಗ ದೊರೆಯ ಹೃದಯ ತಲ್ಲಣಿಸಿ ಹೋಗುತ್ತದೆ. ಅವನ ಸುತ್ತಲಿನ ಕೋಟೆಗಳು ನಿಧಾನಕ್ಕೆ ಪುಡಿಯಾಗತೊಡಗುತ್ತವೆ.

ಅವಳ ಸ್ವಭಾವವೇ ಅಂಥದ್ದು. ಅವಳಿಗೆಂದು ಕೆಂಪು ಕಣಗಿಲೆಯನ್ನು ಹುಡುಕಿ ತಂದುಕೊಡುವ ಕಿಶೋರನಿಂದ ಹಿಡಿದು ಅವಳನ್ನು ಕಂಡರೆ ಕೆಂಡಕಾರುವ ಗೋಕುಲನವರೆಗೂ ಎಲ್ಲರನ್ನೂ ಅವಳು ಪ್ರೀತಿಸಬಲ್ಲಳು. ಅವಳಿಗೆ ಆ ರಾಜ್ಯಕ್ಕೆ ಅವಳ ಕಡುಪ್ರೇಮಿ ರಂಜನನ್ನು ಕರೆತರುವ ಬಯಕೆ. ರಂಜನನೆಂದರೆ ಒಬ್ಬ ವ್ಯಕ್ತಿಯಲ್ಲ. ರಂಜನೆಯೆಂಬುದಕ್ಕೆ ಅದೊಂದು ಪ್ರತಿಮೆಯಷ್ಟೆ. ರಂಜನ ಬಂದರೆ ಅಲ್ಲೆಲ್ಲ ಜೀವಕಳೆ ಉಕ್ಕೇರುತ್ತದೆ, ಜೀವವಿರುವಲ್ಲಿ ಹಸಿರುಕ್ಕುತ್ತದೆ, ಹಸಿರಿನೊಂದಿಗೆ ಬರುವ ಸುಗ್ಗಿಯ ಹಿಗ್ಗು ಎಲ್ಲ ಅತಿಯಾಸೆಗಳನ್ನು ಕೊಂದು ಇಡಿಯ ರಾಜ್ಯವನ್ನು ಸಹಜವಾಗಿಸುತ್ತದೆ ಎಂಬುದು ಅವಳ ಸರಳ ಲೆಕ್ಕಾಚಾರ. ಆದರೆ ಇವೆಲ್ಲವೂ ಅವಳೊಬ್ಬಳಿಂದಲೇ ಸಾಧ್ಯವಿಲ್ಲ. ಅದಕ್ಕವಳಿಗೆ ಬಿಷುವಿನ ಬೆಂಬಲ ಬೇಕು. ಅಲ್ಲಿ ದುಡಿಯುವ ವರ್ಗ ಅವಳೊಂದಿಗೆ ನಿಲ್ಲಬೇಕು. ಶೋಷಿಸುವ ಕೊತ್ವಾಲ ಮತ್ತು ಗೌರ್ನರ್‌ರನ್ನು ಎದುರಿಸಬೇಕು. ಎಲ್ಲಕ್ಕಿಂತ ಮುಖ್ಯವಾಗಿ ಜ್ಞಾನವನ್ನೂ ಬಂಧಿಸಿಟ್ಟ ಆ ನಾಡಿನಲ್ಲಿ ಬಿಡುಗಡೆಯ ಬೆಳಕು ಬೆಳಗಬೇಕು. ಅವಳು ಬಿಷುವಿನ ಸಹಾಯವನ್ನು ಯಾಚಿಸುತ್ತಾಳೆ. ಅವಳಿಗಾಗಿ ಹಾಡುವಂತೆ ಕೋರುತ್ತಾಳೆ. ಅವನು ಹಾಡುತ್ತಾನೆ.

ನನ್ನೆಚ್ಚರ ನೀನು । ನನ್ನೆದೆಯ ಹಾಡು।
ನನ್ನ ನೋವಿನ ಆಳ। ನನ್ನ ಗಮ್ಯದ ಜಾಡು।
ಕವಿದ ಕತ್ತಲೆಯೊಳಗೆ। ಹಕ್ಕಿಗಳಾ ಹಾಡು।
ನನ್ನೆದೆಯ ತುಂಬೆಲ್ಲಾ। ನೋವಿನ ಜಾಡು।
ನನ್ನೆಚ್ಚರ ನೀನು । ನನ್ನೆದೆಯ ಹಾಡು।

ಎಲ್ಲರನ್ನೂ ತನ್ನ ಮಾರ್ಮಿಕವಾದ ಮಾತುಗಳ ಮೂಲಕ ಎಚ್ಚರಿಸುತ್ತಾ ಹೋಗುತ್ತಾನೆ ಬಿಷು.

'ಇಡಿಯಾಗಿರೋದು ಕುರಿಯ ಅವಶ್ಯಕತೆ ಮಾತ್ರ. ಆದರೆ ಸುಮ್ಮನೆ ಅರಚುವ ಆ ಬಾಯಿಯಾದರೂ ಯಾಕಿರಬೇಕು ಅಂತಾನೆ ಕಟುಕ. ಹಾಗೆ ಸುಗ್ಗಿ ಮಾಡಬೇಕು ಅನ್ನೋದು ನಮ್ಮ ಆಸೆ ಮಾತ್ರ. ಊಟಕ್ಕೆ ಕೊಟ್ಟರೆ ಆಯ್ತಲ್ಲ ಅಂತಾರೆ ಆಳುವವರು.'

‘ಪಂಜರದ ಹಕ್ಕಿ ಕಂಬಿಯನ್ನು ಕುಟುಕಿದರೆ ಅದು ಪ್ರೀತಿಯ ಚುಂಬನವಂತೂ ಅಲ್ಲ. ನಾವೆಲ್ಲ ಇಲ್ಲಿ ಇದ್ದೇವೆ ಅಂದ್ರೆ ಈ ಬದುಕು ನಮಗೆ ಇಷ್ಟ ಅಂತಲ್ಲ. ಓಡಿ ಹೋಗೋಕೆ ನಮ್ಮ ಕಾಲುಗಳಿಗೆ ಶಕ್ತಿಯಿಲ್ಲ ಅಷ್ಟೆ’

‘ನಾವೆಲ್ಲ ಚಿನ್ನದ ಗಣಿ ಅಗೆಯೋಕೆ ಅಂತ ಬಂದ್ವಿ, ಆದರೆ ನಮ್ಮ ಊರಿನ ದಾರೀನ ಮುಚ್ಚಿಕೊಂಡ್ವಿ’

‘ಪಂಚಾಂಗದಲ್ಲಿ ಕೊನೆಯ ತಿಥಿ ಅಂತ ಇರೋದಿಲ್ಲ. ಹುಣ್ಣಿಮೆ ಅಥವಾ ಅಮಾವಾಸ್ಯೆ ಆದಮೇಲೆ ಮತ್ತೆ ಪಾಡ್ಯದಿಂದ ಶುರುವಾಗುತ್ತೆ’

‘ನಮಗೆ ಅವಶ್ಯವಾಗಿರೋ ವಸ್ತು ಅಂದರೆ ನಾವು ತಿನ್ನೋ ಆಹಾರ, ಅದಕ್ಕೆ ಸಾಕು ಅಂತ ಇರತ್ತೆ. ಆದರೆ ನಮಗೆ ಬೇಕೇಬೇಕು ಅನ್ನದಂತಹ ವಸ್ತು ಅಂದರೆ ಚಿನ್ನ, ಅದಕ್ಕೆ ಸಾಕು ಅಂತ ಇರೋದೇ ಇಲ್ಲ. ಯಾಕೆಂದರೆ ಅದು ಬೇಕೇ ಬೇಕು ಅಂತಿಲ್ಲವಲ್ಲ’

ಇಂತಹ ಮಾತುಗಳು ಎಲ್ಲರ ಎದೆಯಾಳಕ್ಕೆ ಇಳಿಯತೊಡಗುತ್ತವೆ. ರಾಜ್ಯದ ತುಂಬೆಲ್ಲಾ ಅಲ್ಲಲ್ಲಿ ಅಸಮಾಧಾನದ ಹೊಗೆ ಹೊತ್ತಿಕೊಳ್ಳಲಾರಂಭಿಸುತ್ತದೆ. ಗೌರ್ನರ್ ಈಗ ಗರಂ ಆಗುತ್ತಾರೆ. ಅವರೆಲ್ಲರಿಗೆ ಶಾಂತಿ ಉಪದೇಶ ಮಾಡಿಸಲು ಪುರಾಣಿಕರನ್ನು ಕರೆಸಿ ಹರಿಕೀರ್ತನೆಗಳನ್ನೂ ಮಾಡಿಸುತ್ತಾರೆ. ಆದರೆ ಇವೆಲ್ಲವೂ ಯಾವ ಪರಿಣಾಮವನ್ನೂ ಉಂಟುಮಾಡುವುದಿಲ್ಲ. ಅವರ ಉಪದೇಶದ ಹಿಂದಿರುವ ದಾಸ್ಯದ ಪ್ರಸಾರವನ್ನು ಬಿಷು ಬಯಲಿಗೆಳೆಯುತ್ತಾನೆ. ಆಳುವವರ ಪಾಲಿಗೀಗ ನಂದಿನಿ ಮತ್ತು ಬಿಷು ಖಳನಾಯಕರಾಗುತ್ತಾರೆ. ನಂದಿನಿ ಮತ್ತೆ ಮತ್ತೆ ರಾಜನಿಗೆ ಮುಖಾಮುಖಿಯಾಗುತ್ತಲೇ ಹೋಗುತ್ತಾಳೆ. ರಂಜನನ ಬರವನ್ನು ಯಾರೂ ತಡೆಯಲಾರರು ಎಂಬ ಸತ್ಯವನ್ನು ಅವನಿಗೆ ಮನದಟ್ಟು ಮಾಡಿಕೊಡಲು ಪ್ರಯತ್ನಿಸುತ್ತಾಳೆ. ಸಾವಿರ ವರ್ಷಗಳಿಂದ ಜಡವಾಗಿ ಮಲಗಿದ್ದ ಕಲ್ಲಿನ ಪೊಟರೆಯೊಳಗಿನ ಕಪ್ಪೆಯನ್ನು ಆದರ್ಶವೆಂದು ತಿಳಿದಿದ್ದ ದೊರೆ ಅದರ ಜಡತೆಗೆ ಬೇಸರಗೊಂಡು ಹೊರಗೆಳೆದು ಕೊಲ್ಲುವ ಕ್ರಿಯೆ ಅವನೊಳಗಿನ ಬದಲಾವಣೆಯ ದ್ಯೋತಕವಾಗುತ್ತದೆ. ಇದನ್ನು ಕಂಡ ಆಳುವ ವರ್ಗದವರು ಬೆಚ್ಚುತ್ತಾರೆ. ದೊರೆಯನ್ನು ಅಚಲವಾಗಿಸಿಡಲು ಪ್ರೊಫೆಸರ್‌ಗೆ ಹೇಳುತ್ತಾರೆ. ಆದರೆ ದೊರೆ ಅವನನ್ನು ಹೀಗೆ ಪ್ರಶ್ನಿಸುತ್ತಾನೆ,

“ಒಂದು ಗೋಡೆಯನ್ನು ಅಗೆದರೆ ಇನ್ನೊಂದು ಗೋಡೆಯನ್ನು ತೋರಿಸುತ್ತಾ ಹೋಗುವ ನಿಮ್ಮದೆಂತಹ ವಿಜ್ಞಾನ? ಎಷ್ಟೇ ಅಗೆದರೂ ತಿರುಳನ್ನೇ ಮುಟ್ಟದ ನಿಮ್ಮದು ಅವಿಜ್ಞಾನ. ಜೀವರಹಸ್ಯವನ್ನು ತಿಳಿಸಬಲ್ಲಿರೇನು?”

ಪ್ರೊಫೆಸರ್ ಮಾತಿಲ್ಲದಂತಾಗಿ ಹಿಂದಿರುಗುತ್ತಾನೆ. ಮತ್ತೆ ಅವನನ್ನು ಶಾಂತವಾಗಿಸಲು ಪುರಾಣಿಕರ ನೆರವನ್ನೂ ಕೋರಲಾಗತ್ತದೆ. ಆದರೆ ಅವನಿಗೂ ದೊರೆ ಪ್ರಶ್ನೆಗಳನ್ನು ಕೇಳಿ ಬೆಚ್ಚಿಬೀಳಿಸುತ್ತಾನೆ.

"ನಿಮ್ಮ ಪುರಾಣ, ಇತಿಹಾಸಗಳೆಲ್ಲವು ಪೊಳ್ಳು. ಅವು ವರ್ತಮಾನವನ್ನು ನಿಯಂತ್ರಿಸಲು ನೀವು ಬಳಸುವ ಗುರಾಣಿಗಳು. ವರ್ತಮಾನವೊಂದೇ ಸತ್ಯ. ಅದನ್ನು ವಿಸ್ತರಿಸಬಹುದಲ್ಲದೇ ಭೂತ, ಭವಿಷ್ಯಗಳೆಲ್ಲವೂ ಸುಳ್ಳು."

ರಾಜನ ಈ ಜ್ಞಾನೋದಯ ಆಳುವ ವರ್ಗದವರ ತಲೆಯನ್ನು ಕೆಡಿಸುತ್ತದೆ. ರಾಜನನ್ನು ನಿಯಂತ್ರಿಸುವುದನ್ನು ಬಿಟ್ಟು ಸಾಮಾನ್ಯರ ಬಲವಡಗಿಸಲು ಅವರು ಮುಂದಾಗುತ್ತಾರೆ. ಸೇನೆ ಬಿಷುವನ್ನು ಬಂಧಿಸಿ ಸೆರೆಮನೆಯಲ್ಲಿಡುತ್ತದೆ.

ನಂದಿನಿ ಈಗ ಕೆರಳುತ್ತಾಳೆ. ಅವಳ ಹಾಡಿನ ಜೊತೆಗಾರನೀಗ ಬಂಧನದಲ್ಲಿದ್ದಾನೆ. ಅವಳ ಜೀವ ತಲ್ಲಣಿಸಿಹೋಗುತ್ತದೆ. ಅವಳು ದೊರೆಯೊಂದಿಗೆ ತನ್ನ ಕೊನೆಯ ಹೋರಾಟವನ್ನು ಸಾರುತ್ತಾಳೆ. ಅವಳ ಹೋರಾಟ ಸಾಂಸ್ಕೃತಿಕ ಸ್ವರೂಪದ್ದು. ಗೆಜ್ಜೆಯೇ ಅವಳ ಆಯುಧ. ಹಾಡೇ ಅವಳ ಸೈನ್ಯ. ಅವಳೆದೆಯ ಭಾವಗಳೆಲ್ಲ ಹಾಡಾಗಿ ಹರಿದು ಪ್ರವಾಹವಾಗಿ ದೊರೆಯೆದೆಗೆ ಹರಿಯುತ್ತಿದೆ ಈಗ. ಅದೆಂತಹ ಪ್ರವಾಹವೆಂದರೆ ಎಂತಹ ಕಲ್ಲು ಬಂಡೆಯನ್ನೂ ಕೊಚ್ಚಿಹೋಗುವಷ್ಟು ಶಕ್ತಿ ಅದಕ್ಕಿದೆ. ದೊರೆಯ ಅಹಂಕಾರವೆಲ್ಲವೂ ಅವಳ ಹಾಡಿನ ಪ್ರವಾಹದಲ್ಲಿ ಕರಗಿಹೋಗುತ್ತದೆ.

ಇಳಿದು ಬಾ। ದೊರೆಯೇ । ಇಳಿದು ಬಾ।
ಇಳಿದು ಬಾ। ದೊರೆಯೇ । ಇಳಿದು ಬಾ।
ಪ್ರಕೃತಿ ಪ್ರೀತಿಯ ಕಡೆಗೆ।
ಸುತ್ತ ಕಟ್ಟಿರುವ ನೂರು ಪರದೆಗಳ
ಸರಿಸಿ ಬಾ ದೊರೆಯೆ ಹೊರಗೆ।
ಇಳಿದು ಬಾ। ದೊರೆಯೇ । ಇಳಿದು ಬಾ।
ಭೂಮಿಯೊಡಲಿಂದ ಬಗೆದು ಹೊರತಂದ
ರಾಶಿ ಕನಕಗಳ ಮರೆತು ಬಾ।
ಹಸಿರ ನಡುವಿಂದ ಉದಿಸಿ ಹೊರಬಂದ
ಹಕ್ಕಿಗಳ ಹಾಡ ಕೇಳಿ ಬಾ।
ಕೃತಕ ತೆರೆಯನ್ನು ಸರಿಸಿ ಬಾ।
ಸಹಜ ಸುಖವನ್ನು ಅರಿಯ ಬಾ।
ಹುತ್ತಗಟ್ಟಿರುವ ಮನದ ಕೊಳೆಯನ್ನು

ಸತ್ಯದುಜ್ಜುಗದಿ ತೊಳೆಯ ಬಾ।
ಎದೆಯ ಹದಮಾಡಿ। ಮನವ ಮೃದು ಮಾಡಿ।
ರಂಜನೆಯ ಬೆಳೆಯ ಬೆಳೆಯ ಬಾ।
ನಿಜದಿ ಬಯಲಾಗು। ಜಗದ ಸೊಗವಾಗು।
ರಂಜನನ ಬರವಿಗೊದಗಿ ಬಾ।
ಬಾರೋ ಬಾ। ದೊರೆಯೆ। ಬಾರೋ ಬಾ।

ಅವಳ ಹಾಡು ಹೊಳೆಯಾಗಿ ಹರಿಯುವಾಗ ದೊರೆಯು ಆ ಪ್ರವಾಹದೊಂದಿಗೆ ತೇಲಿ ತನ್ನ ಕೋಟೆಯೊಳಗಿಂದ ಪರದೆಗಳೆಲ್ಲವನ್ನೂ ಪುಡಿಮಾಡಿ ಭೂಮಿಗಿಳಿದು ಬರುತ್ತಾನೆ. ಭೂಮಿಯ ಸ್ಪರ್ಶವೆಂದರೆ ಅದು ಸತ್ಯದ ಸ್ಪರ್ಶ. ಅವನ ಕಣ್ಣಿಗೀಗ ರಂಜನ ಕಾಣಿಸುತ್ತಾನೆ. ಅವನು ರಂಜನನನ್ನು ತನ್ನ ರಾಜ್ಯದೊಳಗೆ ಬಿಟ್ಟುಕೊಳ್ಳುತ್ತಾನೆ. ರಂಜನೆಯನ್ನು ಪೋಷಿಸುವ ರಾಜ್ಯ ಸಹಜವಾಗಿಯೇ ಸಮೃದ್ಧವಾಗಿ ಇರುತ್ತದೆಯಲ್ಲವೆ?

ನಂದಿನಿ ಹೆಣ್ಣಿನ ಎಲ್ಲ ಗುಣಗಳಿಗೆ ರೂಪಕವಾಗಿ ನಿಲ್ಲುತ್ತಾಳೆ. ಬರಡಾದ ಬದುಕನ್ನು ಪ್ರಕೃತಿಯಂತೆ ಚಿಗುರಿಸಬಲ್ಲ ಶಕ್ತಿಯಿರುವುದು ಹೆಣ್ಣಿಗೆ ಮಾತ್ರ. ಜಗತ್ತಿನಲ್ಲಿ ಎಲ್ಲಿ ದಾಳಿಯಾದರೂ ಅದರ ಮೊದಲ ಪರಿಣಾಮವನ್ನು ಎದುರಿಸುವವಳು ಹೆಣ್ಣು. ಹಾಗೆಂದೇ ಅವಳು ಅದಕ್ಕೆ ಪರಿಹಾರವನ್ನೂ ಹುಡುಕಬಲ್ಲಳು ಎಂಬುದನ್ನು ಟ್ಯಾಗೋರರು ಈ ನಾಟಕದ ಮೂಲಕ ಸಾರಿ ಹೇಳುತ್ತಾರೆ. ಜಾಗತೀಕರಣ ಮತ್ತು ಉದಾರೀಕರಣ ಆಗತಾನೇ ಪ್ರಾರಂಭವಾಗಿದ್ದ ಕಾಲದಲ್ಲಿದ್ದ ಟ್ಯಾಗೋರರು ಅದನ್ನು ಸಾಂಸ್ಕೃತಿಕ ಪ್ರತಿರೋಧದ ಮೂಲಕ ಮಾತ್ರ ಪರಿಣಾಮಕಾರಿಯಾಗಿ ಎದುರಿಸಲು ಸಾಧ್ಯ ಎಂಬುದನ್ನು ಈ ನಾಟಕದಲ್ಲಿ ಸಾರಿಹೇಳುತ್ತಾರೆ. ನಾಟಕದ ಪಾತ್ರವಾಗಿ ಬರುವ ರಂಜನ ಇಲ್ಲಿ ಅಂಥದೊಂದು ಸಾಂಸ್ಕೃತಿಕ ಚಳುವಳಿಯನ್ನು ಪ್ರತಿನಿಧಿಸುತ್ತಾನೆ.

ಕೆಲವೊಮ್ಮೆ ಕೆಂಡದ ಮಳೆಯಂತೆ ಮಾತುಗಳನ್ನು ಸುರಿಸುವ, ಇನ್ನೊಮ್ಮೆ ತಾಯಿಯಂತೆ ಮುಚ್ಚಟೆಯಿಂದ ಲಾಲಿ ಹಾಡುವ, ಮಗದೊಮ್ಮೆ ಗೆಳತಿಯಾಗಿ ಗೆಳೆಯನನ್ನು ಸಂತೈಸುವ, ಒಮ್ಮೊಮ್ಮೆ ಬಿರಗಾಳಿಯಂತೆ ಮುನ್ನುಗ್ಗುವ ನಂದಿನಿ ಎಲ್ಲ ಹೆಂಗಳೆಯರ ಶಕ್ತಿರೂಪವಾಗಿ ಕಾಣಿಸುತ್ತಾಳೆ. ಹೆಣ್ಣೆಂಬ ಅಂತಹ ಜೀವಚೈತನ್ಯವೇ ಇಡಿಯ ಜಗವನ್ನು ಪೊರೆಯುತ್ತಿದೆ.

www.ingramcontent.com/pod-product-compliance
Lightning Source LLC
LaVergne TN
LVHW102036051026
849518LV00014B/1989

* 9 7 8 8 1 9 3 8 5 3 3 9 9 *